INSIGHT PUBLICA®

INSIGHT PUBLICA®
Nadakkavu, Kozhikode, Kerala
www.insightpublica.com
e-mail: insightpublica@gmail.com
Oru Karutha Chithrasalabhathe Thedi
(Malayalam- Lokakathakal)
Translation:
Vaikom Murali
First Edition:July 2018
This Edition: October 2021

ISBN 978-93-87398-34-4

ഒരു കറുത്ത ചിത്രശലഭത്തെ തേടി

ലോകകഥകൾ

പരിഭാഷ: വൈക്കം മുരളി

INSIGHT PUBLICA®

കോട്ടയം ജില്ലയിൽ തലയോലപ്പറമ്പിൽ ജനിച്ചു. ഫാക്ട്/ ഫെഡോയിൽ ഡെപ്യൂട്ടി ചീഫ് എഞ്ചിനീയറായി ജോലിയിൽ നിന്നും വിരമിച്ചു. വിദേശപുസ്തകങ്ങളെക്കുറിച്ച് മലയാളത്തിലെ പ്രമുഖ വാരികകളിലും മാസികകളിലും ലേഖനങ്ങൾ എഴുതാറുണ്ട്. *25 വിശ്വസാഹിത്യകാരന്മാർ* എന്ന ലേഖനസമാഹാരത്തിന് 2009 ലെ ഡോക്ടർ സി.പി. മേനോൻ സ്മാരക പുരസ്കാരം ലഭിച്ചു. 2016ൽ കേരളസാഹിത്യമണ്ഡലം കൊച്ചി കേരളത്തിലെ മികച്ച വായനക്കാരനുള്ള സമ്മാനം നല്കി. അമേരിക്കൻ യൂണിവേർസിറ്റികളിൽ നിന്നും മറ്റ് പ്രസാധകരിൽ നിന്നും നിരൂപണത്തിനായി പുസ്തകങ്ങൾ ലഭിക്കാറുണ്ട്.

പ്രസിദ്ധീകരിക്കപ്പെട്ട പുസ്തകങ്ങൾ

1. *മഞ്ഞനദി* (സാഹിത്യലേഖനങ്ങൾ
2. *25 വിശ്വസാഹിത്യകാരന്മാർ* (ലേഖനങ്ങൾ)
3. *ബുക്ക് ഷെൽഫ്* (സാഹിത്യ പഠനങ്ങൾ)
4. *നദിയുടെ മൂന്നാംകര* (സാഹിത്യ ലേഖനങ്ങൾ)
5. *ദൈവത്തിന്റെ സഞ്ചാരവഴികൾ* (സാഹിത്യലേഖനങ്ങൾ)
6. *അന്ധത* –ഷൂസെ സാരമാഗുവിന്റെ നോവൽ (പരിഭാഷ)
7. *14 ലാറ്റിനമേരിക്കൻ കഥകൾ* (പരിഭാഷ)
8. *തുറന്ന ജാലകം – ലോകകഥകൾ* (പരിഭാഷ)
9. *ലോക മിനികഥകൾ* (പരിഭാഷ)

ഇപ്പോൾ എറണാകുളം ജില്ലയിലെ തൃക്കാക്കര മാവേലിനഗറിൽ (കൊച്ചി യൂണിവേർസിറ്റി) താമസിക്കുന്നു.

വിലാസം : ദർശനം, മാവേലിനഗർ 5th ക്രോസ് റോഡ്, കൊച്ചി യൂണിവേർസിറ്റി- 682022

ഫോൺ: 8281656233, 0484 2575009

വൈക്കം മുരളി

ലോക സാഹിത്യത്തിൽ നിന്നുള്ള ഏറ്റവും പ്രതിഭാശാലികളായ എഴുത്തുകാരുടെ കഥകളാണിവിടെ പരിഭാഷപ്പെടുത്തിയിരിക്കുന്നത്. മലയാളത്തിലെ വിവിധ അച്ചടി മാധ്യമങ്ങളിൽ പ്രസിദ്ധീകരിച്ചുവന്നവയാണ് ഇവയെല്ലാംതന്നെ. നോബൽപുരസ്കാരം നേടിയവരുടെ കഥകളും മറ്റ് വിഖ്യാതരായ എഴുത്തുകാരുടെ കഥകളും ഇക്കൂട്ടത്തിലുണ്ട്. ലോകചെറുകഥയുടെ ദീപ്തമായ ഒരു സമകാലീന മുഖം ഈ കഥകളിൽ നിന്നും വായനക്കാർക്ക് തിരിച്ചറിയുവാൻ കഴിയും. ആഖ്യാനത്തിന്റെ കാര്യത്തിൽ നമ്മുടെ എഴുത്തുകാർ നേരിടുന്ന പരിമിതികളെക്കുറിച്ച് ഈ കഥകൾ തീർച്ചയായും നമ്മെ ചിന്തിപ്പിക്കും. ചെറുകഥ നദിയോരത്തുകൂടി ചേർന്ന് സഞ്ചരിക്കുന്ന തോണിയാണെന്ന് കാർലോസ് ഫ്യൂയർതസ് പറഞ്ഞത് ഇവിടെ ഓർത്തു പോകുന്നു. ഈ കഥകൾ പുസ്തകരൂപത്തിൽ പുറത്തിറക്കുവാൻ തയ്യാറായ ഇൻസൈറ്റ് പബ്ലിക്ക കോഴിക്കോടിന് നന്ദിപറയുന്നു. മലയാളി വായനക്കാരുടെ സമക്ഷം ഈ കഥകൾ സന്തോഷപൂർവ്വം സമർപ്പിക്കുന്നു.

വൈക്കം മുരളി

കൊച്ചി 22

ഉള്ളടക്കം

റോബർതൊ ബൊല ്യാനൊ

ലോകപ്രശസ്തനായ ചിലിയൻ സാഹിത്യകാരൻ (1953–2003)

മാജിക്കൽ റിയലിസത്തിനെ നിഷേധിക്കുന്ന രീതിയിലുള്ള രചനകൊണ്ട് ലോകശ്രദ്ധ പിടിച്ചു പറ്റിയ ലാറ്റിനമേരിക്കൻ ആഖ്യാനത്തിന്റെ ഏറ്റവും പുതിയ വക്താവായിരുന്നു.

പ്രധാന രചനകൾ

The Distant star
Night in Chile
Savage detectives
Last Evenings on Earth
2666 (novel 2008 Dec)

ക്ലാര

റോബർതൊ ബൊലാന്യൊ

അവൾക്ക് വലിയ മാറിടങ്ങളും വണ്ണം കുറഞ്ഞകാലുകളും നീല മിഴികളുമുണ്ടായിരുന്നു. അങ്ങനെയാണ് അവളെക്കുറിച്ചോർക്കാൻ എനിക്കിഷ്ടം. അവളിൽ ഇത്രമാത്രം ഭ്രാന്തമായ രീതിയിൽ എങ്ങനെയാണ് ഞാൻ അനുരക്തനായതെന്ന് എനിക്കറിഞ്ഞുകൂടാ. പക്ഷേ ഞാനത് ചെയ്തുകഴിഞ്ഞിരുന്നു. തുടക്കത്തിൽ, ഞാനുദ്ദേശിക്കുന്നത് ആദ്യദിനങ്ങളിലെ കാര്യമാണ്. ആദ്യത്തെ മണിക്കൂറുകളിൽ എല്ലാം വളരെ ഭംഗിയായി തന്നെ നടന്നു.. പിന്നീട് ക്ലാര അവൾ താമസിച്ചിരുന്ന നഗരത്തിലേക്ക് മടങ്ങിപ്പോയി. സ്പെയിനിന്റെ തെക്കഭാഗത്തുള്ള ഒരു നഗരമായിരുന്നു അത്. ബാർസിലോണിയയിൽ ഒരൊഴിവുകാലം ചെലവഴിക്കാൻ അവൾ വന്നതാണ്. അതോടൊപ്പം എല്ലാ കാര്യങ്ങളും ശിഥിലമാകുവാനും തുടങ്ങിയിരുന്നു.

ഒരു രാത്രി ഞാനൊരു മാലാഖയെക്കുറിച്ച് സ്വപ്നം കണ്ടു. ഞാനൊരു ശൂന്യമായ വലിയ ബാറിനുള്ളിലേക്ക് കടന്നുചെന്നപ്പോൾ ഒരൊഴിഞ്ഞ കോണിൽ മേശയിൽ കൈമുട്ടു താങ്ങി മുന്നിൽ ഒരു കപ്പ് പാലൊഴിച്ച കോഫിയുമായിരിക്കുന്ന അയാളെ കണ്ടു.

അവൾ നിങ്ങളുടെ ജീവിതത്തിന്റെ സ്നേഹമാണ് അയാൾ പറഞ്ഞു. എന്നെ ശ്രദ്ധിച്ചുകൊണ്ടാണയാൾ ഇത്രയും പറഞ്ഞത്. അയാളുടെ തുറിച്ചു നോട്ടത്തിന്റെ ശക്തി, അയാളുടെ മിഴികളിലെ അഗ്നി ശരിക്കും മുറിക്കുള്ളിൽ എന്നെ കീഴടക്കി വലിച്ചെറിഞ്ഞു. ഞാനുച്ചത്തിൽ അലറിവിളിക്കാൻ തുടങ്ങി.

വെയിറ്റർ... വെയിറ്റർ....

പിന്നീട് ഞാൻ കൺതുറക്കുകയും ദുരന്തപൂർണമായ ആ സ്വപ്നത്തിന്റെ വലയത്തിൽ നിന്നും രക്ഷപ്പെടുകയും ചെയ്തു. മറ്റുള്ള

രാത്രികളിൽ ഞാൻ മറ്റാരെയും സ്വപ്നം കണ്ടില്ല. പക്ഷേ, നിറഞ്ഞമിഴികളോടെയാണ് ഞാനുണർന്നത്. അതേ സമയം ഞാനും ക്ലാരയും അന്യോന്യം കത്തുകൾ അയച്ചുകൊണ്ടിരുന്നു. അവളുടെ കത്തുകൾ ഹ്രസ്വമായിരുന്നു. ഹായ്... താങ്കൾക്കെങ്ങനെയുണ്ട്... ഇതാ മഴ പെയ്തുകൊണ്ടിരിക്കുന്നു.. ഞാൻ നിങ്ങളെ സ്നേഹിക്കുന്നു... ബൈ.

ആദ്യമെല്ലാം ആ കത്തുകൾ എന്നെ ഭയപ്പെടുത്തുകയാണ് ചെയ്തത്. എല്ലാം കഴിഞ്ഞിരിക്കുന്നു. ഞാൻ വിചാരിച്ചു. എന്നിരുന്നാലും അവയെ കൂടുതൽ പരിശോധിച്ചതിനുശേഷം ഞാനൊരു അനുമാനത്തിലെത്തിച്ചേർന്നു. അവളുടെ കത്തുകളുടെ രൂപത്തിലുള്ള ഈ ഹ്രസ്വമായ വിവരണം വ്യാകരണസംബന്ധമായ തെറ്റുകൾ ഒഴിവാക്കാനുള്ള ഒരു പ്രേരകത്തിൽ നിന്നുണ്ടായ ഒന്നാണ്. ക്ലാര ശരിക്കും അഭിമാനിയായിരുന്നു. അവൾക്ക് നന്നായെഴുതാൻ കഴിഞ്ഞിരുന്നില്ല. എന്നെ വേദനിപ്പിക്കുന്ന ഒന്നാണെങ്കിൽക്കൂടി അവൾക്കത് പ്രകടിപ്പിച്ചു കാണിക്കണമെന്നുമുണ്ടായിരുന്നില്ല.

അന്നവൾക്കു പതിനെട്ടുവയസ്സാണുണ്ടായിരുന്നത്. ഹൈസ്കൂൾ പഠനം അവസാനിപ്പിക്കേണ്ടിവന്ന അവൾ ഒരു സ്വകാര്യ അക്കാദമിയിൽ സംഗീതം പഠിക്കുകയായിരുന്നു. ഒരു റിട്ടയേർഡ് ചിത്രകാരന്റെയടുത്ത് ചിത്രം വരയ്ക്കാനും അവൾ പഠിച്ചുതുടങ്ങിയിരുന്നു. അവൾക്കത് ഇഷ്ടമായിരുന്നു. പക്ഷേ അതിനോടൊരു വൈകാരികമായ ബന്ധം പുലർത്താൻ അവൾ തയ്യാറായില്ല. ഒരു ദിവസം എനിക്കവളിൽ നിന്നൊരു കത്തുകിട്ടി. അവളുടെ പതിവുശൈലിയിൽ അവളൊരു സൗന്ദര്യമൽസരത്തിൽ പങ്കെടുക്കാൻ പോകുന്നുവെന്ന് എന്നെയറിയിക്കുകയായിരുന്നു. ഇതിനുള്ള എന്റെ പ്രതികരണം മൂന്ന് ഇരുവശ താളുകൾ മുഴുവനായും നിറഞ്ഞു നിന്നു. ശരിക്കും ഒരസാധാരണ പ്രശംസാഗീതമായിരുന്നു അത്. അവളുടെ സൗന്ദര്യത്തെ പ്രകീർത്തിച്ചുകൊണ്ടുള്ള വരികൾ. അവളുടെ മിഴികളുടെ മാധുര്യം. ശരീരവടിവിന്റെ പൂർണത അങ്ങനെ ഒന്നും വിട്ടുകളയാതെയുള്ള ഒരു കത്തായിരുന്നു അത്. ആ കത്ത് ഒരു മോശം അഭിരുചിയുടെ വിജയമായിരുന്നു. ഞാനത് എഴുതി പൂർത്തിയാക്കിയപ്പോൾ അതയയ്ക്കണമോ വേണ്ടയോ എന്ന കാര്യത്തിൽ എനിക്കൊരു തീരുമാനമെടുക്കാൻ കഴിഞ്ഞില്ല. പക്ഷേ അവസാനം ഞാനതയച്ചു.

പിന്നീട് അവളെക്കുറിച്ച് എന്തെങ്കിലും ഞാനറിയുന്നത് കുറച്ച് ആഴ്ചകൾക്കുശേഷമാണ്. എനിക്കു വേണമെങ്കിൽ വിളിക്കാമായിരുന്നു. പക്ഷേ ഒരു കടന്ന കയറ്റം വേണമെന്നെനിക്ക് തോന്നിയില്ല. കൂടാതെ ആ സമയത്ത് ഞാൻ പാപ്പരായിരുന്നു, ക്ലാര രണ്ടാമതായിട്ടാണ് മത്സരത്തിലേക്കു കടന്നുവന്നത്. ഒരാഴ്ചക്കാലത്തേക്ക് അവൾ

മനസ്സ് തളർന്ന അവസ്ഥയിലുമായിരുന്നു. അത്ഭുതകരം തന്നെ, അവളെനിക്കൊരു ടെലിഗ്രാമയച്ചു. അതിലിങ്ങനെയെഴുതിയിരുന്നു. രണ്ടാം സ്ഥാനം... നിറുത്ത്... താങ്കളുടെ കത്ത് ലഭിച്ചു... നിറുത്ത് എന്നെ വന്നു കാണുക.

ഒരാഴ്ചയ്ക്കുശേഷം അവൾ താമസിക്കുന്ന നഗരത്തിലേക്കുള്ള വണ്ടിയിൽ ഞാൻ കയറി. അതും അന്നേ ദിവസം ആദ്യമായി പുറപ്പെടുന്ന ട്രെയിനിൽ. അതിനുമുൻപ്-ഞാനുദ്ദേശിച്ചത് ടെലിഗ്രാമിനുശേഷം എന്നാണ്-ഞങ്ങൾ ഫോണിലൂടെ സംസാരിച്ചിരുന്നു. ഇതിനകം സൗന്ദര്യമൽസരത്തെക്കുറിച്ച് ഞാൻ വളരെയധികം കേൾക്കുകയും ചെയ്തിരുന്നു. അത് ക്ലാരയിൽ പ്രത്യക്ഷമായി വലിയൊരു സ്വാധീനമുണ്ടാക്കുകയും ചെയ്തു. അതുകൊണ്ട് ഞാനെന്റെ ബാഗുകൾ പായ്ക്ക് ചെയ്ത് എനിക്കാവുന്നത്ര വേഗത്തിൽ ആദ്യത്തെ ട്രെയിനിൽ കടന്നുകൂടുകയായിരുന്നു. അതിനടുത്ത പ്രഭാതത്തിൽ തന്നെ ഞാനവിടെയെത്തിച്ചേരുകയും ചെയ്തു. എനിക്കൊട്ടും പരിചിതമല്ലാത്ത ഒരു നഗരമായിരുന്നു അത്. സ്റ്റേഷനിലിറങ്ങി കാപ്പികുടിച്ച് സിഗരറ്റും വലിച്ചു കൊണ്ട് കുറച്ചുസമയം ചെലവിട്ടശേഷം രാവിലെ ഒൻപതര മണിയോടെ ഞാൻ ക്ലാരയുടെ ഭവനത്തിലെത്തിച്ചേർന്നു.

അലക്ഷ്യമായി കിടക്കുന്ന മുടിയുള്ള ഒരു തടിച്ച സ്ത്രീ വന്ന് വാതിൽ തുറന്നു. ഞാൻ ക്ലാരയെ കാണാനാണ് വന്നതെന്നവളോട് പറഞ്ഞപ്പോൾ കശാപ്പുശാലയിലേക്കു പോകുന്ന ആടിനെ നോക്കുന്നതുപോലെ അവളെന്നെ നോക്കി. കുറച്ച് മിനിട്ടുകൾ നേരത്തേക്ക്(അത് വളരെ നീണ്ടയിടവേളയായി അപ്പോളെനിക്കു തോന്നി, പിന്നീടതിനെക്കുറിച്ച് ശ്രദ്ധാപൂർവം വിലയിരുത്തിയപ്പോൾ അതങ്ങനെ തന്നെയായിരുന്നുവെന്നെനിക്ക് ബോധ്യപ്പെടുകയും ചെയ്തു.) ഞാൻ ലിവിങ് മുറിയിൽ ക്ലാരയെയും പ്രതീക്ഷിച്ചുകൊണ്ട് സോഫയിലിരുന്നു. പ്രത്യേകിച്ചൊരു കാരണവുമില്ലാത്ത സ്വാഗതം പങ്കുവെയ്ക്കുന്ന ഒരു ലിവിങ് മുറിയായി അതെനിക്കനുഭവപ്പെട്ടു. യാതൊരടുക്കും ചിട്ടയുമുണ്ടായിരുന്നില്ലെങ്കിലും ശരിക്കും പ്രകാശമാനമായ, സ്വാഗതം പകരുന്ന ഒരു മുറിയായിരുന്നു അത്. ക്ലാര അവിടേക്കു പ്രവേശിച്ചപ്പോൾ അതൊരു ദേവതയുടെ പ്രത്യക്ഷീകരണം പോലെയുണ്ടായിരുന്നു. അങ്ങനെ ചിന്തിക്കുന്നത് തന്നെ മോശമാണെന്നെനിക്കു തോന്നി. പറയുന്നതു ശരിക്കും വൃത്തികെട്ട ഒരു കാര്യം തന്നെയായിരുന്നു. പക്ഷേ കാര്യങ്ങളുടെ യഥാർത്ഥ സ്ഥിതി അങ്ങനെ തന്നെയായിരുന്നു.

അടുത്ത ദിനങ്ങൾ ആഹ്ലാദകരവും അതേസമയം അരോചകവുമായി അനുഭവപ്പെട്ടു. ഞങ്ങൾ വളരെയധികം സിനിമകൾ കണ്ടു.

മിക്കവാറും ദിവസത്തിൽ ഒരെണ്ണം വച്ച്, ഞങ്ങൾ ലൈംഗികബന്ധത്തിലേർപ്പെട്ടു. (ക്ലാരയുമായി ഉറക്കം പങ്കുവയ്ക്കുന്ന ആദ്യത്തെ മനുഷ്യൻ ഞാനായിരുന്നു. അത് രസകരമായ ഒരുപാഖ്യാനം പോലെയോ യാദൃശ്ചികമായ ഒന്നു പോലെയോ എനിക്കു തോന്നി. പക്ഷേ അവസാനം എനിക്കതിന് നല്ല വില കൊടുക്കേണ്ടതായും വന്നു.)

ഞങ്ങൾ ചുറ്റും കറങ്ങി നടന്നു. ക്ലാരയുടെ മിത്രങ്ങളെ കണ്ടുമുട്ടി. ഭയപ്പെടുത്തുന്ന രണ്ട് സൽക്കാരങ്ങളിൽ പങ്കെടുത്തു. ബാർസിലോണയിൽ എന്നോടൊപ്പം വന്നു താമസിക്കാൻ ഞാനവളോടാവശ്യപ്പെടുകയും ചെയ്തു. തീർച്ചയായും ഇത്തരമൊരവസ്ഥയിൽ അവളുടെ മറുപടിയെന്തായിരിക്കുമെന്ന് എനിക്ക് നല്ലപോലെ അറിയാമായിരുന്നു. ഒരു മാസത്തിനുശേഷം ഞാൻ തിരിച്ച് ബാർസിലോണിയിലേക്കുള്ള ഒരു രാത്രി വണ്ടിയിൽ കയറി യാത്രയായി. അതൊരു ഭയങ്കരയാത്രയായിരുന്നു. ഞാനോർത്തുപോകുന്നു.

അതിനുശേഷം പെട്ടെന്ന്, ക്ലാര ഒരു കത്തിൽ വിശദീകരിച്ചു, അവൾ എനിക്കയച്ചതിലും വച്ച് നീളം കൂടിയ ഒന്ന്, എന്തുകൊണ്ടാണവൾക്ക് മുന്നോട്ടു പോകാൻ കഴിയാത്തതെന്ന് തുറന്നുപറയുന്ന കത്തായിരുന്നു അത്. ഞാനവളെ സഹിക്കാനാവാത്ത ഒരു സമ്മർദത്തിൽപെടുത്തുകയായിരുന്നു. (നമുക്കൊരുമിച്ച് ജീവിക്കാമെന്ന ഒരു നിർദേശമായിരുന്നു അതിന്റെ പിന്നിലുണ്ടായിരുന്നത്.) എല്ലാം അവസാനിച്ചുകഴിഞ്ഞിരുന്നു. അതിനുശേഷം ഞങ്ങൾ മൂന്നോ നാലോ തവണ ഫോണിലൂടെ സംസാരിച്ചു. നിറയെ കുറ്റാരോപണങ്ങളും സ്നേഹാഭ്യർഥനകളും അടങ്ങിയ ഒരു കത്ത് ഞാനവൾക്ക് അയച്ചുവെന്നാണ് ഞാൻ വിചാരിക്കുന്നത്. ഒരിക്കൽ ഞാൻ മൊറോക്കോയിലേക്കു യാത്രചെയ്യുമ്പോൾ അൾജീരിക്കാസിൽ ഞാൻ താമസിച്ചിരുന്ന ഒരു ഹോട്ടലിൽ നിന്ന് അവളെ ഞാൻ വിളിച്ചു. ആ സമയത്ത് തികച്ചും സംസ്കാരസമ്പന്നമായ ഒരു സംഭാഷണം നടത്താൻ ഞങ്ങൾക്കു സാധിക്കുകയും ചെയ്തു. സംസ്കാരസമ്പന്നമെന്ന് അവളെങ്കിലും വിചാരിച്ചിരുന്നു. അല്ലെങ്കിൽ ഞാനങ്ങനെ ചെയ്തിരുന്നു.

വർഷങ്ങൾക്കുശേഷം എനിക്കപരിചിതമായിരുന്ന അവളുടെ ജീവിതത്തെക്കുറിച്ച് ക്ലാര എന്നോട് പറഞ്ഞു. അതിനുശേഷം വർഷങ്ങൾ വീണ്ടും പിന്നിട്ടപ്പോൾ അവളും അവളുടെ ചില സുഹൃത്തുക്കളും ചേർന്ന് ആ ജീവിതകഥയെക്കുറിച്ച് കൂടുതലായി എന്നോടു പറഞ്ഞു. തുടക്കം മുതൽ അല്ലെങ്കിൽ ഞങ്ങൾ വേർപിരിഞ്ഞ ആ കാലം മുതലുള്ള കഥ. അന്ന് ഞാനൊരു പ്രായം കുറഞ്ഞ കഥാപാത്രമായിരുന്നു

എന്നുകൂടി ഓർക്കേണ്ടതായിട്ടുണ്ട്. അവർക്കോ എനിക്കോ ഇതിൽ പ്രത്യേകിച്ചൊരു വ്യത്യാസവും അനുഭവപ്പെട്ടില്ല. തീർച്ചയായും അത് അംഗീകരിക്കാൻ പ്രയാസമുള്ള ഒന്നായിരുന്നെങ്കിലും സത്യം അതായിരുന്നു. ഒരു ദീർഘദർശനത്തിന്റെ രീതിയിൽ തന്നെ, ഞങ്ങളുടെ വിവാഹനിശ്ചയത്തിന് അധികം കഴിയുന്നതിന് മുൻപ് (വിവാഹ നിശ്ചയം അതിശയോക്തികരമാണെന്ന് എനിക്കറിയാം. പക്ഷേ എനിക്കു കണ്ടെത്താൻ കഴിയുന്ന ഏറ്റവും നല്ല വാക്കാണത്) ക്ലാര വിവാഹിതയായി. ഈ ഭാഗ്യവാനായ മനുഷ്യൻ, യുക്തിപരമായി പറഞ്ഞാൽ, അവളുടെ നഗരത്തിലേക്കുള്ള യാത്രയിൽ വച്ച് ഞാനാദ്യമായി പരിചയപ്പെട്ട സുഹൃത്തുക്കളിൽ ഒരാളായിരുന്നു. പക്ഷേ അതിനുമുമ്പവൾക്ക് മാനസികമായ പ്രശ്നങ്ങളുണ്ടായിരുന്നു. രാത്രിയിൽ അവൾ എലികളെക്കുറിച്ച് സ്വപ്നം കാണുന്ന പതിവുണ്ടായിരുന്നു. കിടപ്പുമുറിയിൽ അവൾ അവയെത്തന്നെ ശ്രദ്ധിച്ചുകിടക്കുമായിരുന്നു. പിന്നീട് മാസങ്ങളോളം, അവളുടെ വിവാഹത്തിലേക്കു നയിച്ച മാസങ്ങൾ, അവൾക്ക് ലിവിങ് മുറിയിലെ സോഫയിൽ കിടന്നുറങ്ങേണ്ടതായി വന്നു.

ശപിക്കപ്പെട്ട ആ എലികൾ വിവാഹത്തിനുശേഷം അപ്രത്യക്ഷമായി എന്നാണ് ഞാൻ അനുമാനിക്കുന്നത്.

അങ്ങനെ ക്ലാര വിവാഹിതയായി. ക്ലാരയുടെ പ്രിയപ്പെട്ട ഭർത്താവ് എല്ലാവരെയും അൽഭുതപ്പെടുത്തി; എന്തിന് അവളെപ്പോലും ഒന്നോ രണ്ടോ വർഷങ്ങൾക്കുശേഷം, ശരിക്കും എത്രയാണെന്ന് എനിക്കൊരു തീർച്ചയുമില്ല, ക്ലാര എന്നോട് പറഞ്ഞു, പക്ഷേ ഞാനത് മറന്നുപോയിരുന്നു- അവൾ വേർപിരിഞ്ഞു. അതൊരു സൗഹൃദരീതിയിലുള്ള വേർപിരിയലായിരുന്നില്ല. അയാൾ അലറിവിളിച്ചു. ക്ലാരയും അലറിവിളിച്ചു. അവളയാളെ അടിച്ചു. അവനിതിനു മറുപടി പറഞ്ഞത് അവളുടെ താടിയെല്ല് തകർക്കുന്ന ആഘാതത്തോടെയാണ്. അവളുടെ താടിയെല്ലിൽ അത് ഭ്രംശം ഉണ്ടാക്കി. ചിലപ്പോൾ ഞാനൊറ്റയ്ക്കായിരിക്കുമ്പോൾ, ഉറക്കം വരാതെ ഞാൻ വിഷമിക്കുമ്പോൾ, എനിക്ക് വിളക്ക് പ്രകാശിപ്പിക്കണമെന്നു തോന്നിയിരുന്നില്ല. ഞാൻ അപ്പോഴൊക്കെയും ക്ലാരയെക്കുറിച്ചു മാത്രം ചിന്തിച്ചു. സൗന്ദര്യമൽസരത്തിൽ രണ്ടാം സ്ഥാനം നേടിയ ക്ലാരയെക്കുറിച്ചു മാത്രം ഞാൻ ചിന്തിച്ചു. താടിയെല്ലിന്റെ ഭ്രംശം ഏറ്റുവാങ്ങി, അവളുടേതായ സ്ഥാനത്തേക്ക് തിരിച്ചുപോകാൻ കഴിയാത്ത ക്ലാരയെക്കുറിച്ച് ഞാൻ ചിന്തിച്ചു. ഏറ്റവും അടുത്ത ആശുപത്രിയിലേക്ക് കാറോടിച്ചുപോകുമ്പോൾ ഒരു കൈ സ്റ്റീയറിങ്ങിലും മറ്റേ കൈ താടിയെല്ലിൽ ഊന്നൽ കൊടുത്തുകൊണ്ടുമാണവൾ പോയത്.

എനിക്കത് നർമരസത്തോടെ കാണാനായിരുന്നു താൽപര്യം. പക്ഷേ എന്തുകൊണ്ടോ എനിക്കതിനായില്ല.

അവളുടെ വിവാഹരാത്രിയാണെനിക്ക് നേരമ്പോക്കായി കണ്ടെത്താൻ കഴിഞ്ഞത്. അതിനുതൊട്ടു മുൻപത്തെ ദിവസം അവൾക്ക് ഹെമറോയിഡിന്റെ ശസ്ത്രക്രിയയ്ക്കുവിധേയയാകേണ്ടിവന്നു. അതുകൊണ്ടവൾക്ക് നടക്കാൻ വൈഷമ്യമുണ്ടായിരുന്നില്ലായിരിക്കാം. അവൾക്കവളുടെ ഭർത്താവുമായി ലൈംഗികബന്ധത്തിലേർപ്പെടാൻ കഴിഞ്ഞോ എന്നു ഞാനവളോട് ഒരിക്കലും ചോദിച്ചില്ല. ശസ്ത്രക്രിയയ്ക്കുമുൻപ് തന്നെ അവരതിലേർപ്പെട്ടിരുന്നു. എന്നാണ്ഞാൻ വിചാരിക്കുന്നത്. എന്തായാലും അതിന് യാതൊരു പ്രധാന്യവുമില്ല. ഈ വിശദാംശങ്ങളെല്ലാം അവളെ സംബന്ധിച്ചതിനെക്കാൾ കൂടുതൽ എന്നെക്കുറിച്ചാണ് വെളിപ്പെടുത്തുന്നത്.

ഏതു രീതിയിലായാലും വിവാഹത്തിന് ഒന്നോ രണ്ടോ വർഷങ്ങൾക്കുശേഷം ക്ലാര അവളുടെ ഭർത്താവിൽ നിന്നും വേർപെട്ടു. അതിനുശേഷം അവൾ പഠനം തുടരുകയായിരുന്നു. ഹൈസ്കൂൾ പഠനം പൂർത്തിയാക്കാത്തതുകൊണ്ട് അവൾക്ക് യൂണിവേഴ്സിറ്റിയിൽ പോകാൻ കഴിഞ്ഞിരുന്നില്ല. പക്ഷേ അവൾ തനിക്കാവുന്നതെല്ലാം ചെയ്യാൻ തയ്യാറായി ഫോട്ടോഗ്രാഫി, ചിത്രരചന(എന്തുകൊണ്ടാണെന്നെനിക്കറിഞ്ഞുകൂടാ. പക്ഷേ തനിക്കൊരു നല്ല ചിത്രകാരിയാകാൻ കഴിയുമെന്നവൾ വിചാരിച്ചിരുന്നു), സംഗീതം, ടൈപ്പിങ്, ഐടി അങ്ങനെ ഒരു ജോലി കിട്ടാൻ സാധ്യതയുള്ള എല്ലാ പഠനകാര്യങ്ങളിലും അവൾ ഏർപ്പെട്ടു. ചെറുപ്പക്കാരായ ഉദ്യോഗാർത്ഥികൾ തേടിയ വഴികൾ തന്നെയാവണവളും അന്വേഷിച്ചത്. ഭർത്താവിൽ നിന്നും സ്വതന്ത്രയായി എന്ന് ക്ലാര സമാധാനിച്ചെങ്കിലും, അയാളെവളെ പീഡനത്തിനിരയാക്കിയെങ്കിലും അവളാകെ നിരാശയിലായിരുന്നു.

എലികൾ തിരിച്ചുവന്നു. അതോടൊപ്പം മ്ലാനതയും. നിഗൂഢമായ രോഗാവസ്ഥയും. രണ്ടോ മൂന്നോ വർഷക്കാലത്തേക്ക് അവളെ അൾസർ രോഗത്തിനു ചികിൽസിച്ചുവെങ്കിലും അവസാനം അവൾക്ക് കുഴപ്പമൊന്നുമില്ലെന്ന് ഡോക്ടർമാർ കണ്ടുപിടിച്ചു. പ്രത്യേകിച്ചും ഉദരസംബന്ധമായ അസുഖമൊന്നുമില്ലെന്നെങ്കിലും അവൾ തീരുമാനിച്ചു. അക്കാലത്ത് ഒരു എക്സിക്യൂട്ടീവായ ലൂയിസിനെ അവൾ കണ്ടുമുട്ടി. അവർ കാമുകീകാമുകന്മാരായി മാറി. ബിസിനസ് അഡ്മിനിസ്ട്രേഷനുമായി ബന്ധപ്പെട്ട് എന്തെങ്കിലും പഠിക്കാൻ അയാളവളെ നിർബന്ധിച്ചു. ക്ലാരയുടെ സുഹൃത്തുക്കളുടെ അഭിപ്രായത്തിൽ അവൾ അവസാനമവളുടെ ജീവിതത്തിലെ സ്നേഹത്തെ കണ്ടെത്തുകയായിരുന്നു. അധികം താമസിയാത അവരൊരുമിച്ച് താമസിക്കാൻ

തുടങ്ങി. ക്ലാരയ്ക്ക് ഒരു ജോലി ലഭിച്ചു. നിയമസംബന്ധിയായ ഒരു ഓഫീസിൽ അല്ലെങ്കിൽ അതുപോലെയുള്ള ഒരു തരം ഓഫീസിൽ.

ശരിക്കും വിനോദം പകരുന്ന ഒരു ജോലി. ക്ലാര പറഞ്ഞു. അതിനുള്ളിൽ ആലങ്കാരികതയുടെ ഭാവമൊന്നുമുണ്ടായിരുന്നില്ല. അവളുടെ ജീവിതം ഇത്തവണ നല്ല രീതിയിൽ എത്തിയിരിക്കുന്നുവെന്ന് ഏതാണ്ട് തീർച്ചയായിരുന്നു. ലൂയിസ് ലോലഹൃദയനായ ഒരു മനുഷ്യനായിരുന്നു. (അയാളൊരിക്കലും അവളെ അടിച്ചിരുന്നില്ല.) സംസ്കാരസമ്പന്നനുമായിരുന്നു. (മൊസാർട്ടിന്റെ സമ്പൂർണകൃതികൾ തവണവ്യവസ്ഥയിൽ വാങ്ങിയിട്ടുള്ള രണ്ട് മില്യൺ സ്പെയിൻ കാരിൽ ഒരാളുമായിരുന്നു അയാൾ) അയാൾ ക്ഷമാശീലനുമായിരുന്നു. (ഓരോ രാത്രിയിലും ഓരോ ആഴ്ചയുടെ അവസാനത്തിലും അയാൾ അവളെ ശ്രദ്ധിച്ചുകൊണ്ടേയിരുന്നു) ക്ലാരയ്ക്ക് അവളുടേതായി ഇക്കാര്യത്തിൽ കൂടുതലൊന്നും പറയാനുണ്ടായിരുന്നില്ല. പക്ഷേ അത് പറയുന്നതിൽ നിന്ന് ഒരിക്കലും അവൾക്ക് വൈമുഖ്യമുണ്ടായിരുന്നില്ല. സൗന്ദര്യമൽസരത്തിൽ പങ്കെടുക്കുകയെന്നത് പിന്നീടൊരിക്കലും അവളെ ശല്യപ്പെടുത്തുന്നുമുണ്ടായിരുന്നില്ല. ഇടയ്ക്കിടെ ഇത് അവളിലേക്കു കടന്നു വന്നിരുന്നെങ്കിലും അവൾ നിയന്ത്രണം പാലിച്ചു. ഇപ്പോളത് അവളുടെ മനോവിഭ്രാന്തിയുടേതുമാത്രമായ ഒന്നായിരുന്നു, അവളുടെ മാനസികമായ അരക്ഷിതാവസ്ഥയുടേതായ ഒന്ന്, അവൾ പെയിന്റു ചെയ്യണമെന്നു മോഹിച്ചിരുന്ന ചിത്രങ്ങൾ പോലും അവൾക്കു ചെയ്യാൻ കഴിഞ്ഞില്ല.

അവർക്ക് എന്തുകൊണ്ടാണ് കുട്ടികളുണ്ടാകാതിരുന്നത് എന്നതിനെക്കുറിച്ചെനിക്കറിയാമായിരുന്നില്ല. ഒരു പക്ഷേ അവർക്കതിന് സമയം കിട്ടിയിട്ടുണ്ടാവില്ല. ക്ലാരയുടെ അഭിപ്രായത്തിൽ ലൂയിസിന് കുട്ടികളോട് വല്ലാത്ത ആഭിമുഖ്യമുണ്ടായിരുന്നു. അവൾ പഠിത്തത്തിൽ ശ്രദ്ധ കേന്ദ്രീകരിച്ചും സംഗീതം ശ്രവിച്ചും സമയം ചെലവഴിച്ചു (മൊസാർട്ട്... പിന്നീട് മറ്റ് സംഗീതജ്ഞരും അവളിൽ താൽപര്യമുണർത്തി) ഫോട്ടോയെടുക്കുന്നതിലും അവൾ ആവേശം കാണിച്ചു. പക്ഷേ അവയൊന്നും ക്ലാര ആരെയും കാണിച്ചിരുന്നില്ല. അവളുടെ മാത്രം അറിയപ്പെടാത്ത ഉപയോഗശൂന്യമായ രീതിയിൽ അവൾ സ്വന്തം സ്വാതന്ത്ര്യത്തെ പ്രതിരോധിക്കാൻ ശ്രമിച്ചു. പഠിക്കാൻ ശ്രമിച്ചു.

മുപ്പത്തിയൊന്നാമത്തെ വയസിൽ, ഓഫീസിൽ ജോലി ചെയ്യുന്ന ഒരു ചെറുപ്പക്കാരനുമായി ശയിച്ചു. അതങ്ങനെ സംഭവിച്ചുപോയ ഒന്നു മാത്രമായിരുന്നു. അല്ലാതെ അവരെ സംബന്ധിച്ചിടത്തോളം അതത്രയ്ക്കു വലിയ ഒരു ബന്ധമൊന്നുമായിരുന്നില്ല. പക്ഷേ ക്ലാര

ലൂയിസിനോട് ഇക്കാര്യത്തെക്കുറിച്ച പറഞ്ഞു എന്ന തെറ്റുചെയ്തു. പിന്നീടുണ്ടായത്. അതി ഭയാനകമായ ഒരു പോരാട്ടമായിരുന്നു. ലൂയിസ് ഒരു കസേര എറിഞ്ഞുടയ്ക്കുകയോ അല്ലെങ്കിൽ അയാൾ വാങ്ങിയ ഒരു പെയിന്റിങ് തകർക്കുകയോ ചെയ്തു. മദ്യലഹരിയിൽ മുഴുകി അയാളൊരുമാസക്കാലത്തോളം അവളോട് സംസാരിക്കാനും തയ്യാറായില്ല. ക്ലാരയുടെ അഭിപ്രായത്തിൽ, ആ ദിവസം മുതൽ ഒന്നും മുൻപത്തെ പോലെയായിരുന്നില്ല. ഒരൊത്തുതീർപ്പ് ശ്രമത്തിനു ശേഷവും പട്ടണത്തിലെ കടലോരത്തിലേക്കുള്ള ഒരു യാത്രയ്ക്കുശേഷവും ഒന്നും ശരിയായില്ല. അതൊരു ദുഃഖപൂർണവും വിരസവുമായ യാത്രയായി പര്യവസാനിക്കുകയായിരുന്നു.

അവൾക്ക് മുപ്പത്തിരണ്ട് വയസ് പ്രായമായപ്പോഴേക്കും അവളുടെ ലൈംഗികമായ ആസക്തിക്ക് ഏതാണ്ട് അസ്തിത്വമില്ലായിരുന്നു. അവൾക്ക് മുപ്പത്തിമൂന്ന് വയസാകുന്നതിന് തൊട്ടുമുൻപ് ലൂയിസ് അവളെ സ്നേഹിക്കുന്നെന്ന് തുറന്നു പറഞ്ഞു. അയാളെവളെ ബഹുമാനിച്ചിരുന്നു. ഒരിക്കലും അവളെ മറക്കാൻ അയാൾക്കു കഴിയുമായിരുന്നില്ല. പക്ഷേ കുറച്ച് മാസക്കാലമായി ജോലി സ്ഥലത്തുള്ള വിധവയായ ഒരുവളെ അയാൾ കാണാൻ തുടങ്ങിയിരുന്നു. അവൾക്ക് കുട്ടികളും താമസത്തിന് തിരിച്ചറിവുള്ള ഒരു ഭാഗിനേയിയുമുണ്ടായിരുന്നു. അവളോടൊപ്പം പോയി താമസിക്കാനുള്ള ഒരു തീരുമാനവും അയാൾ എടുത്തിരുന്നു.

ഉപരിതലത്തിൽ നിന്നു നോക്കുമ്പോൾ ക്ലാര ഈ വേർപാടിനെ സ്വാഗതം ചെയ്യുകയാണുണ്ടായത്(ആദ്യമായിട്ടാണ് ആരെങ്കിലുമൊരാൾ അവളെ വിട്ടുപോവുകയും ചെയ്യുന്നത്) പക്ഷേ കുറച്ചുമാസങ്ങൾക്കുശേഷം അവൾവീണ്ടും വിഷാദത്തിനുള്ളിലേക്ക് വഴുതി വീണു. മാനസിക ചികിൽസയ്ക്കായി അവൾക്ക് കുറച്ചുനാൾ ജോലിയിൽ നിന്നും വിട്ടുനിൽക്കേണ്ടതായി വന്നു. അതവളെ വലിയതായിട്ടൊന്നും സഹായിച്ചുമില്ല. അവൾക്കു നൽകിയിരുന്ന ഗുളികകൾ ലൈംഗികമായിട്ടവളെ വൈകാരികമായ പ്രതിരോധത്തിനുള്ളിലാക്കി. ഞാനും എന്നെപോലെയുള്ള മറ്റു ചില പുരുഷൻമാരുമായും ഒട്ടും തൃപ്തികരമല്ലാത്ത ബന്ധത്തിനുള്ളിലേക്കവളെയിത് നയിച്ചുവെങ്കിലും ഇതേയവസ്ഥയ്ക്ക് മാറ്റമൊന്നും വന്നില്ല. അവൾ വീണ്ടും എലികളെക്കുറിച്ച് സംസാരിക്കാൻ തുടങ്ങി. അവരവളെ ഒറ്റയ്ക്കുവിടാനുള്ള ഒരവസ്ഥയിലായിരുന്നില്ല. അവൾക്ക് കൂടുതൽ മാനസിക സമ്മർദം അനുഭവപ്പെട്ടുമ്പോൾ അവൾ തുടർച്ചയായി കുളിമുറിയിലേക്ക് പോകും(ഞങ്ങൾ ഒരുമിച്ചുറങ്ങിയ ആദ്യരാത്രി, അവൾ പത്ത് തവണയെങ്കിലും മൂത്രമൊഴിക്കാനായി പോയിട്ടുണ്ടാകും.) അവൾ

സ്വയം അവളെക്കുറിച്ച് തൃതീയപുരുഷനിലാണ് സംസാരിച്ചിരുന്നത്. വാസ്തവത്തിൽ അവളുടെ ആത്മാവിനുള്ളിൽ മൂന്നു ക്ലാരകളുണ്ടെന്ന് അവളെന്നോടൊരിക്കൽ പറഞ്ഞു. ഒരു കൊച്ചുപെൺകുട്ടി, കുടുംബത്തിൽ അടിമയാക്കപ്പെട്ട സ്ത്രീയായും... അങ്ങനെ മൂന്നു ക്ലാരകൾ... ശരിക്കുള്ളത് മൂന്നാമത്തെ ക്ലാരയാണ്. എന്നന്നേക്കുമായി ആ നഗരം വിട്ടുപോകാനാഗ്രഹിച്ചവൾ, പെയിന്റു ചെയ്യാനാഗ്രഹിച്ചവൾ, ഫോട്ടോയെടുക്കാനും യാത്രചെയ്യാനും കൊതിച്ചവൾ... എന്നിട്ടങ്ങനെ ജീവിക്കുക.

ഞങ്ങൾ ഒത്തുചേർന്നതിനുശേഷമുള്ള ആദ്യത്തെ ചില ദിവസങ്ങളിൽ എനിക്കവളുടെ ജീവിതത്തെക്കുറിച്ച് ഭയമായിരുന്നു. ചിലപ്പോൾ ഞാൻ പുറത്തേക്ക് ഷോപ്പിങ്ങിനുപോലും പോകാറുണ്ടായിരുന്നില്ല. തിരിച്ചു വരുമ്പോൾ മരിച്ചുകിടക്കുന്ന അവളെ കാണേണ്ടിവരുമോയെന്ന ഭയമാണ് എന്നെ അസ്വസ്ഥനാക്കിയിരുന്നത്. പക്ഷേ ദിവസങ്ങൾ കഴിഞ്ഞുപോയപ്പോൾ എന്റെ ഭയാശങ്കകൾ സാവധാനം ഇല്ലാതായി. ക്ലാര ഏതായാലും അവളുടെ ജീവിതം അവസാനിപ്പിക്കാൻ പോകുന്നില്ലെന്നും ഞാൻ തിരിച്ചറിഞ്ഞു. (അല്ലെങ്കിൽ ഒരുപക്ഷേ ഞാൻ സ്വയം ബോധവാനായി.) അവളുടെ അപാർട്ട്മെന്റിന്റെ ബാൽക്കണിയിൽ നിന്നും ഏതായാലും അവൾ എടുത്തുചാടാനൊന്നും പോകുന്നില്ല. അവൾ ഒന്നും ചെയ്യാൻ പോകുന്നുണ്ടായിരുന്നില്ല.

അതിനുശേഷം പെട്ടെന്ന്, ഞാനവളെ വിട്ടുപോയി. പക്ഷേ ഇത്തവണ ഞാൻ മിക്കവാറും അവളെ വിളിക്കണമെന്നുതന്നെ തീരുമാനിച്ചു. അവളുടെ സുഹൃത്തുക്കളിലൊരാളോട് ബന്ധം പുലർത്താനും ഞാൻ തീരുമാനമെടുത്തു. അവൾ എനിക്കാവശ്യമുള്ളത് തരും എന്നു ഞാൻ വിശ്വസിച്ചു. (ഇടയ്ക്കെങ്കിലും അതുണ്ടാകുമെന്നുള്ള വിശ്വാസത്തിൽ). അതുകൊണ്ടാണ് അറിയാതിരിക്കാൻ എളുപ്പമുള്ള പലകാര്യങ്ങളും എനിക്കറിയാനും കഴിഞ്ഞത്. എന്റെ മനസ്സമാധാനത്തിനുവേണ്ടി ഒന്നും ചെയ്യാത്തതായ കഥകൾ. അഹംഭാവിയായ ഒരാൾ ഒഴിവാക്കാൻ സദാ ആഗ്രഹിക്കുന്ന തരത്തിലുള്ള വാർത്തകൾ.

ക്ലാര ജോലിയിലേക്ക് മടങ്ങിപ്പോയി (അവൾ കഴിച്ചിരുന്ന പുതിയ ഗുളികകൾ നിരീക്ഷണത്തിന് അൽഭുതകരമായ മാറ്റങ്ങൾ വരുത്തിക്കഴിഞ്ഞിരുന്നു) അതിനുശേഷം വൈകാതെ മാനേജ്മെന്റ് ഒരുപക്ഷേ അവളുടെ നീണ്ടകാലത്തെ അസാന്നിധ്യത്തിനുള്ള വേതനം കൊടുക്കാൻ തയ്യാറായെന്നും വരാം. മറ്റൊരു ആൻഡലൂഷ്യൻ നഗരത്തിലേക്കവർ അവളെ മാറ്റുകയും ചെയ്തു. അതത്ര ദൂരെയൊന്നുമായിരുന്നില്ല. അവൾ ഇതിനകം ജിംനേഷ്യത്തിൽ

പോകാൻ തുടങ്ങിയിരുന്നു.(മുപ്പത്തിനാലാമത്തെ വയസ്സുള്ളപ്പോൾ തിരിച്ചറിഞ്ഞിരുന്നതുപോലെ അവളത്രയ്ക്ക് സുന്ദരിയൊന്നുമായിരുന്നില്ല. അവൾ പുതിയ മിത്രങ്ങളെ കണ്ടെത്തി. പാകോയെ അവൾ കണ്ടുമുട്ടിയതിങ്ങനെയാണ്. അവളെപ്പോലെ അയാളും വിവാഹ ബന്ധം വേർപെടുത്തി നിൽക്കുകയായിരുന്നു.)

അധികം വൈകാതെ അവർ വിവാഹിതരായി. ആദ്യം ക്ലാരയുടെ പെയിന്റിങ്ങിനെക്കുറിച്ചും ഫോട്ടോകളെക്കുറിച്ചും അയാളെന്താണ് വിചാരിക്കുന്നത് എന്നതിനെക്കുറിച്ച് ആരെങ്കിലും ചോദിക്കുകയാണെങ്കിൽ പാകോയ്ക്ക് അത് വിശദീകരിക്കാൻ സന്തോഷമേ ഉണ്ടായിരുന്നുള്ളൂ. പാകോ ബുദ്ധിമാനാണെന്ന് ക്ലാര വിചാരിക്കുകയും അയാൾക്ക് മെച്ചപ്പെട്ട അഭിരുചികളുണ്ടെന്ന അനുമാനത്തിലെത്തിച്ചേരുകയും ചെയ്തു. കാലം കഴിഞ്ഞതോടെ എന്നിരുന്നാലും, ക്ലാരയുടെ സൗന്ദര്യാത്മക ശ്രമങ്ങളിൽ പാകോയ്ക്കു താൽപര്യം കുറയുകയും ഒരു കുട്ടി വേണമെന്ന് ആഗ്രഹിക്കുകയും ചെയ്തു. ക്ലാരയ്ക്ക് അന്ന് പ്രായം മുപ്പത്തിയഞ്ച്. ആദ്യമൊക്കെ ഈ ആശയത്തിന്റെ നേർക്ക് സൂക്ഷ്മത പുലർത്താനും അവൾക്കു കഴിഞ്ഞില്ല. പക്ഷേ അവളതിനു വഴങ്ങുകയും അവൾക്കൊരു കുട്ടി ജനിക്കുകയും ചെയ്തു. ക്ലാരയുടെ അഭിപ്രായത്തിൽ കുഞ്ഞ് അവളുടെ എല്ലാ അഭിലാഷങ്ങൾക്കും സംതൃപ്തി പകർന്നു. അവൾ ഉപയോഗിച്ച വാക്ക് അതായിരുന്നു. അവളുടെ സുഹൃത്തുക്കളുടെ അഭിപ്രായത്തിൽ അവൾ തുടർച്ചയായി മോശമായ ഒരവസ്ഥയിലേക്ക് വന്നുകൊണ്ടിരുന്നു. അതിന്റെ അർഥം എന്തുതന്നെയായാലും അതിൽ മാറ്റമുണ്ടായിരുന്നില്ല. ആ അവസരത്തിൽ, ഈ കഥയുടെ അന്തരീക്ഷവുമായതിന് യാതൊരു പ്രധാന്യവുമുണ്ടായിരുന്നില്ല. എനിക്കൊരു രാത്രി ക്ലാരയുടെ നഗരത്തിൽ കഴിയേണ്ടതായി വന്നു. എന്റെ ഹോട്ടലിൽ നിന്ന് ഞാനവളെ വിളിച്ചുകൊണ്ട് ഞാനെവിടെയാണുള്ളതെന്ന് അവളോട് പറഞ്ഞു. അതിനടുത്ത ദിവസം അവളെ കാണാനുള്ള അവസരം ചോദിക്കുകയും ചെയ്തു. ആ രാത്രി തന്നെ അവളെ കാണാനാണ് ഞാനിഷ്ടപ്പെട്ടിരുന്നത്. പക്ഷേ ഞങ്ങളുടെ മുൻപുണ്ടായ കണ്ടുമുട്ടലിനു ശേഷം ക്ലാരയ്ക്കെന്നോട് പരിഗണനതോന്നിയിരുന്നു. ഒരു പക്ഷേ നല്ല കാരണങ്ങളോടെ, ഒരുതരം ശത്രുവെന്ന രീതിയിൽ, ഞാനതിൻമേൽ കൂടുതൽ സമ്മർദം ചെലുത്തിയില്ല.

അവൾ മിക്കവാറും തിരിച്ചറിയാൻ കഴിയാത്ത ഒരവസ്ഥയിലായിരുന്നു. അവൾക്ക് ഭാരം കൂടിയിരുന്നു. ചമയലിന്റെ തീവ്രതയ്ക്കുള്ളിലും അവളുടെ മുഖത്ത് ശരിക്കും ക്ഷീണം പ്രകടമായിരുന്നു. പക്ഷേ അത് അധികവും മോഹഭംഗം മൂലമായിരുന്നില്ല. എന്നുള്ളത് എന്നെ

അൽഭുതപ്പെടുത്തി. ക്ലാരയ്ക്ക് പ്രത്യേകിച്ചെന്തിനോടെങ്കിലും ആഭിമുഖ്യ മുണ്ടായിരുന്നില്ലെന്നുള്ളതിനെക്കുറിച്ച് ഒരിക്കലും ഞാൻ സത്യത്തിൽ ചിന്തിച്ചിരുന്നുമില്ല. ഇങ്ങനെയുള്ളപ്പോൾ നിങ്ങൾക്കെങ്ങനെയാണ് മോഹഭംഗമുണ്ടാവുക?

അവളുടെ ചിരിക്കും വല്ലാത്ത ഒരു മാറ്റം സംഭവിച്ചു കഴിഞ്ഞിരുന്നു. മുൻപ് അത് കൂടുതൽ ഊഷ്മളവും ചെറിയ രീതിയിൽ മൂകവുമായിരുന്നു. ഒരു പ്രാദേശിക തലസ്ഥാനത്തിലെ ചെറുപ്പക്കാരിയുടെ പുഞ്ചിരി പോലെ അതിന് രൂപാന്തരം സംഭവിച്ചു. പക്ഷേ അത് അർഥമില്ലാത്ത വേദനാത്മകമായ ചിരിയായി മാറിക്കഴിഞ്ഞിരുന്നു. അതിന്റെ പിന്നിലെ കോപവും അസൂയയും വെറുപ്പുമൊക്കെ വായിച്ചെടുക്കാൻ എളുപ്പമായിരുന്നു. ഒരു ജോഡി വിഡ്ഢികളെപ്പോലെ ഞങ്ങൾ കവിളുകളിൽ ചുംബനങ്ങൾ കൈമാറി. പിന്നീട് ഞങ്ങൾ ശാന്തരായിരുന്നു.

കുറച്ചുനേരത്തേക്ക് എന്താണ് പറയേണ്ടതെന്നതിനെക്കുറിച്ച് ഞങ്ങൾക്കൊന്നുമറിഞ്ഞുകൂടായിരുന്നു. നിശബ്ദത തകർത്തത് ഞാനായിരുന്നു. ഞാനവളുടെ പുത്രനെക്കുറിച്ച് ചോദിച്ചു. അവൻ ഡേ കെയറിലാണെന്ന് അവൾ എന്നോട് പറഞ്ഞു. പിന്നീടവൾ എന്റെ കുട്ടിയെക്കുറിച്ച് ചോദിച്ചു.

“അവൻ നന്നായിരിക്കുന്നു...” ഞാൻ പറഞ്ഞു.

ഒരു കാര്യം ഞങ്ങൾക്കിരുവർക്കും ബോധ്യമായി. ഞങ്ങൾ ഇതിനകം എന്തെങ്കിലും ചെയ്തില്ലെങ്കിൽ ഈ സമാഗമം സഹിക്കാനാവാത്തവിധം ദുഃഖകരമാകാൻ പോകുന്നുവെന്ന് ഞങ്ങൾ തിരിച്ചറിഞ്ഞു.

“എന്നെ കണ്ടാലെങ്ങനെയുണ്ട്?” ക്ലാര ചോദിച്ചു.

അത് ഞാനവളിൽ ആഘാതമേൽപിക്കണമെന്ന രീതിയിലുള്ള ഒരു ചോദ്യമായിരുന്നു.

എന്നത്തേയും പോലെ ഞാൻ സ്വാഭാവികമായി തന്നെ മറുപടി പറഞ്ഞു. ഞങ്ങൾ ഒരു കോഫി കഴിച്ചുവെന്നാണ് ഞാൻ ഓർക്കുന്നത്. പിന്നീട് മരങ്ങൾ വശങ്ങളിൽ വളർന്നു നിൽക്കുന്ന പാതയിലൂടെ ഞങ്ങൾ സ്റ്റേഷനിലേക്കു നടന്നു. എന്റെ ട്രെയിൻ യാത്രപുറപ്പെടാൻ തയ്യാറായി നിൽക്കുകയായിരുന്നു. സ്റ്റേഷന്റെ വാതിലിൽ വച്ച് ഞങ്ങൾ വിടപറഞ്ഞു. അവളെ ഞാനവസാനമായി കണ്ടതും അങ്ങനെയായിരുന്നു. എന്നിരുന്നാലും മരിക്കുന്നതിനുമുൻപ് ഞങ്ങൾ ഫോണിലൂടെ സംസാരിച്ചു. ഓരോ മൂന്നോ നാലോ മാസങ്ങൾക്കിടയിലും ഞാനവളുമായി സംസാരിക്കുന്ന പതിവുണ്ടായിരുന്നു.

ഒരിക്കലും വ്യക്തിപരമായോ ഏറ്റവും അടുത്ത കാര്യങ്ങളെക്കുറിച്ചോ സംസാരത്തിനിടയിൽ സ്പർശിക്കാതിരിക്കുക(അപരിചിതരുമായി ബാറിൽവച്ച് കിന്നരിക്കുമ്പോൾ കളിയെന്ന വിഷയത്തിൽ തെല്ല് ബന്ധപ്പെടുത്തുന്നതുപോലെ) അതുകൊണ്ട് ഞങ്ങൾ അവളുടെ കുടുംബത്തെക്കുറിച്ചു സംസാരിച്ചു. ഇത് ഒരു അമൂർത്തമായ ക്യൂബിസ്റ്റ് കവിതപോലെ സംഭാഷണങ്ങളിൽ നിലനിൽക്കുകയും ചെയ്തു. അല്ലെങ്കിൽ അവളുടെ പുത്രന്റെ സ്കൂൾ, അവളുടെ ജോലി അങ്ങനെ പലതിലേക്കും വഴുതിപ്പോയിരുന്നു. അവളപ്പോഴും അതേ ഓഫീസിൽ തന്നെയായിരുന്നു. കഴിഞ്ഞുപോയ കാലങ്ങൾക്കിടയിൽ അവളുടെ സഹപാഠികളെക്കുറിച്ചും അവരുടെ ജീവിതത്തെക്കുറിച്ചും വേണ്ടത്ര അറിവും അവൾക്കുണ്ടായി. ഭരണനിർവാഹകർക്കു നേരിടേണ്ടി വരുന്ന എല്ലാ പ്രശ്നങ്ങളെക്കുറിച്ചും അതിലൂടെ നേടാൻ കഴിയുന്ന നിഗൂഢതകളുടെ വിശദാംശങ്ങളും അവളെ വല്ലാതെ ആഹ്ലാദവതിയാക്കുകയും ചെയ്തിരുന്നു. ഒരു പക്ഷേ വല്ലാത്ത ഒരു തരം തീവ്രമായ ആഹ്ലാദം. ഒരവസരത്തിൽ അവളുടെ ഭർത്താവിനെക്കുറിച്ചെന്തെങ്കിലും അവളെകൊണ്ടു പറയിക്കാൻ ഞാൻ ശ്രമിച്ചെങ്കിലും അവളതിൽ നിന്നും ഒഴിഞ്ഞുമാറുകയായിരുന്നു. നീയേറ്റവും മികച്ചതായ ഒന്ന് അർഹിക്കുന്നു, ഞാനവളോട് പറഞ്ഞു.

"അത് വളരെ വിചിത്രമായിരിക്കുന്നു." ക്ലാര മറുപടി പറഞ്ഞു. "എന്താണ്. വിചിത്രമായിട്ടുള്ളത്?" ഞാൻ ചോദിച്ചു. "നിങ്ങളത് പറയുമെന്നുള്ളത് വളരെ വിചിത്രമായിരിക്കുന്നു. അതും മറ്റെല്ലാവരെയും അപേക്ഷിച്ച് നിങ്ങൾ...?

പെട്ടെന്ന് വിഷയം മാറ്റാൻ ഞാൻ ശ്രമിച്ചു.

എന്റെ കൈയിൽ നാണയം കുറഞ്ഞുവരികയാണെന്ന് ഞാനവളെ ധരിപ്പിച്ചു കൊണ്ടാണിങ്ങനെ പറഞ്ഞത്. (എനിക്ക് സ്വന്തമായൊരു ഫോൺ ഒരിക്കലും ഉണ്ടായിരുന്നില്ല. ഇനിയൊട്ടുണ്ടാകുവാനും പോകുന്നില്ല – ഞാനെപ്പോഴും ഒരു പബ്ലിക്ക് ഫോൺ ബൂത്തിൽ നിന്നാണ് സംസാരിച്ചിരുന്നത്.) തുടക്കത്തിൽ വിടപറഞ്ഞുകൊണ്ട് ഞാൻ ഫോൺ താഴെവച്ചു. ഇനി മറ്റൊരുവാദഗതിയുമായി ക്ലാരയെ അഭിമുഖീകരിക്കാനാവില്ലെന്ന് ഞാൻ തിരിച്ചറിഞ്ഞു. അവസാനിക്കാത്ത അവളുടെ തുടർച്ചയായ നീതീകരണങ്ങൾ ശ്രദ്ധിക്കുവാനുള്ള ഒരു മാനസികാവസ്ഥയിലുമായിരുന്നില്ല.

അധികം നാൾ കഴിഞ്ഞിരുന്നില്ല. ഒരു രാത്രിയിൽ അവൾക്ക് കാൻസറാണെന്ന് അവൾ എന്നോടു പറഞ്ഞു. അവളുടെ ശബ്ദം എന്നെത്തേക്കാളും തണുപ്പനുമായിരുന്നു. ഒരു മോശം കഥപറച്ചിലുകാരിയുടെ

അകൽച്ചയോടെ ഈ ശബ്ദത്തിൽ അവൾ എപ്പോഴും അവളുടെ ജീവിതത്തെക്കുറിച്ച് വിവരിച്ചു. തെറ്റായ ഇടങ്ങളിൽ ഇതിനിടയിൽ ആശ്ചര്യസൂചനകൾ കൊടുക്കുവാനും അവൾ തയ്യാറായി. അവൾ ശരിക്കും കടക്കേണ്ടിടത്തേക്ക് കടക്കാതെ ഒഴിഞ്ഞുപോവുകയും ചെയ്തിരുന്നു. വേഗത്തിൽ ലഘൂകരിക്കേണ്ടതായ പലതും വേണ്ടത്ര ശ്രദ്ധിക്കാതെപോയി. അവൾ എപ്പോഴെങ്കിലും ഒരു ഡോക്ടറെ കാണുകയുണ്ടായോ എന്നു ഞാൻ ചോദിച്ചതായി ഓർക്കുന്നു. അതോ അവൾ സ്വയം തനിക്കു കാൻസറാണെന്ന് തീരുമാനിച്ചതുപോലെ യായിരുന്നോ(അല്ലെങ്കിൽ പാകോയുടെ സഹായത്തോടെ).

“തീർച്ചയായും...” അവൾ പറഞ്ഞു.

ലൈനിന്റെ മറ്റേ അറ്റത്ത് തവള കരയുന്നതു പോലെ ഒരു ശബ്ദം ഞാൻ കേട്ടു.

അവൾ ചിരിക്കുകയായിരുന്നു. ഞങ്ങൾ ഞങ്ങളുടെ കുട്ടികളെക്കു റിച്ച് ഹ്രസ്വമായ ഒരു സംവാദത്തിലേർപ്പെട്ടു.

പിന്നീട്(അവൾക്കിതിനിടയിൽ ഏകാന്തതയും വിരസതയും അനുഭവപ്പെട്ടിട്ടുണ്ടായിരിക്കും.) എന്റെ ജീവിതത്തെക്കുറിച്ച് എന്തെ ങ്കിലും പറയുവാൻ അവൾ ആവശ്യപ്പെട്ടു. ഞാനവിടെവച്ചു തന്നെ എന്തൊക്കെയോ സ്വരൂപിച്ചെടുത്തുകൊണ്ട് പറഞ്ഞു.

അതിനടുത്ത വാരം തീർച്ചയായും ഞാൻ നിന്നെ വിളിക്കാം. ആ രാത്രി ഞാൻ ഗാഢനിദ്രയിലമർന്നു.

പേക്കിനാവുകൾ ഓരോന്നായി എന്നിലേക്ക് കടന്നുവരുകയും ചെയ്തു. അതോടെ പെട്ടെന്നു ഞാനുണർന്നു... അലറിവിളിച്ചുകൊണ്ട്...

ക്ലാര നുണയാണ് എന്നോട് പറഞ്ഞതെന്ന് അപ്പോൾ എനിക്കു മനസ്സിലായി. അവൾക്കേതായാലും കാൻസർ രോഗം ബാധിച്ചി ട്ടില്ലെന്നെനിക്കുറപ്പായി. തീർച്ചയായും അവൾക്കെന്തൊക്കെയോ സംഭവിക്കുകയായിരുന്നു. കഴിഞ്ഞ ഇരുപത്തഞ്ച് വർഷക്കാലമായി അവൾക്കു സംഭവിച്ചുകൊണ്ടിരുന്നതും ഇതായിരുന്നു. മനഃപൂർവ്വം സൃഷ്ടിച്ചെടുത്ത ചെറിയ ചെറിയ കുരുക്കുകൾ നിറയെ പുഞ്ചിരിക ളും മാലിന്യങ്ങളും കലർന്നിരുന്ന സൃഷ്ടികൾ. പക്ഷേ അവൾക്കു കാൻസർ ബാധിച്ചിരുന്നില്ല.

അപ്പോൾ രാവിലെ അഞ്ചുമണിയായിരുന്നു. ഞാൻ നേരെ പാസിയൊ മാരിട്ടമോയിലേക്കു നടന്നു. വിചിത്രമെന്നു പറയട്ടെ, കാറ്റ് അപ്പോൾ എന്റെ പിന്നിൽ നിന്നും ഒഴുകിയെത്തി.

എന്തുകൊണ്ടെന്നാൽ സാധാരണയായി കാറ്റ് സമുദ്രത്തിൽ നിന്നാണ് കടന്നുവരാറുണ്ടായിരുന്നത്. ഒരിക്കൽപോലും എതിർദിശയിൽ നിന്നും വന്നതായി അനുഭവപ്പെട്ടിട്ടില്ല. പാസിയോയിലെ ഏറ്റവും വലിയ കഫേകളിൽ ഒന്നിന്റെയടുത്തുള്ള ഫോൺ ബൂത്തിൽ ചെല്ലുന്നതുവരെ ഞാൻ നടത്തം അവസാനിപ്പിച്ചില്ല. കെട്ടിടത്തിന്റെ മുകൾഭാഗം ശൂന്യമായിരുന്നു. കസേരകൾ മേശകളോട് ചേർത്ത് ബന്ധിക്കപ്പെട്ടിരുന്നു. കുറച്ചകലെ സമുദ്രത്തോട് തൊട്ടു ചേർന്ന് അനാഥനായ ഒരുവൻ ഒരു ബഞ്ചിൽ കിടന്നുറങ്ങുകയായിരുന്നു. മുട്ട് മടക്കിവച്ച രീതിയിലാണയാൾ കിടന്നിരുന്നത്. ഇടയ്ക്കിടെ അയാൾ വിറകൊള്ളുകയും ചെയ്തിരുന്നു. വൃത്തികെട്ട സ്വപ്നങ്ങൾ കാണുന്ന ഒരുവനെപോലെ യാണയാൾ വിറച്ചുകൊണ്ടിരുന്നത്.

എന്റെ അഡ്രസ് പുസ്തകത്തിൽ ക്ലാരയുടെ നഗരത്തിലെ മറ്റൊരു നമ്പർ മാത്രമേ ഉണ്ടായിരുന്നുള്ളു. ഞാനാ നമ്പറിൽ വിളിച്ചു. ഒരു നീണ്ട ഇടവേളയ്ക്കു ശേഷം ഒരു സ്ത്രീയുടെ ശബ്ദം മറുപടി പറഞ്ഞു.

ഞാൻ ആരാണെന്നവരോട് പറഞ്ഞു. പക്ഷേ പെട്ടന്ന് എനിക്ക് കൂടുതലൊന്നും പറയാൻ കഴിയുന്നില്ല. അത് ഞാൻ തിരിച്ചറിഞ്ഞു. അവൾ ഫോൺ താഴെ വച്ചെന്നാണ് ഞാൻ കരുതിയത്. പക്ഷേ ചുണ്ടുകൾക്കിടയിലൂടെ പുറത്തേക്കുവരുന്ന ഒരു ലൈറ്റർ കത്തിക്കുന്നതിന്റെയും പുകച്ചുരുളിന്റെയും ശീൽക്കാരവും എനിക്കു കേൾക്കാമായിരുന്നു. “നിങ്ങൾ ഇപ്പോഴും അവിടെത്തന്നെയുണ്ടോ?” സ്ത്രീശബ്ദം ചോദിച്ചു. “ഉണ്ട്..” ഞാൻ മറുപടി പറഞ്ഞു.

“നിങ്ങൾ ക്ലാരയോട് സംസാരിച്ചോ?”

“അതെ..” ഞാൻ പറഞ്ഞു.

“അവൾക്കു കാൻസറാണെന്ന് അവൾ നിങ്ങളോട് പറഞ്ഞോ?”

“അതെ...” ഞാൻ പറഞ്ഞു. “അത് സത്യമാണ്.”

ക്ലാരയെ ഞാൻ പരിചയപ്പെട്ടതുമുതലുള്ള വൽസരങ്ങൾ മുഴുവൻ എന്റെ മുകളിൽ തകർന്നു വീണു. എന്റെ ജീവിതത്തിൽ ഉണ്ടായ എല്ലാമെല്ലാം തന്നെ. പക്ഷേ അവയിൽ മിക്കതിനും അവളുമായി ഒന്നുമുണ്ടായിരുന്നില്ല. ലൈനിന്റെ മറ്റേയറ്റത്ത് നൂറുകണക്കിനു മൈലുകൾക്കപ്പുറത്തുനിന്നും ആ സ്ത്രീ പിന്നീടു പറഞ്ഞതെന്താണെന്ന് എനിക്കൊന്നും മനസ്സിലായില്ല. റൂബൻ ദാരിയോയുടെ ഒരു കവിതയിലെപ്പോലെ സ്വയം എന്നെത്തന്നെ മറന്ന് ഞാൻ കരയാൻ തുടങ്ങിയെന്ന് ഞാൻ വിചാരിച്ചു. പോക്കറ്റുകളിൽ സിഗരറ്റിനായി ഞാൻ പരതി. കഥകളുടെ ശകലങ്ങൾക്കായി ഞാൻ ചെവിയോർത്തു.

ഡോക്ടർമാർ ഓപ്പറേഷൻസ്, സ്തനം മുറിച്ചുമാറ്റൽ ശസ്ത്രക്രിയകൾ, ചർച്ചകൾ, നിരവധി നിരീക്ഷണങ്ങൾ, ആശയങ്ങൾ, പര്യാലോചനകൾ, അങ്ങനെ ക്ലാരയെക്കുറിച്ച് എനിക്കിപ്പോഴും അറിയാത്ത അല്ലെങ്കിൽ സ്പർശിക്കാത്തതോ സഹായകരമോ ആയ നിരവധി കർത്തവ്യങ്ങൾ. ഇപ്പോൾ എന്നെ ഒരിക്കലും രക്ഷപ്പെടുത്താനാകാത്ത ക്ലാരയുടെ ചിത്രം.

ഞാൻ ഫോൺ താഴെവച്ചപ്പോൾ, അനാഥനായ മനുഷ്യൻ ഏതാണ്ട് ഒരഞ്ചടി അകലത്തിൽ നിൽക്കുകയായിരുന്നു. അയാൾ അടുത്തേക്കു വരുന്നതിന്റെ ശബ്ദം ഞാൻ കേട്ടതുമില്ല. നല്ല ഉയരമുണ്ടായിരുന്നു. സീസണനുസരിച്ചുള്ള മികച്ച വസ്ത്രങ്ങളാണ് ധരിച്ചിരുന്നത്. അയാൾ എന്റെ നേർക്ക് തുറിച്ചുനോക്കുകയും ചെയ്തുകൊണ്ടിരുന്നു. അയാൾക്കപ്പോൾ ഹ്രസ്വകാഴ്ചയുള്ളതുപോലെയോ അസ്വസ്ഥതയുള്ളതുപോലെയോ മാതിരിയാണ്. എന്റെ നേർക്ക് നോക്കിയത്. ഞാൻ പെട്ടെന്നൊരു നീക്കം നടത്തുമോ എന്നും അയാൾ സംശയിച്ചിരുന്നതുപോലെ പിന്നീട് നഗരചത്വരത്തിലേക്കുള്ള വളഞ്ഞുപുളഞ്ഞപോകുന്ന തെരുവിലൂടെ നടക്കുന്നതിനിടയിൽപോലും ഞാൻ ചെറിയ തോതിൽ ഭയപ്പെട്ടിരുന്നു. അയാളെ കാൺകെ ആദ്യമായി-ആദ്യമായി മാത്രം-ഒരു നിമിഷനേരത്തേക്ക് ഞാൻ ക്ലാരയെ വിസ്മരിച്ചെന്നു ഞാൻ തിരിച്ചറിയുകയും ചെയ്തു.

അതിനുശേഷം മിക്കവാറും ഞങ്ങൾ ഫോണിലൂടെ സംസാരിച്ചിരുന്നു. ചിലയാഴ്ചകളിൽ ദിവസവും രണ്ടുപ്രാവശ്യമെങ്കിലും ഞാനവളുമായി ബന്ധപ്പെട്ടു. ഞങ്ങളുടെ സംവാദം ഹ്രസ്വവും അർഥശൂന്യവുമായിരുന്നു. സത്യത്തിൽ ഞാനെന്താണ് പറയാനുദ്ദേശിച്ചിരുന്നതെന്ന് വെളിപ്പെടുത്താൻ അവിടെ യാതൊരു വഴിയുമുണ്ടായിരുന്നില്ല. അതുകൊണ്ട് എന്തിനെക്കുറിച്ചെങ്കിലും സംസാരിക്കാൻ ഞാൻ തയ്യാറായി, എന്റെ ബുദ്ധിയിലേക്ക് ആദ്യം കടന്നുവരുന്ന എന്തിനെക്കുറിച്ചെങ്കിലും, അവളെ ചിരിപ്പിക്കുവാൻ വേണ്ടി മാത്രമുള്ള എന്തെങ്കിലും വിഡ്ഢിത്തമായിരിക്കും അത്. ഒരിക്കൽ ഞാൻ വികാരവിവശനായിത്തീർന്നു. കഴിഞ്ഞുപോയ ദിനങ്ങളെ ഓർമയിൽ കൊണ്ടുവരുവാനും ഞാൻ ശ്രമിച്ചു. പക്ഷേ ക്ലാര അവളുടേതായ തണുപ്പൻ ആവരണം എടുത്തണിഞ്ഞുകഴിഞ്ഞിരുന്നു. പെട്ടെന്നു തന്നെ എനിക്കതിന്റെ സന്ദേശം തിരിച്ചറിയാൻ കഴിഞ്ഞു. അതുകൊണ്ടുതന്നെ ഗൃഹാതുരത്വത്തിന്റെ വഴി കൈവെടിയാനും ഞാൻ തയ്യാറായി. ശസ്ത്രക്രിയയുടെ തീയതി അടുത്തുവന്നപ്പോൾ എന്റെ വിളികൾക്ക് കുറച്ചുകൂടി തുടർച്ച അനുഭവപ്പെട്ടു. ഒരിക്കൽ ഞാനവളുടെ പുത്രനുമായി സംസാരിച്ചു. മറ്റൊരവസരത്തിൽ പാകോയുമായി ഞാൻ

ബന്ധപ്പെട്ടു. അവർ രണ്ടുപേരും വളരെ നല്ല ഒരവസ്ഥയിലാണെന്ന തോന്നി. ഒന്നമല്ലെങ്കിൽ എന്റെയൊരു സംഭ്രമാത്മകമായ അവസ്ഥ അവർക്കുണ്ടായിരുന്നില്ല. ഒരുപക്ഷേ ഞാനതിനെക്കുറിച്ച് തെറ്റായിട്ടാണ് കരുതുന്നതെങ്കിൽപോലും, വാസ്തവത്തിൽ തീർച്ചയായും അതങ്ങനെതന്നെയായിരുന്നു. എല്ലാവരും എന്നെക്കുറിച്ചാലോചിച്ച് അസ്വസ്ഥരായിരുന്നു. ഒരപരാഹ്നത്തിൽ ക്ലാര ഇതിനെക്കുറിച്ചെന്നോട് സൂചിപ്പിക്കുകയും ചെയ്തു.

അവൾ തന്റെ ഭർത്താവിനെക്കുറിച്ചും മകനെക്കുറിച്ചുമാണ് വിചാരിച്ചതെന്ന് ഞാനനുമാനിച്ചു. പക്ഷേ എല്ലാവരും എന്നതിനുള്ളിൽ നിരവധി ആളുകൾ അടങ്ങിയിരിക്കുന്നുണ്ട്. എനിക്ക് സങ്കൽപിക്കാനാവുന്നതിലും കൂടുതൽ പേർ... എല്ലാവരും, അവൾക്ക് ആശുപത്രിയിൽ പോകേണ്ടതായിട്ടുള്ള ദിവസത്തിനു തലേന്നാൾ ഉച്ചയ്ക്കുശേഷം ഞാനവളെ വിളിച്ചു. പാകോയാണ് മറുപടി പറഞ്ഞത്. ക്ലാര അവിടെ ഉണ്ടായിരുന്നില്ല. രണ്ടു ദിവസമായി ആരും തന്നെ അവളെ കാണുകയോ അവളുടെ ശബ്ദം കേൾക്കുകയോ ചെയ്തിട്ടുണ്ടായിരുന്നില്ല. പാകോയുടെ ശബ്ദവിതാനത്തിൽ നിന്ന് അവൾ എന്റെയടുത്തുണ്ടെന്ന് അയാൾ സംശയിക്കുന്നതായെനിക്കുതോന്നി. ഞാൻ ഒന്നും മറച്ചുവയ്ക്കാതെ അയാളോട് പറഞ്ഞു. അവളിവിടെയില്ല. പക്ഷേ ആ രാത്രിയിൽ ഇവിടേക്കുവരുമെന്നുള്ളത് ഞാൻ ആത്മാർത്ഥമായി വിശ്വസിക്കുന്നു. വിളക്കുകൾ തെളിയിച്ചു വെച്ചുകൊണ്ട് ഞാനവൾക്കുവേണ്ടി കാത്തിരുന്നു. അവസാനം സുന്ദരിയായ ഒരു സ്ത്രീയെ സ്വപ്നം കണ്ടു കണ്ട് സോഫയിൽ കിടന്നു ഞാനുറങ്ങിപ്പോയി. അത് ക്ലാരയായിരുന്നില്ല. ക്ലാരയ്ക്കൊരിക്കലും അതാവാനും കഴിയില്ല. പൊക്കം കൂടിയ നന്നേ മെലിഞ്ഞ സ്ത്രീ. നീണ്ട കാലുകളും ചെറിയ മാറിടങ്ങളുമുള്ളവൾ. തീവ്രമായ പീതമിഴികളുള്ളവൾ. അവൾ ഒരിക്കലും ക്ലാരയായിരുന്നില്ല. ക്ലാരയെ പൂർണമായും ഇല്ലാതാക്കുന്ന സാന്നിധ്യം പകരുന്ന ഒരു സ്ത്രീ. അതെ ക്ലാരയെ പാവപ്പെട്ട, നഷ്ടപ്പെട്ട, വിറകൊള്ളുന്ന ഒരു നാൽപത്തിയൊന്ന് വയസ്സുകാരിയായി തരം താഴ്ത്തുന്ന ഒരുവൾ.

അവൾ എന്റെ അപ്പാർട്ടുമെന്റിലേക്കു വന്നില്ല. അതിനടുത്തദിവസം ഞാൻ പാകോയെ വിളിച്ചു. വീണ്ടും രണ്ടുദിവസം കൂടികഴിഞ്ഞു. ഒരിക്കൽക്കൂടി ഞാൻ വിളിച്ചു. ക്ലാര അപ്പോഴും അവിടെയുണ്ടെന്നുള്ളതിനെക്കുറിച്ച് യാതൊരു സൂചനയുമുണ്ടായിരുന്നില്ല. മൂന്നാമത്തെ തവണ ഞാൻ പാകോയെ വിളിച്ചപ്പോൾ അയാൾ തന്റെ പുത്രനെക്കുറിച്ച് സംസാരിക്കുകയും ക്ലാരയുടെ പെരുമാറ്റത്തെക്കുറിച്ച് ആരോപണമുന്നയിക്കുകയും ചെയ്തു.

“ഓരോ രാത്രിയിലും അവൾക്കിങ്ങനെയാകാൻ കഴിയുമോയെന്നത് എന്നെ അൽഭുതപ്പെടുത്തുകയാണ്.” അയാൾ പറഞ്ഞു.

അയാളുടെ ശബ്ദത്തിൽ നിന്നും സംസാരരീതി തിരിഞ്ഞു പോകുന്ന രീതിയിൽ നിന്നും അയാളെന്താണ് എന്നിൽ നിന്നും ആവശ്യപ്പെട്ടുന്നത് എന്നതിനെക്കുറിച്ചെനിക്ക് പറയാൻ കഴിയുമായിരുന്നു. അല്ലെങ്കിൽ മറ്റാരിലെങ്കിലും നിന്ന്. ആരിൽ നിന്നെങ്കിലും തന്നെയാവട്ടെ അത് സൗഹൃദമാണോ. പക്ഷേ അയാൾക്കങ്ങനെയുള്ള ഒരാശ്വാസം പകർന്നുകൊടുക്കാൻ പറ്റിയ ഒരവസ്ഥയിലായിരുന്നില്ല ഞാൻ.

●

സെൻസിനി

ലാറ്റിനമേരിക്കൻ കഥ

റൊബർതൊ ബൊല്യാനോ

സെൻസിനിയുമായുള്ള എന്റെ സൗഹൃദം വികസിതമായത് ഏറെക്കുറെ അസാധാരണമായ ഒരു രീതിയിലായിരുന്നു. ആ കാലത്ത് എനിക്ക് ഇരുപതിനുമുകളിൽ പ്രായമുണ്ടായിരുന്നു. ഒരു പള്ളി മൂഷികനെക്കാൾ ദരിദ്രനമായിരുന്നു ഞാൻ. ഗിറോനയുടെ അതിർത്തിക്കു വെളിയിലാണ് ഞാൻ താമസിച്ചിരുന്നത്. എന്റെ സഹോദരിയും സഹോദരീ ഭർത്താവും മെക്സിക്കോയിലേക്കു പോയപ്പോൾ എനിക്കു വിട്ടുതന്ന തകർന്നുവീഴാറായ ഒരു ഭവനമായിരുന്നു അത്. ബാഴ്സലോണ ക്യാംപ് സൈറ്റിൽ എനിക്കുണ്ടായിരുന്ന ഒരു രാത്രിസൂക്ഷിപ്പുകാരന്റെ ജോലി അക്കാലത്ത് നഷ്ടപ്പെട്ടതേയുണ്ടായിരുന്നുള്ളൂ. രാത്രി കാലത്തെ എന്റെ ഉറക്കത്തെ വഷളാക്കിയിരുന്ന ഒരു ജോലിയായിരുന്നു എനിക്കുണ്ടായിരുന്നത്. പ്രായോഗികമായി എനിക്ക് സുഹൃത്തുക്കളാരും തന്നെ ഉണ്ടായിരുന്നില്ല. ഞാനാകെ കൂടി ചെയ്തിരുന്നത് എഴുതുകയും പിന്നീട് നീണ്ട സവാരിക്കു പോവുകയും മാത്രമായിരുന്നു.

വേനൽകാലത്ത് സ്വരൂപിച്ച് വച്ചതുകൊണ്ടാണ് ഞാൻ ജീവിച്ചിരിക്കുന്നത്. വളരെ കുറച്ചേ ഞാൻ ചിലവാക്കിയിരുന്നുള്ളുവെങ്കിലും എന്റെ സമ്പാദ്യങ്ങൾ ശരത്കാലം ആഗതമായതോടെ ക്രമേണ ക്ഷയിച്ചുവന്നിരുന്നു. ഒരുപക്ഷേ അതായിരിക്കാം എന്നെ അൽക്കോയ് ദേശീയ സാഹിത്യമത്സരത്തിൽ പങ്കെടുക്കുവാൻ പ്രചോദനം നൽകിയത്. ഇത് സ്പാനിഷ് ഭാഷയിലെ എഴുത്തുകാരെ, അവരെവിടെയുള്ളവരായാലും, അല്ലെങ്കിൽ അവരുടെ താമസമെവിടെയായിരുന്നാലും ഉദ്ദേശിച്ചുകൊണ്ടുള്ള മത്സരമായിരുന്നു. അവിടെ മൂന്നു വിഭാഗങ്ങളാണുണ്ടായിരുന്നത്. കവിതയ്ക്കും കഥയ്ക്കും ലേഖനങ്ങൾക്കുമായി ഭാഗങ്ങൾ തിരിച്ചിരുന്നു.

ആദ്യം ഞാൻ തീരുമാനിച്ചത് കവിതയ്ക്കുള്ള സമ്മാനം നേടുവാനുള്ള മത്സരത്തിൽ പങ്കെടുക്കുവാനായിരുന്നു. പക്ഷേ, ഏറ്റവും മികച്ചതായി ഞാൻ ചെയ്യുതെന്നു വിചാരിച്ചത് അയക്കുന്നതിൽ അർത്ഥമില്ലെന്നെനിക്കു തോന്നി. പിന്നീട്, ഞാൻ ലേഖനത്തെക്കുറിച്ച് വിചാരിച്ചു. പക്ഷേ അവർ മത്സരത്തിനുള്ള വ്യവസ്ഥകൾ അയച്ചുതന്നപ്പോൾ അത് അൽക്കോയിയെക്കുറിച്ചുള്ളതായിരിക്കണമെന്ന് ഞാൻ കണ്ടെത്തി. അതിന്റെ ചരിത്രം, അതിന്റെ പരിസ്ഥിതികൾ, അതിന്റെ വീരപുത്രന്മാർ, അതിന്റെ ഭാവി ഭാഗധേയങ്ങൾ അങ്ങനെയേതെങ്കിലുമൊന്ന് വിഷയമായി തിരഞ്ഞെടുക്കേണ്ടിയിരുന്നു, അതെനിക്ക് അഭിമുഖീകരിക്കുവാൻ കഴിഞ്ഞില്ല. അതുകൊണ്ട് കഥാമത്സരത്തിൽ പങ്കെടുക്കുവാൻ ഞാൻ തിരുമാനിച്ചു. ഞാനെഴുതിയ ഏറ്റവും മികച്ച കഥയുടെ (ഇങ്ങനെ വളരെയൊന്നും എന്റെ കൈയ്യിലുണ്ടായിരുന്നില്ല) മൂന്നു കോപ്പികൾ അയച്ചുകൊടുക്കേണ്ടതായിട്ടുണ്ടായിരുന്നു.

മത്സരത്തിന്റെ വിജയികളെ പ്രഖ്യാപിച്ചപ്പോൾ ഞാൻ ഒരു കരകൗശല സാധനങ്ങൾ വിൽക്കുന്ന കടയിൽ ജോലിചെയ്യുകയായിരുന്നു. മത്സരത്തിൽ നാലാംസ്ഥാനം എനിക്കു നേടുവാൻ കഴിഞ്ഞു. അതോടൊപ്പം അൽക്കോയ് കൗൺസിൽ സൂക്ഷ്മമായി, വളരെ കണിശമായി തരുന്ന പതിനായിരം പെസിറ്റാസുമുണ്ടായിരുന്നു. അധികം താമസിയാതെ നാലാം സ്ഥാനം നേടിയ എന്റെ കഥയുൾപ്പെടുത്തിയ സമാഹാരം എനിക്കു ലഭിച്ചു. എന്നോടൊപ്പം ആറ് ഫൈനലിസ്റ്റുകളുടെ കഥകളും ഉൾപ്പെടുത്തിയിരുന്നു. സ്വാഭാവികമായും എന്റെ കഥ ജേതാക്കളുടെ രചനകളേക്കാൾ മികച്ചതായിരുന്നുവെന്ന് ഞാൻ സ്വയം പറയുകയും വിധികർത്താക്കളെ പഴിക്കുകയും ചെയ്തു.

ഇതിനുമപ്പുറം എന്താണ് നിങ്ങൾക്ക് പ്രതീക്ഷിക്കുവാൻ കഴിയുന്നത്? പക്ഷേ യഥാർത്ഥത്തിലുള്ള അത്ഭുതം ലൂയിസ് ആന്റോനിയോ സെൻസിനിയിലൂടെയാണ് വന്നുകൊണ്ടിരിക്കുന്നത്. സെൻസിനി ഒരു അർജന്റീനിയൻ എഴുത്തുകാരനായിരുന്നു. അയാളുടെ മൂന്നാം സ്ഥാനം നേടിയ കഥയിലെ ആഖ്യാതാവ് അയാളുടെ പുത്രൻ മരിച്ച ദൂരെയുള്ള ഗ്രാമപ്രദേശത്തേക്കു പോവുകയോ അല്ലെങ്കിൽ അയാളുടെ പുത്രൻ നഗരത്തിൽ വച്ചു മരിച്ചതിനാൽ ഗ്രാമപ്രദേശത്തേക്കു തിരിക്കുകയോ ആയിരുന്നു. എങ്ങനെയാണിത് പറയണമെന്നത് വിഷമം പിടിച്ച കാര്യമായിരുന്നു. ഏതു രീതിയിലാണെങ്കിലും ഗ്രാമപ്രദേശത്തെ തുറസ്സായ സമതലങ്ങളിൽ ആഖ്യാതാവിന്റെ പുത്രൻ മരിച്ചുകൊണ്ടിരുന്നുവെന്നതു വ്യക്തമായിരുന്നു. അതൊരു ഭയം ജനിപ്പിക്കുന്ന കഥയായിരുന്നു. ഏകാന്തമായൊരിടത്ത് ഒറ്റപ്പെട്ടു പോകുമ്പോൾ

ഉണ്ടാകുന്ന ഒരുതരം ഭയം. ശരിക്കും സെൻസിനിയുടെ മാത്രമായ ഒരു രചനാശൈലിയിൽ അവിടത്തെ വിശാലമായ ഭൂപ്രദേശം ഒരു ശവപ്പെട്ടിയുടെ രൂപത്തിലേക്ക് പെട്ടെന്ന് ചുരുങ്ങിപോകുന്ന ഒരവസ്ഥയാണിവിടെ നിലനിന്നിരുന്നത്. അത് ഒന്നാം സമ്മാനം നേടിയ കഥയെക്കാളും രണ്ടും നാലും അഞ്ചും ആറും സ്ഥാനങ്ങൾ നേടിയ കഥകളെക്കാളും മികച്ചതായിരുന്നു.

സെൻസിനിയുടെ മേൽവിലാസം അൽക്കോയ് കൗൺസിലിനോട് ചോദിക്കുവാൻ എന്താണെന്നെ പ്രേരിപ്പിച്ചതെന്നതിനെക്കുറിച്ച് എനിക്കറിഞ്ഞു കൂടാ. അയാളുടെ ഒരു നോവലും ലാറ്റിനമേരിക്കൻ മാസികകളിൽ വന്ന ചില ചെറുകഥകളും ഞാൻ വായിച്ചിരുന്നു. നോവലിന്റെ പ്രത്യേകത അത് വായ്മൊഴിയായി പരക്കുന്ന രീതിയിലുള്ള ഒന്നായിരുന്നു എന്നതാണ്. ഉഗാർതെ എന്ന ശീർഷകം കൊടുത്തിട്ടുള്ള അത് പതിനെട്ടാം നൂറ്റാണ്ടിന്റെ അവസാനത്തിൽ വൈസ്രോയാൽറ്റി ഒഫ് റിയോഡിലാപ്ലാറ്റയിലെ ബ്യൂറോക്രാറ്റായ ഹുവാൻ ഡി ഉഗാർതെയുടെ ജീവിതത്തിലെ തുടർച്ചയായ ചിലകാലങ്ങളെ ആസ്പദമാക്കിയുള്ളതായിരുന്നു. ചില നിരൂപകർ (പ്രധാനമായും സ്പാനിഷ് നിരൂപകർ) ഇതിനെ അധിനിവേശപ്രദേശത്തെ കാഫ്കയെന്നു വിളിച്ച് പുറന്തള്ളുകയായിരുന്നു. പക്ഷേ, സാവധാനം നോവൽ അതിന്റെ വഴികൾ കണ്ടെത്തി. അൽക്കോയി പുറത്തിറക്കിയ കഥാസമാഹാരത്തിൽ ഞാൻ സെൻസിനിയുടെ പേര് കണ്ടെത്തിയപ്പോഴേക്കും ലാറ്റിനമേരിക്കയിലും സ്പെയിനിലും ഉഗാർതെ ഒരു കൂട്ടം സമർപ്പിതരായ വായനക്കാരെ കണ്ടെത്തി കഴിഞ്ഞിരുന്നു. അയാൾ മറ്റ് ചില പുസ്തകങ്ങളും പ്രസിദ്ധീകരിച്ചിരുന്നു. ഇത് തീർച്ചയായും അർജന്റീനയിലും സ്പെയിനിലെ ചില തകർച്ച നേരിട്ടിരുന്ന പ്രസാധകരുടെ കൈകളിലൂടെയായിരുന്നു. കോർത്തസാറിനുശേഷം കടന്നുവന്ന, ഇരുപതുകളിൽ ജനിച്ച അർജ്ജന്റീനിയൻ എഴുത്തുകാരുടെ തലമുറയിലാണയാൾ ഉൾപ്പെട്ടിരുന്നത്. ബിയോകസാരസും സബാറ്റോ മുജിക്കലേയ്നെസ്സും ഉൾപ്പെട്ട എനിക്കു നന്നായറിയാമായിരുന്ന ഒരു തലമുറക്കുശേഷമാണിവർ സജീവമായത്. അവരിൽ എനിക്കേറ്റവും ഇഷ്ടമായിരുന്ന അയാൾ വിഡേലയുടെ ഏകാധിപത്യഭരണകാലത്ത് വിഡേലയും കൂട്ടരും ഒരുക്കിയിരുന്ന പ്രത്യേക പീഡന ക്യാമ്പുകളിലൊന്നിൽ അയാൾ അപ്രത്യക്ഷനാവുകയായിരുന്നു. തലമുറയെന്ന് ഞാൻ വളരെ അയഞ്ഞ രീതിയിൽ ഉപയോഗിക്കുന്ന ഒരു സംവിധാനമാണെങ്കിൽ കൂടി അത്ര പ്രധാന്യമുള്ള ഒന്നായി അനുഭവപ്പെട്ടിരുന്നില്ല. അത് പ്രതിഭയുടെയോ കഴിവിന്റെയോ കുറവുകൊണ്ടായിരുന്നില്ല. അവരെ റോബർട്ടൊ ആൾട്ടിന്റെ പിൻഗാമികൾ,

പരിഭാഷകർ എന്നീ നിലകളിലാണ് കൂടുതൽ അറിയപ്പെട്ടിരുന്നത്. മറ്റൊരു തരത്തിൽ പറഞ്ഞാൽ അവരുടെയോരോരുത്തരുടെയും ദുഃഖകരമായ സന്ദേഹശീലത്തിന്റേതായ വഴിയിൽ വരാൻ പോകുന്ന ഒന്നിനെ അവർ മുൻകൂട്ടി സൂചന നൽകിയിരിക്കുകയായിരുന്നു. അതു വരെ ഒന്നൊന്നായൊരു ഗർത്തത്തിലേക്കു അവരെ തള്ളിവിടുകയും ചെയ്തു.

അങ്ങനെയുള്ള എഴുത്തുകാരോട് എനിക്കൊരു മൃദുലമായ ആഭിമുഖ്യമാണുണ്ടായിരുന്നത്. അതിനോടു ചേർന്നുള്ള വർഷങ്ങളിൽ ഞാൻ അമ്പെലാർദോ കാസ്റ്റിലൊയുടെ നാടകങ്ങൾ വായിച്ചു. ദാനിയൽ മൊയാനൊയുടെയും റൊഡാൾഫോ വാൽഷിന്റെയും (കോൺടിയെ പോലെ അയാളും ഏകാധിപത്യ ഭരണക്കാലത്ത് കൊല്ലപ്പെട്ടുകയായിരുന്നു) കഥകൾ വായിച്ചു. അവരുടെ രചനകൾ തുണ്ടുതുണ്ടായി, എനിക്കു ലഭിക്കുവാൻ കഴിഞ്ഞ അർജന്റൈൻ, മെക്സിക്കൻ അല്ലെങ്കിൽ ക്യൂബൻ മാസികകളിൽ ഞാൻ വായിച്ചു. അല്ലെങ്കിൽ മെക്സിക്കോ നഗരത്തിലെ സെക്കൻഡ് ഹാൻഡ് പുസ്തകശാലകളിൽ അല്ലെങ്കിൽ ബ്യൂനസ് അയേർസിലെ പൈറേറ്റഡ് എഡിഷനായിട്ടാണ് അവയെനിക്ക് ലഭിച്ചിരുന്നത്. ഇരുപതാം നൂറ്റാണ്ടിലെ സ്പാനിഷ് ഭാഷയിലുള്ള ഒരു പക്ഷേ ഏറ്റവും മികച്ച ചില രചനകളായി അവ എനിക്കു തോന്നി. അവ പാരമ്പര്യത്തിന്റെ ഒരു ഭാഗമായിരുന്നുവെങ്കിലും. ഒരു പക്ഷേ അവർക്ക് ബോർഹസിന്റെയോ കോർത്തസാറിന്റെയോ ഔന്നിത്യം ഉണ്ടായിരുന്നില്ലായിരിക്കാം. വളരെ വേഗത്തിൽ തന്നെ അവ മാനുവൽ പ്യൂഗിന്റെയോ ഒസ്വാൾദൊ സൊറിയാനൊയുടെയോ രചനകളാൽ പിന്തള്ളപ്പെട്ടിട്ടുണ്ടായിരിക്കും. പ്രത്യേകിച്ചും പറയേണ്ടതായിട്ടില്ല. എന്റെ ഏറ്റവും പ്രിയപ്പെട്ടവൻ സെൻസിനിയായിരുന്നു. ഇപ്പോഴതാ ഒരു പ്രവിശ്യാ സാഹിത്യമത്സരത്തിൽ ഞാനയാളുടെ തൊട്ടുതാഴെ നിൽക്കുന്നു എന്ന വസ്തുത ഒരു മുഖസ്തുതിയായിട്ടുള്ള ഒരു കൂടിച്ചേരലായി എനിക്ക് വളരെ പെട്ടെന്ന് അനുഭവപ്പെട്ടു. അയാളോട് എത്രയും പെട്ടെന്ന് ഒത്തു ചേരുവാനും എനിക്ക് പ്രേരണയുണ്ടായി. എന്റെ ആദരവ് എനിക്കു പ്രകടമാക്കണം. എനിക്കയാളുടെ രചനകൾ എത്രമാത്രം വിലപ്പെട്ടതാണെന്ന് തുറന്നുപറയണം.

അൽക്കോയ് കൗൺസിൽ യാതൊരു താമസവുമില്ലാതെ അയാളുടെ മേൽവിലാസം എനിക്കയച്ചുതന്നു. അയാൾ മാഡ്രിഡ് നഗരത്തിലാണ് താമസിച്ചിരുന്നത്. ഒരു രാത്രിയിൽ ഞാനയാൾക്ക് ഒരു നീണ്ട കത്തെഴുതി. അത് ഉഗാർതെയിൽ നിന്ന് മാസികകളിൽ ഞാൻ വായിച്ചിരുന്ന കഥകളിലൂടെ ചുറ്റിത്തിരിയുകയായിരുന്നു.

മത്സരം (അതിന്റെ ജേതാവിനെ തമാശയുടെ രൂപത്തിലാണ് ഞാൻ കണ്ടത്), ചിലിയിലേയും അർജന്റീനയിലെയും രാഷ്ട്രീയ സാഹചര്യങ്ങൾ(രണ്ടിടത്തേയും ഏകാധിപത്യഭരണം അപ്പോഴും ശക്തമായ നിലയിലായിരുന്നു) വാൽഷിന്റെ കഥകൾ(സെൻസിനിയോടൊപ്പം ആ തലമുറയിലെ എന്റെ മറ്റൊരു പ്രിയമുള്ള എഴുത്തുകാരനായിരുന്നു) സ്പെയിനിലെ ജീവിതവും പൊതുവിലുള്ള ജീവിതവും എല്ലാം ഞാൻ കത്തിൽ സൂക്ഷിച്ചിരുന്നു.

എന്നെ അത്ഭുതപ്പെടുത്തിക്കൊണ്ട് കഷ്ടിച്ച് ഒരാഴ്ചക്കുള്ളിൽ എനിക്കൊരു മറുപടി കിട്ടി. എന്റെ കത്തിന് നന്ദി സൂചിപ്പിച്ചുകൊണ്ടാണയാൾ തുടങ്ങിയത്. അൽക്കോയ് കൗൺസിൽ തനിക്കും സമാഹാരം അയച്ചുതന്നിട്ടുണ്ടെന്നയാൾ പറഞ്ഞു. പക്ഷേ, എന്നെപ്പോലെ അയാൾക്ക് ഒന്നാം സ്ഥാനം നേടിയ കഥ നോക്കുവാനോ വായിക്കുവാനോ ഇതുവരെ കഴിഞ്ഞിട്ടില്ല (പിന്നീട് പെട്ടെന്നുള്ള ഒരു സൂചനപോലെ അയാൾ പറഞ്ഞു. അത് സമയക്കുറവ് കൊണ്ട് മാത്രമായിരുന്നില്ല. മറിച്ച് സഹനശക്തിയുടെ കുറവുകൊണ്ടായിരുന്നു) എന്റെ കഥ അയാൾക്കു വായിക്കുവാൻ കഴിഞ്ഞു. അത് നന്നായി ചെയ്തിട്ടുമുണ്ട്. ഒരു ഒന്നാംതരം കഥ. അയാൾ പറഞ്ഞു (ഞാനാ കത്ത് സൂക്ഷിച്ച് വച്ചിട്ടുണ്ട്) ഒരു കാര്യം അയാൾ എന്നെ പ്രത്യേകം ഓർമിപ്പിച്ചു.. കാത്തുസൂക്ഷിക്കുക, അത് ഞാനാദ്യം വിചാരിച്ചതുപോലെയായിരുന്നില്ല. എന്റെ എഴുത്തിന്റെ നിലവാരം കാത്തുസൂക്ഷിക്കുക. പക്ഷേ അയാൾ സ്വയം ചെയ്യാനാഗ്രഹിച്ചതുപോലെ മത്സരങ്ങളിൽ പങ്കെടുക്കാനുള്ള ഒരു ശ്രദ്ധയെന്ന രീതിയിൽ എനിക്കൊരു അവബോധം പകർന്നുതരികയായിരുന്നു. അയാൾ ഒന്നുകൂടി ചോദിക്കുവാൻ തയ്യാറായി. ഇനി ഏതൊക്കെ മത്സരങ്ങളിലാണ് ഉടൻ പങ്കെടുക്കാൻ പോകുന്നത്. ഏതിനെക്കുറിച്ചെങ്കിലും ഞാനറിയുവാനിടയായാൽ അതിനെക്കുറിച്ച് ഉടനെ അയാളെ അറിയിക്കണമെന്നും അഭ്യർത്ഥിച്ചു. ഇതിനു പകരമായി വരാൻ പോകുന്ന രണ്ടു ചെറുകഥാമത്സരങ്ങളുടെ പങ്കെടുക്കുവാനുള്ള വ്യവസ്ഥകൾ അയാൾ അയച്ചുതരികയും ചെയ്തു. ഒന്ന് പ്ലാസെൻസിയയിലും മറ്റൊന്ന് എസിയയിലും. അവയുടെ സമ്മാനത്തുക 25000വും 30000വും പെസെറ്റാസുമായിരുന്നു, മാഡ്രിഡിലെ ചില കുറ്റാന്വേഷണ കഥകളിലും അത്ഭുത കഥകളിലും മാത്രം നിലനിൽപ് തേടുന്ന ചില മാസികകളിൽ നിന്നും പത്രങ്ങളിൽ നിന്നും അയാളത് അന്വേഷിച്ച് കണ്ടെത്തുകയായിരുന്നു.

രണ്ടു മത്സരങ്ങളിലും ഇനിയും പങ്കെടുക്കുവാൻ എനിക്കു വേണ്ടത്ര സമയവുമുണ്ടായിരുന്നു. സെൻസിനി തന്റെ കത്തവസാനിപ്പിച്ചത്

ശ്രദ്ധാപൂർവ്വമുള്ള ഒരാവേശത്തിന്റെ രീതിയിലായിരുന്നു. ഞങ്ങൾ രണ്ടുപേരും ഒരു മത്സരത്തിനിനിയും ഒന്നിച്ചാണെന്നുള്ള ഒരു സൂചനയാണയാൾ നൽകിയത്. അത് ശരിക്കും കഠിനവും അർഥ ശൂന്യവുമാണ്. അതിനൊരു അവസാനമുണ്ടാകാൻ പോകുന്നില്ല. പേനയിൽനിന്നും കടലാസിലേക്കത് ഇപ്പോൾ വരണം. ഒഴിഞ്ഞു മാറൽ ഉണ്ടാകുന്നില്ല. അയാൾ കുറിച്ചു. എത്ര വിചിത്രമായ ഒരു കത്ത്, ഇങ്ങനെ വിചാരിച്ചു കൊണ്ട് ഞാനോർത്തു.

ഉഗാർതെയുടെ ചില അദ്ധ്യായങ്ങൾ വായിക്കുന്നതിനെക്കുറിച്ച് ഞാനോർത്തു പോയി. ഏതാണ്ടക്കാലത്ത് പുസ്തകം വിൽക്കുന്നവർ ഗിരോനയിലേക്കു വന്നു. സിനിമാശാലകൾക്കരികെ വിൽപ്പന ശാലകൾ ഒരുക്കുവാനായിട്ടാണവർ വന്നത്. അവരുടെ പക്കലുള്ള വിൽക്കപ്പെടാത്ത ശേഖരം വിറ്റൊടുക്കുകയെന്ന ലക്ഷ്യമാണവർക്കു ണ്ടായിരുന്നത്. അടുത്തക്കാലത്ത് പാപ്പരായ വിതരണക്കാരുടെ പുസ്തകങ്ങളും അക്കൂട്ടത്തിലുണ്ടായിരുന്നു. രണ്ടാം ലോകമഹായുദ്ധ കാലത്ത് അച്ചടിച്ചിരുന്ന കാല്പനിക നോവലുകളും വന്യമായ വെസ്റ്റ് നോവലുകളും പോസ്റ്റ്കാർഡുകളുമാണ് അതിലുണ്ടായിരുന്നത്. അതിലൊരു സ്റ്റാളിൽ സെൻസിനിയുടെ ഒരു കഥാ സമാഹാരം ഞാൻ കണ്ടെത്തി. ഞാനത് വാങ്ങുകയും ചെയ്തു. അത് പുതിയതു പോലെതന്നെയുണ്ടായിരുന്നു. അതിനോട് ചേർന്നുള്ള വാരം ഞാൻ സെൻസിനിയിൽ നിശ്വസിക്കുകയും ജീവിക്കുകയും ചെയ്തു. പ്രമേ യങ്ങളും സാഹചര്യങ്ങളും മാറിയിരുന്നെങ്കിലും പശ്ചാത്തലങ്ങൾ ഗ്രാമീണമായവയായിരുന്നു. ആഖ്യാതാക്കൾ അമാനുഷികരായ പാംചാസിലെ കുതിരസവാരിക്കാരുമായിരുന്നു. അതായത്, അവർ ആയുധധാരികളും പൊതുവെ നിർഭാഗ്യവാന്മാരായ മനുഷ്യരുമായി രുന്നു. ഒന്നുകിൽ ഒറ്റപ്പെട്ടവരോ അല്ലെങ്കിൽ ഒരു പ്രത്യേക സംസർ ഗശീലത്തിന് അടിമപ്പെട്ടവരോ, അതേസമയം, ഉഗാർത്തെ ഒരു തണുപ്പൻ പുസ്തകമായിരുന്നു; ന്യൂറോ സർജിക്കൽ സൂക്ഷ്മതയോടെ എഴുതപ്പെട്ട ഒന്ന്. കഥകളുടെ സമാഹാരം ശരിക്കും ഊഷ്മളമായ ഒന്നുതന്നെയായിരുന്നു. അതിലെ ധീരരും ലക്ഷ്യബോധമില്ലാത്ത കഥാപാത്രങ്ങൾ വായനക്കാരിൽ നിന്നും സാവധാനം അകന്നക ന്നുപോകുന്ന അശരണരായ രൂപങ്ങളായിരുന്നു. (ചിലപ്പോൾ അവർ വായനക്കാരെ കൂടെ കൊണ്ടുപോകുകയും ചെയ്യും.)

പ്ലാസൻസി മത്സരത്തിന് എനിക്കൊരു രചന സമർപ്പിക്കുവാനാ വാതെവന്നു. പക്ഷേ എസിയയിലെ മത്സരത്തിന് ഞാനൊന്ന് കൊടു ക്കുകയും ചെയ്തു. എന്റെ കഥയുടെ കോപ്പികൾ പോസ്റ്റ് ചെയ്തു ഉടനെ (അത് അലോഷ്യസ് ആക്കർ എന്ന കപടനാമത്തിലായിരുന്നു)

വെറുതെ ഫലമറിയുവാനായി കാത്തിരിക്കുന്ന വിരസമായ അവസ്ഥ കാര്യങ്ങൾ കൂടുതൽ വഷളാക്കുകയേ ഉള്ളൂ എന്ന് ഞാൻ തിരിച്ചറിഞ്ഞു. അതുകൊണ്ട് കൂടുതൽ മത്സരങ്ങൾക്കായി നോക്കുവാൻ ഞാൻ തീരുമാനിച്ചു. ആ രീതിയിലെങ്കിലും എനിക്ക് സെൻസിനിയുടെ ഉപദേശത്തിനൊത്ത് കഴിയാമെന്ന് ഞാൻ വിചാരിച്ചു. അതിനു തൊട്ടടുത്ത ദിവസങ്ങളിൽ, ഞാൻ ഗിറോനയിലേയ്ക്ക് പോയപ്പോൾ, വർത്തമാന പത്രങ്ങളുടെ പഴയ കോപ്പികളിലൂടെ കൂടുതൽ പ്രഖ്യാപനങ്ങൾക്കായി ഞാൻ തിരിഞ്ഞു. ചില പത്രങ്ങൾ അവരുടെ സമൂഹ വാർത്തകൾക്കു തൊട്ടടുത്ത കോളത്തിലാണ് കൊടുത്തിരിക്കുന്നത്. മറ്റുള്ളവയിൽ അവ കുറ്റാന്വേഷണ റിപ്പോർട്ടുകൾക്ക് ശേഷമാണ് കൊടുത്തിരുന്നത്. ചിലപ്പോൾ കായിക വിഭാഗത്തിന് തൊട്ടുമുൻപും. ഏറ്റവും ഗൗരവ സ്വഭാവമുള്ള ഒരു പത്രത്തിൽ ഇവ കാലാവസ്ഥാ റിപ്പോർട്ടിനും ചരമക്കുറിപ്പുകൾക്കും ഇടയിലാണ് സ്ഥാനം കൊടുത്തിരുന്നത്. തീർച്ചയായും അവ ഒരിക്കലും പുസ്തകങ്ങൾക്കുള്ള പേജിലായിരുന്നില്ല. എന്റെ അന്വേഷണത്തിനുള്ളിൽ കാറ്റലോണിയൻ ഗവൺമെന്റ് പുറത്തുകൊണ്ടുവന്നിരുന്ന ഒരു മാസിക എന്റെ ശ്രദ്ധയിൽ പെട്ടു. അത് സ്കോളർഷിപ്പിനുള്ള പരസ്യത്തോടൊപ്പം കൈമാറ്റങ്ങൾക്കും ജോലികൾക്കും ബിരുദാനന്തര കോഴ്സുകൾക്കുമൊപ്പം ഒരു സാഹിത്യമത്സരത്തിന്റെ വിശദാംശങ്ങൾ ചേർത്തിരിക്കുന്നതായി കണ്ടു. ഇത് മിക്കവാറും കാറ്റലാനിൽ എഴുതുന്ന കാറ്റലോണിയകാർക്കുള്ളതായിരുന്നു. പക്ഷേ, അതിനുള്ളിൽ ചില വിശേഷ വിധികളായവ ഉണ്ടായിരുന്നു. അവയ്ക്കുള്ളിൽ എനിക്കും സെൻസിനിക്കും യോഗ്യതയുള്ള മൂന്നെണ്ണം ഞാൻ കണ്ടെത്തി. അവയെപ്പോഴും തുറന്നിട്ടുള്ള അവസ്ഥയിലായിരുന്നു. ഞാൻ സെൻസിനിയ്ക്ക് ഒരു കത്തെഴുതി.

മുമ്പത്തെപ്പോലെ മടക്കത്തപാലിൽ എനിക്കതിനുള്ള ഒരു മറുപടിയും കിട്ടി. സെൻസിനിയുടെ കത്ത് ഹ്രസ്വമായ ഒന്നായിരുന്നു. എന്റെ ചില ചോദ്യങ്ങൾക്കുള്ള മറുപടി അയാൾ തന്നിരുന്നു. പ്രധാനമായും ഞാൻ അടുത്തകാലത്ത് വാങ്ങിച്ച കഥാസമാഹാരത്തെക്കുറിച്ചും ഞാനെന്റെ കത്തിൽ ഉൾക്കൊള്ളിച്ചിരുന്ന മൂന്ന് കഥാമത്സരങ്ങളെക്കുറിച്ചുള്ള വിശദീകരണവും ആയിരുന്നു. അവയിലൊരെണ്ണം ഒരു റെയിൽവേ കമ്പനിയുടെ സഹായത്താൽ നടത്തുന്നതായിരുന്നു. അതിലെ വിജയിക്കു ലഭിക്കുന്നത് ഒരു വലിയ സമ്മാനത്തുകയാണ്. അതുകൂടാതെ 10 ഫൈനലിസ്റ്റുകൾക്കോരോരുത്തർക്കുമായി 50000 പെസിറ്റാസുമുണ്ടായിരുന്നു. സ്വപ്നം കാണുന്നതിന് ഒരു സമ്മാനവുമില്ലെന്ന് പ്രത്യേകം ഓർക്കണം. അതിൽ വിജയിക്കുവാൻ

നിങ്ങൾക്കതിനുള്ളിൽ കടന്നേ മതിയാവൂ. എല്ലാ മത്സരങ്ങളിലും പങ്കെടുക്കുവാൻ ആവശ്യമായ കഥകൾ എന്റെ പക്കലില്ലാത്ത ഞാൻ തിരിച്ചെഴുതുകയും ചെയ്തു.

എഴുത്തിനെക്കുറിച്ചും മത്സരങ്ങളെക്കുറിച്ചും പറയുവാനുള്ളപ്പോൾ സെൻസിനിയുടെ കത്ത് താമസമില്ലാത്തതും വിശാലവുമായിരുന്നു. ഒരു ഷീറ്റിൽ, ഇരുപുറത്തുമായി ഒരേ രീതിയിലുള്ള അകലത്തിൽ, പ്രാദേശികമായ സാഹിത്യ മത്സരങ്ങൾക്കായി ഒരു പൊതുവായ കീഴ്വഴക്കമാണ് അയാൾ ഉപയോഗിച്ചിരുന്നത്.

ഞാൻ അനുഭവത്തിൽ നിന്നാണെഴുതുന്നത്. അയാൾ എഴുതി സമ്മാനം ലഭിക്കുവാനുള്ള ഒരു ആഗ്രഹത്തോടെയാണ് കത്ത് തുടങ്ങിയത്. (അത് ആത്മാർത്ഥമായിട്ടാണോ അല്ലയോ എനിക്കതിനെക്കുറിച്ച് ഒരിക്കലും പറയുവാനാവില്ല.) എഴുത്തുകാരന്റെ ഒരു താഴ്ന്ന വരുമാനത്തിനുള്ള വിലപ്പെട്ട ആശംസയായത് തോന്നുകയും ചെയ്തു. അയാൾ സ്പോൺസേഴ്സിനെക്കുറിച്ച് സൂചിപ്പിക്കുകയുണ്ടായി. പ്രാദേശിക കൗൺസിലുകളും സേവിങ്സ് ബാങ്കുകളും, അവർ നല്ലവരും സാഹിത്യത്തോട് ഹൃദയസ്പർശിയായ രീതിയിൽ ആഭിമുഖ്യം പുലർത്തുന്നവരുമാണ്. പക്ഷേ, ഒട്ടും താത്പര്യമില്ലാത്ത കർത്തവ്യനിഷ്ഠയുള്ള വായനക്കാരും ഇവിടെ കൂടുതൽ പ്രസക്തമായി നിൽക്കുന്നു. കഴിയുന്നതും എല്ലാ മത്സരങ്ങളിലും പങ്കെടുക്കണമെന്ന് അയാൾ എന്നോട് പറഞ്ഞു.

ഒരേ സമയം മൂന്ന് മത്സരങ്ങളുടെ വിധി നടക്കുന്നുണ്ടെങ്കിൽ കഥയുടെ ശീർഷകം മാറ്റിയെഴുതുന്നതിൽ ഞാൻ പ്രത്യേകം ശ്രദ്ധ ചെലുത്തേണ്ടിയിരിക്കുന്നു. ഇതിനുള്ള ഉദാഹരണമായി. 'തന്റെ പ്രഭാതത്തിൽ' എന്ന കഥ അയാൾ എടുത്തു കാണിക്കുകയും ചെയ്തു. ആ കഥ ഞാൻ വായിച്ചിട്ടില്ലായിരുന്നു. വലിയ സമ്മാനത്തുകയുള്ള ആദ്യത്തെ മത്സരത്തിന് തന്റെ പ്രഭാതത്തിൽ എന്നുള്ള കഥ അതേപേരിലും രണ്ടാമത്തെ മത്സരത്തിൽ 'ഗോപാലകൻ' എന്നും മൂന്നാമത്തേതിന് അതിന്റെ ശീർഷകം 'ദി അദർ പാംപാസ്'' എന്നും അവസാനത്തേതിന് 'ഖേദമില്ല, ഒട്ടും' എന്നുമായിരുന്നു. ഈ നാലുമത്സരങ്ങളിലും വച്ച് ഇത് രണ്ടാമത്തേതിലും നാലാമത്തേതിലും ഒന്നാംസമ്മാനം നേടി. സമ്മാനമായി കിട്ടിയ തുകകൊണ്ട് അയാൾക്ക് ഒന്നരമാസത്തെ വാടക കൊടുക്കുവാൻ കഴിഞ്ഞു (മാഡ്രിഡിൽ വാടക ഇതിനകം കുതിച്ചു കയറിയിരുന്നു) തീർച്ചയായും ആരും തന്നെ 'ഗോപാലകനും' 'ഒട്ടും ഖേദമില്ല' എന്നീ കഥകൾ ഒന്നാണെന്ന് തിരിച്ചറിഞ്ഞതുമില്ല. രണ്ടു വ്യത്യസ്തമായ ശീർഷകങ്ങളിൽ അത് നിലനിന്നു. മറ്റൊരു മത്സരത്തിൽ ഏതെങ്കിലും ഒരു വിധികർത്താവ് ഇത് വായിച്ചിട്ടുണ്ട് എന്ന

കെണിയുണ്ടെങ്കിലും (സ്പെയിനിൽ സാഹിത്യരചനാ മത്സരങ്ങളുടെ വിധി നിർണയത്തിൽ ചെറിയ കവികളുടെയും നോവലിസ്റ്റുകളുടെയും പഴയ ജേതാക്കളുടെയും ഒരാധിപത്യം നിലവിലുണ്ടായിരുന്നു) ഇതിനു ഞാൻ തയ്യാറാകുകയായിരുന്നു. എഴുത്തുകളുടേതായ ചെറിയ ലോകം ശരിക്കും ഭീകരവും വൃത്തികെട്ടതുമായ ഒന്നായിരുന്നു. അയാൾ എഴുതി. ഒന്നുകൂടി അയാൾ കൂട്ടിച്ചേർത്തു. എന്തിന് ഒരാളുടെ കഥ ഒരു വിധികർത്താവിന്റെ മുന്നിൽ രണ്ടുപ്രാവശ്യം വരുകയാണെങ്കിൽപോലും അപകടസാധ്യത വളരെ കുറച്ചേ ഉള്ളൂ. അവർ വിധിനിർണ്ണയത്തിലെത്തുന്ന രചനകൾ പൂർണമായും വായിച്ചുനോക്കാറില്ല. മിക്കവാറും അവയിലൂടെ ഒന്ന് കണ്ണോടിച്ചുപോകും അത്രമാത്രം. എന്നുതന്നെയല്ല 'ഗോപാലകനും' 'ഒട്ടും ഖേദമില്ല' എന്നീ കഥകൾ രണ്ടു വിഭിന്ന കഥകളാണെന്ന് ആർക്കാണ് പറയുവാൻ കഴിയുക. അവയുടെ പ്രത്യേകത ശരിക്കും അവയുടെ പ്രത്യേകത ശരിക്കും അവയുടെ ശീർഷകത്തെയാണ് അടിസ്ഥാനമാക്കുന്നത്. ഒരേ തരത്തിലുള്ള, ശരിക്കും ഒരുപോലെയിയിരിക്കുകയാണെങ്കിലും പക്ഷേ, അത് വ്യത്യാസമായിരിക്കുകയും ചെയ്യും.

കത്തിന്റെ അവസാനഭാഗത്ത് അയാൾ പറഞ്ഞു, തീർച്ചയായും ഒരു കുറ്റമറ്റലോകത്ത്, അയാൾ മറ്റൊരു രീതിയിൽ വ്യാപൃതനായിരിക്കും. ബ്യൂനസ് അയേർസിൽ താമസിക്കുകയും എഴുതുകയും ചെയ്യുന്ന ഒരവസ്ഥ. അവസാനം അല്ലെങ്കിൽ സ്ക്രിപ്റ്റിനു ശേഷം അയാൾ വെളിപ്പെടുത്തി.. എനിക്ക് അറുപത് വയസ്സാകുന്നു... പക്ഷേ 25 വയസ്സായി എന്ന തോന്നലാണെനിക്കുള്ളത്. ആദ്യമിതെനിക്ക് വളരെ ദുഃഖകരമായ ഒന്നായിരുന്നു. പക്ഷേ ഞാനത് രണ്ടാമത്തെയോ മൂന്നാമത്തെയോ പ്രാവശ്യം വായിക്കുമ്പോൾ അത് എന്നോട് ചോദിക്കുവാനുള്ള അയാളുടെ വഴിയാണെന്ന് തിരിച്ചറിഞ്ഞു. നിനക്കെത്ര വയസായി കുട്ടീ..?

ഞാൻ വളരെവേഗം മറുപടി പറഞ്ഞു എന്നാണ് ഞാൻ ഓർക്കുന്നത്. എനിക്ക് ഇരുപത്തിയെട്ടായി എന്ന് ഞാൻ അയാളോടു പറഞ്ഞു. അയാളേക്കാൾ മൂന്ന് വർഷം പ്രായക്കൂടുതൽ. ആ പ്രഭാതത്തിൽ എനിക്ക് ശരിക്കും സന്തോഷമല്ല തോന്നുന്നത്. പക്ഷേ വീണ്ടും കുറച്ചുകൂടി ഉന്മേഷവാനായി തോന്നുന്ന അവസ്ഥ. എന്റെ നർമബോധത്തിലും ഓർമയിലും ഒരു പുതു ചൈതന്യം ലഭിച്ചതുപോലെ. സെൻസിനിയുടെ ഉപദേശം ഞാൻ പിന്തുടർന്നില്ലെങ്കിലും ഒരു പൂർണ മത്സരവേട്ടക്കാരനായി ഞാൻ മാറിയില്ലെങ്കിലും അയാളും ഞാനും കൂടി അടുത്തകാലത്ത് കണ്ടെത്തിയ മത്സരങ്ങളില്ലാം ഞങ്ങൾ പങ്കെടുത്തു. അതിൽ വിജയം നേടുവാൻ ഞങ്ങൾക്കു

കഴിഞ്ഞില്ല. സെൻസിനിഡോൺ ബെനിറ്റോയിലും എസിയയിലും മറ്റൊരു ഇരട്ടയെ സമർപ്പിക്കുന്നതിൽ വിജയം കണ്ടെത്തി. കഥയുടെ ശരിക്കുള്ള പേര് ചുരികയെന്നായിരുന്നു. അതിന്റെ പേര് രണ്ട് വാളുകൾ എന്നുമാറ്റിയിട്ടാണ് എസിയയിൽ പങ്കെടുത്തത്. ഡോൺ ബെനിറ്റേയ്ക്കു വേണ്ടി അത് ഏറ്റവും ആഴമുള്ള വെട്ട് എന്നായി രൂപാന്തരപ്പെടുത്തി. റെയിൽവേക്കാർ സ്പോൺസർ ചെയ്ത മത്സരത്തിൽ അയാൾ ഫൈനലിസ്റ്റുകളിൽ ഒരുവനായിരുന്നു. അതോടൊപ്പം ഒരു തുകയും സ്പാനിഷ് ട്രെയിനിൽ ഒരു വർഷക്കാലം സൗജന്യമായി സഞ്ചരിക്കാനുള്ള ടിക്കറ്റും അയാൾക്ക് നേടിയെടുക്കുവാൻ കഴിഞ്ഞു.

പതിയെ പതിയെ ഞാനയാളെക്കുറിച്ച് കൂടുതൽ അറിഞ്ഞു. അയാൾ മാഡ്രിഡിലെ ഒരു ഫ്ലാറ്റിൽ ഭാര്യയ്ക്കും പുത്രി മിറാൻഡക്കുമൊപ്പം താമസിക്കുകയായിരുന്നു. അവൾക്ക് പതിനേഴ് വയസ് പ്രായമുണ്ടായിരുന്നു. അയാൾക്ക് തന്റെ ആദ്യവിവാഹത്തിൽ ഒരു പുത്രനുണ്ടായിരുന്നു. അയാൾ ലാറ്റിനമേരിക്കയിലെവിടയോ പോയിരുന്നു. അല്ലെങ്കിൽ അങ്ങനെ വിശ്വസിക്കുവാനാണ് അയാൾ ഇഷ്ടപ്പെട്ടിരുന്നത്. പുത്രന്റെ പേര് ഗ്രെഗോറിയോ എന്നായിരുന്നു മുപ്പത്തിയഞ്ചുവയസ്സു പ്രായമുള്ള അവൻ ഒരു പത്രപ്രവർത്തകനായി ജോലി നോക്കിയിരുന്നു. ഗ്രെഗോറിയോയുടെ വിവരങ്ങളെക്കുറിച്ചറിയുവാൻ വേണ്ടി സെൻസിനി മനുഷ്യാവകാശസ്ഥാപനങ്ങളിലും യൂറോപ്യൻ യൂണിയനിലും അന്വേഷണങ്ങൾ നടത്തിയിരുന്നതിനെക്കുറിച്ച് എന്നോട് പറയുമായിരുന്നു. ഈയൊരു വിഷയത്തിലേക്കയാൾ കടന്നുവരുമ്പോൾ അയാളുടെ ഗദ്യത്തിന് കൂടുതൽ ഭാരവും വിരസതയും അനുഭവപ്പെടുമായിരുന്നു. ഇതു ചെയ്യുമ്പോൾ അയാൾ ഉദ്യോഗസ്ഥ മേധാവിത്തത്തിന്റെ കുഴഞ്ഞ അവസ്ഥയെ വിവരിക്കുന്നതിലൂടെ തന്റെ പ്രേതാത്മാക്കളെ അടിച്ചേൽപ്പിക്കുവാൻ ശ്രമിക്കുന്നതുപോലെ ഉണ്ടായിരുന്നു.

ഞാൻ ഗ്രെഗോറിയോക്കൊപ്പം താമസിച്ചിട്ടില്ല, അയാൾ ഒരിക്കൽ എന്നോട് പറഞ്ഞു. അഞ്ചുവയസ്സുള്ള കുട്ടിയായിരുന്ന അവന്റെ രൂപം അയാൾ മനസ്സിൽ കൊണ്ടുനടന്നു. അയാൾ കൂടുതൽ വിശദീകരിക്കുവാൻ പോയില്ല, പക്ഷേ ഒരു അഞ്ചുവയസ്സുള്ള ആൺകുട്ടിയും സെൻസിനിയും ഒരു പത്രത്തിന്റെ ഓഫീസിൽ നേരം വളരെ വൈകിയിട്ടും ടൈപ്പ് ചെയ്തു കൊണ്ടിരിക്കുന്നതിനെക്കുറിച്ച് ഞാൻ സങ്കല്പിച്ചു നോക്കി. ആൺകുട്ടിയുടെ പേരിനെക്കുറിച്ചാലോചിച്ചും ഞാനത്ഭുതപ്പെട്ടു. അവസാനം ഞാനൊരു അനുമാനത്തിലെത്തിച്ചേർന്നു. അതെ അത് ഗ്രെഗർ സാംസെക്കുള്ള ബോധപൂർവ്വമല്ലാത്ത ഒരു സമർപ്പണമായിരുന്നു. തീർച്ചയായും ഞാനിത് സെൻസിനിയോട്

സൂചിപ്പിച്ചിട്ടുണ്ടായിരുന്നില്ല. എപ്പോൾ അയാൾ മിറാൻഡയുടെ വിഷയത്തിലേയ്ക്ക് വരുന്നുവോ അയാൾക്ക് വല്ലാത്ത ഉന്മേഷമാണ് അനുഭവപ്പെട്ടത്. മിറാൻഡക്കു ചെറുപ്പമായിരുന്നു. ഈ ലോകത്തെ ഏറ്റെടുക്കുവാൻ അവൾ തയ്യാറുമായിരുന്നു. മതിവരാത്ത രീതിയിൽ ആകാംക്ഷാഭരിതയും സുന്ദരിയും അനുകമ്പയുള്ളവളുമായിരുന്നു.

സാവധാനം സെൻസിനിയുടെ കത്തുകൾ നീങ്ങാതായി. അയാൾ മാഡ്രിഡിൽ താമസിച്ചിരുന്ന ഡിസ്ട്രിക്റ്റ് ക്ഷയിച്ച അവസ്ഥയിലായിരുന്നു. അയാളുടെ ഫ്ലാറ്റിൽ രണ്ട് കിടപ്പുമുറികളും ഒരു ഭക്ഷണമുറിയും ലിവിങ് മുറിയും ചേർന്ന ഒന്നും അടുക്കളയും കുളിമുറിയും ഉൾപ്പെട്ടിരുന്നു. അയാളുടെ ഇടം എന്റേതിനേക്കാൾ ചെറുതാണല്ലോ എന്ന് ആദ്യം തന്നെ കണ്ടെത്തി.. എനിക്ക് അത്ഭുതം തോന്നി. അപ്പോൾ എനിക്ക് വല്ലാതെ നാണക്കേടു തോന്നി. അത് ശരിക്കും നീതിക്കു നിരക്കാത്തതാണെന്നു തോന്നി. രാത്രിയിൽ ഭക്ഷണമുറിയിലിരുന്നാണ് സെൻസിനി രചന നടത്തിയിരുന്നത്. അതും അയാളുടെ ഭാര്യയും പെൺകുട്ടിയും ഉറങ്ങിക്കഴിഞ്ഞതിനുശേഷം. അയാൾ തുടർച്ചയായി പുകവലിക്കുന്നവനായിരുന്നു. അയാൾ തന്റെ ജീവിതമാർഗം കണ്ടെത്തിയിരുന്നത് ഒരു പ്രസാധകനുവേണ്ടി ചില ജോലികൾ ചെയ്തു കൊടുത്തതിൽ നിന്നാണ്. (അയാൾ പരിഭാഷകൾ എഡിറ്റ് ചെയ്ത് കൊടുത്തിരുന്നു എന്നാണ് ഞാൻ വിചാരിക്കുന്നത്) അതൊടൊപ്പം തന്റെ കഥകൾ അയച്ചുകൊണ്ട് ചർച്ചകൾക്കുള്ള അവസരമുണ്ടാക്കുകയും ചെയ്തു. കൂടെക്കൂടെ അയാൾക്ക് തന്റെ പുസ്തകങ്ങളിൽ ഒന്നിനുള്ള റോയൽറ്റി ചെക്ക് ലഭിക്കുകയും ചെയ്തു. പക്ഷേ, പ്രസാധകരിൽ മിക്കവരും വളരെ മോശമായ രീതിയിൽ മറവിയുള്ളവരോ അല്ലെങ്കിൽ എല്ലാം തുലച്ചവരോ ആയിരുന്നു. നന്നായി വിറ്റുപോയിരുന്ന ഒരേ ഒരു പുസ്തകം ഉഗാർത്തെ മാത്രമായിരുന്നു. അത് പുറത്ത് കൊണ്ടുവന്നത് ബാഴ്സലോണയിൽ നിന്നുള്ള ഒരു പ്രസാധകനായിരുന്നു. അയാൾ ദാരിദ്ര്യത്തിലാണ് കഴിയുന്നതെന്ന് മനസ്സിലാക്കുവാൻ എനിക്കധികം നാൾ വേണ്ടിവന്നില്ല. അത് പരമ ദാരിദ്ര്യമായിരുന്നില്ല. പക്ഷേ ഒരു മധ്യവർഗ്ഗ കുടുംബത്തിന്റെ പൊതുവിലുള്ള ദുരിതാവസ്ഥ പരുക്കൻ കാലങ്ങളിൽ വന്ന വീഴ്ചയായിരുന്നു. അയാളുടെ ഭാര്യ. അവളുടെ പേര് നിർമല സാദ്മാൻ (അതിനുള്ളിൽ തന്നെ ഒരു കഥയുണ്ട്.) പ്രസാധകർക്കുവേണ്ടി സ്വതന്ത്ര്യയായി ജോലിചെയ്തിരുന്നു. അതോടൊപ്പം ഇംഗ്ലീഷ്, ഫ്രഞ്ച്, ഹീബ്രു ഭാഷകളിൽ പാഠങ്ങൾ പഠിപ്പിക്കുകയും ഇടയ്ക്ക് ശുദ്ധീകരണ ജോലികൾ തുടങ്ങിവയ്ക്കാനും സമയം കണ്ടെത്തി. പുത്രി അവളുടെ പഠനങ്ങളുടെ തിരക്കിലായിരുന്നു. അധികം വൈകാതെ

യൂണിവേഴ്സിറ്റിയിലേക്ക് പോകുന്നതിനുള്ള സാധ്യതയുമുണ്ടായിരുന്നു. എന്റെ കത്തുകളിൽ ഒന്നിൽ ഞാൻ സെൻസിനിയോട് മിറാൻഡയും ഒരെഴുത്തുകാരിയാകാൻ ആഗ്രഹിക്കുന്നുണ്ടോ എന്ന് ചോദിച്ചു. അയാൾ തിരിച്ചെഴുതി. ഇല്ല. ദൈവത്തിനു നന്ദി. അവൾ മെഡിസിന് പഠിക്കുവാൻ പോകുകയാണ്. ഒരു രാത്രിയിൽ അയാളുടെ ഒരു കുടുംബ ഫോട്ടോക്കുവേണ്ടി ഞാനയാൾക്കെഴുതി. കത്ത് തപാലിൽ ഇട്ടശേഷമാണ് ഞാനാകെക്കൂടി ആഗ്രഹിച്ചത്. അതിലൂടെ മിറാൻഡ എങ്ങനെ ഇരിക്കുന്നു എന്നറിയാമല്ലോ. ഒരാഴ്ചയ്ക്കുള്ളിൽ എനിക്കൊരു ഫോട്ടോ കിട്ടി. സംശയമില്ല അത് റിട്ടൈയിൽ എടുത്ത ഒന്നായിരുന്നു. അതിനുള്ളിൽ വൃദ്ധനായ ഒരു മനുഷ്യനും ഒരു മധ്യവയസ്കയായ സ്ത്രീയും, അവരോട് തൊട്ടു ചേർന്ന് നിൽക്കുന്ന മെലിഞ്ഞ് നീണ്ട് കൗമാരപ്രായക്കാരിയായ ഒരു പെൺകുട്ടിയും കാണപ്പെട്ടു. അവൾക്ക് ഋജുവായ മുടിയിഴകളും ഭാരിച്ച മാറിടവുമുണ്ടായിരുന്നു. വൃദ്ധനായ മനുഷ്യൻ സന്തോഷത്തോടെ ചിരിച്ചുകൊണ്ടിരുന്നു. മധ്യവയസ്കയായ സ്ത്രീ അവരുടെ പുത്രിയെ നോക്കികൊണ്ടിരുന്നു. അവളോട് എന്തോ പറയുന്നതുപോലെയുള്ള ഒരു ഭാവമാണ് അവർക്കുണ്ടായിരുന്നത്. അതേ സമയം മിറാൻഡ ഫോട്ടോഗ്രാഫറുടെ നേർക്ക് ഗൗരവത്തോടെ നോക്കുന്ന രീതിയിലായിരുന്നു. അവളുടെ മുഖത്തെ ഭാവം എന്നെ ഒരേ സമയം ഹൃദയസ്പൃക്കും അസ്വസ്ഥവുമാക്കി, സെൻസിനി മറ്റൊരു ഫോട്ടോയുടെ ഫോട്ടോകോപ്പിയും എനിക്കയച്ചുതന്നു. ഏതാണ്ട് എന്റെ പ്രായത്തിലുള്ള ചെറുപ്പക്കാരൻ അതിൽ ഉണ്ടായിരുന്നു. അയാൾക്ക് ശരിക്കും സൂക്ഷ്മമായ മുഖഭാവങ്ങളാണുണ്ടായിരുന്നത്. നന്നായി നേർത്ത ചുണ്ടുകളും ഉള്ളിനിൽക്കുന്ന കവിൾ അസ്ഥികളും വിശാലമായ നെറ്റിയും ഉൾക്കൊണ്ട ഒരു രൂപം. അയാൾക്ക് വളരെ ശക്തമായ ഒരു ശരീരഘടനയാണുണ്ടായിരുന്നത്. ഒരു പക്ഷേ നല്ല പൊക്കവും ഉണ്ടായിരുന്നിരിക്കാം. അയാൾ ക്യാമറയിലേയ്ക്ക് തന്നെ തുറിച്ചു നോക്കുകയായിരുന്നു. (അതൊരു സ്റ്റുഡിയോയിൽ എടുത്ത ഫോട്ടോയായിരുന്നു) ആത്മവിശ്വാസത്തോടൊപ്പം ക്ഷമയില്ലായ്മയുടെ ഒരു നിഗൂഢഭാവം കൂടി അയാളുടെ മുഖത്ത് പ്രകടമായിരുന്നു. അത് ഗ്രഗോറിയോ സെൻസിനിയായിരുന്നു. ഇരുപത്തിരണ്ടാമത്തെ വയസ്സിൽ അപ്രത്യക്ഷനാകുന്നതിനു മുമ്പെടുത്ത ഒരു ചിത്രം, അതിലയാൾ എന്നേക്കാൾ കുറച്ചു കൂടി ചെറുപ്പമായിട്ടേ തോന്നുമായിരുന്നുള്ളൂ. ഫോട്ടോയും ഫോട്ടോകോപ്പിയും വളരെക്കാലം എന്റെ ഡെസ്കിൽ സ്ഥാനം പിടിച്ചിരുന്നു. ഞാനവരിൽ തന്നെ തുറിച്ചു നോക്കിയിരിക്കുകയോ അല്ലെങ്കിൽ കിടപ്പുമുറിയിലേക്ക് അവയെ എടുത്തുകൊണ്ടു പോയി ഉറങ്ങുന്നതുവരെ അവയിൽതന്നെ നോക്കുകയോ ചെയ്യാറുണ്ടായിരുന്നു.

സെൻസിനി എന്റെയും ഒരു ചിത്രം അയച്ചുകൊടുക്കുവാനായി എന്നോടാവശ്യപ്പെട്ടു. അടുത്ത കാലത്തെടുത്ത ഒന്ന് എന്റെ കൈവശമുണ്ടായിരുന്നില്ല. അതുകൊണ്ട് തന്നെ സ്റ്റേഷനിലെ ഫോട്ടോ ബൂത്തിൽ പോയി ഒന്നെടുക്കുവാൻ ഞാൻ തീരുമാനിച്ചു. ഗിരോനയിൽ മൊത്തമായി അന്ന് ആകെക്കൂടി ഉണ്ടായിരുന്ന ഒരേയൊരു ബൂത്തായിരുന്നു അത്. പക്ഷേ ഫോട്ടോകൾ പുറത്തു വന്നിരുന്ന രീതി എനിക്കിഷ്ടമായില്ല. ഞാൻ വിരൂപനും മെലിഞ്ഞ വനും വെടിപ്പിക്കാലത്ത മുടിയുള്ളവനുമാണെന്ന് അത് കാൺകെ എനിക്കു തോന്നി. അതുകൊണ്ട് തന്നെ അവയൊന്നും അയക്കുവാൻ എനിക്കു മനസുവന്നില്ല. പിന്നീട് ഫോട്ടോ ബൂത്തിൽ കൂടുതൽ പണം ചിലവഴിക്കുവാനായി ഞാൻ മടങ്ങിപ്പോയി അവസാനം അവയിൽ നിന്നൊരൊണ്ണം ഞാൻ തിരഞ്ഞെടുത്തു. ഒരു കവറിൽ ഒരു പോസ്റ്റ് കാർഡിനൊപ്പം അതിട്ട് സെൻസിനിയുടെ മേൽവിലാസത്തിൽ അയച്ചു. കുറച്ചു മുമ്പാണ് എനിക്കൊരു മറുപടി ലഭിച്ചത്. ഇതിനിട യിൽ നീണ്ടതും വളരെ മോശവുമായ കവിതയാണ് എഴുതിയെന്ന് ഞാനോർക്കുന്നു. അതിനുള്ളിൽ നിറയെ ശബ്ദങ്ങളും മുഖങ്ങളുമാ യിരുന്നു. ആദ്യമത് വ്യത്യസ്തമായ ഒന്നാണെന്നു തോന്നിക്കുകയും ചെയ്തിരുന്നു. പക്ഷേ അവയെല്ലാം തന്നെ മിറാൻഡാ സെൻസിനിയെ ഉദ്ദേശിച്ചുകൊണ്ടുള്ളതു മാത്രമായിരുന്നു. കവിതയ്ക്കുള്ളിൽ ഞാനത് തിരിച്ചറിഞ്ഞു കഴിഞ്ഞപ്പോൾ വാക്കുകളിലേക്കത് രൂപാന്തരപ്പെട്ടു ത്തിയപ്പോൾ, അവളോട് എനിക്കങ്ങനെ പറയുവാൻ കഴിയുമായി രുന്നു: മിറാൻഡാ ഇതു ഞാനാണ്, നിന്റെ പിതാവിന്റെ സുഹൃത്തും പത്രപ്രവർത്തകനുമാണ് ഞാൻ, അവൾ തിരിഞ്ഞുകൊണ്ട് സ്വന്തം സഹോദരനെ അന്വേഷിച്ചു ഓടിപ്പോവുകയായിരുന്നു.

മറുപടി വന്നു കഴിഞ്ഞപ്പോൾ നീണ്ടതും സൗഹൃദാത്മകവുമായി രുന്നു. എന്റെ ഫോട്ടോയെക്കുറിച്ച് സെൻസിനിയുടെയും കാർമേല യുടെയും അഭിപ്രായം നിശ്ചിതമായ ഒന്നായിരുന്നു. എന്റെ രൂപം നന്നായിരിക്കുന്നുയെന്നവർ വിചാരിച്ചു. അവർ സങ്കല്പിച്ചതുപോലെ അല്പം ശോഷിച്ച ഒരു ശരീരപ്രകൃതിയാണെനിക്കുണ്ടായിരുന്നത്. ഗിരോന ദേവാലയത്തിന്റെ ചിത്രമുള്ള പോസ്റ്റ് കാർഡും അവർക്ക് ഇഷ്ടമായി. അടുത്ത ഭാവിയിൽ അത് അവർക്ക് നേരിട്ട് കാണണ മെന്ന് ആഗ്രഹമുണ്ട്. കുറച്ച് സാമ്പത്തികവും ഗാർഹിക പ്രശ്നങ്ങളും പരിഹരിച്ചശേഷം അത് സാധ്യമാവും എന്നവർ വിശ്വസിച്ചു. ഒരു കാര്യം വ്യക്തമായിരുന്നു, ഇവിടേക്കുവരുമ്പോൾ എന്റെ താമസസ്ഥ ലത്ത് കഴിയണമെന്ന പ്രത്യാശ അവരിൽ ഉണ്ടെന്നു തീർച്ചയായി. ഇതിനുപകരമായി മാഡ്രിഡിൽ ഞാൻ എപ്പോൾ പോയാലും എന്റെ

താമസം ഒരുക്കുവാനും അവർ തയ്യാറാണ്. അതൊരു ഒതുക്കമുള്ള ഫ്ലാറ്റാണ്, അത്ര വൃത്തിയുള്ള ഒന്നല്ല. സെൻസിനി എഴുതി. എഴുപതുകളിൽ ലാറ്റിനമേരിക്കയിൽ പ്രസിദ്ധമായിരുന്ന കോമിക് ഗതഷൊ സ്ട്രീറ്റിനെ അനുകരിച്ചുകൊണ്ടാണയാൾ അത് സൂചിപ്പിച്ചത്. അയാളുടെ സാഹിത്യപരമായ പദ്ധതികളെക്കുറിച്ചയാൾ ഒന്നും തന്നെ വ്യക്തമാക്കിയില്ല. മത്സരങ്ങളെക്കുറിച്ചുള്ള വിവരങ്ങളിലേക്കും അയാൾ കടന്നില്ല. ആദ്യം മിറാൻഡക്ക് എന്റെ കവിത അയച്ചു കൊടുത്താലെന്താണെന്ന് ഞാൻ ചിന്തിച്ചു. പക്ഷേ കൂടുതലായ ശങ്കയ്ക്കും ആത്മാന്വേഷണത്തിനും ശേഷം അത് ഞാൻ വേണ്ടെന്നു വച്ചു. തീർച്ചയായും എന്റെ മാനസിക നിലയ്ക്കു വീഴ്ചവരുത്തും. ഞാൻ വിചാരിച്ചു. ഞാനവർക്ക് കവിത അയച്ചുകൊടുക്കുകയാണെങ്കിൽ സെൻസിനിയിൽ നിന്നും പിന്നീട് കത്തുകൾ ഒന്നും ലഭിച്ചില്ലെന്നു വരും. ഇതിൽ അയാളെ ആർക്കാണ് കുറ്റപ്പെടുത്തുവാൻ കഴിയുക? അതുകൊണ്ട് ഞാനത് അയച്ചില്ല. കുറച്ചു നാളുകൾ പുതിയ സാഹിത്യമത്സരങ്ങൾക്കുള്ള അന്വേഷണം ഞാൻ സ്വയം ആരംഭിച്ചു.

അവർ തീർച്ചയായും വരണമെന്നു പറഞ്ഞുകൊണ്ട് ഞാൻ തിരിച്ചെഴുതി. അയാളെയും കാർമീലയേയും എന്റെ ഭവനത്തിലേക്കു ഞാൻ സ്വാഗതം ചെയ്യുന്നു. അവിടെ വന്നവർ താമസിക്കട്ടെ എന്നു ഞാൻ ക്ഷണിച്ചു. നിരവധി ദിനങ്ങൾ ഞാൻ വീട് ശുത്ത് വൃത്തിയാക്കുന്നതിലും തുടച്ചുവെടിപ്പാക്കുന്നതിലും പൊടി തട്ടിശുദ്ധമാക്കുന്നതിലും മുഴുകി കഠിനാദ്ധ്വാനം ചെയ്തു. അവരേതു സമയവും ഇവിടേക്കു കടന്നുവരുമെന്ന് സ്വയം ബോധ്യപ്പെട്ട് (ഇതിന് വലിയ അടിസ്ഥാനമൊന്നുമുണ്ടായിരുന്നില്ല) മിറാൻഡയും അവർക്കൊപ്പമുണ്ടാകുമെന്ന് കരുതി ഞാൻ കഴിഞ്ഞു. അയാൾക്ക് ഒരു സൗജന്യ യാത്രാ ടിക്കറ്റ് ലഭിക്കുന്നതിനാൽ രണ്ട് ടിക്കറ്റുകൾ മാത്രമെ കൂടുതലായി എടുക്കേണ്ടിയിരുന്നുള്ളൂ. കാറ്റലോണിയയെക്കുറിച്ച് ഞാൻ കൂടുതൽ ബലം കൊടുത്തുകൊണ്ട് പറഞ്ഞു. അവിടെ കാണുവാനും ചെയ്യുവാനും എത്രയെത്ര അത്ഭുതകരമായ വസ്തുതകളാണുള്ളത്. ബാഴ്സലോണ, അലോട്ട്, കോസ്റ്റാബ്രാവ എന്നിവയെക്കുറിച്ച് ഞാൻ സൂചിപ്പിച്ചു. നമുക്ക് ഒരുമിച്ച് ചെലവഴിക്കുവാൻ കഴിയുന്ന സന്തോഷകരമായ ദിനങ്ങളെക്കുറിച്ചും ഞാൻ സൂചിപ്പിച്ചു. ഒരു നീണ്ട മറുപടിക്കുള്ളിൽ എന്റെ ക്ഷണത്തിന് നന്ദി പറഞ്ഞുകൊണ്ട് സെൻസിനി ആ സമയം തങ്ങൾക്ക് മാഡ്രിഡ് വിടാനാവില്ലെന്ന് പറഞ്ഞു. ഇതിനുമുമ്പത്തെ കത്തുകളിൽ ഒന്നും കാണാത്തതുപോലെ ഇത് കുറച്ചൊക്കെ അസ്വസ്ഥത ജനിപ്പിക്കുന്ന ഒന്നായിരുന്നു. ഇടയ്ക്ക് മധ്യത്തിൽ വച്ച് അയാൾ മത്സരത്തിന്റെ കാര്യത്തിലേക്കു മടങ്ങിവന്നുവെങ്കിലും (ഒരെണ്ണം കൂടി

അയാൾ വിജയിച്ചു എന്നാണ് ഞാൻ വിചാരിക്കുന്നത്) എന്നെ പ്രചോദിപ്പിക്കുവാൻ അയാൾ മടികാണിച്ചില്ല. തുടർന്നും ശ്രമിച്ചു കൊണ്ടിരിക്കുക.. എഴുത്തുകാരുടെ ജോലിയെക്കുറിച്ച് അല്ലെങ്കിൽ തൊഴിലിനെക്കുറിച്ച് അയാൾ എന്തൊക്കെയോ പറഞ്ഞു. അയാളുടെ വാക്കുകൾ ഭാഗികമായെനിക്കും ഭാഗികമായി അയാൾക്കുമുള്ളതാണെന്ന് എനിക്ക് അനുഭവപ്പെട്ടു. ഒരു ഓർമപ്പെടുത്തൽ പോലെ അതെനിക്ക് തോന്നി. അവസാനഭാഗത്ത് ഞാനെത്തിച്ചേർന്നപ്പോൾ അയാളുടെ കുടുംബത്തിൽ ആർക്കോ നല്ല സുഖമില്ലായെന്ന ഒരു തോന്നൽ എനിക്കുണ്ടായി. രണ്ടോ മൂന്നോ മാസങ്ങൾക്കുശേഷം സെൻസിനി ഒരു കാര്യം വ്യക്തമാക്കുവാനെനിക്കെഴുതി. പൊതുശ്മശാനത്തിൽ അടുത്ത കാലത്ത് കണ്ടെത്തിയ ശരീരങ്ങളിലൊന്ന് ഒരു പക്ഷേ ഗ്രെഗോറിയോയുടെതായിരിക്കാം. അയാളുടെ കത്ത് നിയന്ത്രണമേർപ്പെടുത്തിയ ഒന്നായിരുന്നു. അയാളുടെ കത്ത് പിടിച്ചുനിർത്തപ്പെട്ടതുപോലെയാണ് തോന്നിയത്. അവിടെ സങ്കടത്തിന്റെ പുറത്തേക്കൊഴുക്കൽ ഉണ്ടായിരുന്നില്ല. അയാൾ ആകെക്കൂടി പറഞ്ഞത്, ഒരു പ്രത്യേക ദിവസം, ഒരു പ്രത്യേക സമയത്ത് ഫൊറൻസിക് പാഥോളിജിസ്റ്റുകളുടെ ഒരു കൂട്ടവും സംരക്ഷണസമിതി അംഗങ്ങളും ചേർന്ന് ചെറുപ്പക്കാരായ അൻപത് പേരുടെ ഒരു കൂട്ടം ശവക്കുഴി (അവരെ അടക്കിയിരുന്ന സ്ഥലത്തുനിന്നും) തുറന്നു. അന്നാദ്യമായി ഇതിനൊരു മറുപടി എഴുത്തിലൂടെ കൈമാറുവാൻ ഞാനാഗ്രഹിച്ചില്ല. അയാളെ ഫോണിൽ വിളിക്കുവാനായിരുന്നു എനിക്കിഷ്ടം. പക്ഷേ അയാൾക്കൊരു ടെലിഫോൺ ഉണ്ടെന്ന് ഞാൻ വിചാരിക്കുന്നില്ല. അങ്ങിനെയൊന്നുണ്ടെങ്കിൽ തന്നെ അതിന്റെ നമ്പർ എനിക്കറിഞ്ഞുകൂടായിരുന്നു. എന്റെ കത്ത് ഹ്രസ്വമായിരുന്നു. എനിക്കു വല്ലാത്ത ദുഃഖമുണ്ടെന്ന് ഞാൻ പറഞ്ഞു. പക്ഷേ, അവർക്കിപ്പോഴും ഗ്രെഗൗറിയോയുടെ ശരീരമാണെന്നുമുള്ള കാര്യത്തിൽ യാതൊരു നിശ്ചയവുമുണ്ടായിരുന്നില്ല. വേനൽക്കാലമായി തീരത്തുള്ള ഒരു ഹോട്ടലിൽ ഞാനൊരു ജോലി കണ്ടെത്തി. മാഡ്രിഡിൽ ആ വേനൽക്കാലത്ത് നിരവധി പ്രഭാഷണങ്ങൾ സംഘടിപ്പിക്കപ്പെട്ടിരുന്നു. അതോടൊപ്പം സാംസ്കാരിക പ്രവർത്തനങ്ങളും അനുബന്ധ കോഴ്സുകളുമുണ്ടായിരുന്നു. പക്ഷേ, സെൻസിനി അവയിലൊന്നും തന്നെ പങ്കെടുക്കുകയോ അല്ലെങ്കിൽ അയാളതിൽ പങ്കെടുത്താൽ തന്നെ അതിനെക്കുറിച്ച് ഞാൻ വായിക്കുന്ന പത്രങ്ങളിലൊന്നും സൂചനകൾ നൽകുകയോ ചെയ്തിരുന്നില്ല.

ഓഗസ്റ്റ് അവസാനം ഞാനയാൾക്കൊരു കാർഡയച്ചു. ഒരുപക്ഷേ, സീസൺ അവസാനിക്കുമ്പോൾ ഞാനയാളെ സന്ദർശിക്കുവാൻ

വരും അത്രമാത്രമേ അതിൽ കുറിച്ചുള്ളൂ. സെപ്റ്റംബർ മധ്യത്തിൽ ഞാൻ ഗിറോനയിലേക്ക് മടങ്ങി വന്നപ്പോൾ, വാതിലിനിടയിൽ തിരുകിവച്ച ഒരു കൂട്ടം കത്തുകൾക്കിടയിൽ നിന്നും ഓഗസ്റ്റ് 7 തിയ്യതി സെൻസിനി എനിക്കയച്ച ഒരു കത്ത് ഞാൻ കണ്ടെത്തി. വിടപറയുവാൻ വേണ്ടിയാണയാൾ ആ കത്തെഴുതിയിരുന്നത്. അയാൾ തിരിച്ച് അർജന്റിനയിലേക്ക് പോവുകയാണ്. അവിടെ ജനാധിപത്യം തിരിച്ചുവരികയും ജീവിതം സുരക്ഷിതവുമാണെന്ന് അയാൾ അറിഞ്ഞു.

അതുകൊണ്ട് ഇനിയും ദൂരെയുള്ള ഈ താമസത്തിന് ഒരു പ്രാധാന്യവുമില്ലാതായിരിക്കുന്നു. ഗ്രഗോറിയോക്ക് എന്തു സംഭവിച്ചുവെന്നറിയുവാൻ അയാൾക്കുമുന്നിൽ ഈയൊരു മാർഗമേ ഉണ്ടായിരുന്നുള്ളൂ. കാർമില തീർച്ചയായും എന്നോടൊപ്പം വരുന്നുണ്ട്, അയാൾ പറഞ്ഞു, പക്ഷേ മിറാൻഡ ഇവിടെത്തന്നെയുണ്ടായിരിക്കും. എന്റെ കൈവശം ആകെയുണ്ടായിരുന്ന ഒരു മേൽവിലാസത്തിൽ ഞാനുടനെതന്നെ അയാൾക്കെഴുതി. പക്ഷേ അതിന് മറുപടിയൊന്നും ലഭിച്ചില്ല. അവസാനം എനിക്കുമനസ്സിലായി. നല്ലതിനുവേണ്ടി സെൻസെനി അർജന്റീനയിലേക്ക് മടങ്ങിപ്പോയിരിക്കുന്നു. ഒരിക്കൽക്കൂടി അയാൾ എനിക്കെഴുതിയില്ലെങ്കിൽ ഞങ്ങളുടെ കത്തിടപാടുകൾ അതോടെ അവസാനിക്കും. അയാളുടെ ഒരു കത്തിടപാടിനുവേണ്ടി ഞാൻ ദീർഘകാലം കാത്തിരുന്നു. അല്ലെങ്കിൽ അതങ്ങിനെയാണെന്നാണ് എനിക്കു തോന്നുന്നത്. കത്ത് തീർച്ചയായും പിന്നീടൊരിക്കലും വന്നില്ല.

ഒരിക്കൽക്കൂടി ഞാൻ മാഡ്രിഡിലെ മേൽവിലാസത്തിലെഴുതി. കത്ത് മിറാൻഡക്കു ലഭിക്കുമെന്ന പ്രത്യാശയിലാണ് ഞാനങ്ങനെ ചെയ്തത്. പക്ഷേ, ഒരു മാസത്തിനു ശേഷം അത് മേൽവിലാസക്കാരനെ കണ്ടെത്താൻ കഴിഞ്ഞില്ല എന്ന കുറിപ്പോടെ എനിക്കു തിരികെ ലഭിച്ചു. അതുകൊണ്ട് ഞാൻ ശ്രമങ്ങൾ ഉപേക്ഷിച്ച് ദിനങ്ങൾ കടന്നു പോകട്ടെ എന്നു വിചാരിച്ചു സാവധാനം ഞാൻ സെൻസിനിയെക്കുറിച്ച് മറന്നു. പക്ഷേ, ബാഴ്സലോണയിലേക്കുള്ള എന്റെ അപൂർവ്വം സന്ദർശനവേളകളിൽ ചിലപ്പോൾ സെക്കന്റ് ഹാൻഡ്ബുക്ക് ഷോപ്പുകളിൽ അപരാഹ്നങ്ങൾ മുഴുവനും അയാളുടെ മറ്റു പുസ്തകങ്ങളെക്കുറിച്ച് അന്വേഷിക്കുമായിരുന്നു. എനിക്കാകെക്കൂടി കണ്ടെത്തുവാൻ കഴിഞ്ഞത് ഉഗാർതെയുടെ പഴയ കോപ്പികൾ മാത്രമായിരുന്നു. കൂട്ടത്തിൽ അടുത്തകാലത്ത് റിസീവർ ഭരണത്തിലായ ഒരു കമ്പനി പ്രസിദ്ധീകരിച്ച കഥകളുടെ സമാഹാരവുമുണ്ടായിരുന്നു.

ഒന്നോ രണ്ടോ വർഷത്തിനു ശേഷം അയാൾ മരിച്ചുപോയെന്നു ഞാൻ കണ്ടെത്തി. ഞാനിത് ഒരു പത്രത്തിൽ വായിച്ചറിഞ്ഞു. അത് ഏതിലാണന്ന് എനിക്കറിയില്ല. അല്ലെങ്കിൽ ഞാനത് വായിച്ചിട്ടില്ലായിരിക്കും. ആരെങ്കിലും എന്നോടു പറഞ്ഞതാകുവാനും മതി. പക്ഷേ ആ കാലത്ത് അയാളെ അറിയാവുന്ന ആരോടും ഞാൻ സംസാരിച്ചതായും ഓർക്കുന്നില്ല. അപ്പോൾ ഞാനദ്ദേഹത്തെക്കുറിച്ചുള്ള മരണക്കുറിപ്പ് എവിടെയെങ്കിലും വായിച്ചതായിരിക്കും. അത് ഹ്രസ്വമായ ഒന്നായിരുന്നു. ഞാനത് ഓർക്കുന്നുണ്ട്. അർജന്റീനിയൻ എഴുത്തുകാരനായ ലൂയിസ് ആന്റോണിയോ സെൻസിനി, അദ്ദേഹം നിരവധി കാലം സ്പെയിനിൽ പ്രവാസജീവിതം നയിക്കുകയായിരുന്നു, ബ്യൂനസ് അയേർസിൽ വച്ച് മരിച്ചിരിക്കുന്നു. ചരമക്കുറിപ്പിന്റെ അവസാനം ഉഗാർതെയക്കുറിച്ചൊരു സൂചനയുമുണ്ടായിരുന്നു എന്നു ഞാൻ വിചാരിക്കുന്നു. എന്തുകൊണ്ടാണെന്നെനിക്കറിഞ്ഞുകൂടാ, പക്ഷേ, അതൊരുപകാരമായ ഒന്നായെന്നെനിക്ക് തോന്നി. മരിക്കുവാൻ വേണ്ടി മാത്രം സെൻസിനി ബ്യൂനസ് അയേർസിലേക്ക് മടങ്ങിപ്പോയിരുന്നു ഞാൻ വിശ്വസിച്ചു. കുറച്ചുകാലത്തിനുശേഷം സെൻസിനിയുടെയും കാർമിലയുടെയും മിറാൻഡയുടെയും ഫോട്ടോകളും ഗ്രെഗോറിയോയുടെ ഫോട്ടോകോപ്പി രൂപവും എന്റെ മറ്റുള്ള ഓർമ്മകൾക്കൊപ്പം ഒരു കാർഡ് ബോർഡ് പെട്ടിക്കുള്ളിൽ വച്ച് കടത്തിവിടുകയായിരുന്നു. പക്ഷേ, വെളിപ്പെടുത്താൻ കഴിയാത്ത എന്റേതായ കാരണങ്ങളാൽ ഞാനിപ്പോഴും അത് അഗ്നിനാളങ്ങൾക്ക് സമർപ്പിച്ചിരുന്നില്ല.

എന്റെ വീടിന്റെ വാതിലിൽ ഒരു മുട്ടുകേട്ടു. അപ്പോൾ സമയം ഏതാണ്ട് പാതിരാവായിരുന്നു. പക്ഷേ, ഞാനുണർന്നിരിക്കുകയായിരുന്നു. ഒരു വലിയ ഷോക്കാണ് എനിക്കനുഭവപ്പെട്ടത്. ഗിറോനയിൽ എനിക്കു വളരെക്കുറച്ചുപേരെ മാത്രമെ പരിചയമുണ്ടായിരുന്നുള്ളു. പക്ഷേ അവരിലാരും തന്നെ അസാധാരണമായ ഒരു കാരണവുമില്ലാതെ ഈ അസമയത്ത് വന്ന് മുട്ടിവിളിക്കുവാൻ പോകുന്നില്ല. ഞാൻ വാതിൽ തുറന്നപ്പോൾ നീണ്ടമുടിയുള്ള കറുത്ത ഓവർകോട്ട് ധരിച്ച ഒരു സ്ത്രീയെ കണ്ടു. അത് മിറാൻഡ സെൻസിനിയായിരുന്നു. അവളുടെ ഫോട്ടോ സെൻസിനി അയച്ചുതന്നതിൽ നിന്നൊക്കെ വിഭിന്നമായ ഒരു രൂപമാണെങ്കിലും എനിക്കവളെ തിരിച്ചറിയുവാൻ കഴിഞ്ഞു. അവൾക്കരികിലായി നീണ്ട സ്വർണ്ണതലമുടിയുള്ള ഒരു ചെറുപ്പക്കാരനെ കണ്ടു. കഴുകന്റെ ചുണ്ടുപോലെ വളഞ്ഞ ഒരു നാസികയാണയാൾക്കുണ്ടായിരുന്നത്.

ഞാൻ മിറാൻഡ സെൻസിനി ആണ്. ഒരു ചിരിയോടെ അവൾ എന്നോട് പറഞ്ഞു. എനിക്കറിയാം. അവരെ അകത്തേയ്ക്ക് ക്ഷണിക്കുന്നതിനിടയിൽ ഞാൻ പറഞ്ഞു. അവർ ഇറ്റലിയിലേയ്ക്ക് പോകുന്ന വഴിയാണ് കയറിയത്. അതിനുശേഷം ഏഡ്രിയാറ്റിക് കടന്ന് അവർക്ക് ഗ്രീസിലേക്ക് പോകണം. അവരുടെ കൈയിൽ വേണ്ടത്ര പണമില്ലായിരുന്നതിനാൽ കിട്ടുന്ന വാഹനത്തിൽ കയറിയാണിവിടെ എത്തിച്ചേർന്നത്. ആ രാത്രിയിൽ അവർ എന്റെ ഭവനത്തിലുറങ്ങി. അവർക്ക് കഴിക്കുവാനായി ഞാൻ എന്തൊക്കെയോ ഉണ്ടാക്കി. ചെറുപ്പക്കാരന്റെ പേര് സെബാസ്റ്റ്യൻ കോമാൽ എന്നായിരുന്നു. അയാളും ജനിച്ചത് അർജന്റീനയിലായിരുന്നു. പക്ഷേ കുട്ടിക്കാലം മുതൽ അയാൾ മാഡ്രിഡിലാണ് ജീവിച്ചിരുന്നത്. മിറാൻഡ വീട് ചുറ്റിക്കാണുന്നതിനിടയിൽ എന്നെ സഹായിച്ചു. അവളെ നിങ്ങൾക്ക് വളരെക്കാലമായിട്ടറിയാമോ? അവൻ ചോദിച്ചു. കുറച്ചു നിമിഷങ്ങൾക്കുമുൻപു വരെ അവളെ ഞാനൊരു ഫോട്ടോയിൽ മാത്രമേ കണ്ടിട്ടുണ്ടായിരുന്നുള്ളൂ. ഞാൻ മറുപടി പറഞ്ഞു.

അത്താഴശേഷം ഒരു മുറി ഞാനവർക്കായി തയ്യാറാക്കി. അവർക്കാവശ്യമുള്ള സമയത്ത് ഉറങ്ങാൻ പോകാമെന്നും ഞാനവരോട് പറഞ്ഞു. ഞാൻ സ്വയം ഉറങ്ങുവാൻ പോകുന്നതിനെക്കുറിച്ച് ആലോചിച്ചു. പക്ഷേ അത് വിഷമകരമായ ഒന്നാണെന്ന് തിരിച്ചറിയുകയും ചെയ്തു. ഉറങ്ങാൻ കഴിയുന്നില്ലെങ്കിൽ അതിനുമുൻപ് കുറച്ചുസമയം എല്ലാമൊന്ന് ശരിയാക്കുവാൻ ഞാനവരെ അനുവദിച്ചു. പിന്നീട് ഞാൻ താഴേക്കിറങ്ങി ടെലിവിഷൻ പ്രവർത്തിപ്പിച്ച് അതിന്റെ ശബ്ദം താഴ്ത്തിവച്ചു. പിന്നീട് ഞാൻ സെൻസിനിയെക്കുറിച്ചോർത്ത് അവിടെയിരുന്നു. പെട്ടെന്ന് ആരോ സ്റ്റെയർകേയ്സിലൂടെ വരുന്നതായെനിക്കു തോന്നി. അത് മിറാൻഡ ആയിരുന്നു. അവൾക്കും ഉറങ്ങുവാൻ കഴിഞ്ഞിരുന്നില്ല. അവൾ എന്റെയടുത്ത് വന്നിരുന്ന് എന്നോടൊരു സിഗരറ്റ് ചോദിച്ചു. ആദ്യം ഞങ്ങൾ അവരുടെ യാത്രയെക്കുറിച്ചും ഗിറോനയെക്കുറിച്ചും (അവർ ദിവസം മുഴുവനും നഗരത്തിലുണ്ടായിരുന്നു. പക്ഷേ എന്റെ ഭവനത്തിലേക്കിത്രയും വൈകി അവർ വന്നതുകൊണ്ടാണ് ഞാൻ തിരക്കിയില്ല) സംസാരിച്ചു. പിന്നീട് ഞങ്ങൾ അവരുടെ പിതാവിനെയും സഹോദരനെക്കുറിച്ച് സംസാരിച്ചു. മിറാൻഡയുടെ അഭിപ്രായത്തിൽ ഗ്രെഗൊറിയായുടെ മരണമേൽപ്പിച്ച ആഘാതത്തിൽ നിന്നും സെൻസിനി മുക്തനായിരുന്നില്ല. അർജന്റീനിയയിൽ കാര്യങ്ങൾ എങ്ങനെയുണ്ട്. ഞാൻ അവളോട് ചോദിച്ചു. ഇവിടുത്തെപ്പോലെതന്നെ – മിറാൻഡ പറഞ്ഞു. അതെ എല്ലായിടത്തേയും പോലെ തന്നെ. പക്ഷേ, അയാൾ

അർജന്റീനയിൽ പ്രസിദ്ധനും സ്നേഹിക്കപ്പെടുന്നവനുമായിരുന്നില്ലേ. ഞാൻ പറഞ്ഞു. ഇവിടുത്തെ പോലെ തന്നെ... അവൾ പറഞ്ഞു.

ഞാൻ അടുക്കളയിൽ നിന്നും ഒരു കുപ്പി കോണിയാക്ക് സംഘടിപ്പിച്ച് അവൾക്കൊരു ഡ്രിങ്ക് ഓഫർ ചെയ്തു. നിങ്ങൾ കരയുകയാണ്... അവൾ പറഞ്ഞു. ഞാനവളുടെ നേർക്കു നോക്കിയപ്പോൾ അവൾ മുഖം തിരിച്ചു. നിങ്ങൾ കരയുകയായിരുന്നോ, അവൾ ചോദിച്ചു. ഞാൻ ടി.വി കാണുകയായിരുന്നു. അല്ല ഞാനുദ്ദേശിക്കുന്നത് ഞങ്ങൾ വന്നപ്പോഴത്തെ കാര്യമാണ്. കുറച്ചധികം സമയം ഞങ്ങളിവിടെ നിശബ്ദരായിരുന്നു. കുടിച്ചുകൊണ്ടിരുന്നു. ടെലിവിഷൻ സ്ക്രീനിലെ കറുപ്പും വെളുപ്പും പ്രതിബിംബങ്ങളും ഞാൻ നോക്കികൊണ്ടിരുന്നു.

എന്നോടെന്തെങ്കിലും പറയൂ. ഞാൻ പറഞ്ഞു. നിങ്ങളുടെ പിതാവ് എന്തുകൊണ്ടാണ് ഗ്രിഗോറിയോ എന്ന പേര് തിരഞ്ഞെടുത്തത്. അത് കാഫ്കയുടെ സ്വാധീനം കൊണ്ടു തന്നെ, തീർച്ചയാണ്-മിറാൻഡ അതുകൊണ്ടാണ് ഞാനുമത് വിചാരിച്ചു. ഞാൻ പറഞ്ഞു... അപ്പോൾ സെൻസിനിയുടെ അർജന്റിനിയയിലെ അവസാന നാളുകളെക്കുറിച്ച് മിറാൻഡ എന്നോട് പറഞ്ഞു. നിരവധി അർജന്റീനിയൻ ഡോക്ടർമാരുടെ ഉപദേശത്തെ അവഗണിച്ച അയാൾ മാഡ്രിഡിൽ നിന്ന് പോകുമ്പോൾ തന്നെ രോഗമുള്ള അവസ്ഥയിലായിരുന്നു. അയാളുടെ ചികിത്സയ്ക്കായി ഒരിക്കലും അവർ പണം വാങ്ങിയിരുന്നില്ല. ദേശീയ ആരോഗ്യ സ്കീമിൽ പെടുത്തി നിരവധി തവണ ഇത് ചെയ്ത് കൊടുത്തു. അർജന്റീനയിലേയ്ക്കുള്ള തിരിച്ചുപോക്ക് ഒരേസമയം വേദനിപ്പിക്കുന്നതും സന്തോഷം പകർന്നുതരുന്നതുമായിരുന്നു. ആദ്യത്തെ ആഴ്ചകളിൽ ഗ്രിഗോറിയോയെ കണ്ടെത്തുന്നതിനാണയാൾ ശ്രമിച്ചത്. യൂണിവേഴ്സിറ്റിയിലെ തന്റെ ജോലിയിലേയ്ക്ക് മടങ്ങിപ്പോകുവാൻ അയാൾ ആഗ്രഹിച്ചു. പക്ഷേ ബ്യൂറോക്രസിയും അനിവാര്യമായ അസൂയകളും വെറുപ്പുകളും ചേർന്ന് കാര്യങ്ങൾ മാറ്റിമറിച്ചു. അതുകൊണ്ട് ഒന്നുരണ്ട് പ്രസാധകർക്കുവേണ്ടി പരിഭാഷ ജോലികൾ ഏറ്റെടുക്കുവാൻ അയാൾക്ക് തയ്യാറാകേണ്ടിവന്നു. കാർമേലയ്ക്ക് എങ്ങിനെയോ ഒരു അധ്യാപക ജോലികിട്ടി. അങ്ങനെ അവസാനം അവളുടെ ഒരേയൊരു വരുമാനം കൊണ്ടാണവർ ജീവിച്ചിരുന്നത്. ഓരോ ആഴ്ചയും സെൻസിനി മിറാൻഡയ്ക്ക് എഴുതിക്കൊണ്ടിരുന്നു. താൻ അധികകാലമൊന്നും ജീവിക്കുകയില്ല എന്നയാൾക്ക് അറിയാമായിരുന്നു. ഗ്രഗോറിയോയെ സംബന്ധിച്ചിടത്തോളം ഒന്നും നിർണ്ണായകമായി സംഭവിച്ചിട്ടുമുണ്ടായിരുന്നില്ല. ചില പാതോളജിസ്റ്റുകളുടെ അഭിപ്രായത്തിൽ അയാളുടെ എല്ലുകൾ കൂട്ടശ്മശാനത്തിൽ നിന്നെടുത്ത് കത്തിച്ചുകളഞ്ഞ കൂട്ടത്തിൽ പെട്ടിട്ടുണ്ടാകുമായിരുന്നു.

പക്ഷേ അവർക്ക് തീർച്ചയായും ഒരു ഡി.എൻ.എ ടെസ്റ്റ് ചെയ്യേണ്ടതുണ്ടായിരുന്നു. ഗവൺമെന്റിന് ഇതിനുവേണ്ടത്ര പണമോ അല്ലെങ്കിൽ ഇത് ചെയ്യുവാനുള്ള താത്പര്യമോ ഉണ്ടായിരുന്നില്ല. അതുകൊണ്ട് അവരിത് നീട്ടിക്കൊണ്ടുപോയി. ഗ്രെഗ് ഒളിച്ചുതാമസിച്ചിരുന്ന കാലത്ത് അവനോടൊപ്പമുണ്ടായിരുന്ന പെൺകുട്ടിയെക്കുറിച്ച് അന്വേഷിക്കുവാൻ സെൻസിനി തയ്യാറായി. പക്ഷേ, അവളെയും കണ്ടെത്താൻ അയാൾക്കു കഴിഞ്ഞില്ല. പിന്നീടയാളുടെ ആരോഗ്യനില മോശമാവുകയും ആശുപത്രിയിൽ പ്രവേശിപ്പിക്കേണ്ടതായും വന്നു. അതിനുശേഷം അയാൾ എഴുതിയതുമില്ല. മിറാൻഡ പറഞ്ഞു. അതയാളെ സംബന്ധിച്ചിടത്തോളം എപ്പോഴും പ്രാധാന്യമർഹിക്കുന്നതുമായിരുന്നു. ഓരോ ദിവസവും എഴുതുകയെന്നത് അയാൾക്കത്രമേൽ പ്രിയപ്പെട്ടതായിരുന്നു. എന്തൊക്കെ സംഭവിച്ചാലും ഇതിനു മുടക്കം വരുത്തിയിരുന്നില്ല. അതെ, അത് തന്നെയായിരുന്നു അയാളുടെ സ്വഭാവം, ഞാൻ പറഞ്ഞു. ബ്യൂനസ് അയേർസിൽ ഏതെങ്കിലും സാഹിത്യമത്സരത്തിൽ അയാൾ പങ്കെടുത്തുവോ എന്ന് ഞാനവളോട് ചോദിച്ചു.

മിറാൻഡ എന്നെ നോക്കി ഒന്നു ചിരിച്ചു. തീർച്ചയായും നിങ്ങൾക്കൊപ്പമായിരുന്നു അയാൾ എല്ലാ മത്സരങ്ങളിലും പങ്കെടുത്തിരുന്നത്. നിങ്ങളെ കണ്ടുമുട്ടിയതും മത്സരങ്ങളിലൂടെയായിരുന്നല്ലോ. അപ്പോഴാണ് ഒരു കാര്യം എനിക്കു മനസ്സിലായത്. അവളുടെ പിതാവിന്റെ കൈയ്യിലുള്ള എല്ലാ മേൽവിലാസങ്ങളും അവൾ എടുത്ത് സൂക്ഷിച്ചു. അതിൽ നിന്നാണെന്റെയും മേൽവിലാസം കണ്ടെത്തിയത്. ഞാനാരാണ് എന്ന കാര്യം അടുത്തകാലത്താണ് അവൾ മനസിലാക്കിയത്. മിറാൻഡ എനിക്കു വേണ്ടി കുറച്ച് കൂടി കോണിയാക്ക് ഒഴിച്ചു തന്നു. എന്നെക്കുറിച്ച് അവളുടെ പിതാവ് ഏറെ സംസാരിക്കുമായിരുന്ന ഒരു വർഷത്തെക്കുറിച്ചവൾ സൂചിപ്പിച്ചു. അവൾ എന്നെ ഒരു പ്രത്യേക രീതിയിലാണ് നോക്കിയിരുന്നത്. എന്ന് ഞാൻ ശ്രദ്ധിച്ചു. ഞാനയാളെ വല്ലാതെ ശല്യപ്പെടുത്തിയിട്ടുണ്ട്. ഞാൻ പറഞ്ഞു. അയാളെ ശല്യപ്പെടുത്തിയെന്നോ? നിങ്ങൾ തമാശ പറയുകയാണ്... അയാൾ നിങ്ങളുടെ കത്തുകളെ വല്ലാതെ ഇഷ്ടപ്പെട്ടിരുന്നു. മാതാവിനും എനിക്കുമായവ അയാൾ വായിച്ചു കേൾപ്പിക്കുകയും ചെയ്തു. 'അവ ശരിക്കും തമാശയ്ക്ക് വക നൽകുന്നവയായിരുന്നു. മിറാൻഡ പറഞ്ഞു.

അയാൾ എത്ര മത്സരങ്ങളിൽ വിജയിച്ചുവെന്നാണ് മൊത്തത്തിൽ പറഞ്ഞിരിക്കുന്നത്. ഞാനവളോട് ചോദിച്ചു. ഏതാണ്ട് പതിനഞ്ചെണ്ണം... ഒരു ശ്രദ്ധയില്ലാത്ത ഭാവത്തിൽ അവൾ പറഞ്ഞു അപ്പോൾ

നിങ്ങൾ? ഇതുവരെ ഒന്നു മാത്രം. ഞാൻ പറഞ്ഞു, അൽക്കോയി മത്സരത്തിൽ ഒരു ഷോർട്ട് ലിസ്റ്റഡ് സ്ഥാനം. അത് വഴിക്കാണ് നിന്റെ പിതാവിനെ ഞാൻ പരിചയപ്പെടുന്നത്.

നിങ്ങൾക്കറിയാമോ, ഒരിക്കൽ ബോർഹസ്സ് മാഡ്രിഡിൽ വച്ച് സെൻസിനിക്കെഴുതിയിരുന്നു. പിതാവിന്റെ കഥകളിലൊന്ന് താൻ എത്രമാത്രം ഇഷ്ടപ്പെടുന്നുണ്ടെന്ന് അറിയിക്കുവാനാണ് അദ്ദേഹം കത്തെഴുതിയത്. ഇല്ല, എനിക്കറിയില്ല... ഞാൻ പറഞ്ഞു. പ്രസിദ്ധനായ കോർത്തസാർ അയാളെക്കുറിച്ചെഴുതിയിട്ടുണ്ട്. പിന്നീട് മുജിക്കാലെയ്നെസും, അതെ, അയാൾ ഒരു നല്ല എഴുത്തുകാരനായിരുന്നു. ഞാൻ പറഞ്ഞു, ജീസസ്! മിറാൻഡ പ്രതിവചിച്ചു.

പിന്നീട് ഞാനവളെ കുറ്റപ്പെടുത്തിയപോലെ അവൾ എഴുന്നേറ്റ് ടെറസിലേക്കു പോയി. കുറച്ചു നിമിഷങ്ങൾ കടന്നു പോകുവാൻ ഞാനനുവദിച്ചു. പിന്നീട് കോണിയാക്കിന്റെ കുപ്പിയുമെടുത്ത് അവളെ പിന്തുടർന്നു. ഗിറോനയിലെ വെളിച്ചത്തിലേക്കു നോക്കി മിറാൻഡ ഒരു തൂണിൽ ചാരി നിൽക്കുകയായിരുന്നു. നിങ്ങൾക്കിവിടെ നിന്നും നല്ല ദൃശ്യം ലഭിക്കുന്നുണ്ട്. അവൾ പറഞ്ഞു. ഞാനവളുടെ ഗ്ലാസ് നിറച്ചു. പിന്നെ എന്റെയും. നിലാവെളിച്ചത്തിൽ മങ്ങിക്കിടക്കുന്ന നഗരത്തെ നോക്കി ഞങ്ങൾ കുറച്ചുനേരം അവിടെ കഴിഞ്ഞു. പെട്ടെന്ന് ഞങ്ങൾ സമാധാനപരമായ ഒരന്തരീക്ഷത്തിലാണെന്ന് ഞാൻ മനസ്സിലാക്കി. ഏതോ നിഗൂഢമായ ചില കാരണങ്ങളാൽ ഞങ്ങളതിനുള്ളിൽ എത്തിച്ചേരുകയായിരുന്നു.

ഇപ്പോൾ മുതൽ അറിയാതെ കാര്യങ്ങൾക്കൊരു മാറ്റം വരാൻ പോകുന്നുവെന്നു തോന്നി. ഈ ലോകം തന്നെ ശരിക്കും മാറുവാൻ പോകയാണെന്നാണ് അപ്പോൾ അനുഭവപ്പെട്ടത്. അവൾക്കെത്ര പ്രായമുണ്ടെന്ന് ഞാനവളോട് ചോദിച്ചു. ഇരുപത്തിരണ്ട്- അവൾ പറഞ്ഞു. അപ്പോൾ എനിക്കു മുപ്പത് വയസിനുമേൽ പ്രായമുണ്ടായിരുന്നു ഞാൻ വെളിപ്പെടുത്തി. എന്റെ ശബ്ദം പോലും അപ്പോൾ വേറിട്ടൊരു രീതിയിൽ മുഴങ്ങുവാൻ തുടങ്ങി.

●

ഔഗസ്റ്റോ റോആ ബസ്റ്റോസ്

(Augusto Roa Bastos) ജനനം 1917 ൽ. പരാഗ്വേ യിലെ പ്രമുഖ എഴുത്തുകാരൻ. കവി. നോവലിസ്റ്റ്, ഉപന്യാസകാരൻ എന്നീ നിലകളിൽ വിഖ്യാത നാണ്. 1947 മുതൽ വർഷങ്ങളോളം ബ്യൂനസ് അയേർസിൽ താമസിച്ചു. പിന്നീട് പരാഗ്വേയിലേ ക്ക് മടങ്ങിയെങ്കിലും ആൽഫ്രെഡോ സ്ട്രോസ്റ്റർ എന്ന സൈനിക ഏകാധിപതിയിൽനിന്ന് രക്ഷ നേടാൻ പാരീസിലേക്ക് വന്നു. 1990ൽ മിഗ്വൽ തെർവാൻതസ് പുരസ്കാരം ലഭിച്ചു.

പ്രധാന കൃതികൾ
Son of man(1960)
I the supreme(1974) El Fiscal(1993), vigilias del Almirante(1992)
Moriencia(1969)
അജാതൻ (umborn), മാതാവിന്റെയും കുഞ്ഞിന്റെ യും ശബ്ദങ്ങൾ ഓർമകളുടെ പ്രവാഹത്തിനുള്ളിൽ സമന്വയിപ്പിച്ചിരിക്കുന്ന കഥയാണ്.

അജാതൻ

പരാഗ്വൻ കഥ

ഔഗസ്തോ റോഅ ബസ്തോസ്

എനിക്കത്രേക്കു പിൽക്കാലത്തേക്ക് ഓർക്കുവാൻ കഴിയില്ലെന്ന് നിങ്ങളെന്നോടു പറയുമ്പോൾ എനിക്കൊന്നേ പറയുവാനുള്ളൂ. ശരിയായ മാനസിക നിലയുള്ള ഒരുവനും അതിനു കഴിയുകയില്ല. ശിശു സഹജമായ വിഡ്ഢിത്തം പറഞ്ഞ് നടക്കാതിരിക്കുവാൻ വേണ്ടത്ര പാകവും പക്വതയും ഇപ്പോളെനിക്കുണ്ട്. ഞാൻ സംസാരം നിറുത്തുകയാണ്. അതും പുറത്തുവെച്ചു മാത്രം. ഇത്തരം കാര്യങ്ങൾ സംസാരിക്കുവാൻ ആരുമില്ലാത്ത ഒരവസ്ഥയിലേ ഇങ്ങനെയുണ്ടാകൂ.

ഞാൻ പറയുന്നത് ശ്രദ്ധിക്കുവാൻ നിങ്ങൾ തയ്യാറാകാത്ത സാഹചര്യത്തെക്കുറിച്ചാണ് ഞാൻ സൂചിപ്പിക്കുന്നത്. ഉള്ളിൽ ഞാനെന്നോടുതന്നെ സംസാരിച്ചുകൊണ്ടിരിക്കുകയാണ്. ഞാനെന്റെ വാക്കുകൾ പാഴാക്കുകയായിരിക്കുമെങ്കിൽക്കൂടി എന്തിനാണ് ഞാനെന്റെ നിശ്ശബ്ദതയെ പാഴാക്കുന്നത്? വായ കുമ്മായത്തിലമർത്തിവെച്ച് ഞാനാ ചുമരിനോട് ഒട്ടിച്ചേർന്നുനിന്നു. വെള്ളക്കുമ്മായത്തിന്റെയും പാറ്റക്കുഞ്ഞുങ്ങളുടെയും രുചിയറിഞ്ഞുനിൽക്കെ നിശ്വാസത്തിലൂടെ വാക്കുകൾ ചലിച്ചുകൊണ്ടിരിക്കുന്നതായെനിക്കു തോന്നി. ചെറിയ രീതിയിൽ ഞാനവയെ ഒന്നു ചവച്ചുനോക്കി. അങ്ങനെ അവ സംഭ്രാന്തിയോടെ മുടന്തിക്കൊണ്ട് ഉയർന്നുവന്ന് മേൽക്കൂരയിലുള്ള എട്ടുകാലി വലയിൽ കുടുങ്ങിപ്പോയി.

നിങ്ങൾ അപ്പോൾ പറയുകയായി.

അങ്ങനെ പിറുപിറുത്തുകൊണ്ട് പോകാതിരിക്കുക. ഒരു വസ്തുവിൽ ഇതുപോലെ തുടരുവാൻ ഇടവരുത്താതിരിക്കുക. ബുദ്ധിശൂന്യമായ പ്രവൃത്തികൊണ്ട് നിങ്ങൾ നിങ്ങളുടെ ജീവിതം തുലക്കാൻ

പോവുകയാണ്.

നിങ്ങളുടെ പിതാവ് അദ്ദേഹത്തിന്റെ ഗിത്താറുകൊണ്ട് ചെയ്ത അതേ രീതിയിൽതന്നെ.

പക്ഷേ, അയാളൊരു മനുഷ്യനെങ്കിലുമായിരുന്നു.

നിങ്ങൾക്കാകെ കൂടി ചെയ്യുവാൻ കഴിയുന്നത് അസംബന്ധ മായി വെറുതെ പിറുപിറുക്കുകയെന്നതു മാത്രമാണ്. അതുമല്ലെങ്കിൽ ആ ശപിക്കപ്പെട്ട ചെണ്ടയിൽ ദിവസം മുഴുവൻ കൊട്ടി കഴിയുക. അതുകേട്ടാൽ ആർക്കാണ് ഭ്രാന്തു പിടിക്കാതിരിക്കുന്നത്. നീയൊരു ചെണ്ടക്കാരനാകാൻ ജനിച്ചവനൊന്നുമല്ല. അങ്ങേയറ്റം ഒരു ഗായക നാകാനും നിനക്കു കഴിയില്ല. നിന്റെ ജന്മം തന്നെയെന്തിനായിരുന്നു വെന്ന്, ആവോ, ദൈവത്തിനു മാത്രമേ അറിയുവാൻ കഴിയൂ.

നിങ്ങളെ വെറുപ്പിക്കാതിരിക്കാൻ വേണ്ടി മാത്രം ഞാനെന്റെ നാവടക്കുകയാണ്. ദുഃഖത്തിന്റെ ആ പ്രാകൃതവണ്ണം നിന്റെ കണ്ണുക ളിൽ കാണുമ്പോൾ ഞാനൊട്ടുമാഗ്രഹിക്കാത്തതും ഇതു കൊണ്ടാണ്. പാതയോരത്തു കാണുന്ന വിളർച്ച ബാധിച്ച ചെടികളുടെ നിറംപോ ലെയുള്ള ഒന്ന്. പൊടി കൊണ്ടു മൂടിയ രോഗാതുരമായ നനവാർന്ന യിലകളാണവയിലുണ്ടായിരുന്നത്.

നിങ്ങളുടെ നിറം മങ്ങിയ വസ്ത്രത്തിനുകീഴെ ആ ചെടികളെ പ്പോലെ നിങ്ങളും രൂപാന്തരത്വത്തിനു വിധേയമാകുന്നു. നിങ്ങളെ ശല്യപ്പെടുത്താതിരിക്കുവാൻ വേണ്ടി മാത്രം ഞാനെന്റെ വാക്കുകളെ നിയന്ത്രിക്കുന്നു. നിങ്ങളുടെ അധരങ്ങൾ ആഘാതമേൽപ്പിക്കുന്ന പ്രാർത്ഥനയിൽ ശ്രദ്ധിച്ചു നിൽക്കുമ്പോൾ അതെന്നെ കൂടുതൽ വ്യാകുലനാക്കുന്നു. എന്തെന്നാൽ അതൊരു യാതനയിൽനിന്നാണ് വരുന്നതെന്ന് എനിക്കു നന്നായറിയാം. ഇപ്പോളത് കുറച്ചൊക്കെ ഇല്ലാതായി തീർന്നിരിക്കുന്നുവെന്നും ഞാൻ തിരിച്ചറിഞ്ഞു. നിങ്ങളുടെ വസ്ത്രങ്ങളുടെതുപോലെ അതിന്റെ നിറവും മങ്ങിക്കൊണ്ടിരിക്കുന്നു. ഇതിനൊക്കെയുപരി നിങ്ങൾ പപ്പായെക്കുറിച്ചോർക്കുമ്പോൾ ഇതിന്റെ പ്രത്യേകതക്ക് നല്ല പ്രാധാന്യവുമുണ്ട്. പിന്നീട് നിങ്ങൾ ഒരു വാക്കുപോലുമുരിയാടുന്നില്ല. നിങ്ങൾക്കുള്ളിൽ നിറഞ്ഞിരിക്കു ന്ന ഭാരിച്ച നിശ്ശബ്ദതയെ അതിജീവിച്ചാണ് നിങ്ങളതിനു തയ്യാ റാകുന്നത്. നിങ്ങളോട് സംസാരിക്കുന്നതിന് ഇതൊരു അനുകൂല സന്ദർഭമായിട്ടാണ് ഞാൻ കരുതുന്നത്. നിങ്ങളെന്നെ നിരീക്ഷിക്കുന്ന രീതി മനസ്സിലാക്കിയിട്ടാണ് അതിനു വേണ്ട ധൈര്യം ഞാൻ സംഭ രിച്ചെടുത്തത്.

ആ നോട്ടങ്ങൾകൊണ്ട് എന്റെ ആത്മവിശ്വാസത്തെ പെട്ടെന്ന താങ്ങിനിറുത്തുവാനം എനിക്കുകഴിഞ്ഞു. അതിനുള്ളിൽ നിന്നുകൊണ്ട് പപ്പായുടെ അതേ രൂപവും ഭാവവും നേടിയെടുക്കുന്നതുവരെ പക്വതയാർജിക്കുകയും വളരുകയുമാണെന്നും എനിക്കു തോന്നി. നിങ്ങളുടെ കണ്ണുകളിൽ ആ രൂപം പ്രതിഫലിക്കുന്നത് വ്യക്തമായ രീതിയിൽ എനിക്കു കാണുകയും ചെയ്യാം. ചിന്തകളുടെ ഭാരത്താൽ എന്റെ തൊണ്ട അതിനാലാവുന്നത്ര രീതിയിൽ പുറത്തേക്കു തള്ളി വീർപ്പിക്കുവാൻ ഞാൻ ശ്രമിക്കുന്നുണ്ട്. അതുകൊണ്ട്തന്നെ എന്റെ ശബ്ദം പോലും അയാളെ അനുകരിക്കുന്ന രീതിയിലായിരിക്കും പുറത്തേക്കു വരുന്നത്.

ഞാൻ ജനിച്ചതിനുമുമ്പുള്ള ഓർമകളെക്കുറിച്ചു സംസാരിക്കുവാൻ എനിക്കു മടിയാണ്. അവ അത്രക്കു കൂടുതലൊന്നുമില്ലെന്നും എനിക്കറിയാം. പക്ഷേ, അവ നിലനിറുത്തുന്നതിനു വേണ്ടിയാണ് ഞാൻ പാടുപെടുന്നത്. അതുകൊണ്ട് മുമ്പത്തെപ്പോലെ ഒരു ഭ്രാന്തമായ അവസ്ഥയിലേക്ക് നിങ്ങൾക്കു തിരിച്ചു പോകേണ്ടതായും വരില്ല. അപ്പോൾ നിങ്ങളുടെ മുമ്പിൽ മൂല്യമുള്ള ഒരുവനായി ഞാൻ മാറുകയും ചെയ്യും. ഒന്നിനുമുകളിൽ മറ്റൊന്നായി കയറി അടയിരിക്കുന്ന പക്ഷികളെപ്പോലെയാണവർ. അതിലും ചെറിയ ഓർമകൾ പിന്നീടവയെ വിരിയിക്കുവാൻ വേണ്ടിയാണെത്തിച്ചേരുന്നത്.

വീണ്ടും ഞാനവയുമായി ഒറ്റക്കാകുമ്പോൾ, ഇരുട്ടിൽ അവയിളകുന്നതു കാണുമ്പോൾ, നിസ്സഹായതയുടെ തീവ്രമായ ഒരനുഭവം എന്നിലേക്കു കടന്നുവരുന്നു. അത് ഭയമായിരുന്നില്ല... നിങ്ങൾക്കത് മനസ്സിലാകുന്നുണ്ടോ? വെറുതെയുള്ള തീവ്രമായ ഒരേകാന്തതാബോധം. അത്രമാത്രം. കട്ടിലിനടിയിൽ നിന്നും ചെറിയ മിന്നാമിനുങ്ങുകളെ നിറച്ച കുപ്പി ഞാൻ പുറത്തെടുത്തു. അത് വൃത്തികെട്ട കാര്യമാണ്. എന്തെന്നാൽ ഗ്ലാസിനു ചുറ്റുമായി ഹരിത നിറത്തിലുള്ള ഭാഗത്തോടൊപ്പം ഇരുട്ട് വെളിപ്പെടുത്തുന്നതും ഞാൻ തിരിച്ചറിയുന്നുണ്ട്. കത്തിയാളുന്ന വിശപ്പുള്ളതുപോലെ, ഓർമ്മകൾ അവിടെയിഴഞ്ഞു നീങ്ങുകയാണ്. പിന്നീടത് കുപ്പിക്കകം ശൂന്യമാകുന്നതുവരെ ആ ചെറിയ പ്രാണികളെ തിന്നു തീർക്കുവാൻ തുടങ്ങുകയാണ്. അവയെന്നെ കുത്തിനോവിക്കുന്നതിനും വാരിവിഴുങ്ങുന്നതിനും വേണ്ടി ഞാൻ കാത്തിരിക്കുമ്പോൾ എനിക്കുറങ്ങാൻ കഴിയില്ല.

പട്ടണത്തിലേക്കു കഴുതയുമായി നിങ്ങളുടെ പാൽ നിറച്ച ഭരണികളും വെണ്ണയുമായി നിങ്ങൾ പോകുമ്പോൾ മുറ്റത്ത് ഞാൻ മലർന്നു കിടക്കും. സൂര്യനെ നോക്കി കിടക്കുമ്പോൾ പെട്ടെന്നെന്റെ കാഴ്ചശക്തി നഷ്ടപ്പെടുകയായിരുന്നു. പക്ഷേ, പട്ടാളക്കാർ

കടന്നുവരുന്നത് എനിക്കു കാണുവാനും കഴിഞ്ഞു.

അൽക്കേഷിയ മരങ്ങൾക്കു താഴെ അവർ നിങ്ങളുമായി തർക്കത്തിലേർപ്പെടുന്നതും ഞാൻ കാണുന്നുണ്ട്.

എവിടേക്കു പോകണമെന്നറിയാതെ ഞാൻ നിങ്ങൾക്കുള്ളിൽ ചുരുണ്ടുകൂടുകയാണ്.

പക്ഷേ, നിങ്ങൾ ഞാൻ പറയുന്നത് ശ്രദ്ധിക്കുകയാണെങ്കിൽ അത് ശരിക്കും വ്യത്യസ്തമായിരിക്കും.

അതെനിക്കു തന്നെ സന്തോഷകരമായ തോന്നലുകൾക്കുള്ളിൽ ഒതുങ്ങിക്കൂടുകയാണ്.

ആ ഓർമകൾ എത്രകണ്ട് ദുഃഖകരമായിരുന്നാലും അതിനു മാറ്റമുണ്ടാകാൻ പോകുന്നില്ല. അവ ദുഃഖകരമാണെന്നുള്ളത് നിഷേധിക്കപ്പെടാവുന്ന ഒരു കാര്യവുമല്ല.

എന്റെ പ്രായത്തിലുള്ള കുട്ടികൾ വേഗത്തിൽ എന്നെക്കുറിച്ച് തമാശ പറയുവാൻ പഠിച്ചുകഴിഞ്ഞിരിക്കുന്നു. എനിക്കു ചുറ്റും കൂടി അവരുടെ കാട്ടുതത്തയുടേതു പോലുള്ള ശബ്ദങ്ങളും സീൽക്കാരങ്ങളും കൊണ്ട് എന്നെ അമ്പരിപ്പിക്കുവാനാണവരുടെ ശ്രമം. അതവിടെ അജ്ഞാതമാണ്. അവിടെ അജ്ഞാതമാണ്. ഏറ്റവും വലിയ ഒന്നിന്റെ തിന്മയുടെ രൂപമാണത്.

പ്രാവുകളെ വേട്ടയാടുവാൻ ഞാൻ മലനിരകളിലേക്കു നീങ്ങുകയാണ്. അവിടേക്കെത്തിച്ചേരുവാൻ എനിക്കു സാധിക്കുന്നുമില്ല. അതിനിടയിൽ ഇടതൂർന്ന വനസീമകൾ എന്നിലേക്ക് കയ്പുകളും ചീഞ്ഞളിഞ്ഞ ഓർമകളും വർഷിക്കുകയാണ്.

കൂടാതെ നിങ്ങൾ സ്വയം എന്നിൽ പ്രഹരങ്ങളേൽപിക്കുകയും ചെയ്തു കൊണ്ടിരുന്നു. എന്തെന്നാൽ കറുപ്പിക്കൈ മരത്തിന്റെ പശിമയുള്ള പാലിൽനിന്ന് പൊള്ളലേറ്റ പാടുകളിൽ പിടക്കോഴിയുടെ തൂവലുകളും ചേർത്തു വെച്ചു കൊണ്ടാണ് പൂർണ നഗ്നനായി ഞാനവിടേക്കു മടങ്ങിവന്നത്. ഇപ്പോൾ ഓവുചാലിന്റെ അതിർത്തിക്കപ്പുറം കടന്നുപോകുവാൻ എനിക്കു ധൈര്യം തോന്നുന്നുമില്ല.

എന്റെ പിൻഭാഗത്തൊട്ടിയ തൂവലുകളിൽ രക്തം പുരണ്ടത് മടങ്ങിവന്നതുമുതൽ ഞാൻ അറിയുകയും ചെയ്യുന്നു.

ഏറ്റവും കൂടുതൽ ദൂരം ഞാൻ പോകുന്നത് ആ പാലത്തിനു സമീപം വരെ മാത്രമാണ്. അവിടെ നിന്നാൽ ട്രെയിൻ അലറിപ്പാഞ്ഞു പോകുന്നത് കാണാം. അപ്പോൾ എന്റെ ശിരസ്സ്

ജലവിതാനത്തിനിടയിലിരിക്കും. ളുണകളോട് ചേർത്തുവെച്ച ഒരീ റക്കുഴൽ വഴിയാണ് ഞാനത് കേട്ടുകൊണ്ടിരിക്കുന്നത്. അപ്പോൾ എന്റെ പല്ലുകൾക്കു ചുറ്റും ആ പൊട്ടിത്തെറി ശബ്ദത്തിന്റെ സാന്നി ദ്ധ്യം എനിക്കറിയാൻ കഴിയും. അല്ലെങ്കിൽ മലയിടുക്കിനുള്ളിലെ ഗുഹക്കുള്ളിൽ എന്റെ ചെണ്ടയുമെടുത്ത് ഞാൻ സ്വയം ഒളിച്ചുകഴി യുകയായിരിക്കും. അവിടെ എന്നെ ശ്രദ്ധിച്ചു കൊണ്ടിരിക്കുന്നത് യുസെബിയ മാത്രമായിരുന്നു. അപ്പോളയാൾ തന്റെ വിരൽനഖ ങ്ങൾകൊണ്ട് ശിലാരൂപങ്ങൾ ചുരണ്ടിക്കൊണ്ടിരിക്കുകയും അത് ഭക്ഷിക്കുകയുമായിരുന്നു.

അയാൾ ബധിരനും മൂകനുമായിരുന്നു. പീളകൾ നിറഞ്ഞ മിഴി കൾക്കൊണ്ട് ശ്രദ്ധിക്കുമ്പോൾ അയാൾക്കെന്നെ മനസ്സിലാക്കുവാൻ സാധിക്കുന്നുണ്ടോയെന്നെനിക്കറിഞ്ഞുകൂടായിരുന്നു.

അയാളുടെ വിറയലാണ്ട ശിരസ്സ് വീഴുന്ന ഒരിലയോട്ടുപോലും ഇല്ല.... ഇല്ല.... യെന്നു പറഞ്ഞുകൊണ്ടിരുന്നു.

പക്ഷേ, എന്നെ സംബന്ധിച്ചിടത്തോളം ഇക്കാര്യങ്ങൾക്കൊന്നും യാതൊരു പ്രാധാന്യവുമുണ്ടായിരുന്നില്ല. ജാതമാകുന്നതിനുമുമ്പുള്ള ഓർമകൾക്കു മാത്രമാണവിടെ എന്തെങ്കിലും പ്രാധാന്യമുള്ളത്. സ്ഥായിയായി നിൽക്കുന്ന അവക്ക് എന്റെ സ്മരണയിൽ നിന്നും രക്ഷപ്പെട്ടുവാനും കഴിയില്ല. ശ്രദ്ധ കൊടുക്കാത്ത സമയത്തു പോലും ഇത് സാധ്യമാവുമെന്ന് ഞാൻ വിശ്വസിക്കുന്നില്ല.

ഇപ്പോൾ മറ്റൊന്നുണ്ട്. നിങ്ങൾക്ക് ഓർമകളായി നിലനിൽക്കു ന്നത്. എനിക്കൊരിക്കലും ഓർമകളായി ഭവിക്കുന്നില്ല. ഒരിക്കൽ നിങ്ങൾക്കായിട്ടുള്ളതെല്ലാം സംഭവിച്ചുകഴിഞ്ഞു. എന്നെ സംബന്ധി ച്ചിടത്തോളം അത് വീണ്ടും സംഭവിക്കുകയും ചെയ്യുന്നു. തുടർച്ചയായി ട്ടത് ഓരോ തവണയും ഒരുപോലെതന്നെ ആവർത്തിക്കപ്പെടുന്നു.

മലനിരകളിൽ ഒളിച്ചിരിക്കുന്ന പപ്പയെ അന്വേഷിച്ച് ഓരോ പ്രഭാതത്തിലും പട്ടാളക്കാർ വീട്ടിലേക്കു കയറി വരുമായിരുന്നു. അവർ ഉച്ചത്തിൽ ആക്രോശിക്കുകയും തോക്കിന്റെ അഗ്രം കൊണ്ടു മർത്തി വീടിന്റെയുൾഭാഗം ആകെ താറുമാറാക്കുകയും ചെയ്യു. നേരെ വെച്ചിരുന്ന വാർഡ്രോബുകൾ അവർ തല്ലിയുടച്ചു തകർക്കുകയാണ്. ഒരു ചുണ്ടെലിക്കു മാത്രം ഒളിച്ചിരിക്കാൻ കഴിയുന്ന ഏറ്റവും ചെറിയ വലിപ്പംപോലും അവർ ഉപേക്ഷിക്കുന്നുണ്ടായിരുന്നില്ല.

അധിക്ഷേപവാക്കുകൾ മുറ്റത്തുനിന്നും മുഴങ്ങിക്കേൾക്കുവാൻ തുടങ്ങി. പിന്നീടതിനോടു തൊട്ടുചേർന്ന് ഒരു ബൊഹീമിയൻ

നർത്തന ഗാനത്തിന്റെ പരുക്കൻ ഈരടികളും ഉയർന്നു കേൾക്കാൻ തുടങ്ങി.

അത് പപ്പയുടെ ശബ്ദമായിരുന്നു. അന്നനാളിയിലൂടെ ഒരു റബർ ട്യൂബ് കുത്തിയിറക്കുമ്പോഴുണ്ടാകുന്ന ശബ്ദം പോലെ.

കോപവും അമർഷവും അതിനുള്ളിൽ പ്രതിഫലിച്ചിരുന്നു. ഒരു മരത്തിനുള്ളിൽ പപ്പ മുൾക്കത്തി പണിച്ചുവെക്കുമ്പോഴുണ്ടാകുന്ന ശബ്ദം പോലെയാണ്. അത് കേട്ടു കൊണ്ടിരുന്നത്.

പട്ടാളക്കാർ തോക്കുകൾ കൊണ്ടുന്നം പിടിക്കുകയാണ്. ഉയരങ്ങളിലെ ശാഖികളിൽ നിന്നും കേൾക്കുന്ന ആക്രോശം ലക്ഷ്യമാക്കിയാണവൾ തോക്കുകൾ ചൂണ്ടിയിരുന്നത്.

നിങ്ങളപ്പോൾ അവിടേക്കു ചെന്നതുകൊണ്ട് ഭയത്തോടും ലജ്ജയോടും കൂടി അവരോട് പറയുകയാണ്.

നിങ്ങളൊരു രഹസ്യം വെളിപ്പെടുത്താൻ പോകുന്നതുപോലെ...

അത് പാൻഷിറ്റോ മാത്രമാണ്.

ദൈവത്തെ ഓർത്ത് ആ പാവപ്പെട്ട മനുഷ്യനോട് ഒന്നും കാട്ടാതിരിക്കുക.

അവരുടെ വാളിന്റെ വീതിയുള്ള വശം കൊണ്ട് ആഘാതമേൽപ്പിച്ച് അവരയാളെ നിലത്ത് വീഴ്ത്തി.

തൊഴിച്ചും വലിച്ചിഴച്ചും അവരയാളെ മുറ്റത്തിനു നടുവിലേക്കുകൊണ്ടുവന്നു.

അവിടെ സൈനിക വ്യൂഹത്തിൽനിന്നുള്ള വെടിയുണ്ടകളുടെ ശരവർഷത്താൽ നീലനിറത്തിലുള്ള തൂവലുകളുടെ ഒരു ധൂമപടലം.

അതോടൊപ്പം ചുവപ്പുനിറവും മരിച്ചു പോയ തത്തയുടെ ചിതറിയ ശരീര ഭാഗങ്ങൾ സാവധാനം താഴേക്കുവരുന്നത് നിങ്ങളും ഞാനും കാണുകയായിരുന്നു.

വെടിപ്പുകയുടെ തീക്ഷ്ണതയാൽ അത് ഉയരത്തിൽ തന്നെ നിൽക്കുന്നതായി മാത്രമേ തോന്നുമായിരുന്നുള്ളൂ. സൂര്യകിരണങ്ങളുടെ സാന്ദ്രമായ ചൂടും അതിനെ താങ്ങിനിറുത്തുന്നതുപോലെ തോന്നി.

പട്ടാളക്കാർ അവരുടെ ഭാരിച്ച ബൂട്ടുകൾ ഭീതിദമായ മാന്യതയോടെ വലിച്ചിഴച്ച് നീങ്ങുന്നു... അവർ നിങ്ങളുടെ കൈയിൽ കടന്നു പിടിക്കുന്നു. നിങ്ങളെയേതാണ്ട് താഴേക്കു തള്ളിയിടുവാൻ

തുടങ്ങുകയാണ്.

വസ്ത്രങ്ങൾ പിടിച്ചുയർത്തി അവർ നിങ്ങളെ വിവസ്ത്രനാക്കാനുള്ള ശ്രമത്തിലാണ്.

നിങ്ങൾ ഉച്ചത്തിൽ കരയുകയും വേദനകൊണ്ടു പുളയുകയും ആക്രോശിക്കുകയും ചെയ്തു.

ഇതിനിടയിൽ നിങ്ങൾ കടിക്കുകയും തൊഴിക്കുകയും അലറിക്കരയുകയുമായി. മരിച്ചുകഴിഞ്ഞാലും നിങ്ങൾ കരച്ചിൽ നിറുത്തുകയില്ലെന്നു തോന്നി.

ഓരോ തവണയും നിങ്ങൾ ഓക്കാനിക്കുമ്പോൾ അത് എന്നെ വല്ലാതെ ഞെക്കിപിഴിയുന്നതു പോലെയാണ്. അതെന്നെയെന്റെ ഏറ്റവും സൂക്ഷ്മമായ കണികയിലേക്കു ചുരുക്കിയെടുക്കുന്നു.

എന്റെ ശൂന്യതയുടെ അത്യന്തികമായ സീമകളിലേക്ക് അതെന്നെ നയിക്കുകയാണ്.

ഒരിക്കലും ഞാനതിൽ നിന്നും പുറത്തുവരാത്ത ഒരു അവസ്ഥയായിരുന്നു അത്.

ഒരു കുതിരയുടെ കുതിപ്പിന്റെ ശബ്ദം എനിക്കു കേൾക്കുവാൻ കഴിയുന്നുണ്ട്. അതൊരു പക്ഷേ, പപ്പയുടെ കുതിരയായിരിക്കും. കൂട്ടതലാളുകൾ കടന്നുവരുന്നതായി ഇപ്പോൾ തോന്നുന്നുമുണ്ട്.

കുതിരക്കുളമ്പടിയുടെ മുഴക്കം ശരിക്കും കേൾക്കാൻ കഴിയുന്നുണ്ട്. വെടിയൊച്ചകളും പരുക്കൻ ശബ്ദങ്ങളും മുഴങ്ങിക്കേൾക്കുന്നുണ്ട്.

സൂര്യന്റെ നിഷ്പ്രഭമായ അവസ്ഥയിൽ ഒന്നും ശരിക്കും കാണുവാൻ കഴിയുന്നുണ്ടായിരുന്നില്ല. പപ്പ മലനിരകളിൽ ഒളിച്ചിരിക്കുകയാണ്. അയാളൊരിക്കലും മടങ്ങിവരാൻ പോകുന്നില്ല.

ഇവിടെ സൂചിപ്പിച്ച കാര്യങ്ങളൊന്നും കേൾക്കുന്നതിന് നിങ്ങൾക്കു താൽപര്യമില്ല. അതൊടൊപ്പം നിശ്ശബ്ദനായിരിക്കാൻ നിങ്ങളെന്നോട് ആവശ്യപ്പെടുകയും ചെയ്യുന്നു. ശൂന്യമായിത്തീർന്ന ബുദ്ധികൊണ്ട് ഞാൻ ജീവിതം തുലക്കുകയാണെന്ന് നിങ്ങൾ പുലമ്പിക്കൊണ്ടിരിക്കുന്നു. മുലകുടി മാറ്റിയ ഒരു കുഞ്ഞിന്റെ ബാലിശമായ ചലനങ്ങൾപോലെ മാത്രമേ നിങ്ങൾക്കതിനെ കാണുവാൻ കഴിയൂ.

ഞാനുമിവിടെ അധികനാൾ ഉണ്ടാകണമെന്നില്ല. അപ്പോൾ നിങ്ങളെങ്ങനെയാണ് കഴിച്ചുകൂട്ടാൻ പോകുന്നതെന്നും എനിക്കറിഞ്ഞുകൂടാ. ഒരു പഴഞ്ചൊല്ലിൽ സൂചിപ്പിക്കുന്നതുപോലെ അനാഥനായ

ഒരു കിടാവിന് ആദ്യത്തെ മുലപ്പാൽ നൽകാൻ തയ്യാറാവുന്ന ഒരു പശുവിനെ കണ്ടെത്താൻ കഴിയുകയില്ലെന്നാണോ.

ഇവിടെ ചുറ്റിപ്പറ്റിനിന്ന് വിഡ്ഢിക്കളിയിലേർപ്പെടാതെ, പോയി തൊഴുത്തിൽ നിന്നും പശുക്കളെ പുറത്തേക്കു കൊണ്ടുവരാൻ നോക്കുക.

പക്ഷേ, പെട്ടെന്ന് ഞാനവിടെ വിട്ടുപോകുവാൻ തയ്യാറായില്ല. ചൂലുകൊണ്ട് ഉത്തുവാരുമ്പോഴുണ്ടാകുന്ന പൊടിപടലങ്ങൾക്കിടയിൽ ഇടക്കിടെ അവരുടെ രൂപം അപ്രത്യക്ഷമാവുകയും ചെയ്തു. കുറച്ചു സമയത്തിനുശേഷം മുറ്റത്ത്, അടുക്കളത്തോട്ടത്തിനുള്ളിൽ. ഓരോരോ ചലനങ്ങൾക്കിടയിലും നിങ്ങൾ ചെറുതായി രൂപാന്തരപ്പെട്ടുകൊണ്ടിരുന്നു. അവസാനം വാടിയ വാഴയിലകൾക്കിടയിൽ നിശ്വാസവായുവിനപ്പുറം മറ്റൊന്നുമായിത്തീരാത്ത ഒരവസ്ഥയായിരുന്നു അത്.

അപ്പോൾ മാത്രമേ ചെണ്ടയും കൈക്കലാക്കി ഗുഹയെ ലക്ഷ്യമാക്കി എനിക്ക് നീങ്ങുവാൻ കഴിഞ്ഞുള്ളൂ.

സാന്ദ്രമായ പ്രവാഹത്തിനും ചെണ്ടകൊട്ടലിന്റെ ഇടിമുഴക്കത്തിനുമിടയിൽ സ്വയം ഞാനടയ്ക്കപ്പെട്ട നിലയിലായിരുന്നു.

ഗുഹക്കുള്ളിലെ ചെറിയ ദ്വാരത്തിലൂടെ അകത്തേക്ക് കടന്നുവന്ന സൂര്യപ്രകാശം ഇരുട്ടിനെ കീറിമുറിച്ച് പ്രകാശമാനമാക്കി ഒരു തെങ്ങിന്റെ ചുവട് ഉയർത്തിക്കാട്ടി.

ആകാശത്തിനുപകരം. നദിയിലെ കുഞ്ഞോളങ്ങൾ മുഖംകുതിച്ച് തിളങ്ങി തിരിയുവാനാവാതെ കിടന്നു. നിങ്ങൾക്കുള്ളിൽ ഞാൻ സമന്വയിക്കപ്പെട്ടതുപോലെ, നിങ്ങളുടെ മിഴികളിലൂടെ ഞാൻ നോക്കിക്കൊണ്ടിരിക്കുമ്പോൾ. തേനീച്ചക്കൂട്ടിൽ സ്വയം അമർന്നിരിക്കുന്ന ഒരു ലാർവയായി മാറി. മറുഭാഗത്ത് തേനിറ്റിറ്റുവീഴുന്ന നിസ്വനവും കേൾക്കുന്നുണ്ടായിരുന്നു.

ഒരു കൊടുങ്കാറ്റവിടേക്ക് വന്നുചേരുമ്പേൾ ജാലകച്ചില്ലുപാളിയിൽ നക്കിത്തുടക്കുവാനല്ലാതെ എനിക്ക് മറ്റൊന്നിനും കഴിഞ്ഞിരുന്നില്ല. എന്റെ ശരീരത്തിൽ മഴയുടെ രുചിയും ഇടിമിന്നലുമേൽക്കുമ്പോഴുള്ള ഗന്ധകത്തിന്റെ കത്തുന്ന ഗന്ധവും ഉണ്ടാകുന്നതുവരെ എനിക്കിതേ നില തുടരേണ്ടിവരികയും ചെയ്യും.

ഇടിമിന്നലിന്റെ പ്രഹരങ്ങളിൽനിന്നും കൊടുങ്കാറ്റിന്റെ ധൂമപാളികൾ പുറത്തേക്കുവരുമ്പോൾ ഞാനെന്റെ നക്കിത്തുടക്കൽ അവസാനിപ്പിക്കുയാണ്.

പിന്നീട് പുറത്തുള്ള ആ താളവട്ടങ്ങൾ ഉൾക്കൊള്ളുവാനാവാതെ ചെണ്ടയുടെ തോൽമുഖത്ത് ഞാൻ കൊട്ടുവാൻ തുടങ്ങി. അത് ഒരു ചിത്തക്ഷോഭത്തിനുള്ളിൽ ചുറ്റിപ്പിരിയുകയാണ്. അതെന്റെ വിരലുകളിലും കൈകളിലും വയറ്റിലും കടുത്ത വേദനയുണ്ടാക്കുന്നു.

കരിമ്പിലയിൽനിന്നുണ്ടാക്കുന്ന കറുത്തിരുണ്ട മദ്യം. അതെന്നെ ഓരോ രാത്രിയിലും പ്രാർത്ഥനാനിരതനാക്കുന്നു.

അതെന്റെ ശിരോനാഡികളിൽ പടർന്നുകയറി ഭ്രാന്തമായ അവസ്ഥയിലേക്കെന്നെ കൊണ്ടുചെന്നെത്തിക്കുന്നു. അതോടെ ദൈവത്തിന്റെ വിശുദ്ധമായ നാമം പുലമ്പി യാതൊരു പ്രയോജനവുമില്ലാതെ ഞാൻ,ചുവരിൽ മുഖമമർത്തിനിൽക്കും.

നിങ്ങൾ ഞാൻ പറയുന്നതുമാത്രം ശ്രദ്ധിക്കുക. എന്നെ കൂടുതൽ സന്തോഷവാനാക്കുന്നതും സുഖപ്പെടുത്തുന്നതും ജനിപ്പിക്കുന്നതിനു മുമ്പുള്ള കാര്യങ്ങളെക്കുറിച്ച് സംസാരിക്കുകയെന്നത് മാത്രമാണ്. അത് നിങ്ങളെ കൂടുതൽ വേദനിപ്പിക്കുവാനൊന്നുമല്ല. അന്യോന്യം ഏറ്റവും എടുത്തു കഴിഞ്ഞിരിക്കുന്ന സമയമായിരിക്കുമിത്. വീണ്ടും ഞാൻ നിങ്ങളിലേക്ക് മടങ്ങുകയാണെന്നൊരു തോന്നൽ അവരെന്നിലുണർത്തുകയാണ്.

നിങ്ങളിൽ നിറഞ്ഞുനിൽക്കുന്ന അന്ധകാരത്തിൽ എന്റെ അസ്ഥിയുടെ തലങ്ങൾ വരെ നനവാർന്ന ഒരവസ്ഥയിലാണ്. നിങ്ങളുടെ ആകാംക്ഷയുടെ ചൂടുപറ്റിഞാൻ കഴിയുകയായിരുന്നു. നിങ്ങളുടെ പാദനിസ്വനങ്ങളുണ്ടാക്കുന്ന നേരിയ ചലനങ്ങൾ എന്റെ ശിരസ്സിലിപ്പോൾ അനുഭവപ്പെടുകയും ചെയ്യുന്നു. നിങ്ങളുടെ ആകുലകതയോടൊപ്പം അതെന്നെ ശാന്തനാക്കുകയും ചെയ്യുന്നു.

പപ്പയെ അന്വേഷിച്ച് മലനിരകളിലൂടെയുള്ള അവസാനമില്ലാത്ത യാത്രക്കിടയിലാണിത് അനുഭവപ്പെട്ടത്. ഞാനിപ്പോഴുമത് ഓർക്കുന്നുണ്ടോയെന്ന് നോക്കട്ടെ. നമ്മളന്യോന്യം വേർപിരിയുവാൻ തുടങ്ങുന്ന ഒരു ബിന്ദു, എപ്പോഴും അയാളുടെ മരണം തന്നെയാണ്.

ഇത്രയ്ക്ക് സംവേദനക്ഷമയില്ലാത്ത ഒന്നാണോ നിങ്ങൾ നിലനിർത്തുവാൻ ശ്രമിക്കുന്നത്?

അയാൾ സ്വന്തം ജീവിതത്തിൽ എന്തായിരുന്നുവോ അതിനെ മുഴുവൻ നിഷേധിക്കുന്ന മരണം തന്നെയായിരിക്കില്ലേ അത്?

പ്രസരിപ്പും കോപവും ചലനങ്ങളും ഭാഗ്യാതിരേകങ്ങളും നിറഞ്ഞ ഒരു ജീവിതം. അയാളോടൊപ്പം മറ്റുള്ളവരെക്കാൾ കൂടുതൽ എപ്പോഴും

അറിയപ്പെടുകയും ചെയ്യുമായിരുന്നു.

ഒട്ടും അല്ലലില്ലാതെയും ആഹ്ലാദത്തോടെയും കൂടുതൽ ധൈര്യമാർജ്ജിച്ചു. എന്തിന് എല്ലാ കാര്യങ്ങളിലും ഇതേ നിലനിർത്തിക്കൊണ്ടുമാണിത് സാധിച്ചത്.

ഒരു ഭീമാകാരൻ... അയാളുടെ മരണം ഒരു കുതിരപ്പുറത്തുനിന്ന് വീഴുമ്പോഴാണ് ഉണ്ടാകാൻ സാധ്യതയെന്നുള്ളത് വിശ്വസിക്കാൻ ഏറെ പ്രയാസകരമായിരിക്കുന്നു. ഒരു രാത്രി മുഴുവൻ നീണ്ടുനിന്ന ഗാനാലാപനത്തിനും ഗിത്താറുവായനക്കും ശേഷം അയാളെ വീട്ടിലേക്ക് തിരിച്ചുകൊണ്ടുവന്നപ്പോഴാണിതുണ്ടായത്.

വീഴ്ചയിൽ അയാളുടെ ഗിത്താറിനും തകരാറുപറ്റിയിരുന്നു. അതുകേട്ടാണ് ഞങ്ങളുണർന്നത്. അതോടെ വരാനിരിക്കുന്ന മാരകമായ അപകടത്തെക്കുറിച്ച് ഞങ്ങൾക്ക് മുന്നറിയിപ്പ് ലഭിക്കുകയും ചെയ്തു.

താഴെ വീണുകിടന്നിരുന്നതല്ല ഞങ്ങൾ കണ്ടത്. അസംബന്ധമായ രീതിയിൽ ആത്മവിശ്വാസം നഷ്ടപ്പെട്ട് വലിച്ചെറിയപ്പെട്ട രീതിയിലായിരുന്നു അയാളെ കണ്ടെത്തിയത്.

ഇക്കാര്യങ്ങളെക്കുറിച്ച് സംസാരിക്കാൻ മറ്റൊരു പിതാവ് ഇല്ലാത്ത അവസ്ഥയിൽ മരിച്ചുപോയ മനുഷ്യനെക്കുറിച്ച് നിങ്ങൾ പറയുവാൻ പോകുന്നതെന്താണെന്ന് ഞാൻ കേൾക്കാൻ തയ്യാറാണ്.

നിങ്ങൾക്കുള്ളിൽ ഒരിക്കലും മരിക്കുവാൻ തയ്യാറാകാത്ത ആ മനുഷ്യനെക്കുറിച്ച് എനിക്കാംകാംക്ഷയുണ്ട്. നിങ്ങളുടെ ആത്മാവിനെ ഉണർത്തുവാൻ സഹായകമാവുന്ന അയാളുടെ ഭാവമുണ്ടല്ലോ അതെനിക്ക് തിരിച്ചറിയാൻ കഴിഞ്ഞു. പക്ഷേ, ഞാനയാളെ തികച്ചും വ്യത്യസ്തമായിട്ടാണ് കണ്ടത്. നിങ്ങളെ ഏറ്റവും കൂടുതൽ അസഹ്യപ്പെടുത്തുന്നതും ഇതാണ്.

എന്റെ തല ഇപ്പോൾ ചുവരിനെതിരെയാണ് വന്നിടിച്ചത്. ആ ഗർജ്ജനംമൂലം എന്റെയടിമുതൽ മുടിവരെ വിറയലുണ്ടാക്കി. ഓ നിങ്ങൾക്കാവശ്യമുള്ളത് ആവശ്യപ്പെടാനാവാത്തതിന്റെ ദുഃഖം, ശരിക്കും എനിക്കാവശ്യമുള്ളതെന്താണെന്ന് നിങ്ങളെക്കൊണ്ട് ബോധ്യപ്പെടുത്തുവാനാവാത്തതുപോലെ തന്നെയാണ്. ആ പ്രഹരം എന്നിലവശേഷിപ്പിച്ചിരുന്ന ഉറുമ്പുകളെ ഞാൻ ചുരണ്ടുകയാണ്. അവക്കെന്തൊരു വിശപ്പാണ്. അവയെന്റെ തലയോട്ടിക്കുള്ളിൽ തന്നെയുണ്ട്.

നിങ്ങളെത്തന്നെ ഞാൻ നോക്കിനിൽക്കുന്ന അതേ സ്ഥലത്തുത ന്നെയാണ് ഞാൻ കഴിയുന്നത്.

ഞാനൊരു കാര്യം വിചാരിക്കുന്നുണ്ട്. നിങ്ങളുടെ ഭർത്താവിനെ ച്ചൊല്ലി നിങ്ങൾ കാണിക്കുന്ന ആ വലിയ സ്നേഹത്താൽ അയാൾക്ക് സംഭവിച്ച മരണം പോലെത്തന്നെയാണ് എനിക്കും സംഭവിക്കേണ്ട തെന്ന് നിങ്ങൾ ആഗ്രഹിക്കുന്നു. അതുവഴി ഞങ്ങൾ രണ്ടുപേരോടും ഒരുപോലെ നീതിപൂർവമായി പെരുമാറുവാൻ സാധിക്കുകയും ചെയ്യാം.

ഒരുപക്ഷേ, നമുക്കു മൂന്നുപേർക്കും ഏറ്റവും അഭികാമ്യമായ രീതിയും ഇതുതന്നെയാണ്.

ആർക്കറിയാം.

എല്ലാ കാര്യങ്ങളെയും ഒരുപോലെ പുറത്തുകൊണ്ടുവരുന്ന ആ ആഘാതത്തിനു വേണ്ടി കാത്തിരിക്കുന്നതുപോലെ ഞാൻ തലകു നിച്ചു.

വീണ്ടും നിങ്ങളെന്നെ പ്രഹരിക്കുന്നില്ലെങ്കിൽ ഞാൻ സ്വയം ചെളിയും വയ്ക്കോലും കൊണ്ട് നിർമിച്ച ഇഷ്ടികച്ചുവരിൽ ഇടിക്കുകയും ചെയ്യും. വീണ്ടും ഒരു കുഞ്ഞാടിനെപ്പോലെ മരങ്ങളിലും ഞാനാഘാ തമേൽപ്പിക്കും.

ഇത് ഞാൻ സ്വയം നിലത്തുവീഴുന്നതു വരെ തുടരുകയും ചെയ്യും, നമ്മൾ ഒരുപോലെ ചിന്തിക്കുന്നുവെന്ന് കാണിക്കുവാൻ വേണ്ടി മാത്രമാണ് ഞാനിതു ചെയ്യുന്നത്.

നിങ്ങൾ എന്നെയടിക്കുന്നതിൽ യാതൊരു തെറ്റുമില്ലെന്നാണ് ഞാൻ കരുതുന്നത്. എന്തെന്നാൽ ആ ഓർമകൾ നിങ്ങളെ മുറിവേൽ പ്പിച്ചിട്ടുണ്ടെന്ന് എനിക്കറിയാം. പക്ഷേ. നിങ്ങൾ ചെയ്തത് ശരിയല്ലെ ന്നും ഞാൻ പറയും. എന്തെന്നാൽ എനിക്കത്രക്ക് പിൽക്കാലം വരെ ഓർമിക്കുവാനും കഴിയുന്നുണ്ട്.

എന്റെ കുറ്റബോധവും മനസ്സാക്ഷിക്കുത്തും ഒരുപക്ഷേ, വിസ്മരി ക്കുവാൻ കഴിയുന്ന ഒന്നായിരിക്കാം. ആവോ, എനിക്കറിഞ്ഞുകൂടാ. എനിക്ക് തിരിച്ചറിയാൻ കഴിയുന്നത് എപ്പോഴും ഒരേ സ്ഥലത്തുത ന്നെ എന്റെ പാദങ്ങൾ അമർത്തിച്ചവിട്ടിക്കൊണ്ടിരിക്കണമെന്നു മാത്രമാണ്. എല്ലാ വശങ്ങളിലും വലയം ചെയ്യപ്പെട്ടുകൊണ്ട് ഈ ഭാരിച്ച വസ്തുവിനാൽ ചവിട്ടിത്താഴ്ത്തപ്പെട്ട് കഴിയേണ്ടിവരുമ്പോൾ ആകാശം വല്ലാതെ മഴമേഘങ്ങളാൽ മൂടിയിരിക്കും.

എന്റെ പാദങ്ങളിലേക്കവ സമ്മർദം ചെലുത്തുകയും ചെയ്യുന്നു. ആകാരം നഷ്ടപ്പെട്ട ഒരു കുമ്പാരം പോലെ ഭൂമിയിലേക്ക് വന്നു പതിക്കാതിരിക്കാൻ അത് പോരാടിക്കൊണ്ടിരുന്നു. അജാതനായിരിക്കുമ്പോൾ തന്നെ അനാഥനായിത്തീരുന്ന ഒരവസ്ഥയാണത്.

ജീവിതത്തെ തിരിച്ചറിയുന്നതിന് മുമ്പു തന്നെ അതിനെ വെറുക്കേണ്ടിവരിക. അതുകൊണ്ടുതന്നെ എന്റെ ക്ഷീണം നിങ്ങളുടേതിനേക്കാൾ വളർന്നുവലുതായിക്കൊണ്ടിരിക്കുന്നു.

അജാതനായിരിക്കുമ്പോൾതന്നെ നിങ്ങളെക്കാൾ ഞാൻ പ്രായമുള്ളവനായിക്കഴിഞ്ഞിരിക്കുന്നു.

എന്റെ മരിച്ചുപോയ പിതാവിനെക്കാൾ പ്രായമുള്ളവനായിരിക്കുന്നു. ഈ പട്ടണത്തിലെ ഏറ്റവും പ്രായം കൂടിയ മനുഷ്യരെക്കാൾ പ്രായമുള്ളവനായിത്തീരുന്നു.

ഈ ഓർമകളെക്കുറിച്ച് ശരിക്കും ഞാൻ ഓർക്കുന്നുണ്ടെന്ന് പറയുമ്പോൾ നിങ്ങൾക്കെന്തുകൊണ്ടത് വിശ്വസിക്കാൻ കഴിയുന്നില്ല?

ഒരാളുടെ സ്വന്തം സത്തയുമായി ബന്ധപ്പെട്ട് സംഭവ്യമല്ലാത്തതിനെ ആർക്കും ഓർക്കുവാൻ കഴിഞ്ഞെന്നുവരില്ല.

അതും ഒരു വ്യക്തിയുടെ കാരണത്തിന്റെ പ്രഭാവത്തിനുശേഷമേ സംഭവിക്കുവാൻ പോകുന്നുള്ളൂ.

എല്ലാം ആദരങ്ങളോടുകൂടി ഒരു കാര്യം ഞാൻ വ്യക്തമാക്കാം. എന്നെ സംബന്ധിച്ചിടത്തോളം വെറുതെ ഓർക്കുകയെന്നതു മാത്രമല്ല, പക്ഷേ വിസ്മരിക്കലാണ്.

എന്റെ യുക്തിബോധത്തിന്റെ മികവ് കൊണ്ട് ഞാനക്കാര്യങ്ങളൊന്നും ഓർക്കുന്നുമില്ല.

എന്റെ മാനസികനില കുറച്ചൊക്കെ തകരാറിലായിക്കഴിഞ്ഞിരിക്കുന്നുവെന്ന് നിങ്ങൾതന്നെ പറയാറുള്ളതാണല്ലോ. അത്തരം കാര്യങ്ങൾ എനിക്കെന്റെ പൊക്കിളിന് തൊട്ടുമേൽ ചേർന്ന നിലയിൽ അറിയുവാനും സാധിക്കുന്നു.

ഞാനെന്റെ കണ്ണുകൾ അടച്ചുവെച്ചാൽ പോലും എനിക്കത് ദൃശ്യമാകുന്നുണ്ട്.

അവ ശരിക്കും അവിടെത്തന്നെയുണ്ട്.

പപ്പയെക്കുറിച്ച് ഞാൻ സംസാരിക്കുവാൻ തുടങ്ങുമ്പോൾ തന്നെ നിങ്ങൾ കോപത്താൽ ചൂടുപിടിച്ചുനിൽക്കുകയായിരിക്കും. എന്റെ

വായ് മൂടിക്കെട്ടിക്കുവാനും നിങ്ങൾക്കു സാധിക്കും, നിങ്ങൾ അത്രക്ക് ദുർവാശിക്കാരനാവരുത്. അയാളെക്കുറിച്ച് അങ്ങനെ ചിന്തിക്കാതിരിക്കുക.

നിങ്ങളൊരിക്കലും അയാളെ മനസ്സിലാക്കാൻ ശ്രമിച്ചിട്ടില്ലെന്നുള്ളത് വളരെ തുറന്ന ഒരു സത്യമാണ്.

പാടിയപ്പോൾ അയാളൊരു സ്വർഗസമാനമായി വളർന്നുകഴിഞ്ഞിരുന്നു.

ജീവിതം അത്രക്ക് മോശമല്ലാത്ത കാര്യമാണെന്നു ചിന്തിച്ച് ആളുകൾ അയാളുടെ നിഴൽപ്പാടിനുള്ളിലിരുന്നു. അക്കാര്യങ്ങളിൽ എങ്ങനെയാണിടപെടേണ്ടതെന്ന് അയാൾക്കറിയാമായിരുന്നു. പാവപ്പെട്ടവർ എപ്പോഴും അവരുടെ പ്രാപ്തിക്ക് വെളിയിലായിരുന്നു. എങ്ങനെയാണവരെ ഉപരിതലത്തിലേക്ക് കൊണ്ടുവരേണ്ടത്

അയാൾ തന്റെ വിത്ത് നിങ്ങളിലിതുവരെ പാകിയിട്ടില്ലെന്നാണോ?

അയാളുടെ നിയോഗം അയാളിൽത്തന്നെ ഒരു അന്ത്യസ്ഥാനത്തെത്തിച്ചേർന്നിരിക്കുകയാണെന്ന് നിങ്ങൾക്കു നന്നായറിയാം.

കുറച്ചു നിമിഷങ്ങൾക്കുമുമ്പ് അയാൾ മരിച്ചുകഴിഞ്ഞു. അയാളുടെ ഗിത്താറും അയാളോടൊപ്പം അടക്കം ചെയ്യപ്പെടണമെന്ന് എന്നെക്കൊണ്ടയാൾ വാഗ്ദാനം ചെയ്യിച്ചിരുന്നു. അയാളുടെ അന്ത്യാഭിലാഷം ഞാൻ നിറവേറ്റുകയും ചെയ്തു.

മരിച്ച മനുഷ്യന്റെ ശവകുടീരത്തിൽ ആഗിത്താർ വെക്കുവാനുള്ള അർപ്പണബോധത്തോടെ ഉറക്കമുണരുന്ന രാത്രിയിൽ നിങ്ങളെ ഞാൻ കാണുന്നുണ്ട്.

അവരിൽ രണ്ടുപേരെയും നിങ്ങൾ നിങ്ങളുടെ കണ്ണുനീരിൽ, നിങ്ങളുടെ വിധവയുടെ തേങ്ങലുകൾ മുക്കിയെടുക്കുകയാണ്.

അവയെ മൃദുലപ്പെടുത്തിയെടുക്കുവാനെന്നതുപോലെ വീണ്ടും വീണ്ടും അവയെ സ്പർശിക്കുവാനും നിങ്ങൾ തയ്യാറാകുന്നു. അതിനെ മനസ്സിലാക്കുവാൻ തീവ്രയത്നം കൊണ്ട് അവരെ ഒന്നാക്കുവാൻ വേണ്ടിയുള്ള തുടക്കമായിരുന്നു അവിടെ സംഭവിച്ചത്.

പക്ഷേ, മരിച്ചുപോയ മനുഷ്യന്റെ രൂപം വലിയതാണ്. നിമിഷങ്ങൾക്കുള്ളിൽ അയാൾ ഒന്നുകൂടി മേദുരഗാത്രനായി മാറുകയാണെന്ന് തോന്നി. അവിടെ അതിനുവേണ്ടി കൂടുതലിടം അനുവദിക്കുവാൻ തയ്യാറാകാത്തതുപോലെയും അനുഭവപ്പെട്ടു. ഒരുപക്ഷേ, അത്

ഗിത്താറുകൊണ്ടായിരിക്കണം. മരിച്ച മനുഷ്യനെപ്പോലെ വിയർപ്പിൽ കുളിച്ച് പിടിവാശിയോടു കൂടിയുമായിരിക്കും ഗിത്താറിന്റെ അപ്പോഴത്തെ അവസ്ഥ. അത് വളരെ സമർത്ഥമായ രീതിയിൽ പെട്ടിയിലേക്കിണങ്ങിച്ചേരുവാൻ തയ്യാറാകാത്തതുപോലെയാണ്. നിങ്ങൾക്കു മാത്രം കഴിയുന്ന രീതിയിൽ സ്നേഹവായ്പ് പോലെ നിങ്ങളുടെ ഭർത്താവിനെ വശീകരിക്കും വിധം പേരെടുത്ത് വിളിക്കുകയും ചെയ്തു.

പങ്കുവെച്ച ആഹ്ലാദിരേകത്തെക്കുറിച്ച് നിങ്ങളയാളെ ബോധവാനാക്കി. അയാൾ തന്റെ ഗിത്താറിനെ എത്രമാത്രം സ്നേഹിച്ചിരുന്നെന്നോ? നിങ്ങളയാളോട് യാചിക്കുകയായി: നിങ്ങളൊരു കൈപിടിച്ചുയർത്തുകയാണ്.

ഒരു കാലം അയാളുടെ ശിരസ്സും പിടിച്ചുയർത്തുകയാണ്. അത് ചെറിയ ഒരു രീതിയിൽപ്പോലും ഒന്നിനും, സഹായകമാവുന്നില്ല. തന്റെ അവസാനത്തെ അഭിലാഷവും നിഷേധിച്ചുകൊണ്ട് മൃതനായ മനുഷ്യൻ കോപത്തിന്റെയുള്ളിലേക്ക് ചുരുണ്ടുകൂടുകയാണ്.

അയാൾക്കിനി ഒരിക്കലും സംഗീതത്തിന്റെ ആവശ്യമില്ല. അയാൾക്കുവേണ്ടത് നിശ്ശബ്ദതയും സമാധാനവുമാണ്. ഗിത്താർ കിറുകിറ ശബ്ദമുണ്ടാക്കുകയും പ്രതിഷേധിക്കുകയും ചെയ്തു.

അതിന്റെ ദാരുമണമായ ശരീരം തകർന്നിരുന്നു.

അതിന്റെ തന്ത്രികൾ പെഗ്ബോക്സിനു മുകളിൽ ചുറ്റിപ്പിണഞ്ഞുകിടന്നു.

അതിനോട് അനാദരവ് കാട്ടുന്ന മനുഷ്യരോട് വെറുപ്പ് തോന്നുന്ന ഒരവസ്ഥയായിരുന്നു.

അയാൾക്ക് സ്വന്തം മരണം ഒറ്റക്കു കൂടെയുണ്ടാവണമെന്ന ആഗ്രഹമാണുണ്ടായിരുന്നത്.

ഉപയോഗശൂന്യമായ പോരാട്ടങ്ങൾക്കുശേഷം നിങ്ങളിലും കോപം ആവേശിക്കുകയാണ്. മാന്യമായ രീതിയിൽ നിങ്ങൾക്ക് നേടുവാൻ കഴിയാത്തത് നിങ്ങൾ പിഴച്ച മാർഗങ്ങളിലൂടെ നേടിയെടുക്കുകയും ചെയ്യുന്നു.

ഗിത്താർ നശിപ്പിക്കുന്ന ജോലി. നിങ്ങൾ അതിനെ നിലത്തെറിഞ്ഞു തകർത്ത് പ്രാവർത്തികമാക്കുകയാണ്. പിന്നീട് നിങ്ങളത് കൈക്കുമ്പിളിലാക്കി ശവപ്പെട്ടിക്കുള്ളിലിട്ടു. നിങ്ങളുടെ തേങ്ങലുകളോ അമർത്തിച്ചവിട്ടിയുള്ള നടത്തത്തിന്റെ ശബ്ദമോ പുറത്തേക്ക്

കേൾക്കാനായില്ല.

നിങ്ങൾ നിങ്ങളുടെ വാഗ്ദാനം പാലിച്ചു. എനിക്ക് മാത്രമറിയാവുന്ന ഒന്നുണ്ട്. 'ഒരു മൃതനായ മനുഷ്യൻ' ഇവിടേക്കെത്തിച്ചേർന്നത് ഞങ്ങൾക്ക് രണ്ടാൾക്കും ശരിക്കും തികയാത്ത ഒരു മുറി പങ്കുവക്കാൻ വേണ്ടി മാത്രമായിരുന്നു.

പിന്നീട് എപ്പോഴെങ്കിലും അയാളെന്നെയവിടെനിന്നും പുറത്താക്കുമെന്ന് ഞാൻ തിരിച്ചറിയുകയും ചെയ്തു. അതുകൊണ്ട് തന്നെയാണ് സൗമനസ്യത്തോടെ പ്രതിഷേധിക്കാതെ നിങ്ങളെന്നിൽ വീഴ്ത്തുന്ന പീഢനങ്ങളും അധിക്ഷേപങ്ങളും സഹിച്ച് ഞാനിവിടെത്തന്നെ കഴിയുവാനൊരുങ്ങുന്നത്.

നിങ്ങളുടെ ഇപ്പോഴത്തെ മഹത്തായ ദൗത്യം അയാളെ ലക്ഷ്യമാക്കിയുള്ളതാണെന്ന് എനിക്ക് നന്നായറിയാം. ഇപ്പോൾ ഏറ്റവും ദുർബലനായവനും അയാൾതന്നെയാണല്ലോ. അതിന്റെയാവശ്യം ഇപ്പോളേറ്റവും ആവശ്യമായിട്ടുള്ളതും അയാൾക്കാണ്.

എന്നേക്കാൾ കൂടുതൽ ഇപ്പോൾ നിങ്ങളയാളെയാണ് ശ്രദ്ധിക്കേണ്ടത്. അതിനുവേണ്ടി ഞാൻ നിങ്ങൾക്ക് കടപ്പെട്ടിരിക്കുന്നു. നിങ്ങളെ യാതന അനുഭവിപ്പിക്കുന്നതിനുവേണ്ടി ആ ത്രാസ്സിൽ ഇപ്പോളൊരു പകരം ഭാരം വെക്കണമെന്നാണ് ഞാനാഗ്രഹിക്കുന്നത്.

ഡോൺ ലൂക്കായുടെ ത്രാസുപോലെ ഇരട്ടസൂചി ശരിക്കും നിങ്ങളുടെ നേർക്കുതന്നെ ആപേക്ഷികമായി തിരിച്ചുവെച്ചിരിക്കും.

പലചരക്കു സാധനങ്ങൾ വാങ്ങുവാനായി നിങ്ങളെന്നെ പറഞ്ഞയച്ചപ്പോൾ ഒരു പാത്രത്തിൽ കുറച്ചു കറുത്തിയമുണ്ടായിരുന്നു. മറ്റൊന്നിൽ ഒരു കൈ നിറയെ ബിസ്കറ്റുകളുമുണ്ടായിരുന്നു. അത് അതിനെ വളരെ വേഗത്തിൽ താറുമാറാക്കിക്കളയുകയും ചെയ്തു.

പ്രത്യേകിച്ച് യാതൊരുദ്ദേശ്യവുമില്ലാതെ രണ്ടായി പിളർക്കുന്നതിൽ നിന്ന് നിങ്ങളെ മോചിപ്പിക്കണമെന്ന് ഞാനാഗ്രഹിച്ചു.

നിങ്ങളുടെ ജീവിതത്തെ യാതനാനിർഭരമാക്കിയതും അതുതന്നെയായിരുന്നു. നാളെ ഞാൻ ട്രെയിൻ കടന്നുപോകുന്നത് കേൾക്കുവാൻ പാലത്തിനടുത്തേക്ക് പോകും. പതിവായി ഞാൻ ചെയ്യാറുള്ളതുപോലെ തൂണുകളിൽ ബലം കൊടുത്തുകൊണ്ട് ശിരസ്സ് ജലവിതാനത്തിനിടയിൽ താഴ്ത്തിവെക്കും.

പക്ഷേ, ആ ചെറിയ പായൽച്ചെടി ഏതായാലും ഞാൻ

വായിലിട്ടുവാൻ പോകുന്നില്ല.

പുറത്തെ ശബ്ദങ്ങൾ നിലയ്ക്കുന്നതുവരെ ജലത്തിനടിയിൽ ഞാൻ ശ്രദ്ധാപൂർവം കഴിയും.

എന്റെ അസ്ഥികൾക്കുള്ളിലെ കിരുക്കിരുക്കവും അതോടെ അസ്തമിച്ചിട്ടുണ്ടാകും. ഒരു നിമിഷത്തെ വിരാമവുമില്ലാതെ ആ ശബ്ദങ്ങൾ മറ്റ് ശബ്ദങ്ങളോടൊപ്പം അകന്നകന്നുപോവുകയും ചെയ്യും.

●

എസ്മെറാൾദ റിബെറോ

ജനനം 1958. ഡാവൊവോളൊയിൽ ബ്രസീലിയൻ പത്രപ്രവർത്തകയും എഴുത്തുകാരിയും.
രചനകൾ: Moving Beyond Boundaries (കഥകൾ)

ഒരു കറുത്ത ചിത്രശലഭത്തെ തേടി

എസ്മെറാൾദ റിബെറോ

ഹ്യൂമാനിറ്റേറിയൻ സെന്ററിൽ ജോലി ചെയ്യുന്നതിനിടയിൽ ഒരു രാത്രിയിൽ ഞാനൊരു ഫോൺ സന്ദേശത്തിനു മറുപടി പറയുവാനായി പോയി. ഫോൺ ലൈനുകൾ തമ്മിൽ കൂടിക്കുഴഞ്ഞപ്പോൾ നിറയെ അടുത്ത സ്നേഹബന്ധത്തിന്റെയും വൈകാരികതകളുടെയും വിശദാംശങ്ങളുള്ള ഏറ്റവും വിചിത്രമായ സംഭാഷണം എനിക്കു കേൾക്കുവാൻ കഴിഞ്ഞു. അതോടെ എന്റെ ജീവിതം എന്നന്നേയ്ക്കുമായി മാറ്റത്തിനു വിധേയമാവുകയും ചെയ്തു.

ആ രാത്രി ജോലിയുണ്ടായിരുന്ന ഒരേയൊരു ഓപ്പറേറ്റർ ഞാനായിരുന്നു. രാത്രിയും നഗരവും നല്ല ഉറക്കത്തിലുമായിരുന്നു. ഞാനൊരു മാസികയിലൂടെ കണ്ണോടിക്കുകയായിരുന്നു. അത് മാർച്ച് മാസമായിരുന്നു. എട്ടാം തീയതിയാകുവാൻ ഒരു മണിക്കൂർ സമയം മാത്രമേ അവശേഷിക്കുന്നുണ്ടായിരുന്നുള്ളൂ. എന്റെ ജോലിയുടെ പ്രത്യേകത കാരണം ഞാൻ തീർച്ചയായും ഇതിനെക്കുറിച്ച് വിശദീകരിക്കേണ്ടിയിരിക്കുന്നു. മറ്റുള്ളവരുടെ സംഭാഷണങ്ങൾ മിക്കവാറും എനിക്ക് യാദൃച്ഛയാശ്രവിക്കുവാനും കഴിഞ്ഞിരുന്നു. എന്റെ തൊഴിലിനുള്ളിൽ മറ്റുള്ളവരുടെ സ്വകാര്യ ജീവിതത്തിൽ നിന്നും ഒരാൾക്ക് കുറച്ചകൽച്ച തീർച്ചയായും കാത്തുസൂക്ഷിക്കേണ്ടതായും വന്നു. ഇത് വളരെ പ്രാധാന്യമർഹിക്കുന്ന ഒരു കഥയല്ലായിരുന്നെങ്കിൽ തീർച്ചയായും ഞാനിത് പറയുവാൻ തുനിയുമായിരുന്നില്ല. നിങ്ങൾ എന്നെ എന്റെ ജോലി സംബന്ധമായ പേരു ചൊല്ലിവിളിക്കുന്നതാണ് നിങ്ങൾക്കേറ്റവും നല്ലത്. ഓപ്പറേറ്റർ. പക്ഷേ ഞാനീകഥ പറഞ്ഞു എന്ന് ഹ്യൂമാനിറ്റേറിയൻ സെന്ററിലുള്ള ആരും അറിയാനിടവരരുത്.

ആ രാത്രി ആരോ സെന്ററിലേക്കു വിളിച്ച് ബന്ധപ്പെടുകയും ടെലിഫോൺ ക്രോഡിലിൽ വക്കാതെ നിശ്ശബ്ദത പാലിക്കുകയും

ചെയ്തു. ഞാൻ ലൈൻ സ്വതന്ത്രമാക്കുവാൻ ശ്രമിച്ചപ്പോൾ ഒരു സ്ത്രീ ശബ്ദം ഞാൻ കേട്ടു.

-എന്റെ കറുത്ത ചിത്രശലഭത്തെ ദയവായി കണ്ടെത്തുക.

-എന്ത് നീയെന്താണിതുകൊണ്ടുദ്ദേശിക്കുന്നത് ലെയ്‌ലാ...

-അത് എവിടേക്കാണ് പോയതെന്ന് എനിക്കറിഞ്ഞുകൂടാ ബേബി.

-ലെയ് ലാ, ഇത് രാത്രി പതിനൊന്നുമണിയാണ്. ഞാൻ കുളിക്കു ള്ള തയ്യാറെടുപ്പിലായിരുന്നു. എനിക്കു ടിയാഗൊയെ കാത്തിരിക്കുക യും വേണം. ഒരു യാത്രക്കു ശേഷം അയാളിന്ന് തിരിച്ചെത്തുകയാണ്. നിന്റെ പ്രശ്നത്തെക്കുറിച്ച് നമുക്ക് നാളെ സംസാരിച്ചാൽ പോരെ?

-ഇല്ല. നാളെ ഒരുപക്ഷേ വല്ലാതെ വൈകിപ്പോയിരിക്കും. എനിക്കു ടിയാഗൊയെ അറിയാം. എനിക്കു നിന്റെ സഹായം ആവശ്യമാണെ ന്നയാളോട് പറയുക. അയാൾക്കത് മനസ്സിലാകും.

-ലെയ്‌ല ഒരു കറുത്ത ചിത്രശലഭം എങ്ങനെയാണ് നിന്റെ ഗർഭപാത്രത്തിൽ നിന്നും പുറത്തേക്ക് പറന്നു പോവുന്നത്? അത് വിചിത്രമായിരിക്കുന്നു! നീ പറയുന്നത് തെറ്റായിട്ടാണോ ഞാൻ കേൾക്കുന്നത്? ഒരു മിനിട്ടൊന്നു കാത്തിരിക്കൂ. ഞാനാ ഷവർ ഒന്ന് അടച്ചിട്ടുവരാം.

അതുകൊണ്ട് ഞാൻ ചിന്തിക്കുകയാണ്. എത്ര അസംബന്ധമായ കഥയാണിത്. ലെയ്‌ല അവളുടെ ഗർഭപാത്രത്തിൽ നിന്നും ഒരു കറുത്ത ചിത്രശലഭം പറന്നുപുറത്തേക്കു പോയതിനെപറ്റി പറയുവാൻ ബേബിയെ വിളിച്ചതാണ്.

-ഓകെ. ഞാൻ തിരിച്ചെത്തി ലെയ് ല... നിനക്കിനി സംസാരിക്കാം.

-എന്റെ ഒരേയൊരു മിത്രം നീയാണ്. ബേബി...

-ഒരു മിത്രം? നിന്റെ ജീവിതത്തെക്കുറിച്ച് അത്രക്കൊന്നും എനി ക്കറിയുകയുമില്ല.

-നീ കേൾക്കുവാൻ തയ്യാറാണെന്ന് ഞാൻ പ്രത്യാശിക്കട്ടെ ബേബി... എന്റെ ഗർഭത്തെക്കുറിച്ചുള്ള പരീക്ഷണ ഫലങ്ങൾക്കായി ഞാൻ ഡോക്ടറുടെയടുത്തേക്കു പോയപ്പോൾ എന്റെയുള്ളിൽ ഒരു കറുത്ത ചിത്രശലഭമാണുള്ളതെന്ന് ഡോക്ടർ കണ്ടുപിടിച്ചു. എനിക്കു വല്ലാത്ത സന്തോഷം തോന്നിയെങ്കിലും ഞാനിതാരോടും പറഞ്ഞി ല്ല. അത് തീർച്ചയായും ഒരു മനോഹരമായ ചിത്രശലഭമായിരിക്കും. വെറുതെ കുട്ടികളെപോലെ തന്നെയായിരുന്നു.

-ലെയ്‌ല ഞാനൊരിക്കലും കുട്ടികൾക്കായി ആഗ്രഹിച്ചിട്ടില്ല. എന്തെന്നാൽ അത് ഒരു വലിയ ഉത്തരവാദിത്തം തന്നെയായിരിക്കും. ഈ ചിത്രശലഭം നിനക്ക് ശരിക്കും ആശ്വാസം പകർന്നുതരുന്ന ഒന്നല്ലല്ലോ?

-ഒരു തരത്തിലുമല്ല. ബേബി, ഒരു പ്ലാസ്റ്റിക്ക് കുമിളപോലെ എനിക്ക് വല്ലാത്ത ഭാരക്കുറവ് അനുഭവപ്പെടുന്നു. ചിലനേരങ്ങളിൽ യാതൊരു ലക്ഷ്യവുമില്ലാതെ നടന്നുകൊണ്ടേയിരിക്കുവാനാണ് ശക്തമായ താത്പര്യം തോന്നുന്നത്.

-ലെയ്‌ല നിന്നോടിത് ചോദിക്കുവാൻ പോലും ഞാൻ മറന്നു. നിന്റെ ഭർത്താവ് റോബർട്ടിന് ഇക്കാര്യത്തിൽ നിന്നെ സഹായിക്കുവാൻ കഴിയില്ലേ?

-ബേബി നിന്നോട് ഒരു കാര്യം പറയുവാൻ മറന്നു. അത് വലിയ കാര്യമൊന്നുമല്ല. റോബർട്ട് സ്വയം കുടിച്ചു മരിക്കുകയായിരുന്നു. നഷ്ടപ്പെട്ടവന്റെ ശവസംസ്കാര ചടങ്ങിന് ഞാൻ പോയതുമില്ല. ഞങ്ങൾ ഒന്നിച്ചു താമസിച്ചിരുന്നപ്പോൾ സാമൂഹികമായ കാര്യങ്ങൾക്ക് ഞങ്ങൾ പുറത്തുപോയിരുന്നില്ല. കുടിയുടെ അമിതാസക്തിയാൽ അയാൾ കിടക്കയിലും ഒരു പരാജയമായിരുന്നു. അവസാനം അയാൾ തന്ന പെൻഷൻ തുകയും ഈ ഭവനവും ഏറ്റുവാങ്ങി എന്റെ മൂന്നുകുട്ടികളുമായി ഞാനിവിടെ കഴിഞ്ഞുകൂടുന്നു. പക്ഷേ, അയാളെക്കുറിച്ചിനിയും നമുക്ക് കൂടുതലായൊന്നും സംസാരിക്കാതിരിക്കാം.

-ലെയ്‌ല നിന്റെ ബന്ധുക്കളെക്കുറിച്ചെന്താണ് പറയാനുള്ളത്?

-അവരെന്നെ വെറുക്കുന്നു. അയാൾ മരിക്കുന്നതിനുമുമ്പ് തന്നെ എനിക്ക് കമിതാക്കളുണ്ടായിരുന്നു. എന്റെ ബന്ധുക്കൾക്കെന്നോട് വെറുപ്പു തോന്നി. പ്രത്യേകിച്ചും ഫ്രഞ്ച് സൈനികൻ ഴാങ്ങുമായി ഞാൻ പുറത്തു പോകുവാൻ തുടങ്ങിയ ശേഷം നീ ഓർക്കുന്നതു പോലെ അത് വളരെ പരുത്തതായ ഒന്നായിരുന്നു. അയാൾ വെളുത്ത നിറമുള്ളവനായതിനാൽ ഞങ്ങളുടെ ബന്ധത്തിന്റെ തുടക്കത്തിൽ അത് ശരിക്കും ബുദ്ധിമുട്ടുണ്ടാക്കുന്ന ഒന്നായിരുന്നു. ഞങ്ങൾക്ക് തെരുവിലൂടെ കൈകോർത്ത് നടക്കുവാൻ പോലും കഴിയുമായിരുന്നില്ല. ജനങ്ങൾ ഞങ്ങളെ നിരീക്ഷിക്കുമെന്ന ഭയം ഞങ്ങൾക്കപ്പോൾ ഉണ്ടായിരുന്നതുകൊണ്ടാണിത്. എന്റെ മുടികൊണ്ട് എന്താണ് ചെയ്യേണ്ടതെന്നോ എങ്ങനെ വസ്ത്രധാരണം ചെയ്യണമെന്നോ എനിക്ക് യാതൊരു ധാരണയുമുണ്ടായിരുന്നില്ല.

എന്നോടൊപ്പം അയാൾ എപ്പോഴും ഉണ്ടാകുന്നത് എന്നെ ഭയപ്പെടുത്തിയിരുന്നു. കറുത്തവർഗക്കാരികൾ പൊതുവെ കിടക്കയിൽ പ്രാവീണ്യമുള്ളവരാണെന്നയാൾ വിശ്വസിക്കുകയും ചെയ്തിരുന്നു.

എല്ലാത്തിനുമുപരി എന്റെ മാതാപിതാക്കൾ കുടുംബത്തോട് വഞ്ചന കാട്ടിയതിന് എന്നെ പഴിക്കുകയും ചെയ്തു. ഞങ്ങൾ രണ്ടുപേരും വ്യത്യസ്തമായ ലോകത്തിലാണ് ജീവിക്കുന്നതെങ്കിൽ പോലും ഴാങ്ങും ഞാനും അതുമായി എങ്ങിനെയാണ് പെരുമാറേണ്ടതെന്ന് ഞങ്ങൾ പഠിച്ചുകൊണ്ടിരിക്കുകയായിരുന്നു.

-നിന്റെ സ്വന്തം കുടംബത്തെക്കുറിച്ച് എന്താണ് പറയുവാനുള്ളത്?

-ബേബി അവരുമായി എനിക്കൊന്നും ചെയ്യേണ്ടതായിട്ടുണ്ടായിരുന്നില്ല. ഴാങ്ങിനോട് ഇതേക്കുറിച്ച് പറയുകയോ അവിടേക്കു കൊണ്ടുവരുവാനോ ഞാനാഗ്രഹിച്ചില്ല. അയൽപക്കക്കാരുടെ ഗോസിപ്പുകളെ ഞാൻ ഭയപ്പെട്ടിരുന്നു. അടുത്തദിവസം എന്റെ അയൽക്കാരിയായ മെർലിൻ എന്റെ കുട്ടികൾക്ക് വ്യത്യസ്തമായ ഒരു മാതാവിനെയാണ് വേണ്ടതെന്ന് എന്നോട് പറഞ്ഞിരുന്നു. ഒരിക്കൽ ഞങ്ങളുടെ അയൽപക്കക്കാരായ മറ്റു ചിലർ എന്നെക്കുറിച്ച് പോലീസിലറിയിച്ചു. ഇതെച്ചൊല്ലി ന്യായാധിപൻ എന്നെ വിളിപ്പിക്കുകയും ഇനിയൊരു പരാതിയുണ്ടാവുകയാണെങ്കിൽ എന്റെ കുട്ടികളെ സ്റ്റേറ്റ് ഏറ്റെടുക്കുമെന്നും അറിയിച്ചു. ചിലപ്പോൾ ഞങ്ങൾക്കൊത്തു ചേരുവാനാവാതെ വരുമ്പോൾ ഴാങ്ങും ഞാനും ഫോണിലൂടെയുള്ള ലൈംഗിക വേഴ്ചയിലേർപ്പെട്ടുമായിരുന്നു.

-ലെയ്‌ല നീയെവിടെയാണെന്നുപോലും ഓർക്കുവാൻ കഴിയാത്ത അവസ്ഥയിൽ എങ്ങനെയാണ് എനിക്കു നിന്നെ സഹായിക്കുവാൻ കഴിയുക?

-ചൊവ്വാഴ്ച ദിവസം ഞാൻ കുറച്ച് വ്യത്യസ്ഥമായ സ്ഥലങ്ങളിലേക്കു പോയി. എന്റെ സമയത്തിൽ ഭൂരിഭാഗവും ഞാനൊരു വിനോദ ഉദ്യാനത്തിലാണ് ചിലവഴിച്ചത്. എന്റെ തെരുവിൽ നിന്നും ഏഴ് ബ്ലോക്കുകൾ അകലെയായിട്ടാണത് സ്ഥിതി ചെയ്തിരുന്നത്. ഞാൻ ഴാങ്ങിനോടൊപ്പമാണ് അവിടേക്കു പോയിരുന്നത്. നീല നിറത്തിലുള്ള ചുവപ്പ് സാൻഡൽസുമാണ് ഞാൻ ധരിച്ചിരുന്നത്. ഒരു ചുവന്ന പെഴ്സ് എന്റെ കയ്യിലുണ്ടായിരുന്നു, അലങ്കാരമിന്നലുകൾക്കു പിന്നിലായി ഒരു ത്തുവ്വാലയും കെട്ടിവെച്ചിരുന്നു, അതിന്റെയും നിറം ചുവപ്പായിരുന്നു.

ബേബി, ഞങ്ങൾ ഉദ്യാനത്തിലേക്കു കടന്നു ചെന്നപ്പോൾ ഞാനെന്റെ സാൻഡലുകൾ ഊരിയെടുത്തു. മിനുസമായ പ്രതലത്തിലൂടെ നടക്കേണ്ടതുകൊണ്ടാണ് ഞാനങ്ങനെ ചെയ്തത്. "ഞങ്ങൾക്കു വേണ്ടി മാത്രം ഓപ്പറേറ്റർ യന്ത്ര ഊഞ്ഞാൽ പ്രവർത്തിപ്പിച്ചു." ഞങ്ങൾ ചുറ്റിക്കറങ്ങിക്കൊണ്ടേയിരുന്നു. അത് ശരിക്കും അത്ഭുതം പകരുന്ന ഒന്നായിരുന്നു. ഴാങ്ങിന്റെ കൈകൾ എന്റെ കാലുകൾക്കിടയിലേക്കു

കടന്നപ്പോൾ എന്റെ ശരീരം പടപടെ തുടിച്ചു തുടങ്ങി. ഞാനയാളുടെ പാന്റിസിനുള്ളിൽ തുടിച്ചു നിന്നിരുന്ന ഭാഗത്ത് സ്പർശിച്ചു. ഞങ്ങളുടെ ശരീരമങ്ങിനെ വായുവിൽ തൂങ്ങി നിന്നിരുന്നപ്പോൾ ഞങ്ങളുടെ നാവുകൾ ഞങ്ങളുടെ അഭിലാഷങ്ങളിൽ അഗ്നി പടർത്തി. അയാളുടെ കൈകൾ കൂടുതൽ നിഗൂഢതകൾ തേടി പോകുവാനും തുടങ്ങിയിരുന്നു.

ഈ സംഭാഷണമിങ്ങനെ നീണ്ടു നീണ്ടു പോകുന്നതിനാൽ ഇടക്കെനിക്കൊരു കോഫി കിട്ടിയാൽ നന്നായിരിക്കുമെന്ന് തോന്നി... ഞാൻ സ്വയം പറഞ്ഞു.

-ലെയ്‌ല, ആരും നിന്നെ കണ്ടില്ലല്ലോ, അല്ലേ? യന്ത്ര ഊഞ്ഞാൽ പ്രവർത്തിപ്പിക്കുന്ന മനുഷ്യൻ പോലും

-ഇല്ല... അയാൾക്ക് നല്ല പ്രായമുണ്ടായിരുന്നു. അയാൾ താഴെ മിനുസമാർന്ന തറയിൽ വന്നിരിക്കുന്ന പക്ഷികളെയും ചിത്രശലഭങ്ങളെയും നോക്കി രസിക്കുന്ന തിരക്കിലായിരുന്നു. പോരെങ്കിൽ തിങ്കളാഴ്ച അപരാഹ്നത്തിൽ ആരാണ് വിനോദകേന്ദ്രത്തിലേക്ക് പോകുവാനും തയ്യാറാകുന്നത്. അതുകൊണ്ട് ഞങ്ങൾ... ആരംഭിച്ചു.

ലെയ്‌ല , കൂടുതൽ വിശദീകരണങ്ങൾ നീയെനിക്കു നൽകേണ്ടതായിട്ടില്ല. നിന്റെ ഗർഭപാത്രത്തിൽ നിന്നും ചിത്രശലഭം എങ്ങനെ പുറത്തേക്കു പറന്നുപോയിയെന്നു പറയൂ..

-അത് അത്ഭുതകരമായിരുന്നു. പക്ഷേ, ഒരു തവണ യന്ത്രഊഞ്ഞാൽ കടന്നുപോകുന്നതിനിടയിൽ താഴെ എന്നെ തുറിച്ചുനോക്കി നിൽക്കുന്ന ഒരു ആൺകുട്ടിയെ ഞാൻ കണ്ടു. അവൻ തലകുലുക്കിക്കൊണ്ടാണവിടെ നിന്നിരുന്നത്.

പിന്നീട്... ഞാനവനെ തിരിച്ചറിഞ്ഞു. അവൻ എന്റെ വൃത്തികെട്ട അയൽക്കാരന്റെ പുത്രനായിരുന്നു. അവൻ വീട്ടിൽ തിരിച്ചെത്തുന്നതിനിടയിൽ കണ്ടതിനെക്കുറിച്ചെല്ലാം റിപ്പോർട്ടു ചെയ്യുക പതിവായിരുന്നു. അവൻ അവന്റെ പിതാവിന്റെ നായയായിരുന്നു. ബേബി ഞാൻ വല്ലാതെ നിരാശവതിയായിരുന്നു. ഞാൻ ഴാങ്ങിനോട് എന്നെ അവിടെയിറക്കുവാൻ ആവശ്യപ്പെട്ടു. ഞാൻ ചെയ്യുന്ന തെന്താണെന്ന് എന്റെ അയൽക്കാർ കണ്ടാൽ എനിക്കെന്റെ കുട്ടികളെ തീർച്ചയായും നഷ്ടമാവും. ഞാൻ വല്ലാതെ ഭയപ്പെട്ടിരുന്നു. ഴാങ്ങിനോട് എനിക്കിതെല്ലാം എങ്ങനെ വിശദീകരിക്കുവാൻ കഴിയും. ഞാൻ വൃദ്ധനായ മനുഷ്യനോട് യന്ത്ര ഊഞ്ഞാൽ നിർത്തുവാൻ വിളിച്ചു പറഞ്ഞു. യന്ത്ര ഊഞ്ഞാൽ ചുറ്റിക്കറങ്ങുന്നതിനിടയിൽ ഞാൻ കൂടുതൽ നിരാശയിലേക്കു വീണു. എന്റെ ശിരസും വീണ്ടും വീണ്ടും ചുറ്റുന്നതായി തോന്നി. ഞാനെന്റെ മിഴികൾ അടച്ചുപിടിച്ചു... പിന്നീട് ഞാനെന്റെ

മിഴികൾ തുറന്നപ്പോൾ പാർക്കിൽ എന്റെ അയൽക്കാരെക്കൊണ്ട് നിറഞ്ഞു. വൃദ്ധനായ മനുഷ്യൻ യന്ത്ര ഊഞ്ഞാലിന്റെ പ്രവർത്തനം നിർത്തി. എന്റെ പാദങ്ങൾ നിലത്ത് സ്പർശിക്കുന്നതിനുമുമ്പ് തന്നെ എന്റെ നേർക്ക് ആക്രമണമുണ്ടായി. അവർ എന്നെ കൊടിച്ചിയെന്നും വേശ്യയെന്നും നാട്ടുതെണ്ടിയെന്നും വിളിച്ച് ആക്രമിക്കുകയായിരുന്നു. അവർ ഉച്ചത്തിൽ അലറി വിളിച്ചു... നിന്റെ കുട്ടികൾ തീർച്ചയായും സ്റ്റേറ്റിന്റെ നിയന്ത്രണത്തിലാകും. ബോബി... അവരെന്റെ വസ്ത്രങ്ങൾ വലിച്ചൂരിമാറ്റി. അങ്ങനെ ഞാൻ നഗ്നയായി... നഗ്നയായി മാറുകയായിരുന്നു. ഞാനും ഴാങ്ങും കൂടുതൽ വേഗത്തിൽ അവിടെ നിന്നും പാലായനം ചെയ്യുമ്പോഴും അവർ കൂടുതൽ കല്ലുകൾ ഞങ്ങളുടെ ശരീരത്തെയും ശിരസ്സുകളെയും ലക്ഷ്യമാക്കി വലിച്ചെറിഞ്ഞുകൊണ്ടിരുന്നു. ഴാങ് എന്നെ രക്ഷിക്കുവാൻ ശ്രമിച്ചുവെങ്കിലും അതിനു യാതൊരു പ്രയോജനവുമുണ്ടായില്ല. ഞങ്ങൾ ബാറിനുള്ളിലേക്കു കടക്കുവാൻ ശ്രമിച്ചപ്പോൾ അതിന്റെ ഉടമകൾ ഉച്ചത്തിലുള്ള ആക്രോശം കേട്ട് ഞങ്ങളെ ചവിട്ടി പുറത്താക്കി. ഞങ്ങൾ എന്റെ തെരുവിലെത്തിച്ചേർന്നപ്പോൾ ഴാങ് വിരോചിതമായി ജനക്കൂട്ടത്തെ നേരിടുവാൻ ശ്രമിച്ചു.

അവർ അവനെ കല്ലുകൾ കൊണ്ട് ആക്രമിക്കുമ്പോഴും ഒറ്റക്കു നിന്നുകൊണ്ട് കീറിപ്പറിഞ്ഞ വസ്ത്രങ്ങളോടെ അവരെ നേരിടുവാനാണവൻ ശ്രമിച്ചത്.

ആ സമയത്താണ് എനിക്കവിടെ നിന്നും പുറത്ത് കടക്കുവാൻ കഴിഞ്ഞത്. ബേബി, എന്റെ കാലുകൾക്കിടയിൽ നിന്നും രക്തം വാർന്നൊലിക്കുന്നത് കണ്ട് ഞാനൊരു ആശുപത്രിയിലേക്ക് തിരക്കിട്ട് പോവുകയായിരുന്നു. പിന്നീടെപ്പോഴോ ഞാനുണർന്നപ്പോൾ എനിക്ക് ഗർഭഛിദ്രമുണ്ടായെന്ന് ഡോക്ടർ എന്നോട് പറഞ്ഞു. എന്റെ കറുത്ത ചിത്രശലഭം എവിടേക്കാണ് പോയതെന്ന് അയാൾക്കെന്നോട് പറയുവാൻ കഴിഞ്ഞില്ല. പിന്നീട് ഫോണിലൂടെ കരഞ്ഞുകൊണ്ട് ഴാങ് എന്നോട് പറഞ്ഞു. ജനക്കൂട്ടത്തിന്റെ കയ്യേറ്റത്തിൽ നിന്നും പോലീസാണയാളെ രക്ഷിച്ചത്. ബേബി.... കുട്ടികൾക്കൊപ്പം ഞാനെന്റെ വീട്ടിനുള്ളിൽത്തന്നെ കഴിച്ചുകൂട്ടി.

ഇതിനുസമാനമായിട്ടുള്ള എന്തോ ഒന്ന് ഞാൻ പത്രത്തിൽ വായിച്ചുവെന്നാണു ഞാൻ വിചാരിക്കുന്നത്. എനിക്കു തെറ്റുപറ്റിയിട്ടില്ലെങ്കിൽ അതു സംഭവിച്ചത് സൊമാലിയയിലാണ്.. ഞാൻ സ്വയം പറഞ്ഞു.

-ലെയ്‌ല, നീയെന്നോടു പറഞ്ഞതിനെക്കാളുപരി എനിക്കെങ്ങനെയാണ് കറുത്ത ചിത്രശലഭത്തെയും തേടി പുറത്ത് പോകുവാൻ

കഴിയുക. നിന്റെ പഴയ ബോയ്ഫ്രൻഡ്സിനോടാരോടെങ്കിലും നിന്നെയൊന്ന് സഹായിക്കുവാൻ അഭ്യർത്ഥിച്ചുകൂടെ?

-എനിക്കു ദുഃഖമുണ്ട് ബേബി. പക്ഷെ ഒരു സ്ത്രീയുടെ ഗർഭപാത്രത്തിൽ നിന്നും പുറത്ത് പോയ കറുത്ത ചിത്രശലഭത്തെ അന്വേഷിച്ചു പോകുവാൻ തയ്യാറാകുന്ന ഒരു പുരുഷനും ഈ ലോകത്തുണ്ടാവില്ല. പിന്നീട് ഇതിനെക്കുറിച്ചാരോടും സംസാരിക്കുവാനുള്ള താത്പര്യവും അയാൾക്കുണ്ടായിരിക്കില്ല. ഒരു കാര്യം നിങ്ങൾക്കു വളരെ വ്യക്തമായിട്ടറിയാം. അവർ ഊഹാപോഹങ്ങൾ പരത്തുന്നവരല്ലെന്ന് അവർ അവകാശപ്പെടുന്നുണ്ടെങ്കിലും അവരുടെ അന്യോന്യമുള്ള സംഭാഷണങ്ങളിൽ, അവർ ജീവിക്കുന്നതുതന്നെ നമ്മളെക്കുറിച്ചുള്ള അപഖ്യാതിപരത്തുവാൻ വേണ്ടി മാത്രമാണ്. ഞാൻ മിക്കവാറും ആക്രമിക്കപ്പെട്ടതെന്തിനാണെന്ന് നിനക്കറിയാമോ? അമ്യൂസ്മെന്റ് പാർക്കിൽ വച്ചു കണ്ട ആ കുട്ടിയുണ്ടല്ലോ, അവന്റെ പിതാവ് വേണ്ടാത്ത കാര്യങ്ങൾക്കുള്ള ക്ഷണവുമായി അയാൾ എന്നെ സമീപിച്ചപ്പോഴൊക്കെ ഞാൻ നിരാകരിച്ചിരുന്നു. ഒരു ദിവസം ഞങ്ങൾ ബസ് കാത്ത് നിൽക്കുമ്പോൾ, അപ്പോൾ ഞങ്ങൾ എല്ലാ കാര്യങ്ങളെക്കുറിച്ചും സംസാരിക്കുകയായിരുന്നു. ഞാനാ ഫ്രഞ്ച് സൈനികനെ ഇഷ്ടപ്പെടുന്നുവെന്ന് അയാളോട് തുറന്നുപറയുകയെന്ന തെറ്റ് ഞാൻ ചെയ്തു. എന്തുകൊണ്ടാണ് ചില സ്ത്രീകൾ വിദേശികൾക്കൊപ്പം ശയിക്കുവാനാഗ്രഹിക്കുന്നതെന്ന് അയാൾ എന്നോട് ചോദിച്ചു. ഇത് വളരെക്കാലം മുമ്പാണ് സംഭവിച്ചത്. ഞാനിങ്ങനെയതിന് മറുപടി പറയുമെന്നും ഞാനോർക്കുന്നു. അതിൽ വലിയ കാര്യമൊന്നുമില്ല. ഒരുപക്ഷേ അവർ ശരിക്കും വ്യത്യസ്തരായതുകൊണ്ടായിരിക്കാം. അതിനുശേഷം അയൽപക്കത്തിനാകെ ഞങ്ങളുടെ സംഭാഷണത്തെക്കുറിച്ചറിയാമായിരുന്നു. ഒരു ദിവസം അയാൾ എന്നെ സ്വന്തമാക്കുമെന്ന് പറഞ്ഞുകൊണ്ട് ഞാൻ നടന്നു. ബേബി, ഴാങ്ങിനോട് ഇതുപോലുള്ള ഒരു ആനുകൂല്യം ആവശ്യപ്പെടുവാൻ എനിക്കു ഭയമാണ്.

-ലെയ്‌ല ഒരു മിനിട്ടൊന്നു ഹോൾഡു ചെയ്യണം. ഞാനെന്റെ റേഡിയോ അലാറം ഒന്നു സ്വിച്ച് ഓഫ് ചെയ്തോട്ടെ. അത് തീർച്ചയായും ഭേദിക്കേണ്ടതായിട്ടുണ്ട്. എന്തു കൊണ്ടെന്നാൽ അത് സംഗീതത്തോടൊപ്പമാണ് മാഞ്ഞു പോകുന്നത്.

വൈകാരികത/ശുദ്ധമായ ആവേശം/ മത്സ്യകന്യകമാരുടെ നിഗൂഢമായ വർഗം/ മണൽ കൊട്ടാരം/ സ്രാവുകളുടെ രോഷം/ വിഭ്രാന്തി...

ആ സംഗീതം കേൾക്കുന്നത് ശരിക്കും നല്ല ഒരു കാര്യമായിരുന്നു. ക്രിസിനു കേൾക്കുവാനായി കുറച്ചു നാളത്തേക്ക് കടമായി

കൊടുത്തിരുന്ന ദ് ജാവാന്റെ റെക്കാർഡ് തിരിച്ചു കിട്ടുവാനുള്ള ശ്രമത്തിലായിരുന്നു ഞാൻ. പക്ഷേ, ഇതുവരെ ഒന്നുമായിട്ടില്ല. അവൾ എപ്പോഴൊക്കെയും ഒരു സഹായം ആവശ്യപ്പെട്ടാൽ ഞാനത് ചെയ്തുകൊടുക്കുവാനും തയ്യാറായിരുന്നു. ഒരിക്കലും ഇല്ലയെന്ന് സൂചിപ്പിച്ചിട്ടുമില്ല... ഞാൻ വിചാരിച്ചു.

ബേബി, നീ വളരെയധികം എടുത്തുകഴിഞ്ഞിരിക്കുന്ന അവർപ്ലെ ചെയ്തുകൊണ്ടിരിക്കുന്ന ഗാനം അക്കായ് ആയിരുന്നില്ലേ? ആ റെക്കാർഡ് എന്റെ വീട്ടിൽ ഉണ്ടായിരുന്നതാണ്. പക്ഷേ അത് അപ്രത്യക്ഷമായി.

-ലെയ് ല എനിക്കതിനു കുറച്ചു സമയം വേണ്ടിവന്നു. എന്തുകൊണ്ടെന്നാൽ ഒരു ചിത്ര ശലഭം ജാലകത്തിലൂടെയാണ് പറന്നുപോയത്. അതുകൊണ്ടിപ്പോൾ നിനക്കെങ്ങനെ തോന്നുന്നു. ഇപ്പോൾ ആ ചിത്രശലഭം ഒരിക്കലും നിന്റെയുള്ളിൽ നീ വഹിച്ചുകൊണ്ടിരിക്കുന്നുമില്ല?

-എനിക്കു വല്ലാത്ത ഭയം തോന്നുന്നു. ഞാനവിടെയെല്ലാം ഇരുന്നുകൊണ്ട് ആകാശത്തിലേക്കു തുറിച്ചു നോക്കിയിരിക്കുകയാണ്. അയൽപക്കക്കാർ ഇപ്പോൾ എന്നെ ജാലകത്തിലൂടെ നിരീക്ഷിച്ചുകൊണ്ടിരിക്കുന്നതുപോലെയാണ്. ഞാൻ ഒരു അക്വേറിയത്തിലെ അപൂർവ്വമായ ഒരു ഇനവുമായി മാറിയിരിക്കുന്നു.

-ലെയ് ല ആരോ വാതിൽക്കൽ നിൽക്കുന്നുണ്ട്. അത് തീർച്ചയായും ടിയാഗൊ ആയിരിക്കും.

-ബേബി, ദയവായി എന്നോട് മറുപടി പറയൂ.

-ലെയ് ല ഒരു മിനിറ്റൊന്നു കാത്തിരിക്കൂ... ഞാനിപ്പോൾ തന്നെ മടങ്ങിവരാം.

-ശ്രദ്ധിക്കുക. നാം വളരെയധികം കാര്യങ്ങളെക്കുറിച്ച് സംസാരിച്ചുകഴിഞ്ഞു. എന്റെ ചിത്രശലഭത്തെക്കുറിച്ചു നിന്നോടു വിവരിക്കുവാൻ ഞാൻ മിക്കവാറും മറന്നുപോയി. അവളുടെ ഇനത്തിലെ മറ്റുള്ളവയെക്കാളും വലിയ ചിറകുകളാണവൾക്കുള്ളത്. പകൽ സമയം അവളാകെ അസ്വസ്ഥയാണ്. തുടർച്ചയായിട്ടവൾ തന്റെ ചിറകുകൾ അടിച്ചുകൊണ്ടിരിക്കും. എനിക്കതിനെക്കുറിച്ചൊക്കെ വളരെ നന്നായിട്ടറിയാം. എന്തെന്നാൽ എന്റെ ഗർഭപാത്രത്തിനുള്ളിൽ അവൾ ചലിക്കുന്നതിനെക്കുറിച്ച് എനിക്കുനന്നായറിയാം.

അവളൊരു വളരെ കറുത്ത ചിത്രശലഭമാണെന്ന് നീ തീർച്ചയായും കാണുക തന്നെ ചെയ്യും. നിനക്കവളെ കണ്ടെത്തുവാൻ കഴിഞ്ഞാൽ എന്റെയടുത്തേക്ക് കൊണ്ടുവരുക. ഞാൻ നിനക്കെന്റെ

മേൽവിലാസം വീണ്ടും തരാം.

...എന്തിനാണ് ഞാൻ വെറുതെ ഈ മേൽവിലാസം കുറിച്ചെടുക്കുന്നത്. ഇത് ഒരിക്കലും എന്നെ ബാധിക്കുന്ന ഒരു പ്രശ്നവുമല്ല. ഞാൻ വിചാരിച്ചു.

-ബേബി നീ ഞാൻ പറയുന്നത് ശ്രദ്ധിക്കുന്നുണ്ടോ?

അപ്പോൾ ഞാൻ വിചാരിച്ചു... എന്തിനു വേണ്ടിയാണ് ലെയ് ല ആ മോശക്കാരിയായ സുഹൃത്തിനോട് സംസാരം തുടരാതെ ഫോൺ താഴെ വക്കാത്തത്? ബേബിക്കവളെ സഹായിക്കണമെന്നുണ്ടെങ്കിൽ തീർച്ചയായും ഒരു കോട്ടും ധരിച്ചുകൊണ്ടവൾക്ക് നേരെ അമ്യൂസ്മെന്റ് പാർക്കിലെ മനുഷ്യന്റെയടുത്തേക്ക് പോകാൻ കഴിയുമായിരുന്നു.. എനിക്കു തണുക്കുന്നുണ്ട്, ഞാനെന്റെ ജാക്കറ്റ് ധരിക്കുവാൻ പോകുകയാണ്...

-ദയവായി ചിത്രശലഭത്തെ കണ്ടെത്തുക..

അങ്ങനെയപ്പോൾ, ടിനെയർ ഞാനുമായുള്ള ബന്ധം വിച്ഛേദിക്കപ്പെട്ടിരുന്നു. ഞാനീ കഥ നിന്നോട് പറയുന്നതിനും ഒരു കാരണമുണ്ട്. അതെ... ആ ദിവസം മുതൽ എനിക്കു കാര്യമായി ഉറങ്ങുവാൻ കഴിയുന്നുണ്ടായിരുന്നില്ല. ആ സംഭാഷണം എന്നെ ആശയക്കുഴപ്പത്തിലാക്കിയിരുന്നു. ഞാൻ ഊഹിക്കുകയായി. രാത്രിയിൽ ഞാൻ ഹ്യൂമാനിറ്റേറിയൻ സെന്ററിൽ ജോലി ചെയ്യുകയും പ്രഭാതങ്ങളിൽ ഞാൻ അമ്യൂസ്മെന്റ് പാർക്കിലേക്ക് പോവുകയും ചെയ്യും. ഓരോ ദിവസവും ഞാനവിടേക്കു പോകുമായിരുന്നു. മിനുസമായശിലാതറകളിൽ നിദ്രയിലാണ്ടിരിക്കുന്ന ചിത്രശലഭങ്ങളെ അവിടെയിരുന്നുകൊണ്ട് ഞാൻ നിരീക്ഷിക്കുകയും ചെയ്യുമായിരുന്നു. എനിക്കുള്ളുതം തോന്നുകയാണ്... അവരെല്ലാം സ്ത്രീകളായി രൂപാന്തരപ്പെടുമ്പോൾ അവർക്കെന്താണ് സംഭവിക്കാൻ പോകുന്നത്?

●

ലിഗിയ ഫാഗുൻദസ് തെല്ലിസ്

ബ്രസീലിയൻ നോവലിസ്റ്റ്. കഥാകാരി എന്നീ നിലകളിൽ ലോകപ്രശസ്തയാണ്. നിരവധി പുരസ്കാരങ്ങൾ ലഭിച്ചിട്ടുണ്ട്.
ജനനം 1923 ഏപ്രിൽ 19 സാവോപോളൊയിൽ

രചനകൾ:
1) The Marble dance
2) The girl in the photograph

മണവാളൻ

ബ്രസീലിയൻ കഥ

ലിഗിയ ഫാഗൻദസ് തെല്ലിസ്

മൃദുവായും തുടർച്ചയായും ആരോ വാതിലിൽ മുട്ടുന്നുണ്ടായിരുന്നു. അയാൾ തന്റെ കണ്ണുകൾ തുറന്നുകൊണ്ട് മെത്തയിൽ എഴുന്നേറ്റിരുന്നു.

എമീലിയ? അത് നിങ്ങളാണോ.... എമീലിയ?

മറുപടി പറയുവാൻ സ്ത്രീ കുറച്ചു സമയമെടുത്തു. താങ്കളുണർന്നിരിക്കുകയാണോയെന്നെനിക്ക് അറിയണമായിരുന്നു. സമയം വളരെയടുത്തുകഴിഞ്ഞിരിക്കുന്നു.

എന്തിനുള്ള സമയം...?

വിവാഹത്തിനുള്ള മുഹൂർത്തം...

വിവാഹമോ? എന്തു വിവാഹം...?

അവൾ കുലുങ്ങിച്ചിരിച്ചു.

താങ്കൾ ശരിക്കും ഉണർന്നിരിക്കുകയാണോ? നിങ്ങളിപ്പോഴും ഉറക്കത്തിലാണെന്നപോലെയാണ് തോന്നുന്നത്. ഒരുപക്ഷേ, നിങ്ങൾക്കിപ്പോൾ ഒരു കപ്പ് കോഫിയാണ് ആവശ്യം. നിങ്ങൾക്കുവേണ്ടി ഒരു കപ്പ് കോഫി ഞാൻ കൊണ്ടുവരാം.

മെത്തയുടെ പിൻഭാഗത്തെ താങ്ങിൽ അയാൾ തന്റെ ശിരസ്സ് വെച്ച് കഴിഞ്ഞു. വിവാഹത്തിന്റെ മുഹൂർത്തം. പക്ഷേ, എന്തു വിവാഹം?

ഇന്ന് വ്യാഴാഴ്ചയാണ്. അങ്ങനെയല്ലേ..?

നവംബർ 12—ാം തീയതി വ്യാഴാഴ്ച്ച 3. അതുകൊണ്ടെന്താണ്?

ഇന്നാരാണ് വിവാഹിതനാകാൻ പോകുന്നത്..?

ഇന്ന് എനിക്ക് പങ്കെടുക്കേണ്ട വിവാഹച്ചടങ്ങുകൾ ഒന്നും തന്നെയില്ല. അതും... ഇത്രക്കു നേരത്തെയുള്ള ഒന്ന് അയാൾ മുറിയിലൂടെ തന്റെ കണ്ണുകൾകൊണ്ട് നിരീക്ഷണം നടത്തി.

അവൾക്ക് ശരിക്കും പ്രായമായിരിക്കുന്നു. പാവം സ്ത്രീ.

ഇത് രക്തധമനികളിലുണ്ടാകുന്ന മരവിപ്പരോഗമാണ്. മറ്റൊന്നുമല്ല.... എന്റെ മുറിയുടെ വാതിലിൽ കിടന്നിങ്ങനെ മുട്ടിവിളിക്കുന്നതിനെക്കുറിച്ചൊന്നു സങ്കല്പിച്ചുനോക്കു.

വിവാഹത്തിന്റെ സമയമായി എന്നവർ വിളിച്ചു പറയുകയും കോട്ടുവായിട്ടു.

മുറിക്കുള്ളിലെ ഇരുട്ടിൽ വസ്തുക്കൾ പ്രത്യേകിച്ചൊരു രൂപവുമില്ലാതെ ഒഴുകിനടന്നു.

കടലിനടിഭാഗത്തെ ഒരു കപ്പൽ ഛേദത്തെക്കുറിച്ചയാൾ ഓർത്തുപോയി. അത്രക്ക് കാവ്യാത്മകമായ ഒന്ന്. അയാൾ തന്റെ മിഴികൾ ചിമ്മിക്കൊണ്ടിരുന്നു. പിന്നീട് തിളക്കമാർന്ന ഒരു മൽസ്യത്തെപ്പോലെ നിഴൽപ്പാടിനുള്ളിൽനിന്നും പുറത്തേക്കുവന്ന നീണ്ട വൃത്താകൃതിയിലുള്ള കണ്ണാടിയിലേക്ക് തുറിച്ചുനോക്കി.

പന്ത്രണ്ടാം തീയതി. വ്യാഴാഴ്ച്ച.

ഇതെന്തു വിവാഹമാണ്? എനിക്കൊന്നും തന്നെയറിയാത്ത...

എമീലിയ..! ഇതാരുടെ വിവാഹമാണ്..? നിങ്ങളെന്തിനെക്കുറിച്ചാണ് പറയുന്നത്. എമീലിയ...?

അയാൾ പറയുന്നതെന്താണെന്ന് കേൾക്കാൻ പിന്നീടൊരിക്കലും അവൾക്കു കഴിയുന്നുണ്ടായിരുന്നില്ല. മെത്തവിരികൾ മാറ്റിയിട്ടുകൊണ്ടയാൾ എഴുന്നേറ്റു. അസംബന്ധം ഇന്നെനിക്ക് വിവാഹച്ചടങ്ങ് ഒന്നുംതന്നെയില്ല. അതാണ് നല്ലത്... വല്ലാത്ത ബോറായിരിക്കും. ചന്ദ്രക്കലയുടെ രൂപത്തിലുള്ള അഷ്ട്രേയിൽ വിരലുകൾ തപ്പിത്തടഞ്ഞതിനുശേഷം മേശപ്പുറത്തിരുന്ന സിഗരറ്റുകൾ കൈയിലെടുത്തു. നാന സിറാമിക് കമ്പനിയിൽ ജോലിചെയ്തിരുന്നപ്പോൾ അയാൾക്കായി നൽകിയ ഒരുപഹാരമായിരുന്നു ആ ആഷ്ട്രേ. അയാൾക്കു വേണ്ടി ഒരു ജോഡി ഷർട്ട് സ്റ്റഡുകളും അവൾ ഉണ്ടാക്കിയിരുന്നു. അത്രയും വലുപ്പത്തിലുള്ള സ്റ്റഡ് യാതൊരു ഷർട്ട് കഫുമായും ഒരിക്കലും ഇണങ്ങുന്ന

രീതിയിലുള്ളതുമായിരുന്നില്ല.

ഇപ്പോളവൾ പൂർണമായും ശിൽപകലക്കുവേണ്ടിയാണ് സമയം ചെലവഴിച്ചിരുന്നത്. അതയാളെ വല്ലാതെ അസ്വസ്ഥനാക്കുകയും ചെയ്തു.

ഒരു നല്ലദിവസം അവൾ എനിക്കുവേണ്ടി വോൾട്ടയറിന്റെ ഒരർധകായ പ്രതിമ കൊടുത്തുവിടും. ഏതൊരാൾക്കും വോൾട്ടയറിനെ മെത്തക്കരികിലുള്ള മേശപ്പുറത്ത് വെക്കാനും കഴിയില്ല. തീപ്പെട്ടിക്കൊള്ളി ആഷ്ട്രേയിലിട്ടുകൊണ്ടയാൾ ചിന്തിച്ചു. അതൊരു തെളിഞ്ഞ ദിവസമാണെന്നെനിക്ക് നല്ലയുറപ്പുണ്ട് ജാലകം തുറന്നുകൊണ്ടയാൾ പിറുപിറുത്തു.

മുറിക്കുള്ളിലേക്കൊരു സൂര്യകിരണം തുളച്ചുകയറി. തെളിച്ചമുള്ള... തെളിച്ചമുള്ള...

കൂടുതൽ ആവേശമൊന്നും കാട്ടാതെ അയാളാവർത്തിച്ചു അയാൾക്ക് ക്ലബിലേക്കു പോകുവാൻ കഴിയും... നാനയുമായി ഉച്ചഭക്ഷണം കഴിക്കുവാനും സാധിക്കും. പക്ഷേ, അന്ന് വ്യാഴാഴ്ചയാണെന്നൊരു വ്യത്യാസമേയുള്ളൂ. അന്നേദിവസം അവൾക്ക് വളരെയധികം കാര്യങ്ങൾ ചെയ്തുതീർക്കുവാനുള്ളതാണ്. പോരെങ്കിൽ അവളുടെ കുട്ടികൾക്ക് അവധിക്കാലവുമായിരുന്നു.

...ഞങ്ങൾ കുട്ടികളെ കാഴ്ചബംഗ്ലാവിലേക്കു പറഞ്ഞുവിടും.

അതിന്റെയാവശ്യമേയുള്ളൂ.

കണ്ണാടിക്കുനേരെ നടക്കുമ്പോളയാൾ മനസ്സിൽ തീരുമാനമെടുത്തുകഴിഞ്ഞിരുന്നു.

അയാളുടെ ഓഫീസിൽ കുറച്ചുനേരം തങ്ങിയതിനുശേഷം പിന്നീടവർ ഒരു സിനിമ കാണുവാനായിപോകും.

അയ്യോ... ഇന്നേ ദിവസം മറ്റു പ്രധാന കാര്യങ്ങളൊന്നുംതന്നെ ഞാൻ ഏറ്റെടുക്കാൻ പോകുന്നില്ല. ഒന്നുപോലും. മുടികോതിയൊതുക്കിയതിനുശേഷം ദന്തങ്ങൾ നിരീക്ഷിക്കുവാൻ വേണ്ടി ചുണ്ടുകൾ വിടർത്തിപ്പിടിച്ചു. കടിച്ചുമുറിക്കുവാൻ ഉപയോഗിക്കുന്ന പല്ലുകളിലൊന്നിന് കുറച്ചുകൂടി മൂർച്ചവേണ്ടിയിരിക്കുന്നു... അയാൾ ഓർമിക്കുകയും ചിരിക്കുകയും ചെയ്തു.

എന്തൊരു പേക്കിനാവാണിത്...!

അയാളുടെ കൈകളിൽ വവ്വാലിന്റെ മിനുമിനുത്ത തുവലിന്റെ

സ്പർശം അനുഭവപ്പെട്ടു. അത് പിന്നീട് ചിറകുകളായി രൂപാന്തരപ്പെടുകയും ചെയ്തു.

ജീവിക്കുന്ന മൽസ്യത്തിനെങ്ങനെയാണ്...

കണ്ണാടിയിലേക്കു നോക്കി അയാൾ മൂളിപ്പാട്ടുപാടി.

ആ നിമിഷത്തിൽ അയാളൊരു കാര്യം ശ്രദ്ധിച്ചു. ചാരുകസേരയിൽ ഒരു പ്രഭാതസൂട്ട് കിടക്കുന്നുണ്ടായിരുന്നു.

അത് ശരിക്കും ഒരു പ്രഭാത സൂട്ട് തന്നെയാണോ? ഒരു പ്രഭാത സൂട്ട്... കണ്ണാടിയിലൂടെ അയാൾക്കത് വളരെ വ്യക്തമായി കാണാൻ കഴിയുന്നുണ്ടായിരുന്നു.

തേച്ചു വൃത്തിയാക്കിയ ട്രൗസറുകൾ. ജാക്കറ്റിനുള്ളിൽ നിന്നും കാണുന്ന രീതിയിലുള്ള കൈയില്ലാക്കുപ്പായം. താഴെ നിലത്തോളം വരെ നീണ്ടുകിടക്കുന്ന വെള്ളിനിറത്തിലുള്ള ടൈ... വ്യക്തമായും അയാൾക്കത് കാണാൻ കഴിഞ്ഞു.

ഒരു പ്രഭാതസ്യൂട്ട്...

സ്വന്തം പ്രതിബിംബത്തിലേക്ക് അത്ഭുതകരമായ രീതിയിൽ കണ്ണുകൾ പായിച്ചുകൊണ്ടയാൾ ആവർത്തിച്ചു. എന്തൊക്കെയായാലും അത് എന്തു പ്രഭാത സൂട്ടാണ്?

ആർക്കായാലും അത് എന്തു പ്രഭാത സൂട്ടാണ്. ആർക്കാണത് അവിടെ ഉപേക്ഷിച്ചുപോകാൻ കഴിഞ്ഞിരിക്കുക.

ആര്..? എനിക്കൊരിക്കലും ഒരു പ്രഭാത സൂട്ടുണ്ടായിരുന്നില്ല.

ഇപ്പോഴും എനിക്കങ്ങനെയൊന്ന്...

കണ്ണാടിക്കെതിരെ അയാൾ സിഗരറ്റിന്റെ പുകയൂതിവിട്ടു.

“എന്ത് അസംബന്ധമാണ്. എന്റെ ദൈവമേ...?!

എനിക്കുവേണ്ടി ഈ പ്രഭാത സൂട്ട് ഇവിടേക്കു കൊണ്ടുവന്നതാരാണ്? ഏതോ പരിപാടിക്കുവേണ്ടി എനിക്ക് ധരിക്കാൻ കൊണ്ടുവന്നതുപോലെയുണ്ടല്ലോ വിവാഹകർമത്തിനുവേണ്ടി എമിലിയ എന്നോടങ്ങനെ പറഞ്ഞിരുന്നു അല്ലേ?

വിവാഹത്തിന്റെ മുഹൂർത്തം... അതെ അത് വിവാഹത്തിനുള്ള സമയമാണ്... വിവാഹത്തിനുള്ള മുഹൂർത്തമാണ്!

ഒരു സ്വപ്നദൃശ്യം പോലെ സ്വന്തം പ്രതിരൂപം കണ്ണാടിയുടെ

പ്രതലത്തിൽ വിളറിപ്പോകുന്നതയാൾ കണ്ടു. ഒരിക്കൽക്കൂടി അയാൾ സിഗററ്റ് വലിച്ചൂതിവിട്ടു. നീലപുകച്ചുരുളുകൾക്കിടയിലേക്ക് പ്രഭാത സ്യൂട്ടും അപ്രത്യക്ഷമായിക്കഴിഞ്ഞിരുന്നു. പ്രതിബിംബം സൃഷ്ടിക്കുന്ന കണ്ണാടിയുടെ ഹ്രസ്വമായ ഒരു പ്രതിഫലനം മറ്റാരുടെയോ ആയ ഒരു മുഖം. ആരുടെയും സ്വന്തമല്ലാത്ത ഒരു പ്രഭാതസ്യൂട്ട്. അയാൾ തന്റെ ശിരസ്സ് താഴ്ത്തിവെച്ചു. എമീലിയ പറഞ്ഞത് ശരിയായിരുന്നു. തീർച്ചയായും എനിക്കപ്പോൾ ആവശ്യമായത് ഒരു കപ്പ് കോഫിയാണ്. വളരെ വേഗത്തിൽ കുടിച്ചുതീർക്കാൻ പോകുന്ന ഒരു കപ്പ് കോഫി.

അത് വിവാഹത്തിനുള്ള മുഹൂർത്തമാണ്. മുറിക്കുള്ളിൽ അയാൾ കാലടികൾ വെച്ചുനീങ്ങി. ചാരുകസേരക്കു ചുറ്റും ഭയാശങ്കയോടെ നടന്നു. ഇപ്പോൾ വളരെ പ്രധാന്യമുണ്ടായിരുന്നെങ്കിലും വെറുതെ ചുറ്റിനടക്കുന്നതിലായിരുന്നു അയാൾക്ക് കൗതുകം.

മരസാമഗ്രികൾക്കും മറ്റു വസ്തുക്കൾക്കുമിടയിൽ അത്രുക്കു പ്രധാന്യനത്തോടെയാണ് വെച്ചിട്ടുണ്ടായിരുന്നത്.

ഇതിന്റെയൊക്കെ അർഥമെന്താണ്?

ആരാണീ പ്രഭാതസ്യൂട്ട് ഇവിടെ വെച്ചിരിക്കുന്നത്?

ഇത് വെറുമൊരു തമാശക്കുവേണ്ടിയാണോ?

ഇല്ല... ഇത് ഒരിക്കലും ഒരു തമാശയായിരിക്കാൻ വഴിയില്ല. ഇതുപോലെയുള്ള തമാശകളെ സ്വീകരിക്കുന്നതിനുമുമ്പ് വളരെ ഗൗരവപൂർവം ചിന്തിക്കുന്നവളാണ് എമീലിയ. പോരെങ്കിൽ അതിലിത്ര തമാശയായി എന്താണുണ്ടായിരുന്നത്?

ഇല്ല. ഇതിൽ യാതൊരുവിധ ന്യായീകരണവുമില്ല.

ഒരു പക്ഷേ, ഒരു തെറ്റിദ്ധാരണയായിരിക്കാം?

ഒരു സാധാരണ തെറ്റിദ്ധാരണമാത്രം.

അയാൾ ചാരുകസേരയോട് ഒന്നു കൂടിയടുത്തുചെന്നു.

ഇപ്പോൾ അത്ഭുതത്തേക്കാൾ കൂടുതൽ ആകാംക്ഷയാണ് അയാളുടെ മനസ്സിലുണ്ടായിരുന്നത്.

ഇത് ആരുടെയായിരിക്കും?

ജാക്കറ്റിനു മുകളിലൂടെ അയാൾ തന്റെ കൈയോടിച്ചു. അയാളതിന്റെ ഗന്ധമുൾക്കൊണ്ടു. ശരിക്കും അയാൾ സംശയിച്ചതുപോലെതന്നെ ഒരു പുതിയ പ്രഭാത സ്യൂട്ടുതന്നെയായിരുന്നു അത്.

ഒരു കേടും തട്ടാത്തത്.

അയാളതിന്റെ അകവശത്തെ പാളി പരിശോധിച്ചു. തയ്യൽക്കാരന്റെ പേരുമാത്രമേ അവിടെയുണ്ടായിരുന്നുള്ളൂ. കോർഡിസ്. പോക്കറ്റുകൾ തീർച്ചയായും ശൂന്യമായിരുന്നു. കോർഡിസ്-യാതൊരു ഭാവവുമില്ലാതെ അയാൾ പിറുപിറുത്തു. അങ്ങനെയൊരു തയ്യൽ സ്ഥാപനത്തെക്കുറിച്ചയാൾ കേട്ടിട്ടുപോലുമുണ്ടായിരുന്നില്ല.

അയാൾ ടൈ കൈയിലെടുത്ത് അതിലുണ്ടായിരുന്ന ചിഹ്നം പരിശോധിച്ചു. ഒരു നല്ല ചിഹ്നമായി അത് തോന്നിയെങ്കിലും അതിനെക്കുറിച്ച് കൂടുതലൊന്നും അയാൾക്കു മനസ്സിലായില്ല. പ്യൂവർസിൽക്ക് ഓസ്ട്രിയയിൽ നിർമിച്ചത് എന്നതിൽ സൂചിപ്പിച്ചിരുന്നു.

ഞാനൊരിക്കലും ഓസ്ട്രിയയിലുണ്ടായിരുന്നില്ലല്ലോ. ഈ ടൈ ഇതിനുമുമ്പ് ഞാൻ കണ്ടിട്ടുമില്ല. ടൈ താഴെയിട്ടുകൊണ്ടയാൾ മുഖം ചുളിച്ചു.

തീർച്ചയായും ഇതൊരു തെറ്റുതന്നെയായിരുന്നു.

അയാളുടെ സുഹൃത്തുക്കളിലൊരാൾ വിവാഹിതനാവാൻ പോവുകയാണ്.

അയാൾക്ക് വസ്ത്രങ്ങൾ അയച്ചുകൊടുത്തിരിക്കുന്നു എന്നുമാത്രമേയുള്ളൂ.

ഒരു വിഡ്ഢിയെപ്പോലെ എമീലിയ അത് സ്വീകരിച്ചുവെന്നു മാത്രം. ഒരുപക്ഷേ, അവൾ ചിന്തിച്ചിട്ടുണ്ടാകും...

പക്ഷേ, ആരാണീ സുഹൃത്ത്..?

ഞാനകത്തേക്കുവരട്ടെ...?

അയാളാകെ വിറച്ചുപോയി. എമീലിയയുടെ ശബ്ദം നേരെ കണ്ണാടിയിൽനിന്നും വരുന്നതുപോലെയുണ്ടായിരുന്നു.

ഈ പ്രഭാതസ്യൂട്ടിന്റെ അർഥമെന്താണ്? അതവിടെത്തന്നെയില്ലേ...?

അതെ... അവിടെത്തന്നെയുണ്ട്... പക്ഷേ, ട്രൗസറുകൾ അൽപം ചുളുങ്ങിയിരിക്കുകയാണ്.

താങ്കൾ ആവശ്യപ്പെടുകയാണെങ്കിൽ എനിക്കത് ഇസ്തിരിയിടുവാൻ കഴിയും. പക്ഷേ, ഇപ്പോൾത്തന്നെ സമയം ഒൻപതിനോടടുത്തിരിക്കുന്നു. വിവാഹം പത്തുമണിക്കാണ്. അങ്ങനെയല്ലേ? താങ്കളുടെ കോഫി തയ്യാറായിട്ടുണ്ട്. കുടിക്കാൻ താങ്കൾ തയ്യാറാണോ..?

ഇപ്പോൾ വേണ്ട. പിന്നീട് മതി പിന്നീട്... ചാരുകസേരയിലേക്ക് കണ്ണോടിച്ചുകൊണ്ടയാൾ ആവർത്തിച്ചു. അയാളാകെ വിളറിപ്പോയി. അയാളൊരു ചെറിയ സൂട്ട്കേസ് കണ്ടു. അയാൾ ചെറിയ സവാരികൾക്കുവേണ്ടി എപ്പോഴും ഉപയോഗിച്ചിരുന്ന സൂട്ട്കേസായിരുന്നു അത്. വാർഡ്രോബിനോട് ചേർന്നാണത് കാണപ്പെട്ടത്. അയാൾ ഉടനെ ശ്രദ്ധാപൂർവം തയ്യാറാക്കിയിരുന്നു. ഒരു കുമ്പാരം തുണിക്കുമുമ്പിൽ അയാൾ മുട്ടുകുത്തിനിന്നു.

പക്ഷേ, എങ്ങോട്ടാണ്...? എനിക്കതിനെക്കുറിച്ചൊന്നുമറിഞ്ഞുകൂടാ. സെല്ലാഫൈൻ പേപ്പറിൽ പൊതിഞ്ഞുവെച്ചിരുന്ന പൈജാമ അയാൾ പരിശോധിച്ചു. നീന്തുവാനുപയോഗിക്കുന്ന വസ്തുവിനെയും നിക്കറിനെയും കാൻവാസ് പാദരക്ഷകളെയും അയാൾ ശ്രദ്ധാപൂർവ്വം സ്പർശിച്ചു. എല്ലാം പുതുപുത്തനാണ്. കടലോരത്ത് ഒരു ഹ്രസ്വമായ താമസത്തിനുവേണ്ടയെല്ലാം അതിലുണ്ടായിരുന്നു. മധുവിധു കടലോരത്തുതന്നെയാകട്ടെ എന്നു തീരുമാനിച്ചിരിക്കും. അങ്ങനെ വിവാഹം മറ്റാരുടെയുമല്ല അയാളുടേത് മാത്രമായിരുന്നു.

മുട്ടുകുത്തിനിൽക്കുമ്പോഴും അയാൾ പിറകോട്ടുചായ്ഞ്ഞ് ഉപ്പൂറ്റി നിലത്തുമർത്തിയിരുന്നു. കാൽനഖങ്ങളിൽ നോക്കി അയാൾ പറഞ്ഞു. എനിക്കെന്റെ ഓർമ നഷ്ടപ്പെട്ടിരിക്കുന്നു.

അയാൾ കൈകൊണ്ട് ഉറക്കെ നിലത്തടിച്ചു. വീണ്ടും ചുരുട്ടിയ മുഷ്ടികൾ നിലത്ത് ആഘാതമേൽപ്പിച്ചു.

ഇല്ല... അത് സത്യമായിരിക്കാൻ കഴിയില്ല. ഞാൻ എല്ലാം ശരിക്കോർക്കുന്നു. എങ്ങനെയാണെനിക്കെന്റെ ഓർമ നഷ്ടപ്പെടുകയും വീണ്ടുമിപ്പോൾ എനിക്കെല്ലാം ഓർക്കുവാനും കഴിയുന്നത്? പെട്ടെന്നയാൾ ചാടിയെഴുന്നേറ്റുകൊണ്ട് പൈജാമ ജാക്കറ്റ് അവിടെനിന്നും നീക്കംചെയ്തു.

പക്ഷേ, എന്താണിത്ര തമാശയായിട്ടുള്ളത്

എന്തുതരം വിനോദമാണിത്?

എനിക്കു കുഴപ്പമൊന്നുമില്ല. ഇത്രക്കു നന്നായ വിധത്തിൽ മുമ്പൊരിക്കലും ഞാൻ കഴിഞ്ഞിട്ടില്ല. എല്ലാ കാര്യങ്ങളെക്കുറിച്ചും എനിക്കും ബോധമുണ്ട്. എല്ലാം എനിക്കോർക്കുവാനും കഴിയുന്നു. എന്റെ പേര് മിഗ്വേൽ എന്നാണ്. നാൽപതു വയസ്സുപ്രായമുള്ള ഒരഭിഭാഷകനാണ് ഞാൻ. ഗോൾഡ്സ്മിത്തിലാണ് ജോലി ചെയ്യുന്നത്. പെഡ്രോ എന്റെ മേലധികാരിയാണ്. അവർ ആളുകളെ മുഷിപ്പിക്കുന്നുണ്ടെങ്കിലും എനിക്ക് നല്ല വേതനം കിട്ടുന്നുണ്ട്. മൂന്നു വർഷങ്ങൾക്ക് മുമ്പ് മാതാവ്

മരിച്ചുപോയി. നാന എന്റെ കാമുകിയാണ്. സിറാമിക് കമ്പനിക ളിലാണ് പതിവായി അവൾ ജോലിചെയ്യുന്നത്. പക്ഷേ, ഇപ്പോൾ അവൾ ശിൽപകലയുമായി ബന്ധമുള്ള ജോലിയിലേർപ്പെട്ടിരിക്കുന്നു. അവൾ ശിൽപങ്ങളുണ്ടാക്കുന്നു. ഡുഡു അവളുടെ ഏറ്റവും ഇളയകുട്ടി യാണ്. എന്റെ ചെസ്റ്റിന്റെ ആദ്യത്തെ വലിപ്പിൽ വലതുഭാഗത്തുള്ളത്. ഒരിക്കൽ അവളെനിക്കുവേണ്ടി നിർമിച്ച ഒരു ജോടി ഷർട്ട് സ്റ്റഡു കളുണ്ട്. അവ വലിയതും പച്ച നിറത്തിലുള്ളതുമാണ്. ഒരു പെട്ടിക്കു ള്ളിൽ എന്റെ പിതാവ് അവശേഷിപ്പിച്ച ഒരു പോക്കറ്റ് വാച്ചുമുണ്ട്. ഇതുകൂടാതെ പുതപ്പ് പുതച്ച രീതിയിൽ മാതാവിന്റെ ചിത്രമടങ്ങിയ ഒരു ലോക്കറ്റുമുണ്ട്. ഒരു കാർണിവൽ നൃത്തത്തിനിടയിൽ സ്പെയിൻ കാരിയെപ്പോലെ വസ്ത്രധാരണം ചെയ്തെടുത്ത ഒരു ചിത്രമായിരുന്നു അത്. അവളെന്നെ പതിവായി മിമിയെന്നാണ് വിളിക്കാറുണ്ടായി രുന്നത്. എന്റെ ബാല്യകാലം വളരെ വ്യക്തമായ രീതിയിൽ തന്നെ എനിക്കോർക്കാൻ കഴിയുന്നുണ്ട്. ഒരോന്നും വളരെ വ്യക്തമായി ഓർമയിൽ നിൽക്കുന്നു. പോളിസ്റ്റ അവന്യൂവിലുള്ള എന്റെ പിതാമ ഹന്റെ ഹർമ്യമാണിതിൽ പ്രധാന്യം പിൻഭാഗത്തെ ഉദ്യാനത്തിൽ ഒരു മുല്ലച്ചെടിയുള്ള പിംഗലവർണത്തിലുള്ള ഹർമ്യമായിരുന്നു അത്. അതിന്റെ സുഗന്ധം ഇപ്പോഴും എനിക്ക് അനുഭവപ്പെടുകയും ചെയ്യുന്നു.

അയാൾ ചെസ്റ്റിനടുത്തേക്ക് വേഗത്തിൽ നടന്നുചെന്നു കൊണ്ട് ആ വലിപ്പ് തുറന്നു.

“ഞാൻ പറഞ്ഞില്ലേ...?

വിരലുകൾക്കിടയിൽ ലോക്കറ്റ് പിടിച്ചുകൊണ്ടയാൾ പിറുപുറുത്തു.

നന്ദിയുടെ പരമമായ അവബോധത്തോടെ കസവുപിടിപ്പിച്ച പുതപ്പിനുള്ളിൽ കാണുന്ന സ്വർണത്തലമുടിയുള്ള സ്ത്രീയെ നോക്കി അയാൾ ചിരിച്ചു.

നോക്കൂ.. ഞാനങ്ങനെ പറഞ്ഞിരുന്നില്ലേ...?

അയാളാ ലോക്കറ്റിൽ ചുംബിച്ചുകൊണ്ട് പച്ച നിറത്തിലുള്ള ഷർട്ട് സ്റ്റഡുകൾ പെറുക്കിയെടുത്തു.

ആശ്വാസം കൈവന്നതുപോലെ അയാൾ പോക്കറ്റ് വാച്ചെടുത്ത ചെവിയോട് ചേർത്തുപിടിച്ചു പിന്നീടതിന്റെ സ്ക്രൂവിൽ ചാവികൊടുക്കു കയും ചെയ്തു. വീണ്ടുമൊരിക്കൽക്കൂടിയത് ചെവിയോട് ചേർത്തുവെച്ച തിനുശേഷം വലിപ്പ് അടിച്ചു.

“അതുകൊണ്ടിനിയും? ചാരുകസേരയെ നോക്കി ഒരു

സൂചനയെന്ന രീതിയിൽ ആംഗ്യകാട്ടി.

വിവാഹത്തെക്കുറിച്ചൊഴിച്ച് മറ്റുള്ളതെല്ലാം അയാൾക്കിപ്പോൾ. ഓർക്കാൻ കഴിയുന്നുണ്ട്.

ഓർമയുടെ ആ പാളിമാത്രം ശൂന്യമായിക്കിടന്നു.

പ്രതിരോധിക്കാനാവാത്ത ഒരു പുകമറയാൽ ആ ഭാഗം മാത്രം മൂടിമറഞ്ഞുകിടന്നു.

പേരുകൾ, മുഖങ്ങൾ, എല്ലാം ഇരുട്ടിലാണ്ടിരിക്കുന്നു. ശൂന്യതയിൽനിന്നും സ്വരൂപിക്കപ്പെട്ട ഒരു വധുവിൽനിന്ന് തുടങ്ങി. ഒന്നും കൂടുതൽ വ്യക്തമാകാതെ കിടന്നു. യക്ഷിക്കഥകളിലെപ്പോലെയാണ് സംഭവങ്ങൾ നടന്നുകൊണ്ടിരുന്നത്. ഇവിടെ വിദൂരമായ ഒരു രാജ്യത്തുനിന്നും രാജകുമാരൻ ഒരു കന്യകക്കുവേണ്ടി വരുവാനാജ്ഞാപിക്കുകയാണ്. ഇതിനു മുമ്പൊരിക്കലും രാജകുമാരൻ അവളെ കണ്ടിട്ടുമുണ്ടായിരുന്നില്ല.

ഒരു മുടിക്ലിപ്പിനും ഒരു തുവാലക്കും ഒരു ചിത്രത്തിനും ചുറ്റുമായി വളർന്നുവന്ന ഒരു സ്നേഹബന്ധമായിരുന്നു അത്.

അതിപ്പോൾ എന്റെ കൈയിലില്ല... അല്ലെങ്കിൽ ഞാനത്...?

ഒരു ചിത്രം അയാളുടെ കൈയിലുണ്ടാകേണ്ടിയിരുന്നു...

ഒരു ചിത്രമെങ്കിലും...!

ചുറ്റുമുള്ള ചുവരുകളിലും മരസാമഗ്രികളിലും അയാളുടെ കണ്ണുകൾ അലഞ്ഞുനടന്നു. ഒന്നുമില്ല.

വലിപ്പുകൾ അയാൾ കുഴച്ചുമറിച്ചു. ആകാംക്ഷയോടെ കുടുംബത്തിലെ പഴയ ആൽബത്തിലൂടെ പരതിനോക്കി. അതിലാകെ വിളറിയ നിറം മങ്ങിയ മുഖങ്ങളായിരുന്നു. അവരിൽ മിക്കവയും അയാളെ സംബന്ധിച്ചിടത്തോളം അജ്ഞാതവുമായിരുന്നു.

അവസാനത്തെ പേജുകളിൽ ഒട്ടിക്കാതെ വെച്ചിരുന്ന അടുത്ത കാലത്തെ ചില ഫോട്ടോകൾ അയാളുടെ ശ്രദ്ധയിൽപെട്ടു. ഒരു പിക്കിനിക്കിനിടയിൽ വെച്ചെടുത്ത സ്നാപ്പുകൾ. വീണ്ടും ഒരു ബോട്ടുയാത്രയിലെ ദൃശ്യങ്ങൾ, ഒരു ബിരുദദാന പാർട്ടിയിലെ ചിത്രങ്ങൾ, ഒരു ട്രെയിനിന്റെ വശത്തുവെച്ചെടുച്ച ചിത്രത്തിൽ ഡോറയും കൂടെ ചില സുഹൃത്തുക്കളുമുണ്ടായിരുന്നു. പക്ഷേ, ഡോറ അതിനുമുമ്പുതന്നെ വിവാഹിതയായിരുന്നു. കൂടാതെ അവളെ ഞാനൊരിക്കലും വിവാഹം ചെയ്യുവാനും പോകുന്നില്ല. ആൽബത്തിന്റെ പേജ് മറിച്ചുകൊണ്ടയാൾ

ചിന്തിച്ചു. എന്നിട്ടുമിന്ന്... എനിക്കറിയാൻ പോലും കഴിയാത്ത ആരെയോ ഞാൻ വിവാഹം കഴിക്കാൻ പോകുന്നു.

അയാളൊരു സിഗരറ്റ് തിരഞ്ഞുകണ്ടുപിടിച്ചു. എമീലിയക്കറിയാം... അവളോട് ഞാൻ ചോദിക്കും!

പക്ഷേ, എങ്ങനെയാണ് ഞാനവളോട് ചോദിക്കുക?

എമീലിയ... എന്റെ പ്രതിശ്രുത വധുവിന്റെ പേരെന്താണ്...?

അപഹാസ്യമായിരിക്കുന്നു... അതയാളുടെ ഭ്രാന്തമായ അവസ്ഥയെ വഞ്ചിക്കുന്നതിനു സമാനമാണ്. അയാൾ ശരിക്കും ചാഞ്ചല്യത്തിനടിമയായി. പക്ഷേ, ഇക്കാര്യത്തിൽ അയാളുടെ ഭ്രാന്തിനെ വഞ്ചിക്കുകയെന്നുവെച്ചാൻ അതിന്റെ അർഥമെന്താണ്? വസ്തുതകൾ നിരാകരിക്കുയോ അല്ലെങ്കിൽ അവരോട് ഒരൊത്തുതീർപ്പിനു തയ്യാറാവുകയോ...?

ഒരിക്കൽക്കൂടി അയാൾ ആൽബം തുറന്നു. യദൃച്ഛയാ അയാൾ നാനയുടെ ഒരു ചിത്രം അതിൽനിന്നും എടുക്കുകയും ചെയ്തു.

ഇല്ല...ഇല്ല... സാന വിവാഹമോചനം നേടിയവളാണ്.

വിവാഹം നടക്കേണ്ടത് പള്ളിയിൽ വെച്ചുമാണ്. വധു ഒരു അവിവാഹിതയാണ്. അല്ലെങ്കിൽ ഒരു വിധവയാണ്. ഒരു ശക്തനായ കഥാപാത്രമെന്ന നിലയിൽ ഈ പ്രഭാതസ്യൂട്ട് ഞാനൊരിക്കലും അണിയാൻ പോകുന്നില്ല. ബലമായി എന്നോടതിനു കൽപിച്ചിട്ടില്ലെങ്കിൽ ഞാനതിനു തയ്യാറാകില്ല. പ്രഭാത സ്യൂട്ടുമണിഞ്ഞുകൊണ്ടൊരു വിവാഹപ്രഹസനം. ഒന്നുമുപേക്ഷിക്കാതെ പൂർണമായ കർമമായിരിക്കും അവൾ ആവശ്യപ്പെട്ടിട്ടുണ്ടായിരിക്കുക. പള്ളി... മധുവിധു അങ്ങനെയെല്ലാം. അപ്പോൾ എന്നെ സംബന്ധിച്ചിടത്തോളം എന്താണിവിടെയുള്ളത്? അതിലൊക്കെ എന്റെ ശരിക്കുള്ള ഭാഗമെന്തായിരിക്കും?

റൊസാനയുടെ ഉന്മേഷഭരിതമായ ഭാവത്തിലേക്കുതന്നെ അയാൾ നോക്കിക്കൊണ്ടിരുന്നു. ഒരു വിധവ. പക്ഷേ എന്തുകൊണ്ട് റൊസാന..?

ഇല്ല... ഇല്ല... അസാധ്യമാണത്. അതെന്തിന് അവളായിരിക്കണം. യാദൃച്ഛയാ ഒരു കവറിനുള്ളിൽനിന്നും അയാളൊരു പോസ്റ്റ് കാർഡ് പുറത്തെടുത്തു. രണ്ട് അജ്ഞാതരായ സ്ത്രീകൾക്കിടയിലായിരുന്നു - നീണ്ട മുടിയിഴകളും നീണ്ട കാലുകളും ഒരുപക്ഷേ, മെലിഞ്ഞിട്ടായിരുന്ന അവ- ജോ ഉണ്ടായിരുന്നത്.

ജോ... അതെ... അത് ജോ ആയിരിക്കുന്നെങ്കിൽതന്നെ

എന്താണ്...? നാല്യ വർഷത്തോളം നീണ്ടുനിന്ന ഒരു ബന്ധമായിരുന്നു അത്.

അവരുടെ അവസാനത്തെ കണ്ടുമുട്ടലിൽ അയാൾ ശരിക്കുമോർത്തു. അവർ ചീസ് സാൻഡ്‌ വിച്ച് കഴിക്കുകയും ചെവന്ന വൈൻ കുടിച്ചുകൊണ്ട് മൊസാർട്ടിനെ ശ്രദ്ധിച്ച് അടുത്തടുത്ത് കിടക്കുകയും ചെയ്തു.

മൊസാർട്ട് വളരെ മുഷിപ്പായി എനിക്കനുഭവപ്പെടുന്നു. ഇത്രയും പറഞ്ഞുകൊണ്ട് അവളെഴുന്നേറ്റ് റെക്കാർഡ് പ്ലയർ ഓഫ് ചെയ്തു.

അവളെ തടഞ്ഞുനിർത്തുവാനുള്ളൊരു സൂചന നൽകിയതാണ്. പക്ഷേ, അയാളോർത്തു. എന്തിനാണ്?

അവൾ വസ്ത്രം ധരിക്കുന്നത് അയാൾ ശ്രദ്ധിച്ചു.

അവൾ ഇനി തിരിച്ചുവരാൻ പോകുന്നില്ലെന്ന് അയാൾക്ക് നന്നായറിയുകയും ചെയ്യാമായിരുന്നു. പക്ഷേ, അയാൾക്ക് വല്ലാതെ ഉറക്കം വരുന്നുണ്ടായിരുന്നു.

അവൾ തിരിച്ചുവന്നെങ്കിൽ എന്തായിരിക്കും?

അയാളാ ചിത്രം തരിച്ച് കവറിനുള്ളിലേക്കിട്ടു.

ഇല്ല... ഇല്ല, അതൊരിക്കലും ജോ ആയിരിക്കില്ല.

കുറച്ചുകാലം മുമ്പ് ആരോ അയാളോട് പറഞ്ഞിരുന്നു. അവളിപ്പോൾ ചുറ്റിത്തിരിയുന്ന ഒരു നയതന്ത്രപ്രതിനിധിയോടൊപ്പം യാത്ര ചെയ്യുകയാണെന്ന്. അയാളാ ആൽബം അടച്ചുവെച്ചു. ബിസീലിയയുടെ മൂന്നാം നിശീഥിനികളിലെ മധുരിക്കുന്ന അമാൻഡ.

അവൾ മദ്യത്തിനടിമയായിക്കഴിഞ്ഞു.

റെജീന ഇപ്പോൾ അഞ്ചുകുട്ടികളുടെ മാതാവുമാണ്.

വിർജീനിയ മരിക്കുകയും ചെയ്തു.

തങ്കൾക്ക് കോഫി ഇപ്പോൾ ആവശ്യമുണ്ടോ? എമീലിയ ചോദിച്ചു.

അയാൾ തട്ടമെടുത്തുകൊണ്ട് അവളുടെ നേർക്കുനോക്കി. അയാൾ വിവാഹിതനായിക്കാണുവാൻ അവൾക്ക് യാതൊരുവിധ ആഹ്ലാദവുമുണ്ടാകുന്ന ഒരു കാര്യമായിരുന്നില്ല. എന്തെന്നാൽ ഒരു വീട്ടുവേലക്കാരിയും പെട്ടന്നൊരു യജമാനത്തിയെ അംഗീകരിക്കുവാൻ തയ്യാറായെന്നുവരില്ല. അമർഷത്തോടൊപ്പം ദുഷ്ടവിചാരവും അവളുടെ ചിരിയിലുണ്ടായിരുന്നില്ലേ? അൽപം ചില ഒഴിഞ്ഞുമാറൽ അവളിൽ

കണ്ടില്ലേ എന്നയാൾ സംശയിച്ചു. ദ്വയാർഥത്തിന്റെ പരിവേഷമുള്ള ഒരു രീതി.

നിങ്ങൾക്ക് സമയത്തെക്കുറിച്ചറിയാമോ എമീലിയ?

പത്തുമണിക്ക് ഇരുപതുമിനിറ്റുള്ളപ്പോൾ... നിങ്ങളിപ്പോഴെ വൈകിയിരിക്കുന്നു. വേണമെങ്കിൽ എനിക്കൊരു മിനിറ്റുകൊണ്ട് വസ്ത്രംധരിക്കാമെന്നറിയാമോ?

എനിക്കറിയാം. പക്ഷേ ഇന്നത്തെ കാര്യം വ്യത്യസ്തമാണ്.

ആവി വന്നുകൊണ്ടിരുന്ന കോഫിക്കുമേൽ അയാളുടെ നോട്ടം തറച്ചുനിന്നു. ബ്ലാക്ക് കോഫി... ബ്ലാക്ക് കോഫി...

അയാളതിന്റെ സുഗന്ധം പേറി നിന്നു.

ഈ പ്രഭാത സ്യൂട്ട് ഞാനിപ്പോൾ പുറത്തേക്ക് തെറിപ്പിക്കുകയാണെങ്കിൽ...?

ഞാനൊരിക്കലും വിവാഹിതനാകാൻ പോകുന്നില്ല.

ഒന്നും ഞാനോർക്കുന്നുമില്ല. ഈ വിവാഹം ഒരു പ്രഹസനം മാത്രമാണ്. വേണമെങ്കിൽ ഒരു ഭ്രാന്തനായിക്കരുതി അവരെന്നെ ഒരു ഭ്രാന്താലയത്തിലേക്കയച്ചുകൊള്ളട്ടെ.

സ്വന്തം വിവാഹദിവസം തന്നെ ഭ്രാന്തനായിത്തീരുക.

പത്രങ്ങൾ ഇങ്ങനെ റിപ്പോർട്ട് ചെയ്യുകയും ചെയ്യും.

കൂടാതെ ഞാനെത്രമാത്രം സ്വയം പ്രതിജ്ഞാബദ്ധനാണെന്നും എനിക്കറിഞ്ഞുകൂടാ... എത്രമാത്രം.

കോഫി അപ്പോഴും അയാളുടെ കൈയിലുണ്ട് ഒരിക്കൽക്കൂടി അയാൾ അവളുടെ നേർക്ക് നോക്കുകയും ചെയ്തു.

അതുകൊണ്ട് എമീലിയ?എല്ലാം തയ്യാറാണല്ലോ?

അവൾ ചിരിച്ചു.

നിങ്ങൾക്കുമാത്രമേ അതറിയാൻ കഴിയൂ അവൾ തന്റെ മേൽ വസ്ത്രത്തിന്റെ പോക്കറ്റുകളിലേക്ക് കൈകൾ കടത്തിവെച്ചുകൊണ്ട് പറഞ്ഞു.

ഓ... ഞാൻ മിക്കവാറും മറന്നുപോയി. ഇവിടെ നോക്കൂ. ഈ ടെലിഗ്രാമുകൾ എനിക്ക് കിട്ടിക്കഴിഞ്ഞിരിക്കുന്നു. ഇതാ അവ ഇവിടെയുണ്ട്.

ആദ്യത്തേതിലൂടെ അയാൾ കടന്നു പോയി.

പിന്നെ രണ്ടാമത്തേത്... അതിലും സൂചനകളൊന്നുമില്ല. സുഹൃത്തുക്കളിൽ നിന്നും വന്ന കളങ്കമില്ലാത്ത ആ സന്ദേശങ്ങളിൽ അവളുടെ പേര് പരാമർശിക്കപ്പെടുകപോലും ചെയ്തിരുന്നില്ല.

ബന്ധുക്കളിൽനിന്ന്. മണവാളനുവേണ്ടിയുള്ളത്.

മണവാളനുവേണ്ടിയുള്ള സന്ദേശങ്ങൾ.

ഞാനെത്ര മാത്രം സ്വയം പ്രതിജ്ഞാബദ്ധനാണ്?

അയാൾ സ്വയം ആവർത്തിച്ചുകൊണ്ടിരുന്നു.

അപ്പോഴയാൾക്ക് തലവേദനയനുഭവപ്പെടുകയും അതോടൊപ്പം തലയാട്ടികൊണ്ടുമാണ് ഇത്രയും പറഞ്ഞത്. അയാൾ കുളിമുറിയിലേക്കു പോയി. ഷേവു ചെയ്യുന്നതിനിടയിൽ രണ്ടാമത്തെ പ്രാവശ്യം മുഖം മുറിഞ്ഞപ്പോഴാണ് ലാതർ പുരട്ടാതെയാണ് താൻ ഷേവ് ചെയ്യുന്നതെന്ന അയാൾക്ക് ബോധ്യം വന്നത്. തുടർച്ചയായ രക്തം വന്നുകൊണ്ടിരുന്ന മുറിവ് അയാൾ തുണികൊണ്ടൊപ്പി വൃത്തിയാക്കി.

ഇപ്പോൾ ഞാൻ ഇല്ലായെന്നു പറയുകയാണെങ്കിൽ... അത് വളരെയെളുപ്പമായിരിക്കും. അത് ധാരാളം മതി...

ഞാനൊരിക്കലും വിവാഹിതനാകാൻ പോകുന്നില്ല. ആരുടെയും കൈപിടിക്കണമെന്നും ഞാനാവശ്യപ്പെട്ടിട്ടില്ല. എനിക്കിത് ആവശ്യമില്ല....

എന്നിരുന്നാലും അയാളെത്രമാത്രം മുന്നോട്ടുപോയിരിക്കുന്നു എന്നയാൾക്കറിയേണ്ടതുണ്ടായിരുന്നു.

പ്രത്യേകിച്ചൊരു നിയമങ്ങളുമില്ലാതെ പങ്കാളികളില്ലാത്ത വിഷമം പിടിച്ച ഒരു തരം കളിയാണിത്. അയാളിത് മനസ്സിലാക്കിയപ്പോഴേക്കും ചടങ്ങ് ഏതാണ്ട് തുടങ്ങാറായിരുന്നു. ഇപ്പോൾ ആകെക്കൂടിയുള്ള പരിഹാരം കളി തുടരുകയെന്നതു മാത്രമാണ്.

മിഗേൽ..... മിഗേൽ....!

അത് ഫ്രെഡറിക്കോയുടെ ശബ്ദമായിരുന്നു. ജലധാരക്കെതിരെ കുനിഞ്ഞുകൊണ്ട് മിഗേൽ ഒരിക്കൽക്കൂടി തന്റെ മുഖം കഴുകി. കണങ്കൈകൾ.

മിഗേൽ.... നിങ്ങളിപ്പോഴും ഈയവസ്ഥയിലാണോ?

ജീവിച്ചിരിക്കുന്ന മനുഷ്യൻ? നിങ്ങൾക്കിനി പത്തുമിനിറ്റേ

അവശേഷിച്ചിട്ടുള്ളൂ. നിങ്ങളെന്തുകൊണ്ടാണിത്രയും വൈകിപ്പോയത്? നഗ്നപാദനായി. പൈജാമയണിഞ്ഞ്!

മിഗ്വേൽ അയാളുടെ കണ്ണുകൾ താഴേക്കുനയിച്ചു. ഫ്രെഡറിക്കോ അയാളുടെ പ്രിയപ്പെട്ട സുഹൃത്തായിരുന്നു.

എന്നിട്ടും അയാളെ അതിനുവേണ്ടി കൊണ്ടുപോകാനാണ്. ഫ്രെഡറിക്കോ വന്നത്.

ഞാനൊരു മിനിറ്റുകൊണ്ട് തയ്യാറാകാം. ഞാനിതാ സ്വയം ഷേവു ചെയ്തു കഴിഞ്ഞു.

എന്തൊരു ഷേവാണിത്! വെറുതെ ഒന്നു നോക്കൂ... മുഖമെല്ലാം നിങ്ങളാകെ മുറിച്ചിരിക്കയാണ്... നിങ്ങൾ കുളിച്ചുകഴിഞ്ഞുവോ?

ഇല്ല. ഇതുവരെയോ?! എന്റെ ദൈവമേ..

ശരി... ഇനി മടങ്ങിവന്നിട്ട് നിങ്ങളത് ചെയ്താൽ മതി.

നോക്കൂ.... ഇപ്പോൾ ഇനിയതിനൊട്ടും സമയമില്ല.

അയാളെ മുറിയിലേക്ക് വലിച്ചിഴക്കുന്നതിനിടയിൽ ഫ്രെഡറിക്കോ പറഞ്ഞു. കുളിക്കാതെ വിവാഹം കഴിക്കുവാൻ പോകുന്ന ആദ്യത്തെ മണവാളൻ നിങ്ങളാണെന്നാണ് ഞാൻ വിചാരിക്കുന്നത്. ഇത് തീർച്ചയായും മൗലികതയുള്ള ഒരു കാര്യമാണ്.

ഈ വിവാഹക്കാര്യത്തിൽ കൂടുതൽ മൗലികതയുള്ള മറ്റു പല കാര്യങ്ങളുമുണ്ട്. മിഗ്വേൽ ശബ്ദം താഴ്ത്തിപറഞ്ഞു.

അയാൾക്ക് ചിരിക്കുന്നതുപോലെ തോന്നിച്ചു. പക്ഷേ, ഒരു ഞരമ്പിന്റെ കോച്ചലിന്റെ പ്രകോപത്താൽ ചുണ്ടുകൾ മരവിച്ചതുപോലെ തടയപ്പെടുകയായിരുന്നു. എന്താണീ വിളർച്ചക്കു കാരണം? സംഭ്രമത്താലാണോ...?

അല്ല. വധു കുറച്ചുകൂടി ശാന്തയാണെന്നാണ് ഞാൻ സംശയിക്കുന്നത്. നിങ്ങളുടെ കൈയിൽ ഒരു ക്ഷണക്കത്തുണ്ടോ?

ഏത് ക്ഷണക്കത്ത്...?

വിവാഹത്തിനുള്ളത്.

എന്റെ കൈയിൽ ക്ഷണക്കത്തൊന്നും തന്നെയില്ല. ഈ ക്ഷണക്കത്തിന്റെ കാര്യം പറയുന്ന നിങ്ങൾക്കെന്തുനാശമാണ് വേണ്ടത്?

എന്തെങ്കിലും കാണണമെന്ന് ഞാനാഗ്രഹിക്കുന്നു...

എന്ത്?

അവിടെ കാണുവാനൊന്നും തന്നെയില്ല. മിഗ്വേൽ. നാം വല്ലാതെ വൈകിപ്പോയിരിക്കുന്നു.

നാം വല്ലാതെ വൈകിപ്പോയിരിക്കുന്നു.

പള്ളി എവിടെയാണെന്നെനിക്കറിയാം. സമയത്തെക്കുറിച്ചും എനിക്കറിയാം. നിങ്ങൾക്കിനിയെന്താണ് വേണ്ടത്?

നിങ്ങളെപ്പോലൊരു മണവാളനെ ഞാനൊരിക്കലും കണ്ടിട്ടില്ല.

ജാലകത്തിലൂടെ സിഗരറ്റ് പുറത്തേക്ക് വലിച്ചെറിഞ്ഞുകൊണ്ട് ഫ്രെഡറിക്കോ താണ ശബ്ദത്തിൽ പറഞ്ഞു. എന്തൊരു തരം താണ കെട്ടാണിത്? നിനക്കുവേണ്ടിയത് കെട്ടുവാനെന്നെ അനുവദിക്കുക...

മിഗ്വാൽ ടൈ അയാളുടെ കൈയിൽ കൊടുത്തു. അയാൾ വീറയെക്കുറിച്ച് വിചാരിക്കുകയും ചെയ്തു.

വീറ! അത് വീറയായിരിക്കുമോ...?

വെറിൻഹ, ഫ്രെഡറിക്കോയുടെ ഏറ്റവും ഇളയസഹോദരി, അവരിൽവെച്ചേറ്റവും സുന്ദരിയും മനം കവരുന്നവളുമായവൾ.

അതവളായിരുന്നുവോ...? അതായിരുന്നുവോ?

തന്റെ വേസ്റ്റ്കോട്ടിന്റെ പോക്കറ്റുകളിൽ അയാൾ വിരലുകളാൽ തിരഞ്ഞു. വിവാഹമോതിരത്തിൽ അവളുടെ പേര് കൊത്തിയിട്ടുണ്ടാകണം.

തീർച്ചയായും. വിവാഹമോതിരത്തിൽ അത് കാണാതിരിക്കില്ല.

വിവാഹമോതിരത്തിൽ അത് കാണാതിരിക്കില്ല.

വിവാഹമോതിരങ്ങളെക്കുറിച്ചെന്താണ് പറയുവാനുള്ളത്?

അത് നിങ്ങളുടെ അമ്മായിയുടെ പക്കലാണുള്ളത്.

നിങ്ങളത് വിസ്മരിച്ചുവോ..? വേഗമാകട്ടെ മനുഷ്യാ...

നമുക്കിവിടെനിന്നും പോകാം.

അയാൾ എമീലിയെ പിന്നിട്ടുപോയപ്പോൾ മേൽവസ്ത്രത്തിന്റെ അറ്റം കൊണ്ടവൾ കണ്ണുനീർ തുടക്കുന്നത് കണ്ടു. അയാളവളുടെ കൈയിൽ സ്പർശിച്ചു.

നിങ്ങൾ വരുന്നില്ലേ എമീലിയ...?

വിവാഹകർമങ്ങളിൽ പങ്കെടുക്കുക എനിക്കിഷ്ടമുള്ള കാര്യമല്ല.

എനിക്കും അങ്ങനെ തന്നെയാണ്. എനിക്കവളോട് പറയണമെന്നുണ്ടായിരുന്നു. ഒരൊറ്റ നോട്ടത്തിൽ കുറച്ച് ഉപഹാരങ്ങൾ മേശപ്പുറത്ത് കിടക്കുന്നതയാൾ കണ്ടു. ഉപഹാരങ്ങൾ. എന്തുകൊണ്ടത് എന്റെ ശ്രദ്ധയിൽപ്പെടാതിരുന്നു?. കാർഡുകളിൽ അവളുടെ പേര് തീർച്ചയായും കൊത്തിയിട്ടുണ്ടായിരിക്കും.

പക്ഷേ ഫ്രെഡറിക്കോ ഇപ്പോൾ അയാളെ പുറത്തെ തെരുവിലേക്ക് വലിച്ചിഴച്ചുകൊണ്ടുപോവുകയാണ്.

വേഗമാകട്ടെ അവിടെയങ്ങനെ നിൽക്കാതിരിക്കുക.

അയാൾ കാറിനുള്ളിലേക്ക് കടക്കുമ്പോൾ ഗാഢമായ പേശികളെ അയവാക്കുവാൻ ശ്രമിച്ചു.

സീറ്റിലേക്കമർന്നിരുന്നുകൊണ്ടയാൾ മിഴികൾ അടച്ചു പ്രഭാതസൂട്ട് വല്ലാതെ അയഞ്ഞ രീതിയിലുള്ളതായിരുന്നു. കോളർ ശരിക്കും ഇറുകിയതുമായിരുന്നു. ഇപ്പോഴയാളുടെ ശിരസ്സിൽ വ്യക്തമായ വേദനയനുഭവപ്പെട്ടു.

എന്നിട്ടും അയാൾക്ക് ശാന്തതയുണ്ടായി. അത്ഭുതകരമായ രീതിയിലുള്ള ശാന്തത. സ്വയം വലിച്ചിഴക്കപ്പെടുവാൻ അയാൾ അനുവദിക്കുകയായിരുന്നു.

എവിടേക്ക്? അതിൽ യാതൊരർഥവുമില്ല.

ഫ്രെഡറിക്കോക്കെല്ലാം ശരിക്കറിയാം. കാർ ഓടിച്ചിരുന്നതും ഫ്രെഡറിക്കോ ആയിരുന്നു.

പള്ളി അത്രക്കു ദൂരെയാണോ?

അത് ഇതാ ഇവിടെ മുന്നിൽ തന്നെയുണ്ട്. കാർ സാവധാനത്തിലാക്കിക്കൊണ്ട് ഫ്രെഡറിക്കോ മറുപടി പറഞ്ഞു.

ആ മുറിവെന്നു തുടച്ചുവെടിപ്പാക്കു. ഇപ്പോഴുമതിൽനിന്നും രക്തം പൊടിയുന്നുണ്ട്.

അടുത്തോ?!

കനത്ത ആപൽഭീതിയോടെ മിഗ്വേൽ വിചാരിച്ചു.

വളരെയധികം ആളുകൾ എന്റെ ദൈവമേ, ഇത്രയധികം ആളുകളെ ആകർഷിക്കുവാൻ അവൾക്ക് നല്ല രീതിയിൽ ബന്ധങ്ങളുണ്ടാകും.

അയാളാ ജാലകമടച്ചുവെച്ചു.

അയാൾക്ക് അവിടെ സൂചികൾ വിറ്റു നടക്കുന്ന കൊച്ചു ആൺകുട്ടിയായി കഴിയുന്നതാണ് സ്വീകാര്യമായിതോന്നിയത്.

അതല്ലെങ്കിൽ സ്റ്റെയർ കേസിന്റെ അവസാനത്തെ പടവിലിരിക്കുന്ന കൊച്ചു പൂച്ചക്കുട്ടിയായിരിക്കുക. അത് നാവുകൊണ്ട് പാദം നക്കിത്തുടക്കുകയായിരുന്നു. സൂര്യ പ്രകാശത്തിന്റെ തീക്ഷ്ണതയാൽ അതിന്റെ കണ്ണുകൾ ഇറുകിയിരുന്നു.

അതിന്റെ നിഴലെങ്കിലുമായി മാറിയാൽ മതിയെന്നയാൾക്ക് തോന്നി. വെറുതെ അതിന്റെ നിഴലായി മാത്രം.

രക്തംപുരണ്ട കൈലേസ് അയാൾ പോക്കറ്റിനുള്ളിലേക്ക് നിക്ഷേപിച്ചു.

മണവാളൻ... മണവാളൻ. കാറിനുള്ളിലേക്ക് ഒളിഞ്ഞുനോക്കിയവർ ഉച്ചത്തിൽ വിളിച്ചു പറഞ്ഞു.

ഒരു യന്ത്രമനുഷ്യനെപ്പോലെ നടന്നുകൊണ്ട് കലകലശബ്ദമുണ്ടാക്കുന്ന അതിഥികൾക്കിടയിലൂടെ മിഗ്വേൽ നീങ്ങി. ആവേശം കൊണ്ടവർ മതിമറന്നിരുന്നു. അയാളുടെ ചെന്നിയിലൂടെ വിയർപ്പുചാലുകൾ ഒഴുകിയിറങ്ങി. അയാളുടെ ചുണ്ടുകളും വായും വരണ്ടുണങ്ങി.

അയാൾ നെറ്റി തുടയ്ക്കുമ്പോൾ ഫ്രെഡറിക്കോയുടെ വിരലുകളുടെ മൃദുവും എന്നാൽ ഗാഢവുമായ സ്പർശം കൈയിലനുഭവപ്പെട്ടു. ഫ്രെഡറിക്കോ അയാളെ അൽത്താരക്കുമുന്പിലേക്ക് നയിക്കുകയായിരുന്നു. ഒരു ശവസംസ്കാരച്ചടങ്ങിലെപ്പോലെ പൂക്കളുടെ സുഗന്ധം മന്ദോഷ്ണമുള്ള ഒന്നായി അയാൾക്കനുഭവപ്പെട്ടു. അല്ലെങ്കിൽ തുവാലയിൽ പറ്റിയിരുന്ന കറ. ആ മുറിവിലൂടെ അയാളുടെ ശരീരത്തിലെ രക്തം മുഴുവൻ വാർന്നുപോയതുപോലെ, ഒരു തുള്ളിപോലും അവശേഷിക്കാതെ. അയാൾക്കു തോന്നി. അയാളതിനെ സ്പർശിച്ചു.

അതിന്റെ ഗന്ധം ? ഓരോ പള്ളിയും... നിങ്ങൾക്കറിഞ്ഞുകൂടെ...?

അതിപ്പോഴും വാർന്നൊലിക്കുന്നുണ്ടോ?

അയാളതിന് മറുപടി പറഞ്ഞില്ല. നാടകീയമായ രീതിയിൽ കറുപ്പും ചുവപ്പും നിറത്തിലുള്ള തൊപ്പിധരിച്ചിരുന്ന സോണിയ അമ്മായിയെ അയാളവിടെ കണ്ടു.

അടക്കം പറയുകയും ചിരിക്കുകയും ചെയ്യുന്ന ഇരട്ടസഹോദരിമാരെയും അയാൾ കണ്ടു. നാനയെ അവളുടെ രണ്ടു കുട്ടികളോടൊപ്പം

കണ്ടപ്പോൾ അയാൾക്ക് ഹൃദയത്തിൽ ദുഃഖം തോന്നുകയും ചെയ്തു. അവളെ ഒരു നിമിഷനേരത്തെക്കേ കണ്ടുള്ളുവെങ്കിലും അവളെത്രമാത്രം ദുഃഖിതയാണെന്നയാൾക്കു തിരിച്ചറിയാൻ കഴിഞ്ഞു.

ഇതിന്റെയൊക്കെയർഥമെന്താണ്?

എനിക്കൊന്നും മനസ്സിലാകുന്നില്ല. മിഗ്വേൽ... നിങ്ങളെന്തുകൊണ്ടെന്നോട് ഒന്നും പറയാത്തത്....?

തന്റെ ചില സഹപ്രവർത്തകരോട് പെഡ്രോ സംസാരിക്കുന്നത യാൾ കണ്ടു. അവരിലെല്ലാംതന്നെ പകയുടെ ആവരണമുള്ള വെറുപ്പുണർത്തുന്ന ചിരിയുണ്ടായിരുന്നു.

അയാൾ അമാൽദായെ കണ്ടു. അവർ ശരിക്കും മദ്യപിച്ചിരുന്നുവോ?

അവളുടെ വലിയ വൈക്കോൽ തൊപ്പിക്കുതാഴെ ആശങ്കയുടെ മുഖം തെളിഞ്ഞുവന്നു. വീറയെയും അയാളവിടെ കണ്ടു, തലചുറ്റൽ അനുഭവപ്പെടുന്നുണ്ടോ എന്നുള്ള സംശയത്തിനുള്ളിൽ എന്തെങ്കിലും താങ്ങായി അവിടെയുണ്ടോ എന്നയാൾ ചുറ്റും തിരഞ്ഞു. പക്ഷേ, ഒന്നു പിടിച്ചുനിൽക്കുവാൻ അവിടെയൊന്നുമുണ്ടായിരുന്നില്ല. അയാളുടെ ശിരസ്സ് വേദനകൊണ്ട് കൂടുതൽ അസ്വസ്ഥമായി.

വീറ... അതിഥികൾക്കിടയിൽ വീറയുടെ സാന്നിധ്യം. മൊത്തത്തിൽ കറുത്ത വസ്ത്രമണിഞ്ഞിരുന്ന അയാളുടെ പ്രിയപ്പെട്ട വീറ... അതിനെക്കാൾ തീക്ഷ്ണതയുള്ള കറുപ്പുനിറം അവിടെ മറ്റൊന്നില്ലമുണ്ടായിരുന്നില്ല. വീറ.. ഇത് നീ തന്നെയല്ലേ?

അവൾ അപ്പോൾ എത്തിച്ചേർന്നതേയുള്ളൂ... പെട്ടെന്നുണ്ടായ സംഭ്രമത്തിനുള്ളിൽ നിന്നുകൊണ്ട് സോണിയ അമ്മായി അറിയിച്ചു. അവൾ വളരെ സുന്ദരിയായിരിക്കുന്നു.

വാതിൽ മലർക്കെ തുറന്നിട്ടിരിക്കുകയായിരുന്നു.

ഒരു ചുവന്ന പരവതാനിക്കു താഴെനിന്നും പുറത്തേക്കു വരുന്നതുപോലെ പടവുകൾക്കുമുകളിൽ വധു സാവധാനം പ്രത്യക്ഷപ്പെട്ടു. തിടുക്കമൊന്നുമില്ലാതെ അവൾ പുറത്തേക്ക് വന്നപ്പോൾ. ആദ്യം ശിരസ്സ് പിന്നീട് ചുമലുകളും... വീണ്ടും കൈകൾ.... അവളുടെ മുഖം കട്ടികൂടിയ ഒരു ശിരോവസ്ത്രത്താൽ ആവരണം ചെയ്യപ്പെട്ടിരുന്നു. ഒരു കപ്പലിന്റെ വിടർത്തപ്പെട്ട പായപോലെ അത് കാറ്റിൽ തത്തിക്കളിച്ചുകൊണ്ടിരുന്നു.

ലോറ...?

പ്രയാണത്തിന്റെ തീവ്രമായ താളത്തിനൊത്ത് അവൾ അടുത്തേക്ക് നീങ്ങി.

മിഗ്വേൽ തന്റെ ഹ്രസ്വദൃഷ്ടിയുള്ള മിഴികൾ ചിമ്മിക്കൊണ്ടിരുന്നു. അതെത്രമാത്രം കട്ടിയുള്ള ഒരു ശിരോവസ്ത്രമാണ്?

ആരായിരിക്കും അതിന്റെ പിന്നിലുണ്ടായിരിക്കുക? ആര്...?

വസ്ത്രങ്ങളും ചരടുകളും പൂക്കളും മാത്രം വളരെ പുതിയതും തിളക്കമേറിയതുമായി അനുഭവപ്പെട്ടു.

കാറ്റിൽ പറന്നുനിൽക്കുമ്പോൾ അതിന്റെ അഗ്രഭാഗം പരവതാനിയിൽ മുട്ടിയുരസിക്കൊണ്ടിരുന്നു.

ചോദ്യം ചെയ്യാനാവാത്തതും സുതാര്യവുമായ രീതിയിലാണത് അവിടെ നിലനിന്നിരുന്നത്. അത് ശരിക്കും നേർത്തതുമായിരുന്നു.

ഇപ്പോഴവൾ പടവുകൾ കയറി അൾത്താരയിലേക്കു വരുകയാണ് മിഗ്വേൽ ഒന്നുകൂടിയടുത്തുനിന്നു.

ശിരോവസ്ത്രത്തിനുതാഴെ അവളുടെ പുഞ്ചിരി സ്വീകരിച്ചുകൊണ്ട് അയാൾ അവളുടെ നേർക്ക് തന്റെ കൈനീട്ടി. അയാൾ എല്ലാം അനുമാനിക്കുകയായിരുന്നു.

അത് മാർഗറിറ്റയാണോ...?

തന്റെ കൈയിൽ വിശ്രമിച്ചിരുന്ന അവളുടെ ഗ്ലൗസിട്ട കൈയിൽ അയാൾ തെല്ലിട തുറിച്ചുനോക്കി. അതൊരു ശൂന്യമായ കൈയുറയാണെന്ന് തോന്നുന്നതുപോലെ. അത് വളരെ ഭാരം കുറഞ്ഞ ഒന്നായി അയാൾക്കനുഭവപ്പെട്ടു.

അതിനുള്ളിൽ ഒന്നുമില്ലാത്തതുപോലെ... ശിരോവസ്ത്രത്തിനുതാഴെ ആരുമില്ലാത്തതുപോലെ.... മൂടൽമഞ്ഞല്ലാതെ മറ്റൊന്നുമില്ലാത്ത അവസ്ഥ. ഒരു ആഭിചാരത്തിലെന്നതുപോലെ നിഗൂഢമായ എന്തോ ഒന്നിന്റെ പിടിയിലാണ്. താനെന്ന് അയാൾക്കു തോന്നി. ഇപ്പോഴയാൽ എന്തോ ഒന്നിന്റെ പിടിയിലാണ് താനെന്ന് അയാൾക്കു തോന്നി. ഇപ്പോഴയാൾ പിന്നാക്കം പോകുന്നതിനപ്പുറം വല്ലാതെ വികാരപരവശനായിത്തീർന്നു. അയാൾ അടിയറവു പറഞ്ഞ് കീഴടങ്ങി. ഒരു ബാൻഡേജുകൊണ്ട് മുഖം മറച്ച് മുട്ടുകുത്തിയിരിക്കുന്ന ഒരു കൊച്ചു പെൺകുട്ടിയുടെ ശൈശവകാല ഗാനത്തിന്റെ തീവ്രമായ വിലാപം അയാളുടെ ഹൃദയത്തിനുള്ളിൽ കിടന്നു മുഴങ്ങി.

സ്വർണത്തിലും വെള്ളിയിലും പൊതിഞ്ഞ ഡോണ സാൻഷ...

അയാളാ വലയത്തിനുള്ളിലേക്ക് കടന്നുകൊണ്ട് ഒളിച്ചുനിന്നിരുന്ന കൊച്ചുപെൺകുട്ടിയുടെ നേർക്ക് നീങ്ങി അവളുടെ മുഖത്തെ ബാൻഡേജെടുത്തു മാറ്റി. ഞങ്ങൾക്ക് നിങ്ങളുടെ മുഖം കാണേണ്ടിയിരിക്കുന്നു.

നിശ്ശബ്ദത...

വളരെ കൊല്ലങ്ങളായി താനവളെ പ്രതീക്ഷിക്കുകയായിരുന്നു എന്നയാൾക്കുതോന്നി.

അല്ലാതെ കുറച്ചുമിനിറ്റുകൾ മാത്രമല്ല. നിരവധി സംവൽസരങ്ങൾ. ഒരു ജീവിതകാലം മുഴുവനും.

ചുമലിലേക്ക് വഴുതിവീണ ശിരോവസ്ത്രത്തിന്റെ അഗ്രം അവൾ തിരിച്ചെടുക്കുന്നതിനിടയിൽ... അന്ത്യം സമാഗതമായിക്കൊണ്ടിരിക്കുന്നു എന്നൊരു തോന്നൽ അയാൾക്കുണ്ടായി.

അയാളുടെ ശൈശവകാലത്തെ ഗാനം ഒന്നുകൂടിയടുത്തേക്ക് തിരിച്ചുവന്നു. ഡോണ സാൻഷൽ...

ആര്... ആര്....?

ശിരോവസ്ത്രം സാവധാനത്തിൽ ഉയരുവാൻ തുടങ്ങി.

വളരെ സാവധാനത്തിൽ... ഒരു വിഷമം പിടിച്ച അർഥസൂചന...

എന്നിട്ടും വളരെയെളുപ്പത്തിൽ ഒരു മൃദുവും പക്ഷേ, ഉറച്ചതുമായ നീക്കത്തോടെ അവളത് പിറകോട്ടു വലിച്ചുമാറ്റിയിട്ടു.

മിഗ്വേൽ അവളുടെ നേർക്ക് നോക്കി.

എത്ര വിചിത്രമായിരുന്നു... ഞാൻ വളരെയധികം പേരെ ഓർമിച്ചുപോയി! പക്ഷേ, ഞാനൊരു തരത്തിലും ചിന്തിക്കാത്ത.... കൃത്യമായും അവൾ തന്നെ...

അവളെ ചുംബിക്കുവാനായി അയാൾ തലകുനിച്ചു.

●

ആർതർ ഷ്നീറ്റ്സലർ

പ്രസിദ്ധാ ജർമ്മൻ നോവലിസ്റ്റും നാടകകൃത്തുമായിരുന്ന അർതർ ഷ്നീറ്റ്സലർ (Arthur Schnitzler) 1862 മേയ് മാസത്തിൽ വിയന്നായിൽ ഒരു ജ്യവിഷ് ഭിഷഗ്വരന്റെ മകനായി ജനിച്ചു. അച്ഛന്റെ പാത പുന്തുടർന്ന് പിന്നീടൊരു ഡോക്ടറായെങ്കിലും ഷ്നീറ്റ്സലറുടെ മനസ്സ് സാഹിത്യത്തിലായിരുന്നു. 1893-ൽ Anatol എന്ന നാടകമെഴുതി പ്രസിദ്ധീകരിച്ചതോടെ അദ്ദേഹം വിശ്വവിഖ്യാതനായി. ഒരു മോണോലോഗിന്റെ രീതിയിവലംബിച്ച് രചിച്ച None but the brave 1926-ൽ പ്രസിദ്ധീകരിച്ചപ്പോൾ ഒരു നോവലിസ്റ്റ് എന്ന നിലയിൽ അദ്ദേഹത്തിന് കൂടുതൽ പ്രശംസ നേടിക്കൊടുത്തു.

മറ്റു പ്രധാന നാടകങ്ങളും നോവലുകളും :
Freegame - നാടകം - (1896)
Flight into darkness(1931)
Plying with love (1914),
Professor Beriohordi (1914)
Merry Go Around (1917)
Road to the open നോവൽ 1923
Beatrice a Novella&Olhoi Stories 1919)

1931-ൽ വിയന്നായിൽ (ഒക്ടോബർ 21-ന്) മരിക്കുമ്പോൾ വിശ്വസാഹിത്യത്തിനു നഷ്ടമായത് ഒരമൂല്യപ്രതിഭയായിരുന്നു.

പുഷ്പങ്ങൾ

ജർമ്മൻ കഥ

ആർതർ ഷ്നീറ്റ്സലർ

ആ സായാഹ്നം മുഴുവൻ ഞാൻ തെരുവുകളിലൂടെ നടക്കുകയായിരുന്നു. മൃദുവായി പതിച്ചുകൊണ്ടിരിക്കുന്ന വെളുത്ത ഹിമകണങ്ങൾക്കുള്ളിലൂടെ അലഞ്ഞതിനുശേഷം ഇപ്പോൾ ഞാനിതാ വീട്ടിൽ തിരിച്ചെത്തിയിരിക്കുന്നു. ഒരു വിളക്ക് കത്തിനില്ക്കുന്നുണ്ട്. സിഗരറ്റിന്റെ അഗ്രഭാഗം കത്തിയെരിയുകയും തൊട്ടടുത്ത് ചിട്ടയോടെ അടുക്കിവച്ചിരിക്കുന്ന ബുക്കുകളുടെ ദൃശ്യവുമുണ്ട്. എല്ലാം തന്നെ എനിക്കാശ്വാസമേകുവാൻ ഒരുക്കിവച്ചിരിക്കുന്നതുപോലെയുണ്ട്... പക്ഷേ ഇതുകൊണ്ടൊന്നും യതൊരു പ്രയോജനവുമുണ്ടെന്നു തോന്നുന്നില്ല. എനിക്കവളെക്കുറിച്ചു മാത്രമേ ചിന്തിക്കുവാനാവൂ...

എന്നെ സംബന്ധിച്ചിടത്തോളം അവൾ മരിച്ചിട്ടില്ല എന്നത് ഒരു സത്യമാണോ?

അതെ.... മരിച്ചിരിക്കുന്നു... അതുമല്ലെങ്കിൽ.. ശിശുസഹജമായ ആർദ്രഭാവത്തോടെ ഞാൻ ചിന്തിക്കുന്നതുപോലെ... മരിക്കുന്നതിലും മോശപ്പെട്ട... എന്തോ ഒന്നുതന്നെയാണ്. ഭൂമിക്കുതാഴെ അന്ത്യവിശ്രമം കൊള്ളുന്ന മറ്റുള്ളവരെപ്പോലെ ഒരു സാധാരണ മരണത്തിന്റെ ഇരയായിരുന്നില്ല ഒരിക്കലും അവൾ....

ഇവിടെ വസന്തമെത്തുമ്പോൾ ഉത്തുംഗതാപവുമായി വേനലെത്തുമ്പോൾ വീണ്ടും ഇതാ ഇന്നത്തെപ്പോലെ ഹിമകണങ്ങൾ പതിച്ചുകൊണ്ടിരിക്കുമ്പോൾ... തിരിച്ചുവരവിന്റേതായ യാതൊരു പ്രതീക്ഷയുമില്ലാതെ... ആ നിമിഷം മുതൽ മറ്റുള്ളവരെപ്പോലെ മാത്രമല്ല എനിക്കും നന്നായറിയാം... അവളിനി മടങ്ങിവരാൻ പോകുന്നില്ലെന്ന്. വേദനയോ? ഇല്ല...

അത് നമ്മെ കിടിലം കൊള്ളിക്കുന്ന നടുക്കം മാത്രമാണ്. നമുക്കു

പ്രിയമുള്ള വരെ കുഴിമാടത്തിൽ കിടത്തുമ്പോഴുള്ള നടുക്കം മാത്രമാണ്.

അപ്പോഴും നാമവരെ നന്നായി കാണുന്നുണ്ട്... യാതൊരു വ്യത്യാസവുമില്ലാതെ ദർശിക്കുന്നുണ്ട്. അവരുടെ കണ്ണുകളിലെ വെളിച്ചം നമുക്ക് കാണുവാൻ കഴിയും. അവരുടെ ശബ്ദത്തിന്റെ മാറ്റൊലികൾ നമുക്കു തിരിച്ചറിയാനാവും. അവളെന്നെ കുടുക്കിൽ വീഴ്ത്തിയതായി ഞാൻ തിരിച്ചറിഞ്ഞപ്പോൾ അത് വളരെയധികം ദുഖകരമായി എനിക്കു തോന്നുകയും ചെയ്തു. പക്ഷേ... അതിൽ നിന്നെല്ലാം എന്താണ് സംഭവിച്ചത്?

അമർഷവും... തീവ്രമായ വെറുപ്പും നിലനില്പിനുവേണ്ടിയുള്ള വിമുഖതാബോധവും.. അതെ... തീർച്ചയായും അതെ.... ഇവിടെ മുറിവേറ്റത് അഭിമാനമാണ്... പക്ഷേ വളരെ സാവധാനം എനിക്കു വേദനയനുഭവപ്പെടാൻ തുടങ്ങിയിരുന്നു.

അവിടെ ഒരൊറ്റ ആശ്വാസമേയുള്ളൂ... അവിടെ വേദനയനുഭവിച്ചത് അവളാണ്... അവൾ മാത്രം...

ഇപ്പോഴും അവയെല്ലാം എന്റെയുള്ളിലുണ്ട്... ഏതു നിമിഷത്തിൽ വേണമെങ്കിലും അവയെന്താണെന്ന് എനിക്കു തിരിച്ചറിയാൻ കഴിയും. വായിക്കുവാൻ കഴിയും. തേങ്ങലുകളോടെ വിലാപത്തോടെ വിഹ്വലമായ മനസ്സോടെ ക്ഷമയാചിക്കുന്ന... വരികൾ... കറുത്തനിറത്തിലുള്ള ഇംഗ്ലീഷ് വസ്ത്രങ്ങളും ചെറിയ വയ്ക്കോൽ തൊപ്പിയുമണിഞ്ഞുകൊണ്ട് തെരുവിന്റെ ഒരു മൂലയിൽ നിന്നുകൊണ്ട് സന്ധ്യാനേരം വീട്ടുവാതിലിൽ നില്ക്കുന്ന എന്നെത്തന്നെ തിരിഞ്ഞുനോക്കിപ്പോകുന്ന അവളുടെ രൂപം ഇപ്പോഴും എന്റെ മുന്നിൽത്തന്നെയുണ്ട്.

ഞങ്ങൾ തമ്മിൽ അവസാനമായി പിരിഞ്ഞ ആ നിമിഷങ്ങൾ ഇപ്പോഴും എനിക്കോർക്കാൻ കഴിയും. അത്ഭുതം കൂറിയ മിഴികളോടെ അവളെന്നെ തുറിച്ചുനോക്കിക്കൊണ്ടിരുന്ന രീതി ശിശുസഹജമായ ഭാവം പേറിയിരുന്ന ആ കൊച്ചു മുഖം... എല്ലാം തന്നെ... ഇപ്പോഴിതാ അതാകെ വിളറിവെളുത്തുപോയിരിക്കുന്നു... ആകെ മാറിപ്പോയിരിക്കുന്നു.

അവൾ പിരിയുമ്പോഴും ഞാനവൾക്ക് എന്റെ കൈകൊടുത്തിരുന്നില്ല.. അവസാനമായി അവളെന്നെ വിട്ടുപിരിഞ്ഞപ്പോഴും അവൾ തെരുവിന്റെ മൂലകടക്കുന്നത് ജനാലയിലൂടെ ഞാൻ നോക്കിനിന്നു. അവിടെ എന്നെന്നേക്കുമായവൾ അപ്രത്യക്ഷയായി. ഇപ്പോൾ അവൾക്കൊരിക്കലും തിരിച്ചുവരാൻ കഴിയില്ല.

ഞാനതെക്കുറിച്ചു കേട്ടത് തികച്ചും യാദൃശ്ചികമായിട്ടായിരുന്നു. ആഴ്ചകൾ, മാസങ്ങൾ കഴിഞ്ഞുപോയിരിക്കണം. ഒരു പ്രഭാതത്തിൽ

ഏതാണ്ടൊരു വർഷമായി എനിക്കു കാണുവാൻ സാധിക്കാതിരുന്ന അവളുടെ അമ്മാവനെ ഞാൻ കണ്ടുമുട്ടി. അദ്ദേഹം വിയന്നയിൽ വളരെ വിരളമായെ പ്രത്യക്ഷപ്പെടാറുണ്ടായിരുന്നുള്ളൂ. ഇതിനുമുമ്പ് കേവലം രണ്ടുതവണമാത്രമേ ഞങ്ങൾ തമ്മിൽ സംസാരിച്ചിരുന്നുള്ളൂ. ആദ്യത്തേത് മൂന്നുവർഷം മുമ്പുണ്ടായ ഒരു സാമൂഹ്യസായാഹ്നത്തിലും അതിൽ അവളും മാതാവും പങ്കെടുത്തിരുന്നു, പിന്നീട് അതിനുശേഷ മുള്ള വേനൽക്കാലത്തും...

സാർദയിലെ പ്രാരറ്റിൽ ഞാൻ കുറെ സുഹൃത്തുക്കളുമായി സല്ലപി ച്ചിരിക്കുകയായിരുന്നു. ഞങ്ങളുടെ തൊട്ടടുത്ത മേശയിൽ അമ്മാവൻ രണ്ടോ മൂന്നോ അപരിചിതരുമായി സംസാരിച്ചിരിക്കുന്നുണ്ടായി രുന്നു. അയാൾ അന്ന് നർമ്മരസം കലർന്ന സംഭാഷണങ്ങളിൽ മുഴുകി നല്ല മൂഡിലായിരുന്നു. ഇടയ്ക്കു് എന്റെ ആരോഗ്യത്തിനുവേണ്ടി എന്നഭിവാദ്യം ചെയ്തുകൊണ്ട് മദ്യം അകത്താക്കുകയും ചെയ്തു.

ഉദ്യാനം വിടുന്നതിനുമുമ്പ് എന്റെയടുത്തുവന്ന് കുനിഞ്ഞുനിന്നു കൊണ്ട് ഒരു രഹസ്യം കൈമാറുന്നരീതിയിൽ പറഞ്ഞു: എന്റെ ഭാഗിനേയിക്ക് നിന്നോട് നല്ല താത്പര്യമുണ്ട്. അത് എന്നെ സംബ ന്ധിച്ചിടത്തോളം അസാധാരണവും അത്ഭുതവും തോന്നിക്കുന്നതുമായ ഒന്നായിരുന്നു. എന്നെപ്പോലെ തന്നെ പാതി അന്ധാളിപ്പോടെ കിഴവൻ എന്നോടിതുതന്നെ പറയേണ്ടിരിക്കുന്നു. സംഗീതസാന്ദ്ര മായ അന്തരീക്ഷത്തിൽ അവളെ ശരിക്കുമറിയാമായിരുന്ന ഞാൻ അതെ... അവളുടെ അവസാന ചുംബനത്തിന്റെ സൗരഭ്യം ഇപ്പോഴും വിടാതെ നില്ക്കുന്ന എന്റെ ചുണ്ടുകളിൽ... അതെ എനിക്കെന്നെത്ത ന്നെ നിയന്ത്രിക്കുവാൻ കഴിഞ്ഞില്ല. വീണ്ടും ഈ പ്രഭാതത്തിൽ.... ഞാനവളെ കടന്നുപോകാൻ തുടങ്ങുകയായിരുന്നു... താത്പര്യം എന്നതിനെക്കാൾ വിനയഭാവം കാട്ടുവാൻ വേണ്ടിമാത്രം അയാളോട് ഞാനവളെക്കുറിച്ചന്വേഷിച്ചു.

എനിക്കവളെക്കുറിച്ച് ഒന്നുമറിഞ്ഞുകൂടാൻ പാടില്ലായിരുന്നു. ഏതെങ്കിലും ഒരു കത്തുകിട്ടിയിട്ടുതന്നെ വളരെ നാളായിരുന്നു. പക്ഷേ പതിവായി അവൾ എനിക്കു പുഷ്പങ്ങൾ അയച്ചുതന്നുകൊണ്ടിരുന്നു.

ഞങ്ങളുടെ സന്തോഷകരങ്ങളായ ദിനങ്ങളുടെ ഓർമ്മയ്ക്കെന്നവ ണ്ണം മാസത്തിലൊരിക്കൽ അവ കൃത്യമായെത്തി. ഒരുവാക്കു പോലു മുച്ചരിക്കാതെ... നിശ്ശബ്ദതയാർന്ന് വിനയശീലരായ പുഷ്പങ്ങൾ....

വീണ്ടും ഞാൻ കഴിവിനെ ചോദ്യം ചെയ്തപ്പോൾ അയാൾ ശരിക്കും വിസ്മരിച്ചു പോയി.

"പാവം കുട്ടി... അവൾ ഒരാഴ്ചമുമ്പ് മരിച്ച വിവരം താങ്കളിതുവരെ അറിഞ്ഞില്ലേ...?

അതൊരു ഭയങ്കരമായ ഞെട്ടലായെന്നിൽ നിറഞ്ഞു. അയാള തിന്റെ കൂടുതൽ വിവരങ്ങൾ എന്നോടു പറഞ്ഞു. വളരെക്കാലമായി അവൾ സുഖമില്ലാതെ കിടക്കുകയായിരുന്നു. പക്ഷേ തീരെ കിട പ്പായിട്ട് ഏതാണ്ടൊരാഴ്ചയായതേ ഉള്ളൂ. എന്തായിരുന്നു അവളുടെ അസുഖം?

രക്തക്കുറവ്... മെലാൻകോളിയ ഡോക്ടർക്കും നല്ല തീർച്ചയുണ്ടാ യിരുന്നില്ല.

അയാളെന്നെ വിട്ടുപോയിക്കഴിഞ്ഞിട്ടും ഞാനവിടെത്തന്നെ വളരെനേരം നിശ്ചലനായി നിന്നുപോയി. ഒരു ദുരന്തം എന്നെയാകെ കീഴടക്കിയതുപോലെ.

എന്റെ ജീവിതത്തിലെ എന്തോ ഒന്ന് ഇവിടെ അവസാനിക്കു കയാണെന്നൊരു തോന്നൽ എനിക്കുണ്ടായി... എന്തുകൊണ്ട്? എന്തുകൊണ്ട്?

പക്ഷേ, അതെന്നെ സ്പർശിക്കുന്നുണ്ടായിരുന്നില്ല.

എനിക്കവളുമായി വൈകാരികമായ യാതൊരടുപ്പവുമുണ്ടായിരു ന്നില്ല. ഞാനവളെക്കുറിച്ച് ചിന്തിക്കുകയെന്നതും... വളരക്കുറച്ചുമാത്രം. ഇതൊക്കെ എഴുതുന്നതിലൂടെത്തന്നെ ഞാൻ വല്ലാത്ത ഒരു സുഖം അനുഭവിക്കുകയാണ്... ഞാൻ കൂടതൽ ശാന്തനായിക്കഴിഞ്ഞു. എന്റെ ഗേഹത്തിലെ സുഖസൗകര്യങ്ങളെക്കുറിച്ച് ഞാൻ സ്വയം അഭിനന്ദി ക്കാനും തുടങ്ങിയിരുന്നു.

അവളെക്കുറിച്ചിനിയും ചിന്തിക്കുകയെന്നുവെച്ചാൽ... അനാവശ്യ മായി കൂടുതൽ പീഡനങ്ങൾ സ്വയം ഏറ്റുവാങ്ങുകയെന്നുമാത്രമാണ്. ഇതേക്കുറിച്ച് ആലോചിച്ച് തേങ്ങുവാൻ മറ്റാരെക്കാളും കുറച്ച് കാര ണങ്ങളേ എന്റെ പക്കലുള്ളൂ.

ചൂടുള്ള ഒരു ശീതകാലദിനത്തിൽ ഞാൻ വെറുതെ നടക്കാനിറ ങ്ങിയതായിരുന്നു.

ആകാശം ഉത്തുംഗതയിൽ തണുപ്പേറിയതും വിളറിമങ്ങിയ തുമായിരുന്നു. എനിക്കു മൊത്തത്തിൽ നല്ല ആശ്വാസം തോന്നി. ഇന്നലെ കിഴവനെ കണ്ടുമുട്ടിയ സംഭവം വളരെയധികം ആഴ്ച കൾക്കു മുമ്പ് നടന്നതാണെന്നു തോന്നി. അവളെക്കുറിച്ച് ഞാൻ ചിന്തിക്കുമ്പോൾ വിചിത്രമായതും സ്പഷ്ടമായതുമായ രീതിയിലാണ്. അവളുടെ രൂപം എന്റെ മനസ്സിലേക്കു കടന്നുവന്നത്... എന്റെയുള്ളിൽ ഒരൊറ്റ വികാരമേ ഉണ്ടായിരുന്നുള്ളൂ. കോപം. ആ നിമിഷം വരെ എന്നെയാകെ ഉലച്ചിരുന്ന ഒരേയൊരു വികാരം അതു മാത്രമായി രുന്നു. അവളിപ്പോൾ ഈ ലോകത്തിൽ ഇല്ല എന്ന ആ സത്യം,

അവളിപ്പോൾ തന്റെ ശവപ്പെട്ടിക്കുള്ളിൽ കിടക്കുകയാണെന്നുള്ള ബോധം, അവരവളെ എത്രയോ മുമ്പ് അടക്കിക്കഴിഞ്ഞിരിക്കുന്നു. ഇതൊന്നും മുഴുവനായി എനിക്കുൾക്കൊള്ളുവാൻ കഴിഞ്ഞില്ല. ദുഃഖം ഒരു വൈകാരികബിന്ദുവായി എന്നെ അലട്ടിയിരുന്നില്ല. ഈ ലോകം തികച്ചും പ്രശാന്തമായ ഒന്നായെനിക്കനുഭവപ്പെട്ടു. പക്ഷേ പെട്ടെന്നൊരു സത്യം എന്റെ ബോധസരണിയിൽനിറഞ്ഞു. വാസ്തവത്തിൽ ഇവിടെയെനിക്ക് ദുഃഖമോ സന്തോഷമോ ഒന്നും അനുഭവപ്പെട്ടില്ല.

ആഹ്ലാദത്തിന്റെയും ദുഃഖത്തിന്റെയും വികൃതഹാസം മാത്രമേ ഇവിടെ നിലനിൽക്കുന്നുള്ളൂ. നമ്മൾ ചിരിക്കുകയും കരയുകയും ചെയ്യുന്നു. പക്ഷേ അവയൊന്നും നമ്മുടെ ആത്മാവിനെ സ്പർശിക്കുന്നതേയില്ല.

എനിക്കിപ്പോൾ ഇവിടെയിരിക്കുവാൻ കഴിയും. ഗൗരവമേറിയ പുസ്തകങ്ങൾ ശ്രദ്ധയോടെ വായിക്കുവാൻ കഴിയും. അവയിലൂടെ ഇറങ്ങിച്ചെന്നുകൊണ്ട് ബുദ്ധിയെ വികസിപ്പിക്കാവാനാവും.

മുമ്പ് യാതൊരു വിലയും കൊടുക്കാതിരുന്ന പഴയ ചിത്രങ്ങൾക്കു മുമ്പിൽ എനിക്കു നിൽക്കുവാൻ സാധിക്കും. ഇപ്പോഴെനിക്കതിന്റെ സൗന്ദര്യം വേണ്ട രീതിയിൽ ആസ്വദിക്കുവാനും കഴിയുന്നുണ്ട്. മരിച്ചുപോയ എനിക്കു പ്രിയപ്പെട്ടവരെക്കുറിച്ച് ഞാൻ ചിന്തിക്കുമ്പോൾ മുമ്പത്തെപ്പോലെ എന്റെ മനസ്സ് സങ്കോചിക്കുന്നില്ല. മരണം ഒരു സുഹൃത്തിനെപ്പോലെയായിത്തീർന്നിരിക്കുന്നു. അവൻ നമുക്കിടയിലേക്ക് കടന്നുവരുന്നുണ്ടെങ്കിലും ഒരു കുഴപ്പവുമുണ്ടായിരുന്നില്ല.

തെരുവുകളിലെല്ലാം മഞ്ഞിൽകണങ്ങൾ. തൂവെള്ള ഹിമകണങ്ങൾ നിറഞ്ഞുകിടക്കുന്നു.

കൊച്ചു ഗ്രേറ്റൽ എന്നെ കാണുവാനെത്തിയിട്ടുണ്ട്. മഞ്ഞിലൂടെയുള്ള ഒരു വണ്ടിയിലുള്ള സവാരിക്കവൾ എന്നെ നിർബന്ധിക്കുകയും ചെയ്യുന്നു. അങ്ങനെ ഞങ്ങളിതാ... മിനുസമായി... തെന്നിത്തെറിച്ചുകിടക്കുന്ന ഈ പാതയിൽ വന്നുപെട്ടിരിക്കുകയാണ്. മുകളിൽ ആകാശത്തിനപ്പോൾ ചാരനിറമായിരുന്നു.

ദ്രുതഗതിയിൽ തിളക്കമാർന്ന വെളുത്ത മഞ്ഞിൻ കുന്നുകൾക്കിടയിലൂടെ ഞങ്ങൾ കടന്നുപോവുകയാണ്. ഗ്രേറ്റൽ എന്റെ ചുമലിലേക്കു ചാരി ക്കൊണ്ട് ഞങ്ങൾക്കു മുമ്പിലെ പാതയിലേക്ക് പ്രകാശമാനമാർന്ന മിഴികളോടെ നോക്കുകയാണ്.

അവസാനം വേനൽക്കാലത്ത് മുമ്പൊരിക്കൽ ഞങ്ങൾ പോയിരുന്ന ഒരു സത്രത്തിൽ എത്തിച്ചേരുകയും ചെയ്തു.

അന്നവിടെ ചുറ്റുപാടും പച്ചത്തഴപ്പുകൾകൊണ്ട് സുന്ദരമായിരുന്നു.

ഇപ്പോഴെല്ലാം ആകെ മാറിയിരിക്കുന്നു.

മറ്റെല്ലാത്തിലും നിന്ന് ഒറ്റപ്പെട്ടുകൊണ്ട് ഏകാന്തതയുടെ ഭാരവും പേറി ആകെ മാറിപ്പോയ ഇവിടം ഞങ്ങൾ ഇതാ ഇപ്പോൾ ആദ്യം കാണുന്നതായേ തോന്നുകയുള്ളൂ. സത്രത്തിലെ ചൂടായ സ്റ്റൗവിൽ തീനാളം കത്തിയെരിയുന്നുണ്ട്. മേശ കുറച്ചുകൂടി ഞങ്ങൾക്ക് മാറ്റിയിടേണ്ടിവന്നു. കൊച്ചു ഗ്രേറ്റലിന്റെ ഇടത്തു കവിൾത്തടവും ചെവിയും കൂടുതൽ രക്താഭമായിക്കഴിഞ്ഞു. വിളറിയ കവിളിൽ മുത്തം കൊടുക്കാൻ ഞാൻ കടപ്പെട്ടിരുന്നതുപോലെ തോന്നി.

പിന്നീട് സാന്ധ്യപ്രകാശത്തിലൂടെ ഞങ്ങൾ മടങ്ങുകയായി. ഗ്രേറ്റൽ എത്ര ചേർന്നിട്ടാണ് എന്നോട് ഒട്ടിനില്ക്കുന്നത്.. അവളെന്റെ രണ്ടുകൈകളും സ്വന്തം കൈകളിൽ ചേർത്തമർത്തിവച്ചിരിക്കുക യാണ്. പിന്നീടവൾ പറയുകയാണ്.

ഈ ദിവസത്തേക്കെങ്കിലും നിങ്ങൾ എന്റേതുമാത്രമായിത്തീർന്നിരിക്കുന്നു. വീണ്ടും എന്റേതുമാത്രം...

സംസാരിക്കുവാൻ, എന്നെ സന്തോഷവാനാക്കുവാൻ അവൾ പ്രത്യേകം ശ്രദ്ധിക്കുന്നതായി തോന്നി. ഒരുപക്ഷേ അവിടത്തെ മഞ്ഞുമൂടിയ തണുത്ത അന്തരീക്ഷം എന്റെ വികാരങ്ങളിൽ നിയന്ത്രണം ചൊരിയുന്നുണ്ടോ എന്നു ഞാൻ സംശയിച്ചു. എനിക്കാകെ സന്തോഷം തോന്നി. മറ്റെന്നത്തെക്കാളും കൂടുതൽ ആശ്വാസവും..

ഒരപരാഹ്നത്തിൽ പാതിമയക്കവുമായി ഞാൻ ദിവാനിൽ കിടക്കുകയായിരുന്നു. ഒരു വിചിത്രമായ ചിന്ത അപ്പോളെന്റെ മനസ്സിലേക്കുകടന്നുവന്നു... എന്റെ ശരീരം ആകെ തണുത്തുവിറങ്ങലിച്ച് പരുക്കനായതുപോലെ... കണ്ണുനീർ വറ്റിപ്പോയ ഒരുവനെപ്പോലെ... അതെ... വൈകാരികമായി വന്ധ്യതബാധിച്ചതുപോലെ.. തനിക്കേറ്റവും പ്രിയങ്കരിയായിരുന്ന ഒരുവളുടെ കുഴിമാടത്തിനരികിൽ ഞാൻ നില്ക്കുന്നതായി എനിക്കു തോന്നി.

ചെറുപ്പകാലത്തുതന്നെ വറ്റിപ്പോയ ജീവിതത്തിന്റെ വിഴുപ്പിനുമുമ്പിൽ പ്രായശ്ചിത്തം ചെയ്യാനാവാനാതെ അന്ധാളിപ്പോടെ നിൽക്കുന്നതുപോലെയാണ് എനിക്കനുഭവപ്പെട്ടത്.

അതെ... പ്രായശ്ചിത്തം ചെയ്യുവാനാവാതെ.. ശിക്കും അതുതന്നെയാണ... എല്ലാം കഴിഞ്ഞിരിക്കുന്നു...

ജീവിതവും ആഹ്ലാദവും സ്നേഹത്തിന്റേതായ കുറച്ചുകണങ്ങളുംകൂടി എല്ലാവിധ ചിന്തകളെയും ആട്ടിപ്പായിച്ചിരിക്കുന്നു.

ആ പഴയ ബന്ധത്തിന്റേതായ എല്ലാ ചിന്തകളെയും... ഞാൻ വീണ്ടും ആളുകൾക്കിടയിൽ കടന്ന് ഇടപഴകുവാൻ തുടങ്ങി.

അവർക്കെന്നെ സ്വീകരിക്കുവാൻ യാതൊരു ബുദ്ധിമുട്ടുമുണ്ടായിരു ന്നില്ല.. അവർ ഒരു തരത്തിലും ഉപദ്രവകാരികളുമല്ല.

വിനോദത്തിനുവേണ്ടിയുള്ള എന്തിനെക്കുറിച്ചും അവൾ ഇവിടാതെ സംസാരിച്ചുകൊണ്ടെയിരിക്കും. ഗ്രേറ്റൽ സാധുപ്രകൃത യായ ഒരുവളാണ്... ഓമനത്ത്വമുള്ളവളും. ജനാലയ്ക്കരികിൽ വൈകിട്ട് അവളെന്നോടു ചേർന്നുനില്ക്കുമ്പോൾ മുടിയിഴകൾക്കാകെ വല്ലാത്ത ഒരു ചാരുത കൈവന്നിട്ടുണ്ടാകും.

ഇന്ന് വളരെ വിചിത്രമായ എന്തോ ഒന്ന് സംഭവിച്ചിരിക്കുന്നു...

ഈ ദിനത്തിനൊരു പ്രത്യേകതയുണ്ട്... എല്ലാ മാസവും അവൾ പുഷ്പങ്ങൾ അയച്ചുതന്നിരുന്ന ദിവസമാണിത്..

എല്ലാമാസത്തിലേയും പോലെ അന്നും പുഷ്പങ്ങളെത്തി... ഒന്നും സംഭവിച്ചിട്ടില്ല... എന്ന രീതിയിൽ തന്നെ...

തപാൽവഴി പ്രഭാതത്തിൽ നേരത്തെതന്നെ അവ എത്തിച്ചേർന്നു. ഇടുങ്ങിയ വെള്ളനിറത്തിലുള്ള ഒരു കാർഡ് ബോർഡ് പെട്ടിയി ലാണവ ഒരുക്കിയിരുന്നത്.

അത് വളരെ നേരത്തെയായിരുന്നു. എന്റെ കണ്ണുകളിലും കണ്ണി മകളിലും ഉറക്കച്ചടവിന്റെ ആലസ്യം മൂടിനിന്നിരുന്നു. കിടന്നുകൊ ണ്ട് തന്നെ ആ പെട്ടിതുറക്കാൻ ഞാൻ ശ്രമിക്കുമ്പോൾ വീണ്ടും ഓർമ്മകൾ... എന്നെ കീഴടക്കുവാൻ തുടങ്ങിയിരുന്നു.

അത് മിക്കവാറും എന്നെ ഭയപ്പെടുത്തുകയും ചെയ്തിരുന്നു.

വീണ്ടുമിതാ... അവ അവിടെ കിടക്കുകയാണ്... ഒരു സുവർണ്ണ നിറത്തിലുള്ള ചരടുകൊണ്ട് നന്നായി ബന്ധിക്കപ്പെട്ട്... മാംസനിറ ത്തിലുള്ളതും ഊതനിറത്തിലുള്ളതുമായ ചെടിത്തണ്ടകളും പുഷ്പങ്ങളും കൊണ്ടവയിൽ അലങ്കരിച്ചിരുന്നു.

ഒരു ശവപ്പെട്ടിയിലെന്നപോലെ അവ നിദ്രയിലാണ്ടുകിടക്കുന്നു. പുഷ്പങ്ങൾ പിന്നീട് ഞാനെന്റെ കൈയിലെടുക്കവേ എന്റെ ഹൃദയ ത്തിലൂടെ ഒരു നടുക്കം കടന്നുപോയി.

അവ എങ്ങനെയാണ് ഇന്നേ ദിവസം ഇവിടെ എത്തിച്ചേർന്ന തെന്ന് എനിക്കു നന്നായറിയാം.

അവളുടെ അസുഖം മൂർച്ഛിക്കുന്നതിനു മുമ്പ്.. ഒരു പക്ഷേ മരണത്തിന്റെ സാന്നിദ്ധ്യം അവൾ മനസ്സിലാക്കികഴിഞ്ഞപ്പോൾ പതിവുപോലെ പൂക്കടയിലേക്ക് അവൾ പതിവുപോലെ പൂക്കടയി ലേക്ക് അവൾ തന്റെ ഓർഡർ കൊടുത്തിട്ടുണ്ടാകണം. അവളുടെ സ്നേ ഹവാത്സല്യം എനിക്കൊരിക്കലും നഷ്ടപ്പെടാനാവാത്ത ഒന്നാണ്...

അവയുടെ ആഗമനത്തിന്റെ വിശദീകരണവും മറ്റൊന്നായിരുന്നില്ല..

അത് ശരിക്കും സ്വാഭാവികമാണ്.. ഒരു പക്ഷേ ദയനീയവുമാണ്... എന്നിട്ടും നില്ക്കുമ്പോൾ അവ വിറകൊള്ളുകയും എനിക്കു മുമ്പിൽ ശിരസ്സുകുനിക്കുന്നതുപോലെയും തോന്നി. എന്റെ ഇംഗിതങ്ങൾക്കും കാരണങ്ങൾക്കു മനസ്സുതമല്ലാതെ അവയെക്കുറിച്ച് കിരാതഭാവനകൾ എന്നിലുണർന്നിരുന്നു. അവ അവളിൽ നിന്നും കടന്നുവന്നതുപോലെണ്ടായിരുന്നു... അവളിൽ നിന്നുമുള്ള ആശംസകളാണ് അവയെന്നുമെനിക്കുതോന്നി.

മരണം ചുഴന്നില്ക്കുമ്പോഴും എന്നോടുള്ള അവളുടെ സ്നേഹത്തിന്റെ ആഴം തുറന്നുകാട്ടണമെന്നവൾക്ക് ആഗ്രഹമുണ്ടായിരുന്നതുപോലെ... സത്യത്തിന്റെ പൊരുൾ അവൾ തുറന്നുകാട്ടുന്നതുപോലെയുണ്ടായിരുന്നു... പക്ഷേ വൈകിപ്പോയിരുന്നു. എല്ലാം വൈകിപ്പോയിരുന്നു...

ഓ... മരണത്തെക്കുറിച്ച് നമുക്കൊന്നും തന്നെയറിയില്ല. ആരും തന്നെ ശരിക്കും മരിക്കാതെ ഒരവസ്ഥയുണ്ട്... അവരുടെ പരിചയസീമയിലുള്ളവരെല്ലാം മരിക്കുന്നതിനുമുമ്പ്... ആ മരണം ഒരിക്കലും സാധൂകരിക്കപ്പെടുന്നില്ല.

മറ്റെന്നത്തേയും പോലെ ഞാനാ പുഷ്പങ്ങൾ എന്റെ കൈകളിലേന്തിനിന്നു... സ്നേഹവായ്പോടെ.. കൂടുതൽ ചേർത്തുപിടിച്ചാൽ ഞാനവയെ മുറിപ്പെടുത്തും എന്നു പോലും ഞാൻ ഭയപ്പെട്ടു.

അവയുടെ ലോലഹൃദയങ്ങൾ എന്നോട് എന്തൊക്കെയോ മന്ത്രിക്കുന്നതുപോലെ അവയിപ്പോൾ എന്റെ എഴുത്തുമേശപ്പുറത്ത് പച്ചനിറത്തിലുള്ള ഗ്ലാസ്സിൽ വയ്ക്കപ്പെട്ടനിലയിലാണ്. അവയുടെ ശാഖകൾ എന്നെ നോക്കി നന്ദിപൂർവ്വം മിഴിനീരോടെ തലയാട്ടുന്നതായിതോന്നി. സഫലീകൃതമാവാത്ത ഒരു സ്നേഹത്തിന്റെ തേങ്ങലുകൾ അവ എന്റെ നേർക്ക് തൊടുത്തുവിടുന്നപോലെ... നിശ്വാസങ്ങൾ എന്നിലേക്ക് ഒഴുകിവരുന്നതുപോലെ...

അവയ്ക്കെന്തൊക്കെയോ എന്നോടുപറയുവാനുണ്ട് എന്നുതന്നെയാണ് ഞാൻ കരുതിയത്. ജീവചൈതന്യം നിറഞ്ഞ അവയ്ക്ക് സംസാരശേഷിയില്ലെങ്കിലും അവയുടെ മനോവികാരങ്ങൾ എനിക്കു ശരിക്കും ബോധ്യമായി.

ഒരു വഞ്ചനയുടെ കരുവാകാൻ സ്വയം ഒരിക്കലും ഞാനാഗ്രഹിക്കുന്നില്ല.

അവ പുഷ്പങ്ങളാണ്... പുഷ്പങ്ങൾ മാത്രം. അല്ലാതെ അതിൽ കൂടുതലായൊന്നും തന്നെയില്ല.

അവ ദൂരെ നിന്നുകൊണ്ട് എന്നെ നോക്കി സ്വാഗതചേഷ്ടകൾ

ഒന്നും കാട്ടുന്നില്ല. അതൊരു വിളിയൊന്നുമല്ല... കുഴിമാടത്തിൽ നിന്നുള്ള വിളിയായി എനിക്കതിനെ കരുതാനാവില്ല. അവ പുഷ്പങ്ങളാണ്... ഒരു പൂക്കടയിൽ ഒരു പെൺകുട്ടി യാന്ത്രികമായവയെ കൂട്ടിയിണക്കിച്ചേർത്തതാവും. പിന്നീടവയെ ഒരു പെട്ടിയിലാക്കി ഓർഡർ അനുസരിച്ച് പോസ്റ്റ് ഓഫീസിലേക്കു കൊണ്ടു പോയതാവും.

ഇതാ ഇപ്പോളവ ഇവിടെയെത്തിയിരിക്കുന്നു. ഇതിൽ കൂടുതലായി ഞാനവയെക്കുറിച്ചു ചിന്തിച്ച് മനസ്സു വേദനിപ്പിക്കുന്നതെന്തിനാണ്?

ഞാൻ മിക്കവാറും പുറത്തായിരിക്കും.

ഏകാന്തമായ നീണ്ടയാത്രകളിൽ മുഴുകി ഞാൻ സമയം തള്ളിനീക്കും. ഞാൻ മറ്റുള്ളവരോടൊപ്പമായിരുന്നപ്പോൾ എനിക്കവയുമായി വാസ്തവത്തിൽ യാതൊരു ബന്ധവും ഉള്ളതായിതോന്നിയില്ല. സമ്പർക്കത്തിന്റേതായ എല്ലാ കണ്ണികളും പൊട്ടിപ്പോയിരുന്നു. എനിക്കേറ്റവും പ്രിയപ്പെട്ട ബന്ധുരമായ മുടിയിഴകളുള്ള സുന്ദരി എന്റെ മുറിയിലുള്ളപ്പോൾ പോലും ഞാനതിനെക്കുറിച്ച് പൂർണ്ണമായും ബോധവാനാണ്. അവൾ എന്തിനെക്കുറിച്ചും എന്നോട് നിറുത്താതെ സംസാരിച്ചുകൊണ്ടേയിരിക്കും.

അതെന്നെ സംബന്ധിച്ചിടത്തോളം ഒട്ടും പ്രാധാന്യമുള്ള ഒരു കാര്യമല്ല അവൾ എന്നെ വിട്ടുപിരിഞ്ഞ ആ നിമിഷം മുതൽ... അവൾ എന്നിൽ നിന്നും വളരെ ദൂരത്തായിക്കഴിഞ്ഞിരുന്നു. വിദൂരതയിലെവിടെയോ മാഞ്ഞുപോയ ഒരു രൂപമായിക്കഴിഞ്ഞിരുന്നു.

മാനവികതയുടെ പ്രളയം അവളെ ദൂരേക്കു വഹിച്ചു കൊണ്ടുപോയതുപോലെയുണ്ടായിരുന്നു. അവളുടേതായ യാതൊന്നും ഇവിടെ അവശേഷിക്കപ്പെടാത്ത ഒരവസ്ഥ...

അവളിനി ഒരിക്കലും മടങ്ങിവന്നില്ലെങ്കിൽ തന്നെ അതൊരിക്കലും എന്നെ അത്ഭുതപ്പെടുത്താൻ പോകുന്നില്ല.

മെലിഞ്ഞു നീണ്ട പച്ചനിറത്തിലുള്ള പ്രകാശമാനമായ ഗ്ലാസ്സിനുള്ളിൽ പുഷ്പങ്ങൾ നില്ക്കുന്നുണ്ട്... അവയുടെ ഇളംതണ്ടുകൾ ഇലത്തിനുള്ളിൽ ശരിക്കും ദൃശ്യമായിരുന്നു. മുറിക്കുള്ളിലാകെ അവയുടെ സൗരഭ്യം നിറഞ്ഞുനില്ക്കുകയാണ്. ഇപ്പോഴും മുറിക്കുള്ളിൽ നിന്നാ സുഗന്ധം വിട്ടുപോയിട്ടില്ല. അവയിവിടെ തന്നെയായിട്ട് ഒരാഴ്ചയായെങ്കിലും നിറം മങ്ങുവാൻ തുടങ്ങിയെങ്കിലും അവയുടെ സൗരഭ്യം ഇപ്പോഴും ഈ മുറിക്കകത്തുണ്ട്. ഞാൻ മിക്കവാറും പുച്ഛിച്ചുതള്ളാറുള്ള അവിശ്വസനീയമായ വസ്തുതകൾ എനിക്കിപ്പോൾ മനസ്സിലാകുന്നുണ്ട്.. മറ്റുള്ള ജീവികളോടുള്ള നമ്മുടെ അടുപ്പവും എനിക്കിപ്പോൾ ശരിക്കുമറിയാം. മേഘങ്ങളോടും ഒഴുകിപ്പോകുന്ന അരുവിയോടും

നമ്മൾ സംസാരിക്കുമ്പോൾ നമ്മൾ ഒരു മറുപടിക്കായിട്ടാണ് കാത്തു നില്ക്കുവാനിടയുള്ളതെന്ന് എനിക്കറിയാം.

ഇടതടവില്ലാതെ ഞാനീ പുഷ്പങ്ങളെ തന്നെ തുറിച്ചു നോക്കിക്കൊണ്ടിരിക്കുകയാണ്. അവക്കെന്നോട് എന്തെങ്കിലും പറയുവാനുണ്ടാകും എന്ന് ഞാൻ പ്രതീക്ഷിക്കുകയും ചെയ്യുന്നു.

ഓ... ഇല്ല... സത്യത്തിൽ അവ സംസാരിക്കുന്നുണ്ടെന്ന് എനിക്കു നന്നായറിയാം... ഇപ്പോൾ പോലും നിറുത്താതെ അവ സംസാരിക്കുകയും... ആരോപണമുന്നയിക്കുകയുമാണ്. ഞാനവയെ മനസ്സിലാക്കാൻ തുടങ്ങിക്കഴിഞ്ഞിരുന്നു.

ദുഃഖമൂകമായ ഈ ശൈത്യകാലം വിട്ടുപോകാൻ പോകുന്നതിൽ ഞാനെത്രമാത്രം സന്തോഷിക്കുന്നെന്നോ... വസന്തത്തിന്റേതായ... ലക്ഷണങ്ങൾ അന്തരീക്ഷത്തിൽ കാണാൻ തുടങ്ങുകയും ചെയ്തിരുന്നു.

കാലം എത്ര വിചിത്രമായ ഭാവങ്ങളോടെയാണ് കടന്നുപോകുന്നത്. ഞാൻ പഴയതുപോലെ തന്നെ ജീവിതം തള്ളിനീക്കുകയും ചെയ്തിരുന്നു. എന്നിരുന്നാലും എന്റെ ജീവിതത്തിന്റെ അസ്തിത്വത്തിന്റെ രൂപരേഖകൾ അത്രകൃത്യമായിട്ടൊന്നുമല്ല വരച്ചിരിക്കുന്നതെന്ന് എനിക്കു തോന്നി.

ഇന്നലെയെന്നത് എപ്പോഴെ മറഞ്ഞുകഴിഞ്ഞിരിക്കുന്നു. കുറച്ചു ദിവസങ്ങൾക്കുമുമ്പ് സംഭവിച്ച കാര്യങ്ങൾക്കുപോലും ഒരു സ്വപ്നത്തിന്റെ പരിവേഷം മാത്രമേയുള്ളൂ... രൂപസാദൃശ്യമുള്ളൂ. ഓരോ തവണയും ഗ്രേറ്റൽ എന്നെ വിട്ടുപോകുമ്പോൾ, പിന്നീട് ഞാൻ ദിവസങ്ങളോളം അവളെ കാണാതിരിക്കുമ്പോൾ അവളുമായുള്ള എന്റെ ബന്ധം പോലും വളരെനാൾ മുമ്പുനടന്ന ഒരു കഥയായിമാത്രം ഇവിടെ അവശേഷിക്കുകയാണ്. അവൾ എപ്പോഴും വളരെ ദൂരത്തുനിന്നെത്തിച്ചേരുന്നത്... വിദൂരതയിൽനിന്ന്. അവൾ നിറുത്താതെ എല്ലാം പറയാൻ തുടങ്ങുമ്പോൾ പഴയതുപോലെ തന്നെ സത്യമായി... മുമ്പിൽ വിടരുകയാണ്.

അവളുടെ വ്യക്തിത്വത്തിന്റേയും സാന്നിദ്ധ്യത്തിന്റേയും തെളിവാർന്ന ചിത്രം അപ്പോൾ എന്റെ മനസ്സിൽ നിറഞ്ഞുനില്ക്കുന്നുണ്ടായിരുന്നു. നിറങ്ങൾ തീർച്ചയായും കണ്ണഞ്ചിപ്പിക്കുന്നതുതന്നെയാണ്... ശബ്ദസാന്ദ്രത ഉത്തുംഗമായതും...

പക്ഷേ എന്നിൽ നിന്നും അളക്കുവാനാവാത്ത സീമകളിലേക്കവൾ യാത്രയായിക്കഴിഞ്ഞപ്പോൾ അവളുടെ രൂപമാകെ തെളിവാർന്നതും തിളക്കമാർന്നതുമായിരുന്നു. തേജസ്സോടെ, വിദൂരതയിൽ നിന്നുള്ള പ്രകാശസീമകൾക്കുള്ളിൽ... അവളുടെ രൂപം...

ചിലപ്പോഴൊക്കെ എന്റെ മനസ്സിൽ ആ മധുരിക്കുന്ന ഓർമ്മകളുടെ മിഴിവാർന്ന ചിത്രം വിരിയുന്നുണ്ട്... പക്ഷേ അത് വേഗത്തിൽ മങ്ങിപ്പോവുകയാണ്. തണുത്തുറഞ്ഞ ഒരു ഗുഹയ്ക്കുള്ളിൽ പെട്ടന്നുകെട്ടുപോയ അഗ്നിപ്രസരം പോലെയുണ്ടായിരുന്നു. ആ രൂപമപ്പോൾ. അവസാനം ഞാനുമെന്റെ പുഷ്പങ്ങളും മാത്രം ബാക്കിയാവുന്നു. അവയുടെ നിറമാകെ മങ്ങിക്കഴിഞ്ഞു... ശരിക്കും മങ്ങിപ്പോയിരുന്നു. അവയ്ക്കപ്പോൾ മുമ്പത്തെപ്പോലെ സൗരഭ്യവുമില്ല.

ഗ്രേറ്റൽ ഇതുവരെ അവയെ ശ്രദ്ധിച്ചിട്ടുണ്ടായിരുന്നില്ല. പക്ഷേ ഇന്ന് അവളുടെ നോട്ടം അവയിൽ തങ്ങിനിന്നു. അതിനെച്ചൊല്ലി അവൾക്കെന്നെ ചോദ്യം ചെയ്യണമെന്നുണ്ടായിരുന്നു എന്നെനിക്കു തോന്നി. പക്ഷേ നിഗൂഢമായ ഒരു ലജ്ജാഭാവം അവളെ കീഴടക്കിയിരുന്നതായിത്തോന്നി. അവൾ കൂടുതലായി ഒന്നും തന്നെ പറഞ്ഞില്ല. പക്ഷേ എന്നോടു വിടപറഞ്ഞിട്ട് അവൾ യാത്രയാവുകയും ചെയ്തു.

സാവധാനം ഇലകൾ കൊഴിഞ്ഞുവീണു കഴിഞ്ഞിരുന്നു. ഞാനവയെ സ്പർശിച്ചിട്ടുണ്ടായിരുന്നില്ല... എന്തെന്നാൽ എന്റെ വിരലുകൾക്കിടയിലൂടെ അവ താഴെ പൊടിപടലങ്ങൾക്കുള്ളിലേക്കു വീഴുവാൻ നല്ല സാദ്ധ്യതയുണ്ടായിരുന്നു... അവ വിവർണ്ണമാകുന്നതു കണ്ടാൽ ഒരു പക്ഷേ ഞാനാകെ ദുഃഖിതനായെന്നിരിക്കും. പറയാനാവാത്ത ദുഃഖഭാരത്താൽ ഞാൻ തകർന്നുപോകും... എനിക്കറിയാനാവാത്ത പിശാചുക്കളെ ഇല്ലായ്മചെയ്യുവാനുള്ള മനസ്സാന്നിദ്ധ്യം എന്നാണെനിക്കു വീണ്ടെടുക്കാനാവുന്നത്? അവയെന്നെ അസ്വസ്ഥനാക്കുന്നു... ഈ മരിച്ച കുസുമങ്ങൾ... അവയെന്നെയാകെ തകർക്കുകയാണ്.

ചിലപ്പോൾ എനിക്കവയെ സഹിക്കാൻ കഴിഞ്ഞില്ലെന്നുവരും... ഞാനവയിൽ നിന്നപ്പോൾ ഓടിയലുകയും ചെയ്യും.. വീണ്ടുമാ തെരുവിന്റെ മദ്ധ്യത്തിൽ വച്ച് അവ എന്നെ പിടിയിലാക്കുകയും ചെയ്യും... എനിക്കവയെ വിട്ടുപോകാൻ കഴിയില്ല.. അവയെ ഒന്നു കൂടിനോക്കുവാനായി എനിക്കു തിരിച്ചുപോകേണ്ടിയിരിക്കുന്നു. ഞാനവയെ ഉപേക്ഷിച്ചുപോയ അതേ പച്ചനിറത്തിലുള്ള ഗ്ലാസ്സിൽ അവയെ ഞാൻ കാണുകയുമാണ്.. വാടി... നിറം മങ്ങി. ശിരസ്സ് കുനിക്കപ്പെട്ടരീതിയിൽ.. ഇന്നലെ സായാഹ്നത്തിൽ കുഴിമാടത്തിനരികിലിരുന്ന് കരയുന്ന ഒരുവനെപ്പോലെ ഞാനവയ്ക്കുവേണ്ടി കരഞ്ഞു.

എങ്ങനെ അവ എന്റെയടുത്തെത്തി എന്നൊരു ചിന്തപോലും അപ്പോൾ മനസ്സിലുണ്ടായിരുന്നില്ല.

ഒരുപക്ഷേ ഞാൻ തെറ്റിദ്ധരിച്ചതാവാം...

എന്തോ വിചിത്രമായ ഒന്നിന്റെ സാന്നിദ്ധ്യം എന്റെ

മുറിയിലുള്ളതായി എനിക്കും... എന്തിന് ഗ്രേറ്റലിനും അനുഭവപ്പെട്ടു. എന്നോടൊത്തുണ്ടാകുമ്പോൾ അവളിപ്പോൾ ചിരിക്കാറില്ല. ഉച്ചത്തിൽ അവൾ സംസാരിക്കാറുമില്ല... എനിക്കു നല്ല പരിചയമുള്ള ചൊടിയോടെയുള്ള അവളുടെ സംസാരം ഇപ്പോളെനിക്കു ലഭിക്കാറുമില്ല.

സത്യം പറഞ്ഞാൽ മുമ്പത്തെപ്പോലെ ഞാനവളെയിപ്പോൾ സ്വാഗതം ചെയ്യാറുമില്ല. നിരന്തരമായ ഭയാശങ്കകൾ എന്നെയിപ്പോൾ വേദനിപ്പിച്ചുകൊണ്ടേയിരിക്കുന്നു...

ഓരോ ചോദ്യവും സഹിക്കാനാവാത്തതാണെന്ന് എനിക്കിപ്പോൾ മനസ്സിലാവുന്നുണ്ട്...

അവൾ മിക്കവാറും തന്റെ ജോലികൾ കൊണ്ടുവരാറുണ്ടായിരുന്നു... ഞാനെന്റെ പുസ്തകങ്ങൾക്കുമേൽ കുനിഞ്ഞിരിക്കുമ്പോൾ... അവൾ നിശ്ശബ്ദയായി മേശയ്ക്കരികിലിരിക്കും. പുസ്തകം മടക്കിവച്ച് ഞാനെഴുന്നേൽക്കുന്നതുവരെ ക്ഷമയോടെ തുന്നൽ ജോലികളിൽ ഏർപ്പെട്ടുകൊണ്ട് അവളെന്റെ സമീപത്തുതന്നെയുണ്ടാവും. പിന്നീട് ഞാനവളുടെ അടുത്തേക്കു ചെല്ലും.. അവളുടെ കൈകളിൽനിന്ന് തുന്നൽ സാധനങ്ങൾ എടുത്തുമാറ്റിക്കൊണ്ട് അവളെ സമാധാനിപ്പിക്കും. പിന്നീട് അവളുടെ സമീപത്തുള്ള മേശവിളക്കിന്റെ പച്ച ഷേഡ് ഞാനെടുത്ത് മാറ്റും. അതോടെ മുറിയിലാകെ പെയ്യുന്ന സാന്ദ്രതകുറഞ്ഞ വെളിച്ചം പരക്കുകയും ചെയ്യും. മൂലകളിൽ ഇരുട്ട് പതിയിരിക്കുന്നത് എനിക്കൊട്ടും തന്നെ ഇഷ്ടമുള്ള കാര്യമല്ല...

ഇപ്പോൾ വസന്തകാലമാണ്....

ഞാനെന്റെ ജനാലമലർക്കെത്തുറന്നിട്ടിരിക്കുകയാണ്... സായാഹ്നത്തിൽ വളരെ വൈകി ഞാനും ഗ്രേറ്റലും കൂടി ഇരുൾമൂടിയ തെരുവുകളിലൂടെ നടക്കാനിറങ്ങി. ചൂടുള്ള ഇളം തെന്നൽ ഞങ്ങളിലേക്കു മൃദുലമായി കടന്നുവരുന്നുകൊണ്ടിരുന്നു. വളരെത്താഴെയായി തെരുവുവിളക്കുകത്തുന്ന മൂലയിലേക്ക് ഞാൻ പെട്ടെന്നു നോക്കുമ്പോൾ ഞാനവിടെ ഒരു നിഴൽ മിന്നിമറയുന്നതുകണ്ടു. ഞാനതു കണ്ടുവെന്നോ ഇല്ലെന്നോ പറയാം.

ഞാനത് കണ്ടിരുന്നില്ലെന്ന് എനിക്കറിയാം.

ഞാൻ കണ്ണുകൾ അടച്ചുപിടിച്ചെങ്കിലും ഇമകൾക്കിടയിലൂടെ എനിക്കത് കാണുവാൻ കഴിയുന്നു. അതെ... അവിടെ ആ സാധുജീവിനില്ക്കുന്നുണ്ട്.

തെരുവുവിളക്കിന്റെ അരണ്ട വെളിച്ചത്തിൽ... അവളുടെ മുഖം എനിക്കപ്പോൾ വ്യക്തമായി കാണാൻ കഴിയുന്നുണ്ട്. ഒരു

സുവർണ്ണസൂര്യനാൽ പെട്ടെന്നത് തേജോമയമായതുപോലെ... അതിനുള്ളിൽ മുഖത്തെ അത്ഭുതംകൂറിയ മിഴികൾ എനിക്കു ശ്രദ്ധി ക്കാതിരിക്കാൻ കഴിഞ്ഞില്ല.

പിന്നീട് ഞാൻ സാവധാനം ജനാലയ്ക്കരികൽ നിന്നും നടന്നുനീ ങ്ങി... എഴുത്തുമേശയ്ക്കരികിൽ പോയിരുന്നു.

കാറ്റത്ത് ചാഞ്ചാടുന്ന മെഴുകുതിരിനാളത്തിന്റെ പ്രഭയിൽ ഞാനെല്ലാം ശ്രദ്ധിക്കുകയായിരുന്നു. പുറത്തുനിന്ന് ഇളം കാറ്റ് മുറി ക്കുള്ളിലേക്കു കടന്നുവരുന്നുണ്ടായിരുന്നു.

ഞാനവിടെ നിശ്ചലനായി ഇരിക്കുമ്പോൾ... എനിക്കറിയാമാ യിരുന്നു. അവളിപ്പോഴും തെരുവിന്റെ ആ മൂലയിൽ തന്നെകാത്തു നില്ക്കുന്നുണ്ടെന്ന്... നിർജ്ജീവമായ ആ പൂക്കളെ സ്പർശിക്കുവാനുള്ള ധൈര്യം എനിക്കുണ്ടെങ്കിൽ... ഞാനവയെ ഗ്ലാസ്സിനുള്ളിൽനിന്നും വലിച്ചെടുത്ത്... അവൾക്കു കൊടുക്കുമായിരുന്നു.

അതുതന്നെയാണ് ഞാൻ ചിന്തിച്ചുകൊണ്ടിരുന്നത്. ശരിക്കും ആർജ്ജവബോധത്തോടെ.. അതേ സമയം ഇതൊരു വെറും പാഴ് ചിന്തയാണെന്നും എനിക്കു നന്നായറിയാമായിരുന്നു. ഇപ്പോൾ ഗ്രേറ്റലും ജനാലവിട്ടകലുകയാണ്. പിന്നീടവൾ എന്റെ കസേരയുടെ പിറകിൽ നിന്നുകൊണ്ട് എന്റെ മുടിയിഴകളിലൊരു ചുംബനംനല്കി. അതൊടെ ഒരു നെടുവീർപ്പോടെ അവളവിടെ വിട്ടുപോയി... ഞാൻ വീണ്ടുമേകനായി....

ഞാൻ പുഷ്പങ്ങളിലേക്കുതന്നെ തുറിച്ചുനോക്കുകയാണ്.

അവയിനിയൊരിക്കലും ജീവചൈതന്യമുൾക്കൊള്ളാൻ പോകു ന്നില്ല അവയിനിയും ഉണങ്ങി വരണ്ട വെറും തണ്ടുകൾമാത്രം. അവയെന്നെ അസ്വസ്ഥനും കോപാകുലനുമാക്കുന്നു. അവിടെയെ ന്തെങ്കിലും കാണാതിരിക്കില്ല. അല്ലെങ്കിൽ ഗ്രേറ്റൽ എന്നെ ചോദ്യം ചെയ്യാതിരിക്കില്ല. അവൾക്കത് മനസ്സിലാവുന്നുണ്ട്. എന്റെ മുറിയിൽ പിശാചുക്കളുള്ളതു പോലെ അവളവിടെ നിന്നും ഓടി രക്ഷപ്പെടുകയാ യിരുന്നു എന്നു തോന്നി പിശാചുക്കൾ! അവൾതന്നെയാണ്... അവൾ തന്നെയാണ്..! ജീവിതത്തിൽ കേളികളാടുന്ന മൃതാത്മാക്കൾ. ഈ നിറംമങ്ങിയ പൂക്കളുടെ ഗന്ധം നിറഞ്ഞഭ്രമി... അവ മൊട്ടിട്ടുവിടർന്ന സൗരഭ്യം പരത്തിയിരുന്ന ഓർമ്മകളുമായി കഴിയുന്ന ഒരു കണ്ണിത ന്നെയാണ്. നമ്മൾ മറക്കുന്നില്ലാത്ത ഒരു കാലം വരെ മരിച്ചുപോ യവർ തിരിച്ചുവന്നുകൊണ്ടേയിരിക്കും.

അവർ സംസാരിക്കുന്നില്ലെങ്കിൽ തന്നെ അതിലെന്താണൊരു കുഴപ്പം... എനിക്കിപ്പോഴും അവർ പറയുന്നതു കേൾക്കാൻ

കഴിയുന്നുണ്ട്!

അവരെയിപ്പോൾ കാണുന്നില്ലെങ്കിലും എന്റെ ദൃശ്യസീമയിൽ ഇപ്പോഴും തങ്ങി നില്ക്കുന്നുണ്ട്...!

വസന്തകാലത്തിന്റെ ആഗമനമായതോടെ എന്റെ പരവതാനിയിൽ സൂര്യപ്രകാശം സാന്ദ്രമായി വീണുകിടക്കുന്നുണ്ട്. തൊട്ടടുത്ത ഉദ്യാനത്തിൽനിന്നും ലില്ലിപ്പൂക്കളുടെ സൗരഭ്യവും കടന്നുവരുന്നുണ്ട്. അവിടെ ഉല്ലസിച്ചുകൊണ്ടിരിക്കുന്നവർക്ക് എന്നെപ്പറ്റി യാതൊരു ചിന്തയുമില്ല.

അവർ വാസ്തവത്തിൽ ജീവനുള്ള സ്വരൂപങ്ങൾ തന്നെയോ? എനിക്കു വേണമെങ്കിൽ ജനൽത്തിരശ്ശീല വലിച്ചിട്ട്... സൂര്യപ്രകാശത്തെ തടഞ്ഞുവയ്ക്കാം. ആളുകളെക്കുറിച്ചുള്ള എല്ലാ ചിന്തകളും എനിക്കു മൂടിവയ്ക്കാം. അവരെല്ലാം എന്നെ സംബന്ധിച്ചിടത്തോളം മരിച്ചുകഴിഞ്ഞവരാണ്.

എനിക്കു ജനാല അടച്ചിടാൻ കഴിയും... അതോടെ ലില്ലിപ്പൂക്കളുടെ ഗന്ധം എനിക്കൊരിക്കലും ഒരു ഉപദ്രവമായിത്തീരില്ല. ഇനിയിവിടേക്കൊരു വസന്തവും കടന്നുവരാൻ പോകുന്നില്ല. പക്ഷേ ഓർമ്മകൾ... അവയ്ക്കെന്നെക്കാൾ ഇടം കൊടുക്കാതെ സ്വയം... തങ്ങളുടെ ഇംഗിതങ്ങൾക്കൊത്ത് ഇവിടേക്കു കടന്നുവരാൻ പറ്റും.

ഗ്ലാസ്സിനുള്ളിലെ ഈ ഉണങ്ങിവരണ്ട തണ്ടുകൾക്ക് വസന്തത്തെക്കാളും ലില്ലിപ്പൂക്കളുടെ സുഗന്ധത്തെക്കാളും ശക്തിയുണ്ടെന്നെനിക്കുതോന്നി.

ഗ്രേറ്റൽ കടന്നുവരുമ്പോൾ ഞാനീ ഉണങ്ങിയ തണ്ടുകൾക്കു മുമ്പിൽ ഇരിക്കുകയാണ്.. അവളിത്രനേരത്തെ ഇതിനുമുമ്പൊരിക്കലും ഇവിടേക്കുവന്നിട്ടില്ല. സന്ധ്യയ്ക്കുമുമ്പ് അവളെത്തുകയെന്നു വച്ചാൽ അത് വളരെ വിരളമായേ സംഭവിച്ചിട്ടുള്ളൂ.

പാതി ചിന്താക്കുഴപ്പത്തോടെ ഞാനാകെ അത്ഭുതപ്പെട്ടുപോയി. കുറച്ചുനിമിഷത്തേക്കവൾ വാതിൽപ്പടിയിൽ തന്നെ നിന്നു. ഒന്നും സംസാരിക്കാനാവാതെ ഞാനവളെത്തന്നെ നോക്കിനിന്നു. അവൾ ചിരിച്ചുകൊണ്ട് അടുത്തേക്കു നടന്നുവന്നു.

അവളുടെ കൈയിലപ്പോൾ വാടാത്ത ഒരുകുല പൂക്കളുണ്ടായിരുന്നു. ഒരു വാക്കുപോലുമുച്ചരിക്കാതെ ഞാനിരിക്കുന്ന എഴുത്തുമേശയ്ക്കരികിലേക്കുവന്നുകൊണ്ട് അവളാ പൂക്കൾ എന്റെ മുന്നിൽ വച്ചു. അതിനടുത്തനിമിഷം പച്ചഗ്ലാസ്സിനുള്ളിൽ വച്ചിരുന്ന നിറംമങ്ങിയ പൂക്കൾ അവളുടെ പിടിയിലമർന്നുകഴിഞ്ഞിരുന്നു.

അവളെന്റെ ഹൃദയത്തിൽ കൈവച്ചതുപോലെയാണെനിക്കനുഭവപ്പെട്ടത്. പക്ഷേ എനിക്കൊന്നും തന്നെ പറയാൻ കഴിഞ്ഞില്ല. ഞാൻ ചലിക്കാൻ തുടങ്ങവേ അവളെന്നെ പിറകോട്ടുവലിച്ചുമാറ്റിക്കൊണ്ട് ചിരിച്ചു. മൃതമായ പൂക്കളെ ഒരു കൈയിലുയർത്തിപ്പിടിച്ചുകൊണ്ട് അവൾ എഴുത്തുമേശയ്ക്കു പിന്നിലേക്കു തെന്നിമാറി ജനാലക്കരികിലേക്കു വന്നു. പിന്നീടവളത് തെരുവിലേക്കു വലിച്ചെറിഞ്ഞു. അതിനു പിറകേ എടുത്തുചാടണമെന്നാണെനിക്കു തോന്നിയത്. പക്ഷേ അവൾ വഴിയിൽത്തന്നെ നില്ക്കുകയാണ്.. പാരപ്പറ്റിൽ ചാരി മുഖം എന്നിലേക്കു തന്നെ തിരിച്ചുവച്ചുകൊണ്ടാണവൾ നിന്നിരുന്നത്.

അവളുടെ ശിരസ്സിനുമുകളിൽ ചൂടുവിതറി.. ചൈതന്യം പകർന്നുകൊണ്ട് തേജോമയനായ സൂര്യനും..

പുറത്തുനിന്നും ലില്ലിപ്പൂക്കളുടെ മധുരഗന്ധം അകത്തേക്കപ്പോൾ അടിച്ചുകയറാൻ തുടങ്ങിയിരുന്നു.

എഴുത്തുമേശമേലിരിക്കുന്ന ഒഴിഞ്ഞ പച്ച ഗ്ലാസ്സിലേക്കു നോക്കുമ്പോൾ.. എനിക്കെന്താണ് സംഭവിച്ചതെന്നുപോലും അറിഞ്ഞുകൂടായിരുന്നു.

പക്ഷേ എനിക്കാകെ വല്ലാത്തൊരാശ്വാസവും തോന്നി... ഞാൻ കൂടുതൽ സ്വതന്ത്രനായതുപോലെ... മുമ്പെന്നത്തെക്കാളും സ്വതന്ത്രനായതുപോലെ.

ഗ്രേറ്റിൽ അടുത്തേക്കുവന്നു..

പിന്നീടവൾ താൻ കൊണ്ടുവന്ന പൂങ്കുലയെടുത്ത് എന്റെ മുഖത്തിനുനേർക്ക് ഉയർത്തിപ്പിടിച്ചു.

തണുപ്പാർന്ന വെള്ളപുഷ്പവൃന്ദങ്ങൾ... സൗരഭ്യത്തിന്റേതായ നവചൈതന്യം നിറഞ്ഞുകവിഞ്ഞ ഒന്ന്... ശുവെള്ളയായ.. തണുത്തലോലമായ..

എനിക്കവയിൽ എന്റെ മുഖം അമർത്തിവയ്ക്കണമെന്നുണ്ടായിരുന്നു. മന്ദഹാസത്തോടെ.. വെളുപ്പിന്റെ ശോഭവിതറുന്ന, തലോടലുകളേകുന്ന പുഷ്പങ്ങൾ...

പിശാചുക്കൾ അവിടെ വിട്ടൊഴിഞ്ഞുവെന്നാണ് തോന്നിയത്. ഗ്രേറ്റൽ എനിക്കു തൊട്ടുപിറകിലായി നില്ക്കുകയാണ്. എന്റെ മുടിയിഴകൾക്കുള്ളിലൂടെ അവളുടെ കൈകൾ ഒഴുകിനടക്കുകയും ചെയ്യുന്നു.

"എന്റെ പ്രിയപ്പെട്ട... മണ്ടച്ചാരെ..." അവൾ പറയുകയാണ്. താനെന്താണ് ചെയ്തതെന്ന് അവൾക്കറിയാമോ..?

ഞാനവളുടെ കൈകളിൽ പിടിച്ചവയിൽ ചുംബനങ്ങൾ പകർന്നു. സായാഹ്നത്തിലെ വസന്തകാലാന്തരീക്ഷത്തിൽ ആഹ്ലാദത്തോടെ

ഞങ്ങൾ നവോന്മേഷം തേടിനടന്നു. ഞങ്ങൾ ഒന്നിച്ച് വീണ്ടും തിരിച്ചെത്തിയിരിക്കുന്നു.

ഞാനൊരു മെഴുകുതിരി കത്തിച്ചു. ഞങ്ങളിന്ന് വളരെ ദൂരം നടന്നു കഴിഞ്ഞിരിക്കുന്നു.

ഗ്രേറ്റലാകെ ക്ഷീണിതയായിക്കഴിഞ്ഞു. തുറന്ന ജനാലയ്ക്കരികിലെ കസേരയിലിരുന്നവൾ മയങ്ങിപ്പോയി.

നിദ്രക്കിടയിലും മുഖത്താമന്ദസ്മിതവുമായി കഴിയുന്ന അവൾക്കിപ്പോൾ എന്തൊരു സൗന്ദര്യമാണ്..

എനിക്കു മുന്നിൽ മെലിഞ്ഞ പച്ചനിറത്തിലുള്ള ഗ്ലാസ്സിലിപ്പോൾ നിറയെ ലില്ലിപ്പൂക്കളാണ്.

പുറത്ത് തെരുവീഥിയിൽ... ഇല്ല, ഇല്ല, അവയിപ്പോഴൊന്നും അവിടെ കിടക്കുന്നുണ്ടാവില്ല...

കാറ്റ് ധൂളികളോടൊപ്പം അവയെ എടുത്തുകൊണ്ടുപോയിട്ടുണ്ടാകണം...

●

ഹോസെ മരിയ ഗിരോനെല്ല

José María Gironella. ജനനം 1917 ഡിസംബർ 31. നോവലിസ്റ്റ്, ചെറുകഥാ കൃത്ത്, ഗദ്യകാരൻ എന്നീ നിലകളിൽ വിഖ്യാതനാണ്. സ്പാനിഷ് ആഭ്യന്തരയുദ്ധത്തെ ആധാരമാക്കിയുള്ള നോവൽ ത്രയം the cypresses believe in god (1953) പ്രശസ്ത രചനയാണ്.

ഹൃദയങ്ങളുടെ ദേവാലയം

സ്പാനിഷ് കഥ

ഹോസെ മരിയ ഗിരോനെല്ല

ഭദ്രാസനപ്പള്ളികൾ കല്ലുകൾ കൊണ്ടല്ല പണിയേണ്ടത് മറിച്ച് മനുഷ്യഹൃദയങ്ങൾ കൊണ്ടാണ്... ഒരു ദിവസം ഓർമ്മയിൽ അയാൾക്കങ്ങനെയൊരു തോന്നലുണ്ടായി... ഇഷ്ടികകൾപോലെ മനുഷ്യഹൃദയങ്ങൾ.. ഒന്നിനുമുകളിൽ മറ്റൊന്നായി..

"അങ്ങനെയുള്ള ഒരു ഭദ്രാസനപ്പള്ളി നിങ്ങളെന്തിനാണ് നിർമ്മിക്കുന്നത്. മെലിഞ്ഞുനീണ്ട കാലുകളുള്ള അയാളുടെ പുത്രി ചോദിച്ചു.. ഹൃദയങ്ങൾകൊണ്ടൊരു.. ദേവാലയം...

"നീ പറഞ്ഞത് ശരിയാണ്.." അയാൾ മറുപടി പറഞ്ഞു. പിന്നീട് കോട്ടു ധരിച്ചുകൊണ്ട് അയാൾ നഗരത്തിലെ ശ്മശാനം ലക്ഷ്യമാക്കി തന്റെ പാദങ്ങളെ തിരിച്ചുവിട്ടു.

കുഴിവെട്ടുകാരനുമായുള്ള അയാളുടെ സംസാരം വളരെ ഹ്രസ്വവും കാര്യമാത്രവുമായ ഒന്നായിരുന്നു. സാധാരണ വലിപ്പമുള്ള ഹൃദയങ്ങൾക്ക് അയാൾ കുഴിവെട്ടുകാരന് ഒരു ഡ്യൂറോ നല്കും. നല്ല നിലയിൽ വലുതായ ഒന്നിന് അയാൾ ഏഴു പെസീറ്റാസ് കൊടുക്കും.

"സമ്മതിച്ചിരിക്കുന്നു."

"സമ്മതിച്ചിരിക്കുന്നു."

ആ ദിവസം മുതൽ രാത്രി അത്താഴത്തിനുശേഷം എന്നും അയാൾ ശ്മശാനത്തിലേക്കു ചെല്ലുമായിരുന്നു. പ്രധാന വീഥിക്കു സമാന്തരമായി വൃക്ഷനിരകൾക്കിടയിലൂടെ ഒരു സിഗരറ്റ് കത്തിച്ചുകൊണ്ടായിരുന്നു അയാൾ ദിവസവും നടന്നുപോയ്ക്കൊണ്ടിരുന്നത്.

കുഴിവെട്ടുകാരൻ അയാളെ കാത്തുനില്ക്കുമായിരുന്നു. ഹൃദയങ്ങൾ അയാളുടെ മേശപ്പുറത്ത് അട്ടിയായി അടുക്കിവച്ചിരിക്കും. ചില ദിവസങ്ങളിൽ അയാൾക്ക് രണ്ടെണ്ണമേ ലഭിക്കൂ... മറ്റു ചിലപ്പോൾ... നാല്.... തണുപ്പും ഭാഗ്യവുമുള്ള ഒരു ദിവസം ചിലപ്പോൾ ആറെണ്ണമെങ്കിലും ഉണ്ടാവും.

"ഈ അപരാഹ്നത്തിൽ എനിക്കതിഗംഭീരമായ ഒന്നു ലഭിച്ചിട്ടുണ്ട്." കുഴിവെട്ടുകാരൻ ഇടയ്ക്ക് അയാളോട് പറയും.

"നോക്കൂ.. എത്ര മനോഹരമായ... ഒന്ന്... ഇത് നിങ്ങൾക്കു തീർച്ചയായും ഏഴു പെസിറ്റാസിന്റെ മൂല്യം തരുന്ന ഒന്നാണ്..." പിന്നീടയാൾ ഒരു പാവപ്പെട്ട വേലക്കാരന്റേയോ ചെറുപ്പകുത്തിയുടെയോ ഹൃദയമെടുത്തുകാണിക്കും.

"നേരെ മറിച്ച് ഇതാ നോക്കൂ... ഈ സാധനമുണ്ടല്ലോ... അത് വേണമെങ്കിൽ ഒരു റിയാലിന്... നിങ്ങൾക്കു നല്കാം." പെട്ടെന്നുണ്ടായ ഔദാര്യമെന്നോണം അയാൾ കൂട്ടിച്ചേർത്തു. ഏതെങ്കിലും വേശ്യയുടെയോ... ഒളിച്ചോടിപ്പോയവന്റേയോ ഹൃദയമായിരിക്കും അയാളപ്പോൾ കാട്ടുന്നത്...

നഗരാതിർത്തിയിൽ അവരൊരു സംഭരണശാല വാടകയ്ക്കെടുത്തു. കൈവശമുള്ള അസാധാരണമായ ഇഷ്ടികകൾ അതിനുള്ളിൽ സൂക്ഷിക്കാൻ വേണ്ടിയായിരുന്നു അത്. ശനിയാഴ്ച ദിവസങ്ങളിൽ ജീർണ്ണതയകറ്റുവാൻ വേണ്ടി അവർ അതിന്റെ ജനാലകൾ തുറന്നിട്ടിരുന്നു.

യുദ്ധം അവരെ സംബന്ധിച്ചിടത്തോളം വലിയ സഹായം തന്നെയായി. വീപ്പകൾ നിറയെ മുറയ്ക്ക് ചരക്കുകൾ വരാൻ തുടങ്ങി. നാല്പതോ അൻപതോ വരെ സംഭരണശാലയിലെത്തിയ ദിവസങ്ങൾ വരെയുണ്ടായിരുന്നു.

അയാളുടെ പുത്രി ഒരിക്കൽ സംഭരണശാല സന്ദർശിക്കുവാൻ വന്നു. അവൾ അടുക്കിവച്ചിരിക്കുന്ന ഹൃദയങ്ങളിൽ സൂക്ഷിച്ചു നോക്കിക്കൊണ്ട് കണക്കുകൂട്ടി. "ഇനി വളരെ കുറച്ചെണ്ണമേ വേണ്ടൂ."

കഴുതവണ്ടികളിൽ കയറ്റി അവർ ഹൃദയങ്ങൾ മലമുകളിലേക്കു കൊണ്ടുവന്നു. മലമുകളിൽ വെറുതെ കിടന്നിരുന്ന സമതലമായ സ്ഥാനമാണ് അവർ ദേവാലയത്തിനായി തിരഞ്ഞെടുത്തിരുന്നത്. തീരെ മോശമായ പാതയിലൂടെ വണ്ടി വളരെ വിഷമിച്ചാണ് മലമുകളിൽ ചെന്നു പറ്റിയത്.

കുഴിവെട്ടുകാരന്റെ അവസാന സന്ദർശനം കൂടി കഴിഞ്ഞപ്പോൾ

അച്ഛനും മകളും കൂടി വിദഗ്ധരായ പണിക്കാരെപ്പോലെ ജോലി തുടങ്ങി. വസന്തകാലമായിരുന്നതിനാൽ നിലാവുള്ള രാത്രികളിലാണ് അവർ തങ്ങളുടെ ജോലി കൂടുതലായും നിർവഹിച്ചത്.

ഏഴ് പിസാറ്റാ വിലയുള്ള ഹൃദയങ്ങളാണ് അവർ അടിത്തറയ്ക്കുവേണ്ടി തിരഞ്ഞെടുത്തത്. ദേവാലയത്തിന്റെ മൊത്തത്തിലുള്ള ഭാരം അവ താങ്ങണമായിരുന്നു. ഒരു റീയൽ വിലയുള്ളവ പ്രാധാന്യം കുറഞ്ഞ ഭാഗങ്ങൾ നിർമ്മിക്കുവാനാണുപയോഗിച്ചത്.

ദേവാലയം സാവധാനം ഉയർന്നുവന്നു. അൾത്താരയ്ക്കിരുവശവും അവർ ഓരോ കുട്ടികളുടെ ഹൃദയമാണ് ഉറപ്പിച്ചത്. ഡിസംബർ മാസമായപ്പോൾ അർദ്ധ വൃത്താകൃതിയിലുള്ള വളച്ചുവാതിലിന്റെ പണി അവർ തുടങ്ങിക്കഴിഞ്ഞിരുന്നു. പ്രധാന അൾത്താര അവളുടെ ആത്മസുഹൃത്തുക്കളുടെ ഹൃദയങ്ങൾകൊണ്ടാണ് നിർമ്മിച്ചത്. ഒരു ദിവസം വളച്ചുവാതിലിന്റെ പണിയെത്തിക്കുന്നതിനുമുമ്പ് അവർ ബാക്കിയുള്ളവയുടെ എണ്ണമെടുത്തു ആവശ്യമുള്ളതിലും കുറവ്..

“നമുക്കതിനുവേണ്ടി താഴേക്കിറങ്ങേണ്ടിയിരിക്കുന്നു.” പിതാവ് പറഞ്ഞു.

“വേണ്ട... വേണ്ട...” മകൾ അയാളെ തടഞ്ഞുകൊണ്ടു പറഞ്ഞു. “അസാദ്ധ്യമായ കാര്യമാണത്... വളരെ പ്രധാനമായ ഒരു കാര്യമാണത്... വളരെ പ്രധാനമായ ഒരു കാര്യത്തിനു വേണ്ടിയുള്ളതാണെന്നത്... നിങ്ങൾക്ക് പരിപൂർണ്ണവിശ്വാസമർപ്പിക്കാവുന്ന ഒരു ഹൃദയമായിരിക്കണം അത്.” അവൾ കൂട്ടിച്ചേർത്തു.

ഇത്രയും പറഞ്ഞ് ചിരിച്ചുകൊണ്ട് വീണ്ടുമൊരിടിമിന്നലേറ്റവളെപ്പോലെ സ്വന്തംഹൃദയം അതിനായെടുത്തുകൊള്ളുവാൻ പിതാവിനോടവൾ അഭ്യർത്ഥിച്ചു.

ഒരുനിമിഷം ഭയംകൊണ്ടു പേടിച്ചുവിറച്ച് അയാൾ കരഞ്ഞുപോയി. മലമുകളിൽ സ്വന്തം ജോലിക്കുമുന്നിൽ ഒറ്റപ്പെട്ട് അയാൾ ഭ്രാന്തനെപ്പോലെ ചുറ്റും പരതിനടന്നു. പാറക്കെട്ടുകൾക്കിടയിലൂടെ അയാൾ ഇടറിനടക്കുകയും പൊട്ടിക്കരയുകയും ചെയ്തു.

അവസാനം അയാളത് സ്വീകരിക്കുവാൻ തന്നെ തീരുമാനിച്ചു. സ്വന്തം പുത്രിയുടെ ഹൃദയം അയാൾ കീറി പുറത്തെടുത്തു. അതൊന്നിനുമാത്രം അയാൾക്ക് യാതൊരു വിലയും കൊടുക്കേണ്ടിവന്നില്ല. വളച്ചു വാതിലിനു മുകളിലായി മർമ്മസ്ഥാനത്ത് അയാളത് വച്ചു. അതോടെ അതിബൃഹത്തായ ആ പദ്ധതി പൂർത്തീകരിക്കപ്പെട്ടു.

രണ്ടുവർഷക്കാലത്തേക്ക് സ്വയം ശുദ്ധീകരണത്തിനായി അയാൾ മലമുകളിൽത്തന്നെ കഴിഞ്ഞു. രാത്രിയും പകലും ഭദ്രാസനപ്പള്ളിക്കുള്ളിലിരുന്ന് ഏകനായ് പ്രാർത്ഥിച്ചുകൊണ്ടിരുന്നു. മലമുകളിലൂടെ തണുത്ത തീവ്രമായ കാറ്റ് നിരന്തരമായി അടിച്ചുകൊണ്ടിരിക്കെ വേനൽക്കാലത്തുപോലും യാതൊന്നിലും ശിഥിലീകരണം സംഭവിച്ചില്ല.

ഇടയ്ക്കിടെ കുഴിവെട്ടുകാരൻ അയാളെ വന്നുകാണാറുണ്ടായിരുന്നു. അപ്പോഴോക്കെ അയാൾ ശുദ്ധമായ ലിനൻ തുണിയും കൊണ്ടുവന്നിരുന്നു. ഒരുദിവസം അയാൾ പറഞ്ഞു. "താങ്കളാ സംഭരണശാല ഓർക്കുന്നുണ്ടോ?" അതിപ്പോൾ ഒരു ഗരേജായി മാറിയിരിക്കുകയാണ്.

മൂന്നാമത്തെ വർഷം ക്രിസ്തുമസ് കാലത്ത് കുഴിവെട്ടുകാരൻ ലിനൻതുണികൾ കൂടാതെ ഒരു കുപ്പിവൈനും മധുരപലഹാരങ്ങളും കൊണ്ടുവന്നിരുന്നു.

അയാൾ രുചിയോടെ അവ കഴിക്കുകയും കുടിക്കുകയും ചെയ്തു. വീണ്ടുമയാൾ തനിച്ചായി. തീയടുപ്പിനുസമീപം ഒരു പൈപ്പ് കത്തിച്ചുവലിച്ചുകൊണ്ടയാളിരുന്നു. അതയാളെ കൂടുതൽ ഉന്മേഷവാനാക്കി. വൈനിന്റെ ലഹരി അയാളുടെ ചേതനയെ കൂടുതലുന്മത്തമാക്കാൻ തുടങ്ങി. ഒരു നിമിഷത്തേക്ക് അയാൾ തന്റെ കണ്ണുകൾ കൂട്ടിയിടിച്ചു. ശില്പി ലോകത്തെക്കുറിച്ച് ചിന്തിക്കുവാൻ തുടങ്ങി. ഒരൊറ്റ അഭിലാഷം പോലുമില്ലാതിരിക്കുകയെന്നത് ഇപ്പോഴെങ്കിലും സാദ്ധ്യമാണോ...? അയാൾ പിറുപിറുത്തു. പിന്നീടയാൾ തന്റെ കാലുകളുയർത്തിവച്ച് തറയിൽ ഉറക്കമായി.

കുറച്ചു സമയത്തിനുശേഷം വായിൽ ഊറിനിന്ന കയ്പുരസവുമായി അയാളുണർന്ന് ദേവാലയത്തിലേക്ക് പ്രാർത്ഥിക്കുവാനായി പോയി. അയാളകത്തു പ്രവേശിച്ച് പ്രധാന അൾത്താരയ്ക്കു നേരെ നീട്ടിപ്പിടിച്ച കരങ്ങളുമായി നീങ്ങി.

അയാൾ മുട്ടുകുത്തിനിന്നിട്ടധികനേരമായില്ല. കമാനത്തിൽനിന്നും ഒരു തുള്ളി രക്തം അയാൾക്കു സമീപം വീണു. സ്വർഗ്ഗത്തിൽനിന്നോ....? ഏറ്റവും മുകളിലായി ഉറപ്പിച്ചിരുന്ന ഹൃദയത്തിൽനിന്നാണ് രക്തം ഒഴുകുന്നതെന്ന് മുകളിലേക്കു നോക്കിയപ്പോൾ അയാൾക്കു ബോദ്ധ്യമായി. ദേവാലയത്തിനുള്ളിൽ കറ പുരട്ടിക്കൊണ്ട് തോരാത്ത മഴപോലെ അത് തുടർന്നുകൊണ്ടേയിരുന്നു. താഴെ അത് തളംകെട്ടികിടന്നു. വളച്ചുവാതിൽ തന്നെ ഏതു നിമിഷവും വീണ്ടുകീറി തകർന്നു വീഴുമെന്നു തോന്നി. മേനിയിലൂടെ ഒലിച്ച

കൊണ്ടിരുന്ന രക്തത്തുള്ളികളോടെ അയാൾ ദേവാലയത്തിനു പുറത്തേക്കോടിപ്പോയി. അയാൾ ഏതാണ്ട് ഇരുപതടി അകലെ യായപ്പോൾ തൊട്ടുപിറകിൽ അയാൾ അവ്യക്തമായൊരു ശബ്ദം കേട്ടു. അത് ശബ്ദമില്ലാത്തതും കനത്ത ആഘാതമേൽപ്പിക്കുന്നതുമായ ഒന്നായിരുന്നു. തികച്ചും അസ്വസ്ഥനായി ആകെ വിളറിവെളുത്ത് അയാൾ ചുറ്റും പരതി നോക്കി. അയാളുടെ സൃഷ്ടി ശരിക്കും ഒരു നരബ ലിയായി മാറിക്കഴിഞ്ഞിരുന്നു. ഹൃദയങ്ങളോരോന്നും മുകളിൽനിന്നും താഴേക്കു വഴുതിയിറങ്ങി അവിടെയുമിവിടെയും ചിതറിക്കിടന്നിരു ന്നു. പ്രത്യേകിച്ചൊരു രൂപവുമില്ലാത്ത കൂനകളായി അവശേഷിച്ചു. ഏറ്റവും മുകളിലായി അതിന്റെ യഥാസ്ഥാനത്ത് ഉപേക്ഷിക്കപ്പെട്ട പക്ഷിയെപ്പോലെ അയാളുടെ പുത്രിയുടെ ഹൃദയം തുടിക്കുകയും അതിൽനിന്നും രക്തസ്രാവം തുടരുകയും ചെയ്തു.

കണ്ണുനീരിലേക്ക് തകർന്നുവീഴാൻ അയാൾക്കു സമയമില്ലായിരു ന്നു. ശേഷിച്ചതിൽ ഒരു ഹൃദയം പതിയെ മിടിക്കാൻ തുടങ്ങിയിരുന്നു. പിന്നീടത് നഗരത്തെ ലക്ഷ്യമാക്കി തന്റെ യാത്ര ആരംഭിച്ചു.

ഒന്നിനുപിറകെ മറ്റൊന്നായി ഹൃദയങ്ങൾ അതിനെ പിൻതുടർന്നു. അഞ്ചു നിമിഷങ്ങൾക്കകം എല്ലാ ഹൃദയങ്ങളും ഇതു പോലെ ചലിക്കു വാൻ തുടങ്ങി. മലനിരകളിലെവിടെയും അവ ചിതറിക്കിടന്നിരുന്നു. ക്രമേണ താഴ്വരകളിലേക്കും പാറക്കെട്ടുകളിലേക്കും അവ വ്യാപിച്ചു. കാഴ്ചയിൽ അവ വലിയ ഞണ്ടുകളെപ്പോലെയുണ്ടായിരുന്നു. അല്ലെ ങ്കിൽ നഗരത്തെ കീഴടക്കുവാൻ പോകുന്ന നന്നേ ചെറിയ ചുവന്ന എട്ടുകാലികളെപ്പോലെയുള്ള ഒളിപ്പോരുകാരെപ്പോലെ തോന്നിച്ചു.

ഹെ....ഹെ... അവിടെ... മുന്നിൽ നയിച്ചിരുന്ന എട്ടുകാലിയെ നോക്കി അയാൾ വിളിച്ചുപറഞ്ഞു, അവർക്കിടയിൽ ഒളിച്ചോടിപ്പോ യവരുടെ രൂപങ്ങൾ അയാൾക്കു ശരിക്കും തിരിച്ചറിയാൻ കഴിഞ്ഞു, പക്ഷേ ആ ഘടന ഒരു മനുഷ്യശക്തിക്കും തടുക്കാനാവാത്ത തരത്തി ലുള്ള ഒന്നായിരുന്നു.

അഞ്ചുമണിക്കൂർ നേരത്തെ യാതനനിറഞ്ഞ യാത്രയ്ക്കുശേഷം ഹൃദയങ്ങളുടെ ഘോഷയാത്ര നഗരകവാടത്തിലെത്തി. പിന്നീടവ പാർശ്വനിരത്തുകളിലൂടെ നഗത്തിലേക്കു പ്രവേശിച്ചു. ഇഴഞ്ഞുവരുന്ന പരശതം പരാശ്രയരൂപങ്ങളെക്കുറിച്ച് നഗരവാസികൾക്ക് പെട്ടെ ന്നുതന്നെ ബോദ്ധ്യം വന്നു.

"അവ ഹൃദയങ്ങളാണ്... ഭയചകിതരായി ചില സ്ത്രീകൾ പിറുപി റുത്തു."

"നോക്കൂ... അവ ഹൃദയങ്ങളാണ്.. ജനലിലൂടെ നോക്കി രണ്ടു സ്ത്രീകൾ ആവർത്തിച്ചു."

"അവ ഹൃദയങ്ങളാണ്.. നഗരം മുഴുവൻ ഒരൊറ്റ ശബ്ദത്തിൽ ആർത്തുവിളിച്ചു." നഗരമാകെ ശബ്ദകോലാഹലങ്ങൾ കൊണ്ട് പൂരിതമായി.

"അതാ നോക്കൂ... അതെന്റെ പുത്രന്റേതാണ്.. കൈകൾ മലർത്തിക്കൊണ്ട് ഒരു കിളവി വിളിച്ചു പറഞ്ഞു."

"ഓ.. അതെന്റെ സഹോദരന്റേതാണ്... ഒരു ചെറുപ്പക്കാരി പെൺകുട്ടിയുടെ ശബ്ദമായിരുന്നു അത്..." അവൾ ഇതിനിടയിൽ കൈയിലുണ്ടായിരുന്ന പാത്രം താഴേക്കു വലിച്ചെറിഞ്ഞുകഴിഞ്ഞിരുന്നു.

"പിതാവേ... അമ്മേ... സഹോദരാ... സഹോദരീ..". നഗരം മുഴുവൻ നൂറുകണക്കിനു നീട്ടിയുയർത്തിയ കരങ്ങളുമായി പുനർജ്ജന്മം തേടിയ ഹൃദയങ്ങളെ വരവേൽക്കുന്ന തിരക്കിലായിരുന്നു അവർ.

ആളുകൾക്ക് അവസാനം ഇതിന്റെ പൊരുളെന്തെന്ന് മനസ്സിലായി. ജീവിച്ചിരുന്നപ്പോൾ തങ്ങളേറ്റവും സ്നേഹിച്ചിരുന്ന ഇടങ്ങളിലേക്കാണ് ഓരോ ഹൃദയവും നീങ്ങിക്കൊണ്ടിരുന്നത്. തികച്ചും അപരിചിതങ്ങളായ ഗോവണികൾ കയറിവരുന്ന ഡസൻകണക്കിനു ഭാര്യമാരെ ഭർത്താക്കന്മാർക്ക് തിരിച്ചറിയാൻ കഴിഞ്ഞു. ഒരു നഗരം തിരിച്ചറിഞ്ഞിട്ടുള്ളതിൽ വച്ചേറ്റവും വലിയ ഹൃദയവും യാതൊരുവിധ രഹസ്യ ചലനങ്ങളുമില്ലാതെ തന്നെ നീങ്ങി. പക്ഷേ ഒരു ചെറിയ അറിയപ്പെടാത്ത ഹൃദയം ശ്മശാനത്തെ ലക്ഷ്യമാക്കിയാണ് നീങ്ങിയത്. ആറെണ്ണം ദേവാലയത്തിനുള്ളിലേക്ക് പ്രവേശിച്ച് കുരിശ്ശിനു മുമ്പിൽ... മനം നൊന്ത് വീണു. രണ്ടു ചെറിയ ഭംഗിയുള്ള ഹൃദയങ്ങൾ, സംശയിക്കേണ്ട അവ സ്ത്രീകളുടേതാണ്. അമ്പുകളെപ്പോലെ തൊട്ടടുത്തുള്ള സിനിമാതിയേറ്ററിലേക്ക് പാഞ്ഞു.

തികഞ്ഞ പ്രതീക്ഷയോടെ അവരവരുടെ സ്ഥാനങ്ങളിൽ കയറിപ്പറ്റാനും വൈകിയില്ല. കുറച്ചധികം വയസ്സായ ജീർണ്ണത ബോധിച്ചവകൾ... സ്പെയിനിലെ ബാങ്കുകൾ ലക്ഷ്യമായി യാത്രയായി.

വീട്ടുകളിൽ എന്തൊരാഹ്ലാദത്തിമർപ്പോടെയാണ് പ്രിയപ്പെട്ട ഹൃദയങ്ങളെ വരവേറ്റത്. സീമകളില്ലാത്ത അലിയുന്ന ഹൃദയത്തോടെയാണ് അവർക്കു സ്വാഗതമേകിയത്.

ആരുംതന്നെ ഒന്നും സംസാരിച്ചില്ല. കണ്ണുനീർ തുള്ളികളായി താഴേക്കു പതിച്ചുകൊണ്ടിരുന്നു. ഹൃദയം ഇതിലഗാധമായലിഞ്ഞ്

ആഹ്ലാദത്തോടെ നെടുവീർപ്പിട്ടു.

എന്നാൽ ഒരിടത്തെ സ്വീകരണം ഇതിൽനിന്നൊക്കെ വിഭിന്നമായ രീതിയിലുള്ളതായിരുന്നു. വീട്ടിലെ മൂത്തയാളുടെ ഹൃദയം നേരെ തീൻമുറിയിലേക്കാണ് കടന്നുചെന്നത്. അവിടെ അയാളുടെ വിധവയും കുട്ടികളും തീൻമേശയ്ക്കരികിൽ കഴിക്കുവാൻ ഒന്നുമില്ലാതെ... ഇരിക്കുന്ന സമയമായിരുന്നു.

“നോക്കൂ... അമ്മേ... ചെറിയ കുട്ടി പറഞ്ഞു. എനിക്കു കുറച്ചുവേണം എനിക്കു കുറച്ചുവേണം...”

അപരാഹ്നത്തിന്റെ മദ്ധ്യത്തിൽ ദേവാലയം നിർമ്മിച്ച ശില്പിക്ക്, ഇപ്പോൾ സംഭവിച്ച കുഴപ്പത്തിനൊക്കെ കാരണക്കാരനായ ആൾ, നഗരത്തിന്റെ മദ്ധ്യഭാഗത്ത് താൻ തികച്ചും ഏകനാണെന്ന് സ്വയം ബോദ്ധ്യപ്പെട്ടു. അപ്പോഴെക്കെ എല്ലാ ഹൃദയങ്ങളും അവരവരുടെ യാത്രാമുഖങ്ങളിൽ യഥേഷ്ടം ചെന്നുപറ്റിയിരുന്നു.

പിന്നീട് നിസ്സഹായനായി തലകുലുക്കിക്കൊണ്ട് അയാൾ മല കയറുവാൻ തുടങ്ങി. തന്റെ പുത്രിയേയും തിരക്കിയായിരുന്നു. അയാളുടെ യാത്ര. ലോകത്താകമാനം നിഴൽ പരക്കാൻ തുടങ്ങിയപ്പോൾ അയാൾ മലമുകളിലെത്തി.

അയാൾ ശരിക്കും ക്ഷീണിതനായിരുന്നു.

വളച്ചുകെട്ടുണ്ടായിരുന്നിടത്തേക്ക് അയാൾ സൂക്ഷിച്ചുനോക്കിനിന്നു. പക്ഷേ, അയാൾക്കൊന്നും കാണാൻ കഴിഞ്ഞില്ല. അയാളാകെ സംശയാലുവും അസ്വസ്ഥനുമായിരുന്നു.

തന്റെ പുത്രി എവിടെയാണ്...? തൊട്ടു പിറകിൽ കേട്ട പദവിന്യാസങ്ങൾ അയാൾ ശ്രദ്ധിച്ചു. തിരിഞ്ഞുനോക്കിയപ്പോൾ പ്രത്യാശകൊണ്ട് അയാളുടെ മുഖം താഴ്ന്നി.

കുഴിവെട്ടുകാരന്റെ ശിരോവസ്ത്രം അയാൾക്കു ശരിക്കും തിരിച്ചറിയാൻ കഴിഞ്ഞിരുന്നു. മലമുകളിൽനിന്നും ഓടിയിറങ്ങി വന്നിരുന്ന അയാളുടെ കൈക്കുള്ളിൽ ഒരു ചെറിയ പൊതിയുണ്ടായിരുന്നു.

●

ബ്രോം സ്റ്റോക്കർ

ഡ്രാക്കുള എന്ന ഹൊറർ നോവൽ കൊണ്ടുതന്നെ വിശ്വവിഖ്യാതനായിത്തീർന്ന ബ്രാം സ്റ്റോക്കർ 1847ൽ ഡബ്ലിനിൽ ജനിച്ചു. ബാല്യത്തിലും രോഗാതുരനായിരുന്ന അദ്ദേഹം ഏഴുവയസ്സുവരെ നരകയാതനയാണ് അനുഭവിച്ചത്. പത്തുവർഷം സൈനിക സേവനം ചെയ്തു. പിന്നീട് Mail പത്രത്തിന്റെ ലേഖകനായി കുറച്ചുനാൾ കഴിച്ചുകൂട്ടി. പ്രസിദ്ധ നടൻ ഹെന്റി ഇർവിന്റെ സഹചാരിയായി ചുറ്റിനടന്നു. 1890ൽ The Snakes Pass പ്രസിദ്ധീകരിച്ചതോടെ ശ്രദ്ധിക്കപ്പെട്ടു. 1897–ൽ മാസ്റ്റർ പീസായ Dracula പ്രസിദ്ധീകരിച്ചു. പ്രധാനമായും ഡയറിക്കുറിപ്പുകളുടെ രീതിയാണ് അദ്ദേഹം അതിന്റെ രചനക്കവലംബിച്ചത്. 1927ൽ ഒരു നാടകമായും 1931ൽ ഒരു സിനിമയായും അതിന്റെ പുനഃർജന്മമുണ്ടായി.

മറ്റു പ്രധാന കൃതികൾ: The Mystory of the Sea (1902), The Jewel of Seven stars (1904), The Lady of the Shroud (1909)
The Man Who Wrote Dracula എന്ന അദ്ദേഹത്തിന്റെ ജീവിതകഥയും 1975ൽ Daniel Farsan പ്രസിദ്ധീകരിച്ചിട്ടുണ്ട്.

റെഡിന്ത്യൻ സ്ത്രീ

ഇംഗ്ലീഷ് കഥ

ബ്രോം സ്റ്റോക്കർ

ന്യൂറൻബർഗ് അന്നൊരിക്കലും പില്ക്കാലത്തെപ്പോലെ ചൂഷിതമായ ഒരു നഗരമായിരുന്നില്ല. ഇർവ്വിംഗ് "ഫാസ്റ്റ്" വായിക്കുന്നുണ്ടായിരുന്നില്ല. ആ പഴയ പട്ടണത്തെക്കുറിച്ച് യാത്രചെയ്തിരുന്ന നല്ലൊരു വിഭാഗം ആളുകൾക്കും അറിഞ്ഞുകൂടായിരുന്നു. ഞാനുമെന്റെ ഭാര്യയും വിവാഹിതരായിട്ട് രണ്ടാഴ്ചയെ ആയിരുന്നുള്ളു. മധുവിധുവിലായിരുന്ന ഞങ്ങൾക്ക് വേറെയാരെങ്കിലും കൂട്ടിനുണ്ടായിരുന്നതിൽ സന്തോഷമേയുണ്ടായിരുന്നുള്ളൂ. അതുകൊണ്ട് തന്നെ ഇസ്താമയിൽ പട്ടണത്തിൽ നിന്നുള്ള സദാ ഉല്ലാസവാനായ അപരിചിതൻ ഏലിയാസ് പി ഹച്ചിസത്തെ ഫ്രാങ്ക് ഫർട്ട് സ്റ്റേഷനിൽ വച്ചു കണ്ടപ്പോൾ ഞങ്ങൾക്കു സന്തോഷം തോന്നി. യൂറോപ്പിലെ ഒരു നഗരത്തിലുള്ള കുലപതിയുടെ പുരാതനമായ ആസ്ഥാനം സന്ദർശിക്കുവാൻ തനിക്കു പരിപാടിയുണ്ടെന്നയാൾ പറയുകയും ചെയ്തു. ഏകാന്തമായുള്ള നീണ്ടയാത്ര ബുദ്ധിമാനും ഉന്മേഷവാനുമായ ഒരു പൗരനെപ്പോലും ഖിന്നതയിലേക്ക് തള്ളിവിടുമെന്നുള്ളത് ഉറപ്പാണ്. അയാൾ കൂടി ഞങ്ങളോടൊത്തുചേരുന്നതിൽ വിരോധമില്ലെന്നുള്ളതിനുള്ള ഒരു സൂചന ഞങ്ങളയാൾക്കു കൊടുക്കുകയും ചെയ്തു. പിന്നീട് കുറിപ്പുകൾ താരതമ്യപ്പെടുത്തുന്നതിനിടയിൽ ഇക്കാര്യത്തിൽ ഞങ്ങൾ യാതൊരു തിടുക്കവും കാട്ടിയിരുന്നില്ലെന്നുള്ളത് ആശ്വാസകരമായിരുന്നു. ഞങ്ങളുടെ വൈവാഹിക ജീവിതത്തിന്റെ തുടക്കത്തിന് ഇതത്ര മതിപ്പുള്ള ഒരു കാര്യമല്ലെങ്കിൽപ്പോലും.. ഒരേ സമയത്തു തന്നെ ഞങ്ങൾ സംസാരിച്ചുതുടങ്ങിയപ്പോൾ... ഇതിന്റെ സൽഫലങ്ങളെക്കുറിച്ച് തികച്ചും അവഗണിക്കപ്പെട്ടുപോയ ഒന്നായി

മാത്രമേ ഞങ്ങൾക്കുകാണാൻ കഴിഞ്ഞുള്ളൂ. ഇടയ്ക്കൊന്ന് നിർത്തിയ ശേഷം വീണ്ടും ഒരേ സ്വരത്തിൽ അതു തുടരുകയും ചെയ്യും.

എങ്ങനെയായാലും സംഭവിക്കേണ്ടത് സംഭവിക്കുക തന്നെ ചെയ്തു. ഏലിയാസ് പി ഹിച്ചിസൺ ഞങ്ങളുടെ കൂട്ടത്തിൽ ഒരാളായി കഴിഞ്ഞു. അമീലിയയ്ക്കും എനിക്കും നേരിട്ടുതന്നെ അതിന്റെ നല്ല ഫലങ്ങൾ ബോദ്ധ്യപ്പെടാൻ തുടങ്ങി.

മുമ്പ് ഞങ്ങൾ ചെയ്യാറുള്ളതുപോലെ അന്യോന്യം വഴക്കടിക്കുന്ന തിനുപകരം മൂന്നാമതൊരാളുടെ സാന്നിദ്ധ്യത്തിൽ പഴയ സ്വരച്ചേർച്ചയുടെ ഓർമ്മകൾ മറന്ന് ഞങ്ങൾക്ക് നന്നായി ഇണങ്ങിച്ചേരാനും കഴിഞ്ഞിരുന്നു.

ഈ സംഭവങ്ങൾ നടന്നതിനുശേഷം അമീലിയ മധുവിധുവിന് പോകുന്നവരോട് ആരെയെങ്കിലും ഒരു സുഹൃത്തിനെ കൂടി കൊണ്ടു പോകുവാൻ ഉപദേശിക്കുകയും ചെയ്തിരുന്നു. ശരിയാണ്... ന്യൂറൻബർഗിൽവെച്ച് ഞങ്ങളൊരുമിച്ചായിരുന്നു. ഞങ്ങളുടെ സുഹൃത്തിന്റെ നർമ്മരസംകലർന്ന പരാമർശങ്ങളിൽ നിന്നും ഞങ്ങൾ ആഹ്ലാദം കണ്ടെത്തി. ഒരു നോവലിൽ എന്നപോലെ അയാൾ തന്റെ സാഹസകൃത്യങ്ങൾ വിവരിക്കുമ്പോൾ അത് കേട്ട് രസിക്കാനല്ലാതെ മറ്റൊന്നിനും ഞങ്ങളെക്കൊണ്ടു സാധിക്കുമായിരുന്നില്ല.

ബർഗ് സന്ദർശിക്കുക എന്നത് ഞങ്ങളുടെ യാത്രയുടെ അവസാന കണ്ണിയായിരുന്നു. ആ ദിവസം നഗരത്തിലെ കിഴക്കുഭാഗത്തുള്ള പുറം ഭിത്തിയോട് ചേർന്ന് പാതയിലൂടെയാണ് ഞങ്ങൾ കടന്നുചെന്നത്.

ബർഗ് നഗരത്തിന്റെ നല്ലഭാഗവും പാറക്കൂട്ടങ്ങൾക്ക് മുകളിലായിട്ടാണ് ഉയർന്നിരിക്കുന്നത്. വടക്കുഭാഗത്ത് താഴെകിടങ്ങുകൾകൊണ്ട് അതിന്റെ സുരക്ഷിതത്വം ഉറപ്പുവരുത്തുകയും ചെയ്തിരിക്കുന്നു. ന്യൂറൻബർഗ് നഗരം ഇക്കാര്യത്തിൽ ഏറ്റവും സുരക്ഷിതം എന്നു പറയുന്നതാവും ശരി.

നൂറ്റാണ്ടുകളോളം ഉപയോഗിക്കാതെകിടന്ന ഒന്നായിരുന്നു ആ കിടങ്ങ്. അതിന്റെ താഴെ തേയിലത്തോട്ടങ്ങളും കായ്കനികൾ നിറഞ്ഞ തടങ്ങളും കൊണ്ട് നിറഞ്ഞിരുന്നു. അവയിൽ ചില മരങ്ങൾ നന്നായി വളർന്ന് തഴച്ചിട്ടുള്ളതായിരുന്നു. ജൂലൈമാസത്തിലെ ചൂടുള്ള സൂര്യകിരണങ്ങൾ ചൂടിയ വഴിത്താരയിലൂടെ ഭിത്തിക്കു വലം വച്ച് ഞങ്ങൾ ചുറ്റി നടന്നു.

ഞങ്ങൾക്കു മുമ്പിൽ വിരിഞ്ഞുനിന്നിരുന്ന കാഴ്ചകൾക്കു മുമ്പിൽ അത്ഭുതം കൂറിയ മിഴികളോടെ ഞങ്ങൾ നിന്നു. പ്രത്യേകിച്ചും

പട്ടണങ്ങളുടെയും ഗ്രാമങ്ങളുടെയുമായ നീണ്ട ശൃംഖലകൾ... അവയ്ക്കു ചുറ്റുമായി നീലകുന്നിൻ നിരകളുടെ... സുന്ദരദൃശ്യങ്ങൾ. കിളോഡ് ലൊറെന്റെ പ്രകൃതിദൃശ്യങ്ങൾ പോലെയുണ്ടായിരുന്നു ആ കാഴ്ചകൾ. ഇതിൽനിന്നും ഒരുതരം പ്രത്യേക ഹർഷോന്മാദത്തോടെയാണ് ഞങ്ങൾ നഗരത്തിനു നേരെ തിരിഞ്ഞിരുന്നത്. ഒന്നിനുമുകളിൽ പല നിലകളായി ചുവന്ന ചായമടിച്ച മേൽക്കൂരകളുടെയും പഴയ രീതിയിലുള്ള ജനാലകളോടും ചേർന്ന് വിരിഞ്ഞ കാഴ്ചകൾ അതിന്റെ സൗന്ദര്യത്തിനു മാറ്റുകൂട്ടിയതേയുള്ളൂ. ഞങ്ങളുടെ ആഹ്ലാദത്തിനൊത്ത് ബർഗ് നഗരത്തിന്റെ ഗോപുരം ഉയർന്നു വന്നു. അതിനോട് ചേർന്ന് നിശ്ചലതയുടെ പ്രതീകമെന്നോണം പീഡന ഗോപുരവും. നഗരത്തിലെ ഏറ്റവും പ്രത്യേകതയുള്ള ഒരു ഭാഗമായിരുന്നു അത്. നൂറ്റാണ്ടുകളായി ന്യൂറൻബർഗിന്റെ ഇരുമ്പുകന്യക മനുഷ്യന് പരമാവധി കഴിയാവുന്ന ക്രൂരതയുടെ പ്രതീകമായി അവിടെ നിലനിന്നിരുന്നു.

അത് കാണുവാൻ വേണ്ടി ഞങ്ങൾ വളരെ നാളായി കാത്തിരിക്കുകയായിരുന്നു. അവസാനം ഞങ്ങളിതാ അതിന്റെ സമീപത്ത് എത്തിച്ചേർന്നിരിക്കുന്നു.

ഇടയ്ക്കൊന്നു നിന്നപ്പോൾ ഭിത്തിക്കു മുകളിലൂടെ കുനിഞ്ഞ് ഞങ്ങൾ താഴേക്കു നോക്കി.

പൂന്തോട്ടം ഞങ്ങൾ നിന്നിരുന്ന സ്ഥലത്തുനിന്നും ഏതാണ്ട് അൽപതോ അറുപതോ അടിതാഴെയായിരുന്നു.

സൂര്യൻ അതിനുള്ളിലേക്ക് ഒരടുപ്പിൽ നിന്നെന്നപോലെ ഉത്തുംഗമായ ചൂട് കോരിച്ചൊരിഞ്ഞുകൊണ്ടിരുന്നു. അതിനപ്പുറം കണക്കാക്കാനാവാത്ത ഉയരമുള്ളതുപോലെ ചാരനിറമാർന്ന മതിൽ ഉയർന്നിരുന്നു.

അതിനിടത്തും വലത്തുമായി എണ്ണമില്ലാത്ത കൂർത്തചരിവുകൾ. മരങ്ങളും കുറ്റിക്കാടുകളും ഭിത്തിക്കുചുറ്റും തഴച്ചുവളർന്നിരുന്നു. അതിനും മുകളിൽ കാലത്തിനനുസൃതമായ സൗന്ദര്യം കൊണ്ട് ആകർഷകമായ കുറച്ചു വീടുകളുമുണ്ടായിരുന്നു. സൂര്യപ്രകാശത്തിന് നല്ല ചൂടുണ്ടായിരുന്നു.

അതോടെ ഞങ്ങൾ കൂടുതൽ മടിയന്മാരുമായിക്കൊണ്ടിരുന്നു. ഞങ്ങൾക്കു യാതൊരു തിടുക്കവുമുണ്ടായിരുന്നില്ല. ഭിത്തിയിൽ ചാരിനിന്ന് ചുറ്റും നിരീക്ഷണം നടത്തി ഞങ്ങളവിടെ തന്നെ പറ്റിക്കൂടിനിന്നു.

ഞങ്ങൾക്കു താഴെയായി അവിടെയൊരു മനോഹരമായ ദൃശ്യം

തെളിഞ്ഞു. ഒരു കുറ്റൻ കരിമ്പൂച്ച വെയിലേറ്റ് മൂരിനിവർന്ന് കിടക്കുന്നു. അവൾക്കു ചുറ്റും ഒരു കൊച്ചു കരിമ്പൂച്ച ചാഞ്ചാടി രസിക്കുന്നുണ്ടായിരുന്നു. തള്ളപൂച്ച തന്റെ വാലനക്കി കുഞ്ഞിനെ കളിപ്പിക്കാനുതകുന്ന പലതരം കേളികൾ നടത്തിക്കൊണ്ടിരുന്നു. അതുമല്ലെങ്കിൽ തന്റെ കാലുയർത്തി കുഞ്ഞിനെ ഒരുവശത്തേക്ക് തള്ളിമാറ്റിക്കൊണ്ട് വീണ്ടും കളിയിൽ മുഴുകുവാൻ പ്രോത്സാഹിപ്പിച്ചു കൊണ്ടിരുന്നു. അവർ ഏറ്റവുമടിയിൽ മതിലിനോട് ചേർന്നാണുണ്ടായിരുന്നത്. ഏലിയാസ് പി ഹച്ചിസൺ അവരുടെ കേളികൾക്ക് പ്രചോദനം നല്കുവാനെന്നപോലെ കുനിഞ്ഞ് വഴിത്താരയിൽ നിന്നും ഒരുവിധം വലിയ ഒരു ചരൽക്കല്ല് പെറുക്കിയെടുത്തു. നോക്കൂ.. അയാൾ പറഞ്ഞു. “ഞാനിത് കുഞ്ഞിപൂച്ചയ്ക്കു സമീപം ഇടാൻ പോവുകയാണ്... എവിടെ നിന്നാണത് വീണതെന്ന് അറിയാതെ അവർ അമ്പരക്കുന്നത് വേണമെങ്കിൽ നോക്കിക്കോളൂ...

“ഓ... ശ്രദ്ധിക്കണേ...” എന്റെ ഭാര്യ പറഞ്ഞു. നിങ്ങൾ ചിലപ്പോൾ ആ കുഞ്ഞിനെ വേദനിപ്പിച്ചെന്നുവരും..

“എന്നിൽ നിന്ന് അങ്ങനെയൊന്നുണ്ടാവില്ല. മഹതീ.. എലിയസ് പി ഹച്ചിസൺ പറഞ്ഞു. “ഞാനൊരു ചെറിമരം പോലെ ലോലമായതെന്തുകൊണ്ടാണെന്നറിയാമോ.. ഒരു കൊച്ചു ജീവിയെപ്പോലും വേദനിപ്പിക്കുവാനെന്നെകൊണ്ടാവില്ല... ഒരു കുഞ്ഞിനെ തലോടുവാനല്ലാതെ... മറിച്ച്... വേണമെങ്കിൽ നിങ്ങളുടെയാ കാലുറകൾ പന്തയം വച്ചുകൊള്ളൂ...

നോക്കൂ... ഞാനിത് അവരിൽ നിന്നുംമാറി.. യാതൊരു മുറിവുമുണ്ടാക്കാത്തരീതിയിൽ ഇടാൻ പോവുകയാണ്.

ഇത്രയും പറഞ്ഞുകൊണ്ടയാൾ ഭിത്തിയോടു ചേർന്ന് കുനിഞ്ഞ് കൈ ശരിക്കും നിവർത്തിക്കൊണ്ട് സൂക്ഷ്മതയോടെ കല്ല് താഴേക്കിട്ടു കൊച്ചുകൊച്ചു കാര്യങ്ങളെ വലുതാക്കുന്ന എന്തെങ്കിലും ആകർഷമായ വസ്തുക്കൾ ഉണ്ടായെന്നുവരും. അല്ലെങ്കിൽ മതിലിന് ഇവിടെ അല്പം ചരിവുണ്ടായെന്നുവരും. മുകളിൽ നിന്നു നോക്കുമ്പോൾ അതിനുള്ള ചരിവ് ഞങ്ങൾക്കു പൂർണ്ണമായും മനസ്സിലാക്കാൻ സാധിക്കില്ലായിരുന്നു കല്ല്... ചുട്ടുപഴുത്ത അന്തരീക്ഷത്തിലൂടെ തെന്നിവന്നുവീണത് സൂക്ഷം പൂച്ചകുഞ്ഞിന്റെ ശിരസ്സിൽ തന്നെയായിരുന്നു. അതോടെ ആ കൊച്ചുതലയും തലച്ചോറും ചിന്നിച്ചിതറിപ്പോയി. കരിമ്പൂച്ച മുകളിലേക്കു ചടുലമായൊരു നോട്ടം നോക്കി. ഏലിയാസ് പി ഹച്ചിസണിൽ പതിക്കുന്ന രീതിയിൽ അവളുടെ മിഴികളിൽ നീലനിറത്തിലുള്ള അഗ്നി പടരുന്നത് ഞങ്ങൾ തിരിച്ചറിഞ്ഞു.

വീണ്ടുമവളുടെ ശ്രദ്ധ മുഴുവൻ പൂച്ച കുഞ്ഞിന്റെ നേരെയായി. കുഞ്ഞി ക്കാലുകളിൽ ചെറിയ വിറയലോടെ അത് ഏതാണ്ട് ചലനമറ്റുകിടന്നു. മുറിവിൽ നിന്ന രക്തം ധാരയായി പുറത്തേക്കൊഴുകിക്കൊണ്ടിരുന്നു. ഒരു മനുഷ്യജീവിയിൽ നിന്നുയരുന്നതുപോലെയുള്ള തേങ്ങൽ ശബ്ദ ത്തോടെ അവൾ കുഞ്ഞിന്റെ മുകളിൽ കുനിഞ്ഞുകിടന്നു. മുറിവിൽ നക്കിത്തുടക്കുമ്പോഴും അവൾ തേങ്ങുന്നുണ്ടായിരുന്നു.

ഇതിനകം കുഞ്ഞ് മരിച്ചുകഴിഞ്ഞുവെന്ന് അവൾക്ക് മനസ്സിലായ തുപോലെ തോന്നി. വീണ്ടുമവൾ ഞങ്ങളുടെ നേർക്ക് തീക്ഷണമായ ഒരു നോട്ടമെറിഞ്ഞു. ആ നോട്ടം എനിക്കൊരിക്കലും മറക്കാനാവില്ല. അത് ശരിക്കും വെറുപ്പിന്റേതായ ഒരു മൂർത്തീകരണം മാത്രമായിരു ന്നു. അവളുടെ കണ്ണുകളിൽ അപ്പോൾ പൈശാചികമായ രീതിയിൽ അഗ്നി ആളിക്കത്തുന്നുണ്ടായിരുന്നു. രക്തം പറ്റിയിരുന്ന അവളുടെ വായ്ക്കും രോമങ്ങൾക്കുമിടയിലൂടെ വെളുത്ത് കൂർത്ത പല്ലുകൾ പുറ ത്തേക്ക് തള്ളിവന്നു. പല്ലുകൾ കൂട്ടിയുരുമ്മിക്കൊണ്ട് അവൾ തന്റെ അമർഷത്തിന്റെ അളവ് പുറത്തുകാണിച്ചു. പാദങ്ങളിലെ നഖങ്ങൾ പൂർണ്ണമായും പുറത്തേക്ക് ത്രസിച്ചുനിന്നിരുന്നു. പെട്ടെന്നവൾ ഞങ്ങൾ നില്ക്കുന്നിടത്ത് എത്തുവാനെന്നവണ്ണം മുകളിലേക്കു കുതിച്ചുചാടി. അതിന്റെ ശക്തി കുറഞ്ഞപ്പോൾ അവൾ വീണ്ടും താഴേക്കുപതിച്ചു. പക്ഷേ വന്നു വീണത് മരിച്ചുകിടന്നിരുന്ന കുഞ്ഞിന്റെ ശരീരത്തി ലാണ്. ചോരയിൽ മുങ്ങിക്കുളിച്ചാണവൾ വീണ്ടുമുയർന്നത്. അമീലിയ ഇതിനകം ശരിക്കും വിളറിവെളുത്തുകഴിഞ്ഞിരുന്നു. മതിലിനരികിൽ നിന്നും എനിക്കവളെ താങ്ങിപ്പിടിച്ചു മാറ്റേണ്ടിവന്നു. തൊട്ടടുത്തു ണ്ടായിരുന്ന തണൽ മരത്തിന്റെ താഴെയുള്ള ഇരിപ്പിടത്തിലേക്ക് ഞാനവളെ കൊണ്ടുപോയി. സ്വയം ആശ്വാസം കണ്ടെത്തുന്നതുവരെ ഞാൻ കാത്തുനിന്നു.

വീണ്ടും ഞാൻ ഹച്ചിസന്റെ സമീപത്തേക്കുമടങ്ങി.

അയാൾ താഴെ അമർഷം കൊണ്ടുനില്ക്കുന്ന പൂച്ചയെത്തന്നെ നോക്കിനില്ക്കുകയായിരുന്നു. ഞാനടുത്തേക്കു ചെന്നപ്പോൾ അയാൾ പറഞ്ഞു.

"ശരിയാണ്." ഞാനിതുവരെ കണ്ടിട്ടുള്ളതിൽ വച്ചേറ്റവും വന്യമായ ദൃശ്യം. ഇതിലും തീക്ഷണതയുള്ള ഒന്ന് ഒരിക്കൽ മാത്രമേ എനിക്ക നുഭവപ്പെട്ടിട്ടുള്ളൂ.

ഒരിക്കൽ ഒരു റെഡിന്ത്യൻ സ്ത്രീക്ക് പൊട്ടിയ എല്ല് എന്ന അപര നാമമുള്ള ഒരു സങ്കരജാതിയോട് തോന്നിയ രോഷത്തിനോടു മാത്രമേ ഇതിനെ എനിക്കു താരതമ്യപ്പെടുത്താനാവൂ.

അവളുടെ കുഞ്ഞിന്റെ ഒരാക്രമണത്തിനിടയിൽ കവർന്നുകൊണ്ടു പോയി പീഡിപ്പിച്ച അനുഭവം അവൾക്കതുമൂലം അഗ്നിപരീക്ഷകൾ നേരിടേണ്ടിവന്നു. മുഖത്ത് ജ്വലിക്കുന്ന രോഷാഗ്നിയുമായി അവൾ ആക്രമികളെ മൂന്നുവർഷത്തോളം പിന്തുടർന്നു. അതും ഒരേവികാര ത്തോടെ... മാത്രം. അവനെ ധൈര്യശാലിയായി ചിലർ അവൾക്ക് തിരിച്ചുകൊടുത്തതുവരെ അമർഷത്തിന്റെ അഗ്നിയുമായവൾ അവരെ പിന്തുടരുക തന്നെ ചെയ്തു. അവരങ്ങനെ പറയുകയും ചെയ്തു. വെള്ള ക്കാരാരോ... റെഡിന്ത്യനോ ആരു തന്നെയായാവും ഇതു പോലെ അപ്പാച്ചികളുടെ പീഡനമേറ്റ്... മരിക്കാൻ പോകുന്ന അവസ്ഥ ഉണ്ടാ യിട്ടില്ല.

അവളുടെ ചിരി ഒരിക്കൽ മാത്രമേ എനിക്കു കാണേണ്ടതായിവ ന്നിട്ടുള്ളൂ. ഞാനവളെ ആശ്വസിപ്പിച്ചപ്പോൾ മാത്രം.

സംഘം അവന്റെ നിയന്ത്രണത്തിൽ കടന്നുപോകുമ്പോഴാണ് ഞാനാ ക്യാമ്പിലേക്കു കടന്നു ചെന്നത്. എങ്ങനെ പോകുന്നതിനും അവനു യാതൊരു വിഷമവുമുണ്ടായിരുന്നില്ല. അയാളൊരു പരുക്കൻ നഗരവാസിയായിരുന്നു. കുട്ടിയെ തട്ടിക്കൊണ്ടുപോയതിനുശേഷം എനിക്കയാളോട് പൊരുത്തപ്പെടാൻ സാധിച്ചിരുന്നില്ല. തികച്ചും മോശമായ ഒന്നുതന്നെയായിരുന്നു അത്. അയാൾ ശരിക്കും പകരം വീട്ടിക്കഴിഞ്ഞിരിക്കുന്നു എന്നു ഞാൻ മനസ്സിലാക്കി. ഞാനയാളുടെ ചർമ്മത്തിൽ നിന്നും ഒരു ഭാഗം പൊളിച്ചെടുത്ത് ഒരു പോക്കറ്റ് ബുക്കിലെപോലെയാക്കി അതിപ്പോഴും ഇവിടെ തന്നെയുണ്ട്. അയാൾ തന്റെ പോക്കറ്റിൽ തട്ടിക്കൊണ്ടുപറഞ്ഞു.

അയാൾ സംസാരിച്ചുകൊണ്ടിരുന്നപ്പോൾ കരിമ്പൂച്ച മതിലിൽ അള്ളിപ്പിടിച്ചുകയറുവാനുള്ള തന്റെ തീവ്രശ്രമങ്ങൾ തുടരുകയാ യിരുന്നു. പിറകോട്ടല്പം ഓടിമാറി ശക്തിയാർജ്ജിച്ചു കൊണ്ടവൾ വീണ്ടും മേലോട്ടുകുതിച്ചു. ചിലപ്പോൾ ശരിക്കും അവിശ്വസനീയമായ ഉയരത്തിൽ വരെ അവൾ വന്നെത്തിയിരുന്നു. ഓരോ പ്രാവശ്യവും തിരിച്ചുവീഴുമ്പോഴുണ്ടാകുന്ന ആഘാതം അവളെ തെല്ലുപോലും ആശങ്കാകുലയാക്കിയിരുന്നില്ല. ഓരോശ്രമം കഴിന്തോറും അവളുടെ മുഖത്ത് കോപം കൂടുതൽ കൂടുതൽ തീക്ഷണമായിക്കൊണ്ടിരുന്നു.

ഹച്ചിസൺ ദയാലുവായ ഒരു മനുഷ്യനായിരുന്നു. അയാൾക്ക് മൃഗ ങ്ങളോടും അന്യമനുഷ്യരോടുമുള്ള ദയാനുഭൂതി ഞാനുമെന്റെ ഭാര്യയും പ്രത്യേകം ശ്രദ്ധിക്കുകയും ചെയ്തിരുന്നു. പൂച്ചയുടെ അപ്പോഴത്തെ അവസ്ഥയിൽ അയാളാകെ അസ്വസ്ഥനായതുപോലെ തോന്നി.

“ശരി... ഇപ്പോൾ... അയാൾ പറഞ്ഞു.

ആ പാവം ജീവി ആകപ്പാടെ നിരാശകൊണ്ട് തകർന്നിരിക്കുകയാമെന്നു തോന്നുന്നു. ആ പാവം.. ഇല്ല അത് തികച്ചും അവിചാരിതമായ ഒന്നുമാത്രമായിരുന്നു. ആ കുഞ്ഞിനെ ഇനിയൊരിക്കലും തിരിച്ചുകിട്ടുകയില്ലെങ്കിലും അതൊരു അവിചാരിത സംഭവം മാത്രമായിരുന്നു. ആയിരത്തിലൊരിക്കൽ പോലും എന്നെ സംബന്ധിച്ചിടത്തോളം സംഭവിക്കാൻ പാടില്ലാത്ത ഒന്ന്, വിനോദമെന്ന നിലയിൽ അതൊന്നു നോക്കു. ഒരുവൻ അവസാനം എത്രമാത്രം വിഡ്ഢിയായിത്തീരുന്നുയെന്ന്...?

ഒരു പൂച്ചയോടുപോലും... തമാശ കാട്ടുവാനുള്ള യോഗ്യത ഇല്ലാത്തവനായി തീരുന്നിരിക്കുന്നു ഞാൻ.

പറയൂ കേണൽ (പുതിയതായി എന്തെങ്കിലും പേരെടുത്തു വിളിക്കുവാൻ അയാൾക്കു നല്ല സാമർത്ഥ്യമായിരുന്നു.) നിങ്ങളുടെ ഭാര്യയ്ക്കു ഇതുകൊണ്ട് എന്നോട് പ്രത്യേകിച്ചൊരു വിരോധവും തോന്നില്ല എന്നു ഞാൻ കരുതുകയാണ്.

ഇങ്ങനെ ഒന്ന് ഞാൻ മൂലം ഒരിക്കലും സംഭവിക്കരുതായിരുന്നു.

അയാൾ അമീലിയയുടെ അടുത്തേക്കുവന്നു ക്ഷമ ചോദിച്ചു. അവളെ സംഭവിച്ചിടത്തോളം അതു തികച്ചും അവിചാരിതമായ ഒന്നുമാത്രമാണെന്ന് അയാളെ പറഞ്ഞു മനസ്സിലാക്കുവാൻ അവൾക്കു കഴിഞ്ഞു. വീണ്ടും ഞങ്ങളെല്ലാവരും കൂടി മതിലിനടുത്തേക്കു മടങ്ങി... താഴേക്ക് ശ്രദ്ധിച്ചു.

ഹച്ചിസന്റെ അടുത്തേക്കെത്താനാവാത്ത പൂച്ച കിടങ്ങിനുള്ളിലേക്കു പിൻവാങ്ങിയിരുന്നു. വീണ്ടുമൊരു കുതിക്കലിന്റെ തയ്യാറെടുപ്പിൽ അവൾ തന്റെ പിൻകാലുകൾ ഊന്നിയിരുന്നു. വീണ്ടുമയാളെ കണ്ട അതേ നിമിഷത്തിൽ തന്നെ അവൾ ഉയർന്നുചാടിക്കഴിഞ്ഞു. അന്ധമായ, അകാരണമായ രോഷത്തോടെ.. അതിന്റെ ഭാവത്തെക്കുറിച്ച് കൂടുതൽ വർണ്ണിക്കാതിരിക്കുന്നതാണ് നല്ലത്. ഇപ്പോൾ ഭിത്തിയിൽ ചാടിക്കയറുവാൻ അവൾ ശ്രമിച്ചിരുന്നില്ല. അവർക്കിടയിലുള്ള നീണ്ട ദൂരം തന്റെ സ്വന്തം ശക്തികൊണ്ടും രോഷംകൊണ്ടും പറന്നോ ചാടിയോ എത്തുകയെന്നതുമാത്രമായിരുന്നു അവളുടെ ലക്ഷ്യം അമീലിയ സ്ത്രീ സഹജമായ തന്റെ അസ്വസ്ഥഭാവംകൊണ്ട് ആകെ തകർന്നിരുന്നു. പിന്നീടവൾ എലിയാസ് പി ഹച്ചിസന്റെ നേർക്ക് മുന്നറിയിപ്പെന്നോണം പറഞ്ഞു.

“നോക്കൂ... താങ്കൾ വളരെയധികം സൂക്ഷിക്കേണ്ടിയിരിക്കുന്നു. ആ ജന്തു ഇവിടെ എത്തിപ്പറ്റിയാൽ നിങ്ങളെ കൊല്ലാൻ ശ്രമിച്ചെന്നുവരും.

ആ കണ്ണുകളിൽ ഒരു യഥാർത്ഥ കൊലപാതകിയുടെ നിഴൽ ഞാൻ കാണുന്നുണ്ട്.

അയാളത് കേട്ട് അഹ്ലാദത്തോടെ ചിരിച്ചു.

"എന്നോട് ക്ഷമിക്കൂ മദാം.. പക്ഷേ എനിക്കു ചിരിക്കാതിരിക്കാൻ കഴിയുന്നില്ല... ഒരു പൂച്ചയാൽ കൊല്ലപ്പെട്ടും എന്ന മനോവ്യഥയിൽ... സന്തപിക്കുന്നതിനെക്കാൾ.. അത് തന്നെയല്ലേ.. കാര്യമായിട്ടുള്ളത്?

അയാൾ ചിരിക്കുന്നത് കേട്ടപ്പോൾ പൂച്ചയുടെ പെരുമാറ്റത്തിൽ തന്നെ വലിയ മാറ്റമുണ്ടായി അതിനുശേഷം മുകളിലേക്കു ചാട്ടുവാനോ ഭിത്തിയിൽ അള്ളിപ്പിടിക്കുവാനോ അവൾ ശ്രമിച്ചില്ല.

മരിച്ചുകിടക്കുന്ന കുഞ്ഞിന്റെ സമീപം ശാന്തമായിരുന്നുകൊണ്ട് ജീവനുള്ളതുപോലെ അതിന്റെ ശരീരമാകെ നക്കുവാനും തലോട്ടുവാനും തുടങ്ങി. നോക്കൂ... ഞാൻ പറഞ്ഞു. ശരിക്കും ബലവാനായ ഒരു മനുഷ്യന്റെ പ്രഭാവം നോക്കൂ.. കോപാവേശത്തിനിടയിൽ പോലും ആ മൃഗത്തിന് അവളുടെ യജമാനന്റെ ശബ്ദം തിരിച്ചറിയാൻ കഴിയുന്നു. അതിനെ അവൾ വണങ്ങുകയും ചെയ്യുന്നു.

"ഒരു റെഡിന്ത്യൻ സ്ത്രീയെപ്പോലെ" കിടങ്ങിന്റെ അതിർത്തിയിലേക്കു നീങ്ങുന്നതിനിടയിൽ ഏലിയാസ് പി ഹച്ചിസന്റെ ഒരേയൊരു സൂചന അത് മാത്രമായിരുന്നു.

ഇടയ്ക്കിടയ്ക്ക് ഭിത്തിക്കു മുകളിലൂടെ ഞങ്ങൾ താഴേക്കു നോക്കുമ്പോഴൊക്കെ പൂച്ച ഞങ്ങളെ പിന്തുടരുന്നത് ഞങ്ങളുടെ ശ്രദ്ധയിൽപ്പെട്ടു. ആദ്യമൊക്കെ അവൾ മരിച്ചുകിടക്കുന്ന കുഞ്ഞിന്റെ അടുത്തേക്കു മടങ്ങിപ്പോകുമായിരുന്നു. ദൂരം കൂട്ടുംതോറും പിന്നീടവളതിനെ കടിച്ചെടുത്തുകൊണ്ടായിരുന്നു ഞങ്ങളെ പിന്തുടർന്നിരുന്നത്. എന്നിരുന്നാലും കുറച്ചുസമയത്തിനുശേഷം അവളാശ്രമം ഉപേക്ഷിക്കുകയാണോ എന്നു തോന്നി. പിന്നീടവളെ തനിച്ചാണ് ഞങ്ങൾ കണ്ടത്. കുഞ്ഞിന്റെ ശരീരം അവളെവിടെയെങ്കിലും ഒളിച്ചുവച്ചിട്ടുണ്ടാകണം.

പൂച്ചയുടെ നിർബന്ധ ബുദ്ധിയോടെയുള്ള പെരുമാറ്റം കണ്ടപ്പോൾ അമീലിയയുടെ അസ്വസ്ഥത വർദ്ധിച്ചുവന്നു. വീണ്ടുമവളതിനെക്കുറിച്ച് ഒന്നുരണ്ടുതവണ മുന്നറിയിപ്പ് കൊടുക്കുകയും ചെയ്തു.

പക്ഷേ അമേരിക്കക്കാരൻ ഇതൊന്നും കൂട്ടാക്കാതെ തമാശമട്ടിൽ ചിരിക്കുന്നുണ്ടായിരുന്നു.

വീണ്ടും അവളുടെ ചിന്തശരിയല്ലെന്നു മനസ്സിലാക്കിയപ്പോൾ അയാൾ പറഞ്ഞു.

“ഞാനൊന്നു പറയട്ടെ മദാം... ആ പൂച്ചയുടെ ചെയ്തികളെച്ചൊല്ലി നിങ്ങളൊട്ടും വിഷമിക്കേണ്ട കാര്യമില്ല. ഞാൻ നല്ല കരുതലോടെയാണ് നീങ്ങുന്നത്.

അയാൾ തന്റെ പുറകുവശത്തെ കീശയിൽ സൂക്ഷിച്ചിരുന്ന തോക്കിൽ കൈയ്യുമുയർത്തിക്കൊണ്ടാണത് സൂചിപ്പിച്ചത്. “നിങ്ങളിനിയും അതിനെച്ചൊല്ലി കൂടുതലസ്വസ്ഥയായാൽ ഞാനതിന്റെ കഥ അതോടെ അവസാനിപ്പിക്കും. അമേരിക്കയിലെ ഒരു പൗരന് ഇത് കൈയിൽ കൊണ്ടുനടക്കുന്നതിൽ നിന്നുണ്ടാകാവുന്ന അപകടങ്ങളെക്കുറിച്ച് ശരിക്കും ബോധവാനാണു ഞാൻ.

സംസാരിച്ചുകൊണ്ടിരിക്കെ അയാൾ ഭിത്തിക്കു മുകളിലൂടെ താഴേക്കു നോക്കുന്നുണ്ടായിരുന്നു.

പക്ഷേ... പൂച്ച... അയാളെ വീണ്ടും കണ്ടപ്പോൾ ഒരു മുരൾച്ചയോടെ പൂക്കാട്ടുകൾക്കിടയിലൂടെ പതിയെ പിൻവാങ്ങി ഒളിച്ചു. അയാൾ തുടർന്നു.

ഇതിൽ കൂടുതൽ എന്തെങ്കിലും സാഹാസത്തിനവൾ മുതിരുകയാണെങ്കിൽ ഒരു നല്ല ക്രിസ്ത്യാനിയുടെ നിലവിട്ടെനിക്കു പെരുമാറേണ്ടി വരും. ഇനിയവളെ കാണേണ്ടിവരില്ലെന്നാണ് ഞാനുദ്ദേശിക്കുന്നത്. വേണമെങ്കിൽ പന്തയം വച്ചോളൂ. അവളിപ്പോൾ തന്റെ കുഞ്ഞിന്റെയടുത്തേക്കുമടങ്ങി ഒരു സ്വകാര്യ സംസ്കാരത്തിന് ഒരുക്കങ്ങൾ കൂട്ടുകയാവും.. അതും അവൾക്കു വേണ്ടി മാത്രം.

കൂടുതലൊന്നും സംസാരിക്കുവാൻ അമീലിയക്കാഗ്രഹമുണ്ടായിരുന്നില്ല. എന്തെന്നാൽ അവളോടുള്ള ദയാവായ്പ്പു കാണിക്കുവാനായി ഒരുപക്ഷേ അയാളാ പൂച്ചയെ വെടിവെച്ചുകൊന്നു എന്നുവരും. അതുകൊണ്ട് ഞങ്ങൾ മുന്നോട്ടുള്ള യാത്ര തുടർന്നുകൊണ്ട് കവാടത്തിലേക്കു നയിക്കുന്ന പഞ്ചവശ പീഡനഗോപുരത്തിനുമിടയ്ക്കുള്ള പാതയാണ് അതിനപ്പുറം. ഞങ്ങൾ പാലം കുറുകെ കടക്കുമ്പോൾ വീണ്ടും താഴെ പൂച്ച ഞങ്ങളെ പിന്തുടരുന്നുണ്ടായിരുന്നു. ഞങ്ങളെ കണ്ടുകഴിഞ്ഞപ്പോൾ വീണ്ടും അവളിലേക്കാ ശൗര്യം തിരിച്ചുവരുന്നതുപോലെ. ഉക്കായ മതിലിൽ അള്ളിക്കയറുവാൻ അവൾ ഭ്രാന്തമായ ഒരു ശ്രമം നടത്തി. അത് കണ്ട് ഹച്ചിസൺ ചിരിച്ചു കൊണ്ടുപറഞ്ഞു.

നന്ദി.. വയസ്സിപെൺകുട്ടി... നിന്റെ വികാരങ്ങളെ മുറിപ്പെടുത്തിയതിൽ എനിക്ക് വിഷമമുണ്ട്. പക്ഷേ വേഗത്തിൽ നിനക്കതിനെ അതിജീവിക്കാൻ കഴിയട്ടെ അതു വരെ..

പിന്നീട് ഞങ്ങൾ നിറംമങ്ങിയ നീണ്ടു വളഞ്ഞ കമാനത്തിലൂടെ

കടന്ന് ബർഗിലെ പ്രധാന വഴിയിലെത്തിച്ചേർന്നു.

ഈ പഴയ സ്ഥലത്തെ നിരീക്ഷണത്തിനുശേഷം ഞങ്ങൾ വീണ്ടും പുറത്തേക്കുവന്നപ്പോൾ പുരാതനമായ ആ അന്തരീക്ഷത്തിന്റെ ലഹരിയിൽ മുഴുകി. രാവിലെയുണ്ടായ അസ്വസ്ഥജനകമായ സംഭവം ഞങ്ങളാകെ മറന്നതുപോലെയുണ്ടായിരുന്നു.

ഒരുപഴയ നാരകമരം പഴയ ഓർമകളുമായി ഏതാണ്ട് ഒൻപത് നൂറ്റാണ്ടുകളോളം പിന്നിട്ട ജീവിതത്തിന്റെ നിഴലിൽ പടർന്നു നില്ക്കുന്നുണ്ടായിരുന്നു. പാറയിടുക്കുകൾക്കുള്ളിലെ കൂർത്ത മുനകൾ പഴയ അടിമത്വത്തിന്റെ ഓർമ്മകളുമായി നില്ക്കുന്നുണ്ടായിരുന്നു. നഗരാതിർത്തിയിലെ ഭിത്തിയിൽ നിന്നുള്ള മനോഹരമായ കാഴ്ചകൾ ഞങ്ങൾക്കു മുമ്പിൽ ഏതാണ്ട് നിറഞ്ഞുതന്നെ നിൽക്കുന്നുണ്ടായിരുന്നു. കൊല്ലപ്പെട്ട കുഞ്ഞിപൂച്ചയെക്കുറിച്ചുള്ള സംഭവം അന്നു മുഴുവൻ ഞങ്ങൾ കണ്ട നഗരത്തിലെ കാഴ്ചകൾ മനസ്സിൽ നിറച്ച സൗരഭ്യം കെടുത്താനുതകുന്നതായിരുന്നു.

പീഡന ഗോപുരത്തിൽ അന്നുരാവിലെ ആദ്യമായി പ്രവേശിച്ച സന്ദർശകർ ഞങ്ങളായിരുന്നു. അങ്ങനെയെങ്കിലും അതിന് പ്രധാന്യമുണ്ടല്ലോ...വൃദ്ധനായ സൂക്ഷിപ്പുകാരൻ പറഞ്ഞു. ഇപ്പോളാവുമ്പോൾ ഇവിടെമെല്ലാം നമ്മുടേതുമാത്രമായതുപോലെ തോന്നുമില്ല. കുറച്ചുകൂടി കഴിഞ്ഞാൽ ഒരുപക്ഷേ, ഇത്തരത്തിലൊരു ആസ്വാദനത്തിന് നിങ്ങൾക്കു കഴിഞ്ഞില്ലെന്നും വരാം. ആ ദിവസത്തേക്കുള്ള തന്റെ പ്രധാന ഇടപാടുകാരെന്ന നിലയിൽ സൂക്ഷിപ്പുകാരൻ ഞങ്ങളെ പ്രത്യേകം നോക്കുന്നുണ്ടായിരുന്നു. അതുകൊണ്ടുതന്നെ അയാൾ ഞങ്ങളുടെ ആഗ്രഹങ്ങൾക്കെല്ലാം അനുവർത്തിയെന്ന പീഡന ഗോപുരം യഥാർത്ഥത്തിൽ ഒരു ഭീകരമായ സ്ഥലം തന്നെയാണ്. ഇപ്പോൾ ആയിരക്കണക്കിന് സന്ദർശകരുടെ ഒഴുക്കുള്ളപ്പോഴും ഈ അവസ്ഥയ്ക്കു വലിയ മാറ്റമൊന്നുമുണ്ടായിരുന്നില്ല. അതിനിടയിൽ ഇവിടത്തെ ജീവിതത്തിലേക്കു ഒഴുകിയെത്തുന്ന ആഹ്ലാദത്തിനും യാതൊരു കുറവുമില്ല. പക്ഷേ, ഞാൻ സൂചിപ്പിച്ച സമയമുണ്ടല്ലോ അപ്പോളതിന് ഏറ്റവും പൈശാചികവും ക്രൂരവുമായ ഒരു ഭാവമാണ് കൈവന്നത്. കാലാന്തരങ്ങളുടെ പൊടിപടലങ്ങൾ അതിനപ്പുറം കൂടിയിരിക്കുന്നതുപോലെ. അതിന്റെ ഇരുൾ നിറഞ്ഞതും ഭയാനകവുമായ ഓർമ്മകൾ ഒരുപക്ഷേ, ഫിലോയുടേയോ സ്പിനസോവയുടെയോ സർവ്വം ബ്രഹ്മമായ ആത്മാവുകളെ സംതൃപ്തിപ്പെടുത്തിയെന്നിരിക്കും.

ഞങ്ങൾ കയറിച്ചെന്ന താഴത്തെ നിലയിൽ ആകെക്കൂടി സാധാരണമായ അന്തരീക്ഷമാണുണ്ടായിരുന്നത്. അതിനുള്ളിൽ

ഇരുട്ടിന്റെ മൂർത്തീകരണം തന്നെയാണുണ്ടായിരുന്നത്. വിടവുകളിലൂടെ കടന്നുവരുന്ന സൂര്യപ്രകാശം തന്നെ ഭിത്തിയുടെ വശങ്ങളിൽ തട്ടി ഇല്ലാതായിക്കൊണ്ടിരുന്നു. കൽപ്പണിയുടെ പരുക്കൻ വശങ്ങൾ നിർമ്മാതാവിന്റെ ഗോവണി ഇറങ്ങിവരുന്ന വഴിക്ക് ശരിക്കും തിരിച്ചറിയാൻ കഴിയുന്നുണ്ട്. അതിനുള്ളിലവിടെയുമിവിടെയും കറുത്ത പാടുകൾ, കറ പുരണ്ടതും നിണമൊഴുകിയതുമായ പാടുകൾ ധാരാളമായുണ്ടായിരുന്നു. ഭയത്തിന്റേയും വേദനയുടെയും ഭീതിയുണർത്തുന്ന ഓർമ്മകൾ അവർക്കു ധാരാളം അയവിറക്കാനുണ്ടാകും.

മരഗോവണിയിലൂടെ കടന്നു പോകുമ്പോൾ ഞങ്ങൾക്കതിനിടയിലും സന്തോഷം തോന്നി. സൂക്ഷിപ്പുകാരൻ പുറത്തെവാതിൽ തുറന്നപ്പോൾ ഞങ്ങളുടെ വഴി ഏതാണ്ട് പ്രകാശമാനമായി. ഭിത്തിയിൽ തറച്ചിരുന്ന സ്റ്റാന്റിൽ കത്തിച്ചിരുന്ന മെഴുകുതിരിയുടെ അരണ്ട വെളിച്ചം ഭയം കൂട്ടുവാനേ സഹായിച്ചിരുന്നുള്ളൂ. ഒരു മൂലയിലെ തുറന്ന വിടവിലൂടെ ഞങ്ങൾ മുകളിലേക്കു കടക്കുമ്പോൾ അമീലിയ എസോടൊട്ടിയാണ് നിന്നിരുന്നത്. അവളുടെ ഹൃദയ സ്പന്ദനങ്ങൾപ്പോലും എനിക്കു വ്യക്തമായി കേൾക്കാൻ സാധിച്ചിരുന്നു. ഒന്നു ഞാൻ പറയട്ടെ. അവളുടെ മുഖത്തെ ഭയാശങ്കകൾ കാണുമ്പോൾ എനിക്കതിലൊട്ടും അത്ഭുതം തോന്നിയില്ല. എന്തെന്നാൽ ഈ മുറി താഴത്തേതിനെക്കാൾ ഏതു നിലയിലും ഭയാനകമാണ്. ഇവിടെ തീർച്ചയായും കൂടുതൽ വെളിച്ചമുണ്ട്. പക്ഷേ. ചുറ്റമുള്ള പൈശാചിക ദൃശ്യങ്ങൾ കൂടുതൽ വ്യക്തമായി കാണുവാനേ അതുകൊണ്ട് സാധ്യമായുള്ളൂ. ഇതിന്റെ ശില്പികൾ ഉദ്ദേശിക്കുന്നതും അതുതന്നെയാവും. മുകളിലെത്താൻ ശക്തിയുണ്ടാകുന്നവർക്കു മാത്രമേ വെളിച്ചത്തിന്റേയും ദർശനത്തിന്റേയും സുഖം ശ്രദ്ധിച്ചതുപോലെ അവിടെ പലതരം ജനാലകളുണ്ടായിരുന്നു. പുരാതനകാലത്തെ രൂപകൽപ്പനകളുടെ കൊച്ചു കൊച്ചു ഭാവങ്ങളും രൂപങ്ങളും പക്ഷേ, ഗോപുരത്തിന്റെ മറ്റു ഭാഗങ്ങളിൽ കുറച്ചു ചെറിയ വിടവുകളല്ലാതെ മറ്റൊന്നുമുണ്ടായിരുന്നില്ല. അതിൽ വളരെ കുറച്ചെണ്ണം മാത്രമേ ആ മുറിയെ പ്രകാശമാനമാക്കിയിരുന്നുള്ളൂ. അവ വളരെ ഉയരത്തിലായിരുന്നതിനാൽ ആകാശത്തിന്റെ ഒരു ചെറിയ കീറുപോലും കനത്ത ഭിത്തിയിലൂടെ ദൃശ്യമായിരുന്നില്ല.

തട്ടുകളിലായി ഭിത്തിയോടു ചേർന്ന് യാതൊരു സംവിധാനവുമില്ലാതെ അനവധി പോരാളികളുടെ വാളുകൾ നിരത്തിയിട്ടിരുന്നു. പീഡിതരുടെ തല ചേർത്തുവയ്ക്കുവാനുള്ള പരുക്കനായ കട്ടകൾ. രണ്ടു തലയുള്ളതും മൂർച്ചയേറിയതുമായ ആയുധങ്ങൾ എന്നിവ അവിടെയുണ്ടായിരുന്നു. അതിനോടു ചേർന്ന് മാംസത്തിലേക്കിറങ്ങിച്ചെല്ലുന്ന

മുനയുള്ള ഇരുമ്പു സാധനങ്ങളുടെ തല ഉറപ്പിച്ചു നിർത്തിയിരിക്കുന്നത് മരക്കട്ടകളിലാണ്. അറയ്ക്കു ചുറ്റുമായി യാതൊരടുക്കും ചിട്ടയുമില്ലാത്ത രീതിയിൽ നിരത്തിയിട്ടിരിക്കുന്ന പീഡിപ്പിക്കുവാനുള്ള സംവിധാനങ്ങൾ ഏതൊരു കഠിന ഹൃദയത്തേയും തകർക്കുന്ന രീതിയിലുള്ളതായിരുന്നു. വളരെവേഗത്തിൽ കഠിന വേദന പകരുന്ന കൂർത്ത മുനകൾ പാകിയ കസേരകൾ.. പീഡിപ്പിക്കുമ്പോൾ കിടത്തുന്ന ശയ്യകൾ... അവ പകരുന്ന പീഡനത്തിന്റെ കറുത്ത ഓർമ്മകളുമായി അവിടെ കിടപ്പുണ്ടായിരുന്നു.

ഇതു കൂടാതെ പല വിധത്തിലുള്ള തട്ടുകൾ, ബൽറ്റുകൾ, കാലുറകൾ, കൈയുറകൾ (എല്ലാം ഞെരുക്കി പീഡിപ്പിക്കുവാൻ ഉപയോഗിക്കുന്ന മാത്രം) തല വച്ചു ഞെക്കിസാവധാനം തകർക്കുവാനുള്ള സീറ്റിൽ നിർമ്മിതമായ കൂട്ടുകൾ, സൂക്ഷിപ്പുകാരന്റെ കൊരുത്തിടുവാനുള്ള ചൂണ്ടുകൾ ഇവയെല്ലാം അതിലുണ്ടായിരുന്നു. അന്നത്തെ ന്യൂറൻബർഗ് പോലീസിന്റെ ഒരു പ്രത്യേകതരം പീഡന രീതിയായിരുന്നു അത്. ഇതെല്ലാം കണ്ടപ്പോൾ അമീലിയയുടെ മുഖമാകെ വിളറി വെളുത്തിരുന്നു. പക്ഷേ, ഭാഗ്യത്തിനവൾക്ക് ബോധക്ഷയമൊന്നുമുണ്ടായില്ല. അൽപ്പം ആശ്വാസം ലഭിക്കുവാനായി അവൾ ഒരു പീഡന കസേരയിലിരുന്നു. പക്ഷേ, പെട്ടെന്നൊരു ശീൽക്കാരശബ്ദത്തോടെ അവൾ ചാടിയെഴുന്നേൽക്കുകയും ചെയ്തു. അബോധാവസ്ഥയുള്ള ലക്ഷണമൊന്നും അപ്പോൾ അവളിൽ പ്രകടമായിട്ടുണ്ടായിരുന്നില്ല. അവളുടെ വസ്ത്രങ്ങളിൽ ആ കസേരയിൽ നിന്നു പുരണ്ട പൊടികൊണ്ടു മാത്രമാണ് അത് സംഭവിച്ചതെന്ന് ഞങ്ങൾ നടിച്ചു. കൂടാതെ തുരുമ്പിച്ച കൂർത്ത മുനകളും. മിസ്റ്റർ ഹിച്ചസൺ ഞങ്ങളുടെ വിശദീകരണത്തെ സമ്മതിക്കുന്ന രീതിയിൽ ദയാവായ്പോടെ ചിരിച്ചു.

പക്ഷേ, ആ പീഡന അറയിലുള്ളതിൽ ഏറ്റവും പ്രധാനമായ വസ്തു ഇരുമ്പു കന്യക എന്ന പേരിലറിയപ്പെടുന്ന ഒരു യന്ത്രമാണ്. അത് മുറിയുടെ നടുവിലായിട്ടായിരുന്നു സ്ഥാപിച്ചിരുന്നത്. പക്ഷേ, പരുക്കൻ രീതിയിലുള്ള ഒരു സ്ത്രീരൂപമായിരുന്നു അതിനുണ്ടായിരുന്നത്. ഒരു പഴയ മണിയുടെ രൂപത്തിൽ. കുറച്ചു കൂടി താരതമ്യ പഠനം നടക്കുകയാണെങ്കിൽ ഏതാണ്ട് കുട്ടികളുടെ പെട്ടകത്തിലെ മിസ്സിസ്സ് നോഹയുടെ രൂപമാണതിനുണ്ടായിരുന്നത്. നോഹയുടെ കുടുംബത്തിന്റെ പ്രധാന സവിശേഷതകളെല്ലാം ഒന്നിച്ചു ചേർന്നിരുന്ന ഒരു രൂപം. ഒരു സ്ത്രീയുടെ രൂപ സാദൃശ്യം അതിനു കൊടുത്തിട്ടില്ലായിരുന്നെങ്കിൽ അതൊരു മനുഷ്യരൂപമാണെന്ന് വിശ്വസിക്കുവാൻ ആർക്കും പെട്ടെന്നു കഴിയില്ല. യന്ത്രം തുരുമ്പുകൊണ്ടും പൊടികൊണ്ടും ആകെ മൂടിയിരുന്നു. രൂപത്തിന്റെ മുൻവശത്തുള്ള ഒരു കണ്ണിയിൽ ഒരു കയർ

വലിച്ചുകെട്ടിയിട്ടുണ്ടായിരുന്നു. അരക്കെട്ടിന്റെ ഭാഗത്തായിരുന്നു അത് ബന്ധിച്ചിരുന്നത്. മുകളിലത്തെ നിലയിൽ ഉറപ്പിച്ച ഒരു ചക്രത്തിലേക്കു ആ കയർ വലിച്ചു മുറുക്കിയിട്ടുമുണ്ടായിരുന്നു. സൂക്ഷിപ്പുകാരൻ ആ ചരടു പിടിച്ച് വലിച്ചുകാണിച്ചുതന്നു. അതിന്റെ ഒരു വശം അപ്പോളുയർന്ന് ഏതാണ്ടൊരു വാതിലിന്റേതുപോലെ തോന്നിക്കുകയും ചെയ്തു. യന്ത്രത്തിനു നല്ല കട്ടിയുണ്ടെന്ന് അപ്പോൾ ഞങ്ങൾക്കു ബോദ്ധ്യമായി ഒരുവനെ അതിനുള്ളിൽ കഷ്ടിച്ചു കടത്തി നിറുത്താനേ സാധിക്കുമായിരുന്നുള്ളൂ. വാതിൽ നല്ല ഭാഗമുള്ള ഒന്നായിരുന്നു. അത് ചലിപ്പിക്കുവാൻ സൂക്ഷിപ്പുകാരന് തന്റെ ശക്തി മുഴുവൻ സമാഹരിക്കേണ്ടിവന്നു. കുപ്പി അയാളെ അതിൽ വല്ലാതെ സഹായിച്ചുവെങ്കിലും അയാൾ തന്റെ ബലം മുഴുവൻ അതിൽ പകർന്നതുകൊണ്ടാണ് അത് തുറക്കാൻ കഴിഞ്ഞത്.

ഭാരമുള്ള വാതിൽ അങ്ങനെ താഴേക്കു തൂങ്ങി നിന്നിരുന്നതുകൊണ്ടാണ് അതിന്റെ ഭാരം മുഴുവൻ അനുഭവപ്പെട്ടത്. ഉറപ്പിച്ചിരുന്നിടത്തുനിന്ന് വീട്ടുവിക്കുമ്പോൾ തന്നെ അത് സ്വയം താഴേക്ക് വന്നുകൊള്ളും. ഉൾഭാഗം തേനീച്ചക്കൂട്ടുപോലെ തന്നെയുണ്ടായിരുന്നു. പൊടിയും തുരുമ്പുംകൊണ്ട് അതിനകം ആകെ വൃത്തികേടായിരുന്നു. ഇരുമ്പുഭിത്തിയുടെ അന്തരാളത്തിലേക്കു കാലാന്തരത്തിൽ തുരുമ്പ് ഇറങ്ങിച്ചെന്നു കഴിഞ്ഞിരിക്കുന്നു. ക്രൂരതയുടെ തുരുമ്പിച്ച കറകൾ അപ്പോഴും അതിനുള്ളിൽ തെളിഞ്ഞുകാണാമായിരുന്നു. ഞങ്ങൾ സൂക്ഷ്മ നിരീക്ഷണത്തിന് തയ്യാറായപ്പോൾ മാത്രമാണ് ശരിക്കും പൈശാചികമായ രീതിയിൽ അതിനുള്ളിലെ സംവിധാനങ്ങൾ മനസ്സിലാക്കാൻ കഴിഞ്ഞത്. ഭാരിച്ചതും ചതുരാകൃതിയിലുള്ളതുമായ താഴെ പരന്ന കൂർത്ത രൂപത്തിൽ. വളരെയധികം നീണ്ട കുന്തമുനകൾ അവിടെയുണ്ടായിരുന്നു. വാതിലടയ്ക്കുമ്പോൾ മുകളിൽ സജ്ജമാക്കിയിരുന്ന മുനകൾ ഇരയുടെ കണ്ണുകളിൽ തറച്ചുകയറത്തക്ക വിധത്തിലാണവ ഒരുക്കിയിരിക്കുന്നത്. താഴെയുള്ളവ ഹൃദയത്തിന്റേയും നാഭിയുടെയും നേർക്കു പാഞ്ഞു വരുന്നതരത്തിലും ശരിപ്പെടുത്തിയിരുന്നു.

പാവം അമീലയയ്ക്ക് ഈ കാഴ്ചകൾ സഹിക്കാവുന്നതിലും അധികമായിരുന്നു. അതുകൊണ്ടുതന്നെ ഇത്തവണ അവൾ അബോധാവസ്ഥയിലേക്കു വഴുതി വീഴുകയും ചെയ്തു. ഗോവണിപ്പടിയിലൂടെ എനിക്കവളെ താഴേക്കു താങ്ങിക്കൊണ്ടു പോകേണ്ടതായി വന്നു. ആ ദിവസത്തെ ഓർമ്മപോലെ എന്റെ മൂത്ത പുത്രന് നെഞ്ചത്ത് ഒരു പരുക്കൻ രൂപമുണ്ടായിരുന്നു. അത് ന്യൂറൻ ബർഗിലെ കന്യകയെ പ്രതിനിധാനം ചെയ്യുന്ന ഒന്ന് എന്ന രീതിയിൽ ഞങ്ങളുടെ കുടുംബാംഗങ്ങൾക്കിടയിൽ അറിയപ്പെട്ടിരുന്ന ഒന്നായിരുന്നു.

തിരിച്ച് വീണ്ടും അറയിലേക്കു വന്നപ്പോൾ ഇരുമ്പു കന്യയെ നോക്കി നിശ്ചലനായി നില്ക്കുന്ന ഹിച്ചിസണെയാണ് ഞങ്ങൾ കണ്ടത്. അയാൾ ശരിക്കും ചിന്തയിലാണ്ടിരുന്നു. ചിന്താപരമായ ഒരു പുതിയ തുടക്കമെന്ന രീതിയിൽ അയാൾ സ്വന്തം ഭാവനയുടെ സീമകൾ ഞങ്ങൾക്കായി തുറന്നിട്ടു. ശരിയാണ്... മദാം... അബോധാവസ്ഥയിൽനിന്ന് വിമുക്തമാകുന്നതിനിടയിൽ ഞാനെന്തൊക്കെയോ പഠിക്കുകയായിരുന്നു. ഒരു മനുഷ്യനെ ആശങ്കാകുലനാക്കുന്ന അവസ്ഥയെക്കുറിച്ച് ഞങ്ങൾക്കു ചിന്തിക്കേണ്ടിയിരിക്കുന്നു. കാലാന്തരങ്ങളിലേക്കു ഞങ്ങളുടെ ചിന്ത വളരെ ദൂരെയെത്തിയിരുന്നു.

പക്ഷേ, നിങ്ങളുടെ പഴയ മദ്ധ്യകാലഘട്ടത്തിലെ നിയമപരിപാലന പക്ഷത്തിന് അവനെ ഉയർത്താൻ സാധിക്കുമായിരുന്നു. റെഡിന്ത്യൻ സ്ത്രീയെക്കുറിച്ചുള്ള അവന്റെ വീമ്പിളക്കലിനെക്കുറിച്ച് വേറിട്ടു നില്ക്കുന്നവർക്ക് നല്ല അഭിപ്രായമായിരുന്നു. പക്ഷേ, ഇവിടെയുള്ള ചെറുപ്പക്കാരിയായ സ്ത്രീയുണ്ടല്ലോ. അവളുടെ പെട്ടെന്നുള്ള സംഭ്രാന്തിയിൽ അവനെക്കുറിച്ച് നേരിട്ടുള്ള ഒരഭിപ്രായമാണ് വച്ചുപുലർത്തിയിരുന്നത്. കൂർത്ത മുനകളുടെ അഗ്രങ്ങൾ കുറെയൊക്കെ ദ്രവിക്കാൻ തുടങ്ങിയിരുന്നുവെങ്കിലും അതിന്റെ ഭീകരതയ്ക്കൊട്ടും കുറവു വന്നിരുന്നില്ല. നമ്മുടെ ഇന്ത്യൻ വിഭാഗത്തിന് ഇതിൽ നിന്നും ചില മാതൃകകൾ തിരഞ്ഞെടുക്കുന്നത് തികച്ചും നല്ല കാര്യമായിരിക്കും. പുരാതന സംസ്കാരം അവർക്കുമേൽ എങ്ങനെയാണ് സ്വാധീനം ചെലുത്തുന്നതെന്ന് ഏത് റെഡിന്ത്യൻ വനിതയ്ക്കും ഇപ്പോൾ മനസ്സിലാവും.

ആലോചിച്ചു നോക്കൂ... ഞാനാ കൂട്ടിനുള്ളിൽ ഒരു നിമിഷത്തേക്കൊന്ന് കടക്കുവാൻ പോവുകയാണ്. അതിനകം എങ്ങനെയുണ്ടെന്നറിയാമല്ലോ.

ഓ... വേണ്ട... വേണ്ട.. അമീലിയ പറഞ്ഞു. അതു തികച്ചും ഭയാനകമാണ്.

"ചിന്തിച്ചു നോക്കൂ.. മദാം... അന്വേഷണകുതുകിയായ മനസ്സിനെക്കാൾ ഭയാനകമായ മറ്റെന്തുണ്ട്?

എന്റെ കാലത്ത് ഞാൻ ചില വിചിത്രമായ ഇടങ്ങളിൽ ചെന്നുപെട്ടിട്ടുണ്ട്. മോൺടാന പ്രദേശത്തിനുള്ളിൽവച്ച് ഒരു പുൽമേട്ടിൽ അഗ്നി എന്നെ ചൂഴ്ന്നു നിന്നപ്പോൾ ഒരു ചത്ത കുതിരയ്ക്കുള്ളിൽ ഒരു രാത്രി കഴിച്ചുകൂട്ടിയവനാണ് ഞാൻ. മറ്റൊരിക്കൽ ഒരു കാട്ടുപോത്തിന്റെ ശരീരത്തിനുള്ളിലും പുതിയ മെക്സിക്കോയിലെ ബില്ലി ബ്രോൺചോ സ്വർണ്ണഖനിയിൽ രണ്ടു ദിവസത്തേക്കെനിക്ക് ഒരു തുരങ്കത്തിൽ

കഴിച്ചുകൂട്ടേണ്ടതായി വന്നു. പഴയ ഒരു യാതനയുടെ ഓർമ്മപോലും എന്നെ വിട്ടുപോയിട്ടില്ല... പക്ഷേ, പുതിയതൊന്ന് ഇനിയും തുടങ്ങ ണമോ എന്നുള്ളതാണിവിടത്തെ പ്രശ്നം. അയാൾ പരീക്ഷണത്തിന് മുതിർന്നുകഴിഞ്ഞിരുന്നു എന്ന് ഞങ്ങൾക്കു മനസ്സിലായി. അപ്പോൾ ഞാൻ പറഞ്ഞു. "ശരി വേഗമാവട്ടെ മനുഷ്യാ നരകത്തിലൂടെ വേഗം കടക്കേണ്ടിയിരിക്കുന്നു.

ശരിയാണ് ജനറൽ... അയാൾ പറഞ്ഞു. "പക്ഷേ, നമ്മളിപ്പോഴും തയ്യാറായിട്ടില്ല എന്നാണ് ഞാൻ കരുതുന്നത്." എന്റെ പിൻഗാമി കളായ കുലീനരായ ആളുകൾ അതിനുള്ളിൽ എന്തൊക്കെയായി രുന്നാലും ഒരിക്കലും അതിനുള്ള യോഗ്യതയുമായി വളരെയൊന്നും മുന്നോട്ടു വരാത്തവരാണ്. ആ വലിയ ശ്രമത്തിനുമുമ്പ് എനിക്ക തിലേക്കു കൂടുതൽ ആഴ്ന്നിറങ്ങേണ്ടതായുണ്ട്. അതു കൊണ്ടെനിക്ക് ശരിക്കും തയ്യാറെടുക്കേണ്ടിയിരിക്കുന്നു. ഈ വൃത്തികെട്ട കിഴവന് ഏതെങ്കിലും രീതിക്കൊത്ത് എന്നെ വേണമെങ്കിൽ കെട്ടിയിടാൻ കഴിയുമെന്ന് വേണമെങ്കിൽ ധൈര്യമായിപ്പറയാൻ കഴിയും.

വയസ്സൻ സൂക്ഷിപ്പുകാരനോട് ചോദ്യരൂപേണയാണിത് പറഞ്ഞത്. പക്ഷേ പ്രഭാഷണത്തിന്റെ ഒഴുക്കറിയാവുന്ന അപരൻ അതിന്റെ പൊരുളറിയുന്ന രീതിയിൽ തലകുലുക്കി. അയാളുടെ പ്രതിഷേധം ഒരുവിധത്തിൽ സാധാരണയായിരുന്നു. ശരിക്കും അതിനെ അതിജീവിക്കുന്ന തരത്തിലുള്ളതുമായിരുന്നു. അമേ രിക്കക്കാരൻ അയാളുടെ കൈയിലേക്ക് ഒരു സ്വർണ്ണ നാണയം തിരുകിവച്ചുകൊണ്ടു പറഞ്ഞു. "ഇതെടുത്തോളൂ. പുള്ളിപ്പുലി... ഇത് നിങ്ങളുടേതാണ്. ഇക്കാര്യത്തിൽ ഒട്ടും അധൈര്യം കാട്ടരുത്. ഇത് നിങ്ങൾക്ക് പങ്കെടുക്കേണ്ടതായ ഒരു സാധാരണ സൽക്കാരമൊന്നു മല്ല. ഉരഞ്ഞു തീരാറായ ഒരു കയറിന്റെ കഷ്ണം അയാൾ കാണിച്ചു പിന്നീടത് നമ്മുടെ സഹചാരിയെ കൂട്ടുക്കാവാനായി കാണിച്ചു. അതിൽ ഉദ്ദേശ ശുദ്ധിശരിക്കും പ്രകടമായിരുന്നു. അയാളുടെ ശരീ രത്തിന്റെ മുകൾഭാഗം കെട്ടിയിട്ടപ്പെട്ടപ്പോൾ ഹിച്ചിസൺ പറഞ്ഞു.

"വിധി നിർണ്ണയിക്കുന്നതിനുമുമ്പ് ഒരു നിമിഷത്തേക്കൊന്ന് നിർത്തുമോ... ആ പെട്ടിക്കുള്ളിൽ ഉൾക്കൊള്ളാനാവാത്ത രീതിയിൽ എനിക്കു നല്ല ഭാരമുണ്ട്. എന്നെയൊന്നകത്തേക്കു കടത്തിവിടുമോ...? എന്റെ പാദങ്ങളെച്ചൊല്ലി വേണമെങ്കിൽ നിങ്ങൾക്കു ശുദ്ധീകരണ മാവാം.

സംസാരിച്ചുകൊണ്ടിരിക്കുന്നതിനിടയിൽത്തന്നെ അയാൾ തുറസ്സായ സ്ഥലത്തേക്കു പിന്മാറി. അത് ശരിയായ ഒരു

പ്രവൃത്തിതന്നെയായിരുന്നു. അമീലിയ അവളുടെ ഭയചകിതമായ കണ്ണുകളുമായി നോക്കിനിന്നു. പക്ഷേ, എന്തെങ്കിലും പറയുവാൻ അവൾ യാതൊരു താൽപ്പര്യവും കാണിച്ചിരുന്നില്ല. അമേരിക്കക്കാരന്റെ പാദങ്ങൾ ഒന്നിച്ച് കെട്ടിച്ചേർത്തുകൊണ്ട് സൂക്ഷിപ്പുകാരൻ തന്റെ നിയുക്തകൃത്യം പൂർണ്ണമാക്കി. ഇപ്പോൾ അയാൾ ശരിക്കും നിസ്സഹായനാണ്. സ്വന്തയിഷ്ടപ്രകാരമുള്ള തടങ്കലിൽ അയാളെ പെടുത്തുകയും ചെയ്തു. അയാൾ അത് ശരിക്കും ആസ്വദിക്കുന്ന ഭാവത്തിലായിരുന്നു അയാൾ സംസാരിച്ചുകൊണ്ടിരിക്കെ മുഖത്ത് ഒരു തരി പുഞ്ചിരി പരക്കാൻ തുടങ്ങിയിരുന്നു.

"ഒരു കള്ളന്റെ വാരിയെല്ലിൽ നിന്നാണ് അവ്വയെ രൂപപ്പെടുത്തിയതെന്ന് ഒന്നുനിനച്ചു നോക്കൂ... പൂർണ്ണ വളർച്ചയെത്തിയ ഒരു അമേരിക്കക്കാരൻ ഇത്രയ്ക്കു തിരക്കു കൂട്ടേണ്ടതായി യാതൊരു ആവശ്യവുമില്ല. ഇഡഗോ പ്രദേശത്തു നമ്മുടെ തന്നെ ശവകുടീരം വിസ്തൃതമായ രീതിയിൽ തന്നെയാണ് നാം സജ്ജീകരിക്കുക. ഈ വാതിലിപ്പോൾ നിങ്ങൾ എനിക്കുമേൽ വീഴ്ത്താൻ പോകുകയാണെന്നൊന്നു ചിന്തിച്ചു നോക്കൂ. അവരുടെ കണ്ണുകൾക്കു നേരെ മുനകൾ നീണ്ടുവരുന്ന അതേ വികാരം അതിന്റേതായ രീതിയിൽ അനുഭവിക്കുവാൻ ഞാനിതാ തയ്യാറായിരിക്കുന്നു. അതാണെന്റെ ആവശ്യം. ഓ.... ഇല്ല! ഇല്ല! ഇല്ല! അമീലിയ മോഹാലസ്യത്തിലെന്നവണ്ണം പറഞ്ഞു. അത് വളരെ ഭയങ്കരമായിരിക്കും. എന്നെക്കൊണ്ടത് സാക്ഷ്യം വഹിക്കാനാവില്ല. എനിക്കത് വയ്യ....

പക്ഷേ, അമേരിക്കക്കാരൻ നിർബന്ധബുദ്ധിയോടെ നില്ക്കുകയായിരുന്നു.

"പറയൂ കേണൽ... അയാൾ പറഞ്ഞു. മദാമിനെ എന്തുകൊണ്ടൊരു ഉല്ലാസ സവാരിക്കു കൊണ്ടു പോയിക്കൂടാ...? ഞാനവരുടെ വികാരങ്ങളെ മുറിപ്പെടുത്തുവാൻ തെല്ലും ആഗ്രഹിക്കുന്നില്ല. പക്ഷേ, ഏതാണ്ട് എണ്ണായിരം മൈലുകൾ താണ്ടി ഇവിടെയെത്തിയ സ്ഥിതിക്ക് ഞാൻ ഈയനുഭവത്തിൽ നിന്നു പാടേ വിട്ടുനില്ക്കുകയെന്നുവെച്ചാൽ അത് തികച്ചും അസാദ്ധ്യമായ ഒന്നാണ്... എല്ലാത്തവണയും ഒരാൾക്ക് ടിന്നിലടച്ച വസ്തുക്കളെപ്പോലെയാവാനാവില്ലല്ലോ. ഞാനും ഇവിടത്തെ ന്യായാധിപനും കൂടി കാര്യങ്ങൾ വളരെവേഗം ശരിയാക്കാൻ പോകുകയാണ്. അപ്പോഴത്തേക്കും നിങ്ങൾ മടങ്ങിവരികയും ചെയ്യും. പിന്നീട് നമുക്കൊത്തുചേർന്ന് അതിന്റെ ലഹരിയിൽ മുഴുകുകയും ചെയ്യാം.

ഒരിക്കൽക്കൂടി ജിജ്ഞാസയിൽ നിന്നുണർന്ന തീരുമാനത്തിന്റെ

വിജയമായിരുന്നു അത്. അമീലിയ വിറയലോടെ എന്നോടൊട്ടിച്ചേർന്നു നിന്നപ്പോൾ സൂക്ഷിപ്പുക്കാരൻ ഇരുമ്പുവാതിൽ തടുത്തു നിർത്തിയിരുന്ന ചരട് സാവധാനം അയച്ചു തുടങ്ങി.

കൂർത്ത മുനകളുടെ ആദ്യചലനത്തിനൊത്ത് ഹച്ചിസന്റെ മുഖം ശരിക്കും വെട്ടിത്തിളങ്ങുന്ന ഒന്നായി മാറിക്കഴിഞ്ഞിരുന്നു.

ശരിയാണ്... അയാൾ പറഞ്ഞു.

ന്യൂയോർക്ക് വിട്ടതിൽ പിന്നെ ഇതുപോലെയുള്ള ഒരു രസാനുഭൂതി എനിക്കിതുവരേയും അനുഭവിക്കേണ്ടിവന്നിട്ടില്ല.

ഇതുപോലെ ശരിക്കും ആഹ്ലാദമുണർത്തുന്ന ഒന്ന് ഒരു ഭൂഖണ്ഡത്തിൽ നിന്നും എനിക്കു ലഭിക്കാൻ പോകുന്നില്ല. സാവധാനം നടക്കു.. മദ്ധ്യവർത്തിയായ മനുഷ്യാ... നിങ്ങളിതിനാകെ തിട്ടക്കം കൂട്ടുകയാണ്. മുടക്കിയ മുതലിന് ഇതിൽനിന്നും ശരിക്കും ഞാൻ ആസ്വദിക്കാൻ പോവുകയാണ്. സൂക്ഷിപ്പുകാരന്റെ ഓർമ്മകളിൽ ഈ ഭീകരണ ഗോപുരത്തിനുള്ളിൽ തന്റെ മുൻഗാമികളുടെ രക്തം തുടിച്ചു നില്ക്കുന്നതായി അനുഭവപ്പെട്ടു. അത്രയ്ക്കു സാവധാനം ദൃഢതയോടെയാണയാൾ യന്ത്രം ചലിപ്പിച്ചിരുന്നത്,

അഞ്ചുമിനിട്ടുകൾക്കു ശേഷം വാതിലിന്റെ പുറവശം അൽപ്പദൂരമേ പിന്നിട്ടു കഴിഞ്ഞിരുന്നുള്ളൂ. അമീലിയ അപ്പോഴേക്കും ഏതാണ്ട് തകർന്ന നിലയിലായി. അവളുടെ അധരങ്ങളിൽ വിളർച്ച പടരുന്നത് ഞാൻ കണ്ടു. എന്റെ കൈകളിലമർന്നിരുന്ന അവളുടെ പിടിയുടെ ദാർഢ്യതയും കുറഞ്ഞുകൊണ്ടിരുന്നു. അവളെ കിടത്തുവാനുള്ള ഒരു സ്ഥലത്തിനായി ഞാനവിടെയെല്ലാം തിരഞ്ഞു. തിരഞ്ഞു വീണ്ടുമവളെ നോക്കിയപ്പോൾ അവളുടെ കണ്ണുകൾ ശരിക്കും ഇരുമ്പു കന്യകയിൽത്തന്നെ തറച്ചിരുന്നു. അതേ ദിശയിലൂടെ നോക്കിയപ്പോൾ ഒരു കരിമ്പൂച്ച ഇഴഞ്ഞിഴഞ്ഞു കടന്നു വരുന്നത് എന്റെ ദൃഷ്ടിയിൽപ്പെട്ടു.

അവിടത്തെ മങ്ങിയ അന്തരീക്ഷത്തിൽ അവളുടെ കണ്ണുകൾ അപകട സൂചന നൽകുന്ന വിളക്കുകളെപ്പോലെ തോന്നിച്ചു. അവളുടെ വായിൽ അപ്പോഴും പറ്റിപ്പിടിച്ചിരുന്ന രക്തത്തിന്റെ നിറവും കൂടിയായപ്പോൾ അവിടെയൊരു ഭീകരാന്തരീക്ഷം തന്നെ സൃഷ്ടിച്ചു... ഞാനറിയാതെ അലറി വിളിച്ചു.

"പൂച്ച നോക്കു... ദാ ഒരു പൂച്ച കടന്നു വരുന്നതു നോക്കു... അപ്പോഴേക്കും അവൾ യന്ത്രത്തിന്റെ മുന്നിലേക്കു ചാടി വീണു കഴിഞ്ഞിരുന്നു. ആ നിമിഷത്തിൽ അവളെ കണ്ടാൽ ഒരു ഭീകര ജീവിയെപ്പോലെയുണ്ടായിരുന്നു. ആ കണ്ണുകളിൽ ശൗര്യം കത്തിയാളുണ്ടായിരുന്നു.

രോമപാളികൾ ഉയർന്ന് എഴുന്നേറ്റുനിന്നപ്പോൾ അവൾക്കു ശരിക്കു മുള്ളതിന്റെ ഇരട്ടി വലിപ്പമുള്ളതായി തോന്നിച്ചു. അവളുടെ വാല് ഇരയെ മുന്നിൽകണ്ട ഒരു കടുവായുടേതുപോലെ വായുവിൽ ഉയർന്നു ത്രസിച്ചുനിന്നിരുന്നു.

എലിയാസ് ഹച്ചിസൺ അവളെ കണ്ടപ്പോൾ ശരിക്കും നേരമ്പോക്കു പോലെയാണ് തോന്നിയത്. അവളുടെ കണ്ണുകളിൽ പരിഹാസത്തിന്റേതായ ഒരു ഭാവം തുടിച്ചു നിന്നിരുന്നു.

അയാൾ പറഞ്ഞു.

....റെഡിന്ത്യൻ സ്ത്രീക്ക് അവളുടെ യദ്ധമുറകളെല്ലാം തെളിച്ചു കാട്ടാൻ പറ്റിയില്ലായിരുന്നെങ്കിൽ....

ഇനിയും എന്റെ മേൽ അവൾ എന്തെങ്കിലും കൗശലം കാണിക്കുകയാണെങ്കിൽ അവൾക്ക് ശരിക്കുമൊരു തള്ള് വച്ചുകൊടുക്കുകയാണു വേണ്ടത്. എന്തെന്നാൽ അധികാരിയുടെ കണ്ണുകൾ എന്നെന്നും എന്റെമേൽ തന്നെയാണ്. വേണമെങ്കിൽ അവളാഗ്രഹിക്കുന്നുണ്ടെങ്കിൽ... അവളിൽനിന്നു കണ്ടെടുക്കാൻ പോലും ഞാൻ തയ്യാറാണ്. അവിടെ ലാഘവത്തോടെ നില്ക്കു ന്യായാധിപാ...

നിങ്ങളാ കയറൊന്ന് ദയവായി അയച്ചു വിടുമോ..?

ആ സമയത്ത് ശരിക്കും അമീലിയ അബോധാവസ്ഥയിലായിക്കഴിഞ്ഞു. അരയിൽ കൈചുറ്റിക്കൊണ്ട് എനിക്കവളെ താങ്ങിപ്പിടിക്കേണ്ടിവന്നു. അല്ലെങ്കിൽ അവൾ താഴെ വീഴുമെന്ന നിലയിലായി. ഞാനവളെ ശ്രദ്ധിച്ചുകൊണ്ടിരിക്കുന്നതിനിടയിൽ കരിമ്പൂച്ച ഒരു കുതിച്ചുചാട്ടത്തിന് തയ്യാറെടുക്കുന്നത് എന്റെ ശ്രദ്ധയിൽപ്പെട്ടു.

ആ ജന്തുവിനെ വിരട്ടിയോടിക്കുവാൻ ഞാനൊന്ന് ഉയർന്നു ചാടുകയും ചെയ്തു.

പക്ഷേ, ആ നിമിഷത്തിൽത്തന്നെ ഒരു തരം പൈശാചികമായ ശീൽക്കാരത്തോടെ ഹച്ചിസൺ ഒട്ടും പ്രതീക്ഷിക്കാത്തരീതിയിൽ അവൾ സ്വയം ചുഴറ്റിയെറിഞ്ഞു പക്ഷേ, സൂക്ഷിപ്പുകാരന്റെ മുഖത്തിന് നേർക്കാണവൾ ശരിക്കും ചാടി വീണത്. അത് ഞങ്ങൾ പ്രതീക്ഷിച്ചതുപോലെ ഒന്നായിരുന്നില്ല. ചിത്രത്തിലെ ചൈനീസ് വ്യാളിയുടേതുപോലെ അവളുടെ കാൽനഖങ്ങൾ പുറത്തേക്കു തള്ളി പൈശാചികമായ രീതിയിൽ വരഞ്ഞു കീറി. ഞാൻ നോക്കിക്കൊണ്ടിരിക്കേതന്നെ അതിലൊന്ന് പാവപ്പെട്ട ആ മനുഷ്യന്റെ കണ്ണിൽ പതിഞ്ഞുകഴിഞ്ഞിരുന്നു. പിന്നീടതിനെ പിച്ചിച്ചീന്തി കവിളിലൂടെ

താഴെക്കുവലിച്ചു താഴ്ത്തി. അതിന്റെ സ്ഥാനത്ത് ചുവപ്പിന്റെ ഒരു കട്ടമാത്രം ബാക്കിയായി. അവിടത്തെ ഓരോ നാഡിയിൽനിന്നും രക്തം പുറത്തേക്കു ചാടിക്കൊണ്ടിരുന്നു.

വേദനയറിയുന്നതിനുമുമ്പ്തന്നെ അയാൾ ഭീകരതയറിഞ്ഞു. ഉച്ചത്തിൽ ആക്രോശിക്കുവാനും കരയുവാനും അയാൾ തുടങ്ങിക്കഴിഞ്ഞിരുന്നു. ഇരുമ്പു വാതിലിന്റെ ഗതിയെ തടഞ്ഞുനിർത്തിയിരുന്ന കയറിൽനിന്നും പിടിവിട്ട് അയാൾ പിറകോട്ടു ചാഞ്ഞു. ഞാനതിൽ കയറിപ്പിടിക്കുവാനായി മുന്നോട്ടാഞ്ഞു. പക്ഷേ, അപ്പോഴേക്കും എല്ലാം വല്ലാതെ താമസിച്ചുപോയിരുന്നു. കപ്പിയിലൂടെ കയർ വളരെ വേഗത്തിൽ പാഞ്ഞുപോയി കഴിഞ്ഞിരുന്നു. ഭാരിച്ച ആ വസ്തു നിയന്ത്രണം വിട്ട് താഴേക്കു പതിക്കുകയും ചെയ്തു.

വാതിലടഞ്ഞുകഴിഞ്ഞപ്പോൾ ഞങ്ങളുടെ പാവം സഹയാത്രികന്റെ മുഖം നിമിഷത്തേക്കു എന്റെ ദൃഷ്ടിയിൽപ്പെട്ടു. അയാൾ ഭയംകൊണ്ടാകെ തണുത്തുറഞ്ഞുപോയിരുന്നു. അയാളുടെ കണ്ണുകൾ ഭയാനകമായ ഒരു ദൃശ്യത്തിലെന്നപോലെ പുറത്തേക്കു തള്ളിവന്നിരുന്നു. അയാളുടെ അധരങ്ങളിൽ നിന്നും യാതൊരു ശബ്ദവും പുറത്തേക്കു വന്നില്ല.

ഇതിനകം കൂർത്ത മുനകൾ തങ്ങളുടെ ജോലി നിർവ്വഹിച്ചുകഴിഞ്ഞിരുന്നു. ഭാഗ്യത്തിന് എല്ലാം വേഗത്തിലവസാനിച്ചു കഴിഞ്ഞിരുന്നു. ഞാനാവാതിൽ ബലമായി തുറന്നുകഴിഞ്ഞപ്പോഴേക്കും അത് വളരെ അഗാധമായി താഴ്ന്നിറങ്ങിക്കഴിഞ്ഞിരുന്നു.

എല്ലുകൾ തകർത്തുകൊണ്ട് അയാളിലൂടെ അത് തുളച്ചുകയറി. താഴെ ചതഞ്ഞരഞ്ഞ രൂപത്തിൽ നെടുനീളത്തിലായി അയാൾ വീണുകഴിഞ്ഞിരുന്നു. വീഴുന്നതിനിടയിൽ ആ മുഖം മുകളിലേക്കാണ് തിരിഞ്ഞിരുന്നത്.

ഞാനെന്റെ ഭാര്യയുടെ അടുത്തേക്കോടിച്ചെന്നു. അവളെ പൊക്കിയെടുത്തുകൊണ്ട് ഞാൻ പുറത്തേക്കു കടന്നു. ഇത്തരം ഭീകരമായ ഒരു ദൃശ്യം കാണാൻ വീണ്ടുമവൾ അബോധാവസ്ഥയിൽ നിന്നുണരുമോ എന്നായിരുന്ന എന്റെ പേടി മുഴുവൻ. അവളെ പുറത്തൊരു ബഞ്ചിൽ കിടത്തി ഞാൻ തിരിച്ചോടി.

മരത്തൂണിൽ ചാരിക്കൊണ്ട് ഞങ്ങളുടെ സൂക്ഷിപ്പുകാരൻ വേദനകൊണ്ട് പുളയുകയും തേങ്ങുകയും ചെയ്തുകൊണ്ടിരുന്നു. അപ്പോൾ അയാൾ തന്റെ ചോരയിൽ കുതിർന്നു തുവാല കണ്ണിൽ അമർത്തിപ്പിടിച്ചിരുന്നു.

പാവം അമേരിക്കക്കാരന്റെ തലയ്ക്കു മുകളിൽ ആ പൂച്ചയിരിക്കുന്നുണ്ടായിരുന്നു. ഉന്മാദം തുടിക്കുന്ന ഒരുതരം മുരൾച്ചയോടെ അത് ആ കണ്ണുകളുടെ കുഴിയിൽ നിന്നും പ്രവഹിക്കുന്ന ചോര ആർത്തിയോടെ നക്കിക്കുടിച്ചുകൊണ്ടിരുന്നു. പെട്ടെന്നത് സംഭവിച്ചു.

ഞാനാ, പഴയ ആരാച്ചാരുടെ വാളി ചാടിയെടുത്ത് ഒരൊറ്റ വെട്ടിന് ആ പൂച്ചയെ രണ്ടു കഷ്ണമാക്കിയിട്ടു. ഇത്രയും ചെയ്തതിനു ആരും എന്നെ ക്രൂരൻ എന്നു വിളിക്കില്ല എന്നു തന്നെയാണെന്റെ വിശ്വാസം.

●

നദീം ഗുർസൽ

(Nedim Gursel) ലോകപ്രശസ്തനായ തുർക്കി എഴുത്തുകാരൻ, ജനനം 1951 ഏപ്രിൽ 5 തുർക്കിയിലെ ഗാസിയാൻടെപിൽ. നോവൽ, ചെറുകഥ, ലേഖനങ്ങൾ തുടങ്ങിയ സാഹിത്യ വിഭാഗങ്ങളിൽ പ്രസിദ്ധനായി.

പാരീസിലെ സോറോബോസിൽ വിദ്യാഭ്യാസം അവിടെ നിന്നും തുർക്കികവി നസിംഹിക്മെത്തിന്റെ കവിതകളുടെ പഠനത്തിൽ ഡോക്ടറേറ്റ് നേടി. 1960 കളുടെ അവസാനം നോവലുകൾ ചെറുകഥകൾ ലേഖനങ്ങൾ തുർക്കിയിലെ മാസികകളിൽ പ്രസിദ്ധീകരിച്ചു. തുർക്കിയിലെ സൈനിക ഭരണകൂടം ഗുർസലിന്റെ രചനകൾക്ക് നിരോധനം ഏർപ്പെടുത്തി. ഇപ്പോൾ സൊറോബോണിലെ സർവ്വകലാശാലയിൽ സമകാലീന തുർക്കി സാഹിത്യം പഠിപ്പിക്കുന്നു.

പ്രധാന രചനകൾ:

1 A Summer with out end (Stories)
2 The First Women (novel 1983)
3 Daughter of Allah (2008)

എഴുത്തുകാരുടെ അന്തർ ദേശീയ പാർലിമെന്റിന്റെ സ്ഥാപകാംഗമാണ്. 1977 ൽ തുർക്കിയിലെ പരമോന്നത സാഹിത്യപുരസ്കാരം നേടി.

അലിഖിത ഗ്രന്ഥങ്ങളുടെ ശ്മശാനഭൂമി

ടർക്കിഷ് കഥ

നദീം ഗുർസൽ

പാരീസിലേക്കു പോകുന്നതിനു മുമ്പ് സാഹിത്യരചനയാണ് എന്റെ ജീവിതമാർഗമെന്ന് ഞാൻ വിചാരിച്ചു. എന്റെ തീരുമാനത്തിൽനിന്ന് ഞാൻ വ്യതിചലിക്കാനുദ്ദേശിച്ചിരുന്നില്ല. പക്ഷേ പഴയകെട്ടിടങ്ങൾ നിലനില്ക്കുന്ന ഈ തെരുവിൽ താമസിക്കാൻ തുടങ്ങിയതു മുതൽ എഴുത്തിന്റെ കൗശലം (അതീലോകത്തെയും അതിൽ ജീവിക്കുന്നവരുമായും അടുത്തിടപഴകുന്ന എന്ന സൂചനയാണ് നൽകുന്നത്. സമുദ്രത്തിന്റെ, തെരുവുകളുടെ, നഗരങ്ങളുടെ, കുട്ടികളുടെ, മരങ്ങളുടെയും ഭൂമിയുടെയും പക്ഷികളുടെയും രാത്രിയുടെയും.. പകലിന്റെയും സ്പന്ദനങ്ങളറിഞ്ഞുകൊണ്ട്... മൊത്തത്തിൽ പറഞ്ഞാൽ പ്രകൃതിയും മനുഷ്യസമൂഹവും.. ഒന്നിൽ നിന്ന് മറ്റൊന്നിലേക്കുള്ള പ്രവേശനം) സ്വയം രൂപാന്തരപ്പെടുത്തിക്കഴിഞ്ഞിരുന്നു.

ആദ്യമായി പൂർണമായ ഏകാന്തതയിലേക്ക്... പിന്നീട് ഒന്നൊന്നായി ഏകാധിപത്യസ്വഭാവമുള്ള നിയന്ത്രണങ്ങളിലേക്ക് ഞാനിനിയൊരിക്കലും എന്റെ സാധാരണരീതിയിലേക്കു മടങ്ങാൻ പോകുന്നില്ല. വാക്കുകളോടുള്ള എന്റെ ലോലവും സ്വതന്ത്രവുമായ ബന്ധത്തെ കുറിച്ചാണ് ഞാൻ സൂചിപ്പിക്കുന്നത്. എന്റെ തലക്കുമുകളിൽ വലയം ചെയ്തുകൊണ്ടിരിക്കുന്ന വാക്കുകളെച്ചൊല്ലി... അതത്രയെളുപ്പത്തിലൊന്നും ഞാൻ പരിത്യജിക്കാൻ പോകുന്നില്ല. രാത്രികാലങ്ങളിൽ എന്റെ വിളക്കിന്റെ വെളിച്ചത്തിലേക്കു തുറന്ന ജാലകത്തിലൂടെ ആകർഷിക്കപ്പെടുന്ന നിശാശലഭങ്ങളെപ്പോലെ അസാമാന്യ വൈശിഷ്ട്യമുള്ള സ്വന്തം സാന്നിധ്യമറിയിക്കുന്നതിനു പകരമായി -അവയുടെ ചിറകുകളുടെ വർണോജ്വലമായ തിളക്കം.

അവ പറക്കുമ്പോളുണരുന്ന ശബ്ദതരംഗങ്ങൾ- എന്റെ രാജ്യത്തോടുള്ള എന്റെ ആവേശത്തെ അതിജീവിക്കുന്നതിനു പകരമായും എന്റെമാതൃഭാഷയെ മിഴികളാൽ തലോടി തൊട്ടുണർത്തുന്നതുവഴി ഒരു രീതിയിലും ഇണങ്ങാത്ത കൗശലക്കാരനായ ഒരു വേട്ടക്കാരന്റെ ഭാഗം ഞാൻ സ്വയം തിരഞ്ഞെടുത്തിരിക്കുകയാണ്. എന്റെ പുതിയ മേൽവിലാസത്തിനും ഒരു എഴുത്തുകാരന്റെ കൗശലമെങ്ങനെയായിരിക്കണമെന്ന എന്റെ സാമാന്യ സങ്കല്പത്തിനുള്ള മാറ്റത്തിനും തമ്മിൽ എന്തെങ്കിലും നേരിട്ടുള്ള ബന്ധമുള്ളതായി ഞാൻ വിശ്വസിക്കുന്നില്ല.

ആകാംക്ഷയുടെ നിഴലിൽ എന്റെ തെരുവിന്റെ ചരിത്രത്തെക്കുറിച്ചും അതിന്റെ നാമത്തിന്റെ ഉത്ഭവത്തെക്കുറിച്ചും ഞാൻ ഗവേഷണം നടത്തുന്ന ആ ദിവസം വരെയെങ്കിലും അത് തന്നെയായിരുന്നു എന്റെ വിശ്വാസമെന്നാണ് ഞാൻ ചിന്തിച്ചിരുന്നത്.

ഇതിനുമുമ്പ് പാരീസിൽ ഇതു പോലെയുള്ളയിടങ്ങളിൽ ഞാൻ താമസിച്ചിട്ടുണ്ട്. തീരെച്ചെറിയ കിടപ്പുമുറികളാണവിടെയുണ്ടായിരുന്നിത്. ഏറ്റവും ചെറിയ മുറികളിൽ വെള്ളക്കടലാസ്സു വിരിച്ച മേശമേൽ മുഖമമർത്തി ഞാൻ കഴിഞ്ഞിരുന്ന ആ ദിവസങ്ങളിൽ മേഘപാളികൾ മൂടിനിന്ന ആകാശത്തിലേക്ക് ഞാൻ തുടർച്ചയായി നോക്കുകയും ചെയ്യുമായിരുന്നു.

പിന്നീട് കറുത്ത ചായമടിച്ച ചുമരുകളിൽ, അല്ലെങ്കിൽ പക്ഷികളെ വിരട്ടിയോടിക്കുവാനുള്ള കോലങ്ങളെപ്പോലെ ഉയർത്തിപ്പിടിച്ചിരിക്കുന്ന ടെലിവിഷൻ ആന്റിനകളിലായിരിക്കും ഞാൻ കണ്ണുനട്ടിരിക്കുന്നത്.

ഇപ്പോൾ ഇവിടെനിന്നു നോക്കിയാൽ എനിക്കേതാണ്ട് അതുപോലെയുള്ള ഒരു ദൃശ്യമാണ് ലഭിക്കുന്നത്. പക്ഷേ എന്റെ പുതിയ ഫ്ലാറ്റിനൊപ്പം ഉയർന്നുനില്ക്കുന്ന ഹോട്ടൽ ഡി. സെൻസിന്റെ ദൃശ്യം ഈ രംഗത്തിന് അത്യുജ്ജ്വലമായ ഒരു മാനം കൂടി നൽകുന്നുണ്ട്. ചുറ്റുപാടും ഉയരമുള്ള ചുമരുകളാൽ വലയം ചെയ്യപ്പെട്ടിരിക്കുന്ന അത്ഭുതമുണർത്തുന്ന ഈ കെട്ടിടത്തിന്റെ നടുമുറ്റത്തുനിന്നും എനിക്കു കണ്ണെടുക്കാൻ കഴിയുന്നില്ല.

എന്തെങ്കിലും എഴുതുന്നതിനു വേണ്ടി എപ്പോൾ ഞാൻ തയ്യാറായിരുന്നാൽപോലും എന്റെ മുമ്പിലുള്ള ശൂന്യമായ കടലാസ്സിന്റെ വെളുത്ത പ്രതലത്തിൽ എനിക്കൊന്നും തന്നെ എഴുതിച്ചേർക്കാനാവുന്നില്ല. ഞാനറിയാതെ തന്നെ എന്റെ കണ്ണുകൾ ഹോട്ടൽ ഡിസെൻസിന്റെ മുറ്റത്തേക്ക് പറക്കുവാൻ വെമ്പൽ കൊള്ളുകയായി.

അതിന്റെ മൂലകളിലെ ചെറിയ ഗോപുരങ്ങൾ, ചുമരുകളിലെ വിടവുകൾ, പുറത്തേക്കു തള്ളിനിൽക്കുന്ന വളഞ്ഞ മേൽത്തട്ടുകൾ, തകർന്ന പാലംപോലെ തോന്നിക്കുന്ന പുതിയ പോർച്ച്- ഇവയെല്ലാം കൂടി പതിനാറാം നൂറ്റാണ്ടിൽ പാരീസിലുണ്ടായിരുന്ന ഒരു കൊട്ടാരത്തിന്റെ കോട്ട പോലെ മാത്രമെ തോന്നിക്കുമായിരുന്നുള്ളൂ.

എന്റെ എല്ലാ ശ്രമങ്ങളും പാഴാവുകയായിരുന്നു! മുമ്പെനിക്കു പതിവായി സാധിച്ചിരുന്നതുപോലെ വാക്കുകളെ ഇനിയെന്റെ വരുതിയിൽ കൊണ്ടുവരാനാവുമോയെന്നു ഞാൻ ഭയപ്പെട്ടു. അവകുമേൽ ഇനിയെന്റെ വരുതിയിൽ കൊണ്ടുവരാനാവുമോയെന്നു ഞാൻ ഭയപ്പെട്ടു. അവകുമേൽ ഇനിയെന്റെ നിയന്ത്രണം അത് തികച്ചും അസാധ്യം എന്നു തോന്നി. മനസ്സിൽ സങ്കൽപ്പിച്ചുറപ്പിച്ച വാക്കുകളാണെങ്കിൽക്കൂടി അവയെ പേപ്പറിൽ തളച്ചിടാൻ എനിക്കു കഴിഞ്ഞില്ല. മറ്റുള്ളവ എന്നിൽനിന്നും രക്ഷപ്പെടുവാനുള്ള ശ്രമത്തിൽ വിജയിക്കുകയും ചെയ്തു.

ഇങ്ങനെയൊക്കെയായിരുന്നാലും മുമ്പൊക്കെ ഞങ്ങൾക്കിടയിൽ ഒരു ദൃഢതരമായ ധാരണ നിലനിന്നിരുന്നു. എഴുത്തുകാരനെന്ന നിലയിലുള്ള എന്റെ സ്വതന്ത്ര്യം അവക്കെന്നോടുള്ള വിധേയത്വത്തിൽ മാത്രം നിലനിൽക്കുന്ന ഒന്നുമാത്രമാണെന്നുള്ളത് എനിക്കു നന്നായിട്ടറിയാമായിരുന്നു. ഞാനെന്റെ പുസ്തകങ്ങൾ രചിക്കുന്നതിനിടയിൽ ഇന്നോളംവരെ, സ്വരൂപിക്കപ്പെട്ട നിലയിലോ, സ്ഥാനചലനം വന്ന നിലയിലോ തിരുത്തപ്പെട്ട നിലയിലോ, വ്യാകരണനിയമപ്രകാരം തയ്യാറാക്കപ്പെട്ട വിധത്തിലോ അവയെപ്പോഴും എന്റേതായ ചട്ടക്കൂട്ടിനുള്ളിൽ തന്നെ ഒതുക്കത്തോടെ നിന്നിരുന്നു. എന്റെ ആജ്ഞക്കനുസൃതമായി എന്നുതന്നെ പറയേണ്ടിയിരിക്കുന്നു. ഇത്രക്കഗാധമായ ഒരു രീതിയിൽ ഇതിനു മുൻപ് അവ എന്നോട് പെരുമാറിയിരുന്നില്ല. അവയുടെ വ്യാകരണഘടനയെ തകിടം മറിക്കുന്ന രീതിയിൽ ഞാനെപ്പോഴെങ്കിലും പുതിയ ഒരു രചനാരീതി അവലംബിച്ചിരുന്നപ്പോൾ പോലും അവ എന്നോട് വളരെ നല്ല ഒരു ബന്ധമാണ് വെച്ചുപുലർത്തിയിരുന്നത്. എനിക്കിപ്പോഴും അവകുമേൽ നല്ല സ്വാധീനമുണ്ട്. ലിപികൾക്കുമേലും...!

അവരിപ്പോൾ ചെയ്യുന്നതുപോലെ ഇത്രയെളുപ്പത്തിൽ ഒരിക്കലും ഇതിനു മുമ്പ് വരന്റെ സമനില തെറ്റിക്കാറില്ലായിരുന്നു. ഒരു വാക്കിനുള്ളിൽ നിന്നും തെന്നിമാറി മറ്റൊന്നുമായി എത്ര വേഗത്തിലാണവർ ഇണങ്ങിച്ചേരുന്നത്. ഇതിനിടയിൽ മികച്ച അഭ്യാസികളെപ്പോലെയാണവർ പ്രകടനം ചെയ്യുന്നത്. ഒരു വാക്കിനുള്ളിൽ ഞാനൊതുക്കുവാനാഗ്രഹിക്കുന്ന അർത്ഥത്തിന് അവർ വ്യതിയാനങ്ങൾ

ഉണ്ടാക്കിത്തീർക്കുന്നു. ഇപ്പോൾ ഞാനെത്ര കഠിനാധ്വാനം ചെയ്താലും അവയെന്റെ നിയന്ത്രണത്തിൽനിന്നും തെന്നിമാറിസ്വയം സ്വാതന്ത്ര്യം പ്രഖ്യാപിക്കുകയാണ്. സ്വന്തം ഇഷ്ടം പോലെ ചെയ്യുവാനുള്ള അവരുടെ പ്രവണതയാണ് ഇവിടെ ഒരു മാറ്റമായി ഞാൻ കാണുന്നത്. അവരിലുള്ള സമ്മർദ്ദം കൂടിക്കൂടിവരുമ്പോൾ അവർ കൂടുതൽ എതിർപ്പുകാണിക്കുകയും വിപ്ലവകരങ്ങളായ മാറ്റങ്ങളുടെ സൂചന നല്കുകയും ചെയ്യുന്നു.

ഞങ്ങളുടെ യോജിപ്പ്, യജമാനനും അടിമയും തമ്മിലുള്ള ബന്ധത്തിൽ നിന്നുയർന്ന സ്വാതന്ത്ര്യബോധം ഭ്രമാത്മകമായ ഒരന്വേഷണമായി പരിണമിച്ചിരിക്കുകയാണിവിടെ. മിക്കവാറുമുള്ള വായനക്കാരുടെ ദൃഷ്ടിയിൽ ബഹുമാനിതനായ ഒരെഴുത്തുകാരനായി ഞാൻ പ്രത്യക്ഷപ്പെടുന്നുണ്ടെങ്കിലും അന്ധരുടെ കണ്ണാടിക്കളിയിലെ വിവേകമില്ലാത്ത ഒരു മണ്ടശിരോമണിയായി ഞാൻ മാറിക്കഴിഞ്ഞിരുന്നു.

കഥയുടെ പേരിനെച്ചൊല്ലി ചിന്തിക്കുമ്പോൾ എന്റെ മനസ്സിൽ ഒന്നും തന്നെയുണ്ടായിരുന്നില്ല എന്ന ബോധം ഞാൻ തിരിച്ചറിഞ്ഞിരുന്നു. എൽ എന്നുള്ള അക്ഷരം അതുൾക്കൊള്ളുന്ന വാക്കിൽനിന്നും മോചനം നേടേണ്ടിയിരിക്കുന്നു. അത് പിന്നീട് ഉണർന്നുകൊണ്ട് ആർ എന്ന അക്ഷരത്തെ പുറത്തെടുക്കേണ്ടിയിരിക്കുന്നു. പക്ഷേ അതുതന്നെയാണിവിടെ ശരിക്കും സംഭവിച്ചത്. പിന്നീടുള്ളതെല്ലാം ഒരു തുടർച്ചപോലെ വന്നെത്തുകയായിരുന്നു. ഒരിക്കൽ വെൽ ഓഫ് റോക്ക്സ് എന്നുള്ളത് വെൽ ഓഫ് ലോക്ക്സ് എന്നായി രൂപാന്തരപ്പെട്ടപ്പോൾ മറ്റുള്ള അക്ഷരങ്ങൾ ആദ്യത്തെ കലാപകാരികളെ പിന്തുടരുകയായിരുന്നു. അതോടെ ഞാൻ പറയുന്നതൊന്നും അവർ ശ്രദ്ധിക്കാതെയായി. അതിനോട് സഹകരിക്കുവാൻ മാത്രമേ എനിക്കു സാധിച്ചുള്ളൂ. അവരുടെ ഇംഗിതത്തിനൊത്ത് അത് മാറ്റിയെടുക്കണമോ വേണ്ടയോ എന്ന സംശയം എന്നിൽ അവശേഷിക്കുകയായിരുന്നു. റുഡുഫിഗുവിയറിലേക്കു മാറുന്നതിനിടയിൽ എനിക്കു നഷ്ടമായ വാക്കുകൾ സ്വയം വാക്യത്തിൽ നിന്നു വിട്ടുപോകാൻ തുടങ്ങിയിരുന്നു.

പിന്നീട് ഞാനാ കഥയെഴുതാൻ തുടങ്ങുന്നതിനിടയിൽ ജലത്തിലെ കുമിളകൾപോലെ അവ ഉപരിതലത്തിലേക്കുയരുവാൻ തുടങ്ങി. അവ ഹോട്ടൽ ഡി സെൻസിനെ ലക്ഷ്യമാക്കി തത്തിക്കളിച്ചുനീങ്ങി. അവ ഹോട്ടൽ ആകർഷിക്കപ്പെട്ടു നീങ്ങിയെന്നാണ് ആദ്യമെനിക്കു സങ്കല്പിക്കാൻ തോന്നിയത്. ഒരർഥത്തിൽ അതിനെ പൊരുളിന്റെ ഹർമ്യം എന്നുവേണമെങ്കിൽ ഇംഗ്ലീഷിലേക്കു

ഭാഷാന്തരം ചെയ്യാം.

വൈശിഷ്ട്യമാർന്ന ആ തലക്കെട്ടിൽ അവർ ആകൃഷ്ടരായി കഴിഞ്ഞിട്ടുണ്ടാകും. മറ്റേതോ ലോകത്തിൽ നിന്നുയർന്നതുപോലെ ഹോട്ടൽ ഡി സെൻസ് എനിക്കു മുമ്പിൽ പ്രത്യക്ഷപ്പെട്ടത് എങ്ങനെയാണെന്ന് എനിക്കേതു തരത്തിലാണ് ഊഹിക്കാൻ കഴിയുക?

അതിന്റെ മധ്യയുഗകാലത്തെ അന്തരീക്ഷത്തിൽ നിന്നുള്ള പ്രവാഹം ഇരുണ്ട ഇടനാഴിയിലൂടെ കടന്നുവരുമ്പോൾ ഞാൻ വല്ലാതെ വിറകൊള്ളുകയാണ്. അതിന്റെ പേര് ട്രിസ്റ്റാർ ഡിസലാസർ എന്നോ സെന്നിന്റെ നിർമാണപ്രവർത്തനങ്ങൾക്കു കല്പന നല്കിയ ആർച്ച് ബിഷപ്പ് എന്നോ കൊടുക്കാൻ ബാധ്യതപ്പെട്ടിരിക്കുന്നു. എന്റെ വാക്കുകളെ പിടികൂടുന്നതെന്താണെന്ന് എനിക്കെവിടെ നിന്നാണറിയാൻ കഴിയുക..? എന്റെ പ്രിയപ്പെട്ട വാക്കുകൾ എന്റെ ഓർമയുടെ അന്തരാളങ്ങളിൽനിന്ന് ഒരായിരം ബുദ്ധിമുട്ടുകളോടെ പറിച്ചെടുക്കപ്പെടുന്നതുപോലെയാണ്. എന്റെയുള്ളിന്റെയുള്ളിൽ നിന്ന് സ്വരൂപിച്ചെടുക്കുന്നതുപോലെ.. പിന്നീട് അതെന്റെ വായനക്കാരുടെ മുമ്പിൽ ഞാൻ കാഴ്ചവെക്കുകയാണ്. ഹോട്ടൽ ഡി സെൻസിന്റെ മുറ്റത്തു അതിസങ്കീർണമായ ഒരു കിണറായത് രൂപാന്തരം പ്രാപിക്കുകയാണ്?

ആ അപരാഹ്നത്തിൽ നേരം വളരെ വൈകുന്നതുവരെ ഞാൻ ലൈബ്രറിയിൽ ജോലി ചെയ്തുകൊണ്ടിരുന്നു. പതിനാറാം നൂറ്റാണ്ടു മുതൽ ഹോട്ടൽ ഡി. സെൻസ് നിരവധി പഴയ ഫ്രഞ്ചു കുടുംബങ്ങളുടെ വാസസ്ഥലമായിരുന്നു ഇപ്പോൾ. കഴിഞ്ഞ മൂന്നുദശാബ്ദക്കാലമായി, അതൊരു ലൈബ്രറിയായി രൂപാന്തരപ്പെട്ട് വരുകയായിരുന്നു.

വളരെയധികം രഹസ്യങ്ങളും വികാരങ്ങളും നഷ്ട പ്രണയങ്ങളും ഭയാനകമായ കുറ്റകൃത്യങ്ങളും അടക്കിവെച്ചതിനുശേഷം ഇപ്പോളതിനുള്ളിൽ അച്ചടിക്കപ്പെട്ട ആയിരക്കണക്കിനു വാല്യങ്ങളാൽ നിറക്കപ്പെട്ടിരിക്കുകയാണ്. പഴയ ആ നർത്തനവേദിയിൽ കാലം ചെല്ലുന്തോറും കത്തുന്ന പന്തങ്ങൾക്കു താഴെ, രാജ്യത്തെ വിശിഷ്ടരായ വ്യക്തികൾ അവിടെ തങ്ങളുടെ ഇഷ്ടതോഴികളോടൊത്ത് നൃത്തം ചെയ്യുക പതിവായിരുന്നു. ഇപ്പോൾ എന്നെപ്പോലുള്ള ചില പുസ്തക പ്രേമികൾ അവിടെ ഗ്ലാസ്സ് പ്രതലത്തിലൂടെ ഇരുട്ട് പരന്നുവീഴുന്നത് അവരിലൊരാൾപ്പോലും ശ്രദ്ധിക്കുന്നുമില്ല.

സമയം വളരെ വൈകുന്നതുവരെ ഞാൻ ലൈബ്രറിക്കുള്ളിൽ കഴിഞ്ഞു. പാരീസ് നഗരത്തിനു മുകളിൽ രാത്രിപെട്ടെന്നു വീണുകഴിഞ്ഞിരുന്നു എന്നെനിക്കു ബോധ്യമായി.

മേൽക്കൂരകൾ ശരിക്കും ഇരുട്ടിലാണ്ടു കഴിഞ്ഞിരുന്നു. എന്റെ ചുമലിൽ ഒരു കരസ്പർശമമർന്നപ്പോൾ ഞാൻ ഞെട്ടിയെഴുന്നേറ്റു. ഗ്രന്ഥശാല അടക്കുവാനുള്ള സമയം വളരെ നേരത്തെ കഴിഞ്ഞിരുന്നു. ഗ്രന്ഥശാലാ സൂക്ഷിപ്പുകാരൻ പറഞ്ഞു.

വായിച്ചിരിക്കുന്ന പുസ്തകത്തിൽ അതീവ ശ്രദ്ധയോടെ എല്ലാം മറന്നിരിക്കുന്ന എന്നെ കണ്ടപ്പോൾ കഴിയുന്നതും ശല്യപ്പെടുത്തരുതെന്ന് അയാൾ കരുതിയത്രെ. പക്ഷേ ഇപ്പോൾ എന്തായാലും എനിക്കവിടം വിട്ടു പോകേണ്ടിയിരിക്കുന്നു. എനിക്കാഗ്രഹമുണ്ടെങ്കിൽ ഞാൻ വായിച്ചുകൊണ്ടിരുന്ന പുസ്തകം വേണമെങ്കിലെനിക്കു കൊണ്ടുപോകാമെന്നയാൾ സൂചിപ്പിച്ചു. അയാളുടെ ഔദാര്യത്തിനു നന്ദിപറഞ്ഞുകൊണ്ട് പുസ്തകവുമെടുത്ത് ഞാനവിടെനിന്നും പുറപ്പെടാൻ തുടങ്ങി. ഞാൻ താഴേക്കുള്ള ഗോവണിയിറങ്ങുന്നതിനിടയിൽ അയാളെന്റെ നേർക്ക് ഉച്ചത്തിൽ വിളിച്ചു പറഞ്ഞു.

“കാവൽക്കാരൻ പ്രധാനകവാടമിതിനകം അടിച്ചിട്ടുണ്ടാകും. ദയവായി, മുറ്റം കുറുകെ നടന്നു കടന്നു പോകുന്നതുകൊണ്ട് നിങ്ങൾക്ക് പിൻ വാതിലിലൂടെ പുറത്തേക്കു കടക്കാം. എനിക്കറിയാവുന്നിടത്തോളം ഹോട്ടൽ ഡി സെൻസിന് ഒരു മടക്കുപാലം പോലുള്ള പോലെയുള്ള പോർട്ടിക്കോ വഴിയല്ലാതെ മറ്റൊരു പ്രവേശനകവാടമുണ്ടായിരുന്നില്ല.”

പക്ഷേ, അയാൾ കൂടുതൽ അസ്വസ്ഥനാകുന്നതൊഴിവാക്കുവാൻ വേണ്ടി എവിടെയാണീ പിൻവാതിൽ എന്നയാളോട് കൃത്യമായി ഞാൻ ചോദിച്ചതുമില്ല. ഞാൻ വേഗത്തിൽ പടവുകളിറങ്ങി സ്വയം മുറ്റത്ത് തന്നെ വന്നു ചേരുകയും ചെയ്തു. ഇതിനകം രാത്രിയായിക്കഴിഞ്ഞിരുന്നു. ചുറ്റും ഇരുട്ട് പരന്നുവീണു കിടന്നു. വലിയ ഹാളിന്റെ ജാലകത്തിലൂടെ കടന്നുവന്നിരുന്ന മഞ്ഞവെളിച്ചത്തിന്റെ കിരണങ്ങൾ തുളുമ്പി മുറ്റത്ത് വീണിരുന്നു. ഞാനതിന്റെ നേർക്കുതന്നെ നടന്നുകൊണ്ട് എന്റെ മിഴികൾ ഉയർത്തിനോക്കിയപ്പോൾ ലൈബ്രേറിയൻ എന്നെത്തന്നെ നിരീക്ഷിച്ചുകൊണ്ട് നില്ക്കുന്നതാണ് കണ്ടത്. ഞങ്ങളന്യോന്യം തുറിച്ചുനോക്കിക്കൊണ്ടുനിന്നു. പിന്നീട് എങ്ങോട്ടാണ് ഞാൻ പോകേണ്ടതെന്നതിനുള്ള ഒരു സൂചന അയാളിൽനിന്നും ലഭിക്കുന്നതിനുവേണ്ടി ആംഗ്യഭാഷയിൽ അയാളത് ചോദിക്കാൻ തുടങ്ങുമ്പോൾ പെട്ടന്നാ വെളിച്ചം അണഞ്ഞുപോയി. ഇരുട്ടിൽ ഞാനൊറ്റക്കായി.

ചുറ്റുമുള്ള ചുമരിനു നല്ല ഉയരമുണ്ടായിരുന്നതുകൊണ്ട് നഗരത്തിലെ വെളിച്ചം മുറ്റത്തേക്കു കടന്നുവരുന്നുണ്ടായിരുന്നില്ല. വീണ്ടും

മുകളിൽ ചെന്ന് ലൈബ്രേറിയനെ കണ്ടുപിടിച്ച് അയാൾക്കൊപ്പം പോയാലോ എന്നു ഞാനാലോചിച്ചു. വീണ്ടും വന്ന വഴിയെ ഞാൻ തിരിച്ചുപോകാൻ തുടങ്ങുമ്പോൾ അയാൾ എന്റെ തൊട്ടു പിറകിൽ തന്നെയുണ്ടെന്നു ഞാനറിഞ്ഞു. അയാൾ തന്റെ കൈയിലുണ്ടായിരുന്ന ഫ്ലാഷ് ലൈറ്റിന്റെ പ്രകാശം ഇരുട്ടുനിറഞ്ഞ മൂലയിലേക്കു പായിച്ചുകൊണ്ടെന്റെ ചെവിയിൽ മന്ത്രിച്ചു.

"ഈ വഴിയെ സാർ..." പാറകൾ നിറഞ്ഞ കിണറിനടിയിലെ കവാടത്തിലൂടെ നാം കടന്നുപോകാൻ പോവുകയാണ്. അവിടെ ദൃശ്യപഥത്തിൽ കിണറോ പാറയോ ഒന്നുമുണ്ടായിരുന്നില്ല. മുറ്റത്തെ പരുക്കൻ കല്ലുകൾക്കു മുകളിലൂടെ നടന്നു നീങ്ങി അവസാനമത് സിമന്റ് പ്രതലത്തിൽ ചെന്നവസാനിച്ചു. എന്റെ മുഖത്തെ സംശയഭാവം അയാൾ തിരിച്ചറിഞ്ഞതുപോലെ തോന്നി.

"സാർ, എനിക്കു താങ്കളുടെ അസ്വസ്ഥതയുടെ കാരണം ശരിക്കും മനസ്സിലാകുന്നുണ്ട്."അയാൾ തുടർന്നു.

"താങ്കളിവിടെയൊരു നിത്യസന്ദർശകനായിരുന്നിട്ടും പ്രത്യക്ഷമായി ഞങ്ങളുടെ ലൈബ്രറിയിരിക്കുന്ന കെട്ടിടത്തിന്റെ ചരിത്രത്തെക്കുറിച്ച് താങ്കൾക്കൊന്നും തന്നെ അറിയാത്ത ഒരവസ്ഥയാണല്ലോ."

"ശരിയാണ്. ഇന്നേ ദിവസംവരെ എനിക്കതിനെക്കുറിച്ചൊന്നും അറിഞ്ഞുകൂടായിരിന്നു. പക്ഷേ നിങ്ങളിന്ന് എനിക്കു വായിക്കുവാൻ തന്നെ പുസ്തകത്തിൽ നിന്നും ഞാനൊരു വസ്തുത മനസ്സിലാക്കി."

സെൻസിലെ ആർച്ച് ബിഷപ്പായ ട്രിസ്റ്റാൻ സലാസർ പതിനെഞ്ചാം നൂറ്റാണ്ടിന്റെ അന്ത്യത്തിൽ ഇതിന്റെ നിർമാണത്തിനുള്ള കല്പന പുറപ്പെടുവിച്ചു.

ഞാനുദ്ദേശിച്ചത് ചരിത്രത്തെക്കുറിച്ചാണ് സാർ, ശരിക്കും പറഞ്ഞാൽ ഈ കെട്ടിടത്തിന്റെ പഴകിയ ഭൂതകാലത്തെക്കുറിച്ചു തന്നെ... ഞങ്ങളുടെ ഗ്രന്ഥശാലയുടെ കാർഡുപ്രകാരം നിങ്ങൾ റുഡു ഫിഗ്വിയറിലെ നാലാം നമ്പറിലാണ് താമസിക്കുന്നത്.

ചരിത്രത്തെക്കുറിച്ചുള്ള നിങ്ങളുടെ അറിവിന്റെ പരിമിതി ഏതാനും നൂറ്റാണ്ടുകളിൽ മാത്രം ഒതുങ്ങിനിൽക്കുന്നുവെന്ന് നമുക്ക് പറയേണ്ടിവരും. അങ്ങനെയുള്ള ഒരു കാര്യത്തിൽ നിങ്ങളുടെ തെരുവിന്റെ ഉത്ഭവത്തെക്കുറിച്ച് നിങ്ങളെപ്പോഴെങ്കിലും ചിന്തിച്ചിട്ടുണ്ടോ? ലൈബ്രേറിയനുമായി ഇത്തരത്തിലൊരു നർമ സല്ലാപം നടത്തുവാൻ എനിക്കു സമയമില്ലായിരുന്നു. എത്രയും വേഗം മുറിയിൽ തിരിച്ചെത്തണമെന്നേ എനിക്കുണ്ടായിരുന്നുള്ളൂ. പക്ഷേ,

പ്രത്യക്ഷപ്പെടുന്നതിനെതിരെ, ഞാൻ അയാളുടെ ചോദ്യത്തിനുത്തരം നല്കുവാനൊരു ശ്രമം നടത്തുകയുണ്ടായി.

അതിനെക്കുറിച്ച് ആകാംക്ഷയില്ലാത്ത ഒരാളാണ് ഞാനെന്നാണോ? പാരീസിലെ തെരുവുകൾ എന്നുള്ള പുസ്തകത്തെക്കുറിച്ച് ഞാൻ നിങ്ങളോട് ചോദിക്കരുതായിരുന്നു. പതിനാറാം നൂറ്റാണ്ടിനുമുമ്പ്... റൂഡിഫി ഡ്രയറിന്റെ പതിനാറാം നൂറ്റാണ്ടിനുമുമ്പുള്ള ചരിത്രത്തിൽ അതിനെക്കുറിച്ച് ചെറിയ ഒരറിവുപോലും എനിക്കു കണ്ടെത്താൻ കഴിഞ്ഞില്ല.

ഹോട്ടൽ ഡി സെൻഡ് നിർമിച്ച അതെ കാലഘട്ടത്തിൽ തന്നെയാണിതും നിർമിക്കപ്പെട്ടത്. ഇല്ല. നിഷേധിക്കാനാവാത്ത രേഖകൾ പ്രകാരം, തെരുവിന്റെ അസ്തിത്വം പതിമൂന്നാം നൂറ്റാണ്ടിൽതന്നെ നിലനിൽക്കുന്നതായിട്ടാണ് കാണുന്നത്. പക്ഷേ നമുക്കുകൂടി സ്ഥലത്തിനൊപ്പം പിന്നോക്കം പോകാം. എനിക്കപ്പോൾ ഒരു കാര്യം ബോധ്യമാവുന്നുണ്ട്. നിരവധി നൂറ്റാണ്ടുകൾക്കപ്പുറം തന്നെ ഹോട്ടൽ ഡി സെൻഡിന്റെ കെട്ടിടം ഉണ്ടായിരുന്നു എന്നതുതന്നെയാണ്. അതിന്റെ ചുറ്റുമുള്ള അയൽപക്കംപോലും അന്നു വളർന്നുവന്നിട്ടുണ്ടായിരുന്നില്ല.

ലൂറോഷിയ എന്ന പാരീസിലെ ആ സ്ഥലത്ത് ചുറ്റും മതിലുകളുള്ള ഒരു കോട്ടയുണ്ടായിരുന്നു. അതിനുള്ളിൽ ഏതാണ്ടിരുപതിനായിരത്തോളം താമസക്കാരും. പാറക്കെട്ടുകൾക്കിടയിൽ വളർന്നു പന്തലിച്ച ഒരത്തിമരവുമുണ്ടായിരുന്നു. അതെ സ്ഥാനത്തുതന്നെയാണ് ഇപ്പോഴത്തെ ഈ തെരുവുണ്ടായിരുന്നത്. പിന്നീട് പാറകൾക്കിടയിൽ അത്തിമരത്തിനു ചുവട്ടിലായി ഒരു കിണർ നിർമിച്ചു. അതുകൊണ്ട് മരത്തിന്റെ നിഴലിൽ വിശ്രമിക്കാനെത്തുന്നവർക്ക് ദാഹം തീർത്ത് ഉന്മേഷവാന്മാരാകാനും സാധിച്ചിരുന്നു. വാസ്തവത്തിൽ കിണറിനുള്ളിലെ ജല കൃഷിക്കാവശ്യത്തിനാണു പയോഗിച്ചിരുന്നത്. ചുറ്റുപാടുമുള്ള കൃഷിയിടങ്ങളുടെ ജലസേചനമാർഗവും അതുതന്നെയായിരുന്നു.

ആ കിണർ ഇപ്പോഴും നിലനിൽക്കുന്നുണ്ട്. അത്തിമരം മുമ്പെപ്പോഴൊ ഉണങ്ങിപ്പോയിരുന്നു. പക്ഷേ ഹോട്ടൽ ഡി സെൻസിന്റെ നിർമാണത്തിൽ കുമ്മായം കുഴക്കുന്നതിന് ഇതിലെ ജലമാണുപയോഗിച്ചിരുന്നത്. കൂടാതെ മാർഗോത് രാജ്ഞി രാത്രികാല കമിതാക്കളുടെ വധശിക്ഷക്കുള്ള കല്പനപുറപ്പെടുവിച്ചതിനുശേഷം അവരുടെ ശരീരം വലിച്ചെറിയപ്പെട്ടതും ഇതിനുള്ളിൽ തന്നെയാണ്.

എന്റെ ക്ഷമ ഏതു നിമിഷവും തകർന്നുവീഴുമെന്ന നിലയിലായി. ഈ സംവാദമെല്ലാം എനിക്കൊട്ടും തന്നെ രോചകമായി

തോന്നിയില്ല.

"ദയവായെന്നോടു ക്ഷമിക്കുക." ഞാൻ പറഞ്ഞു.

"എനിക്കത്യാവശ്യമായി ഒരിടം വരെ പോകാനുണ്ട്."

"നമുക്കിതിനെക്കുറിച്ച് മറ്റേതെങ്കിലും ദിവസം സംസാരിക്കാം അല്ലേ? നാളെ ഞാനേതായാലും തിരിയെ വരുന്നുണ്ട്. ഇപ്പോൾ നമുക്കിവിടം വിട്ടുപോകാം."

"താങ്കളുടെ ധൃതിയെക്കുറിച്ചെനിക്കു മനസ്സിലാകുന്നുണ്ട് സാർ, പക്ഷേ താങ്കൾ തീർച്ചയായും എന്റെ കഥയൊന്നു ശ്രദ്ധിച്ചേ മതിയാവൂ. നമ്മുടെയിവിടെനിന്നുള്ള വേർപാട് ഏറെക്കുറെ പാറകൾക്കിടയിലെ കിണറിനെ ആശ്രയിച്ചാണിരിക്കുന്നത്."

"എനിക്കൊന്നും മനസ്സിലാകുന്നില്ല. കുറച്ചു സമയം മുമ്പ് നിങ്ങൾ പറഞ്ഞതു എനിക്കു പിൻവാതിലിലൂടെ പോകാം എന്നല്ലേ?'

"അതെ... പക്ഷേ അതിലെത്തിച്ചേരുന്നതിനുവേണ്ടി നമുക്ക് കിണറിന്റെ അടിത്തട്ടിലേക്കിറങ്ങി പോകേണ്ടിയിരിക്കുന്നു. ഞാൻ സൂചിപ്പിച്ച ആ കവാടം ഇവിടെയില്ലെന്ന് നിങ്ങളറിയേണ്ടിയിരിക്കുന്നു. അത് ശരിക്കും അകമുറ്റത്താണ്..."

"അതെങ്ങനെ സാധിക്കും?" ഞാൻ ആകാംക്ഷയോടെ ചോദിച്ചു. ദയവായി അവിടേക്കൊന്നു നോക്കുമോ... ഞാൻ നേരെയെതിരെയുള്ള കെട്ടിടത്തിന്റെ മുകളിലത്തെ നിലയിലാണ് താമസിക്കുന്നത്. എന്റെ മുറിയിലെ ജാലകത്തിലൂടെ നോക്കിയാൽ എനിക്കീഹോട്ടൽ ഡി സെൻസ് പൂർണമായും കാണാം. ഇതിനുള്ളിൽ ഇതുകൂടാതെ മറ്റൊരു മുറ്റമുണ്ടെങ്കിൽ അത് എന്റെ ശ്രദ്ധയിൽപ്പെടാതിരിക്കാൻ യാതൊരു കാരണവും ഞാൻ കാണുന്നില്ല"

"നിങ്ങൾ രാത്രി മുഴുവൻ നിങ്ങളുടെ വെളിച്ചത്തിലിരുന്നുകൊണ്ട് എഴുതുന്നത് എനിക്കറിയാം. അതിനിടയിൽ ഹോട്ടൽ ഡി സെൻസിലോക്കു നോക്കുവാൻ വേണ്ടി ഇടക്കിടെ നിങ്ങൾ തലയുയർത്തുകയും ചെയ്യുന്നുണ്ടായിരുന്നു. നിങ്ങളവിടെ വന്നപ്പോൾ മുതൽ നിങ്ങളെ ഞാൻ നിരീക്ഷിക്കുകയായിരുന്നു. പക്ഷേ അത്രക്കു മുകളിലിരുന്നുകൊണ്ട് നിങ്ങൾക്കൊന്നും ശരിക്കു കാണാൻ സാധിക്കുമായിരുന്നില്ല. കഴിഞ്ഞ ഇരുപതുവർഷങ്ങളായി ഞാനീ ഗ്രന്ഥശാലയിൽ ജോലി ചെയ്തുകൊണ്ടിരിക്കുന്നു. അതിനിടയിൽ ഈയകത്തളം ഈയിടെ മാത്രമാണെന്റെ ശ്രദ്ധയിൽപ്പെട്ടത്."

"അസാധ്യം.. ഈ ഗ്രന്ഥലായത്തിലെ ഏറ്റവും പുരാതനരേഖക ളിൽപോലും ഇങ്ങനെയൊരു അകമുറ്റത്തെക്കുറിച്ച് ബന്ധപ്പെട്ട ഒരു രേഖയും എനിക്കു കണ്ടെത്താൻ കഴിഞ്ഞില്ല. നിങ്ങളൊരു പക്ഷേ മായാവലയത്തിൽപ്പെട്ടതാകും."

അയാളതിനു മറുപടിയൊന്നും പറഞ്ഞില്ല. അഹങ്കാരഭാവ ത്തോടെ അയാൾ പുഞ്ചിരിക്കുകമാത്രം ചെയ്തു. എന്റെ ക്ഷമയേതു നിമിഷവും തകർന്നുവീഴുമെന്നുതോന്നി.

"താങ്കൾക്കു വിരോധമില്ലെങ്കിൽ... ഉടനെതന്നെ എനിക്കിവിടെ നിന്നും പുറത്തുപോകേണ്ടിയിരിക്കുന്നു."

ഞാൻ നിർബന്ധപൂർവം പറഞ്ഞു.

"അതേതായാലും നടക്കാൻ പോകുന്നില്ല."

"എന്തുകൊണ്ട്?"

"നമുക്കാദ്യം പാറകൾക്കുള്ളിലെ കിണറിലേക്കിറങ്ങേണ്ടിയി രിക്കുന്നു." എന്നോടയാളെ പിന്തുടരുവാൻ അയാളാവശ്യപ്പെട്ടു. ഒരു വഴികാട്ടിയെപ്പോലെ അയാൾ മുമ്പെ നടന്നുകഴിഞ്ഞിരുന്നു. മുറ്റത്തി ന്റെയവസാനം ചുമരിനോട് ചേർന്ന് ഞങ്ങൾ നിന്നു. പായൽമൂടിയ ഒരു കല്ലിന്റെയുപരിതലത്തിലേക്ക് ഫ്ലാഷ് ലൈറ്റ് അടിച്ചുകൊണ്ട യാൾ പറഞ്ഞു.

"ഇവിടെ നാം നമ്മുടെ വഴികണ്ടെത്താൻ പോവുന്നു." പ്രകാശവ ലയത്തിനുള്ളിൽ കല്ലിന്റെ കീഴ്ഭാഗം ചലിക്കുന്നത് ഞാൻ കണ്ടു. പെട്ടെന്ന് ഞങ്ങൾക്കു മുന്നിൽ ഒരു വഴിതുറന്നു. ഒരു കൊച്ചുകുഞ്ഞിന് വേണ്ടത്ര വലിപ്പത്തിലുള്ള ഒന്ന്. ഗ്രന്ഥശാലാ സൂക്ഷിപ്പുകാരൻ ആദ്യമായതിലൂടെ കടന്നു പിന്നീടയാൾ എനിക്കുവേണ്ടി വെട്ടം കാണിച്ചുതന്നു. ഇടുങ്ങിയതും ഇരുണ്ടതുമായ ഒരിടനാഴിയിൽ ചെന്നെത്തിയതായി അവസാനം ഞാൻ തിരിച്ചറിഞ്ഞു. കുനിഞ്ഞ് നടക്കുന്നതിനിടയിൽ ഞങ്ങൾ അകമുറ്റത്ത് ചെന്നു ചേർന്നു. അത് ചുറ്റുമുള്ള ചുമരുകളാൽ വലയം ചെയ്യപ്പെട്ടിരുന്നു. ഒരു മൂലയിലെ തൂണ കൾക്കരികിലായി അവിടെയൊരു കിണറുണ്ടായിരുന്നു. അതിന്റെ നേർക്ക് ഞങ്ങൾ നടന്നടുത്തു. അഗാധതലങ്ങളെ ലക്ഷ്യമാക്കികൊ ളുത്തിയിട്ടിരിക്കുന്ന കയർ ഗോവണിയിലൂടെ അയാൾ ഇറങ്ങാൻ തുടങ്ങിയിരുന്നു, അതിന്റെയവസാനം എവിടെയോ അപ്രത്യക്ഷ മാകുന്നതുപോലെ തോന്നുകയും ചെയ്തു. ഞാനയാളെ പിന്തുടർന്നു. എനിക്ക് പ്രത്യേകിച്ചൊരാശങ്കയും അനുഭവപ്പെട്ടില്ല. ഞാനൊട്ടും തന്നെ അസ്വസ്ഥനമായിരുന്നില്ല.

എല്ലാം ശരിക്കും സാധാരണഗതിയിലുള്ളതായി എനിക്കു തോന്നി. റുഡിഫിഗ്വിയറിനെക്കുറിച്ച് ഞാൻ ലൈബ്രറികളിൽ വായിച്ചുകൊണ്ടിരുന്നപ്പോഴുണ്ടായ മനശ്ചാഞ്ചല്യം, ലൈബ്രറേറിയനുമായുള്ള എന്റെ സംവാദം, നിഗൂഢമായുള്ള പാതയിലൂടെ അയാൾക്കു തൊട്ടുപിന്നിലായുള്ള എന്റെ യാത്ര, കയർ ഗോവണിയിലൂടെ കിണറിന്റെ അഗാധതയിലേക്കുള്ള ഞങ്ങളുടെയിറക്കം. എല്ലാം വെറും സാധാരണ സംഭവങ്ങൾ മാത്രമായി ഞാൻ തിരിച്ചറിഞ്ഞു. ഓരോ രാത്രിയിലും എന്റെ ഗേഹത്തിലേക്ക് കർമവേദിയിലേക്കുള്ള പതിവുയാത്രയായി മാത്രം അതെനിക്കനുഭവപ്പെട്ടു. ഒന്നും എന്നെ അസ്വസ്ഥനാക്കിയില്ല.

ലൈബ്രറേറിയന്റെ അർഥസമ്പന്നമായ വാക്കുകളോ വൈദ്യുത വിളക്കിന്റെ പ്രകാശധോരണിയിൽ ചുറ്റിക്കറങ്ങുന്ന പ്രാണികളോ താഴേക്കിറങ്ങുമ്പോൾ എന്റെ പാദങ്ങളിൽ ഒട്ടിച്ചേർന്ന എട്ടുകാലി വലകളോ ഒന്നും തന്നെ എനിക്ക് അസ്വാസ്ഥ്യം പകരുന്നവയായിരുന്നില്ല.

അവസാനം ഞങ്ങൾ കിണറിന്റെ അടിത്തട്ടിലെത്തിച്ചേർന്നു. ഞങ്ങൾക്കു മുന്നില പൊക്കമുള്ള മേൽക്കൂരയുമായി ഗ്യാലറി മുന്നിൽ കാണാറായി. ഇപ്പോൾ ഞങ്ങൾക്ക് മുന്നോട്ടുള്ള യാത്രവളരെയെളുപ്പത്തിലുള്ള ഒന്നായി മാറിക്കഴിഞ്ഞിരിക്കുന്നു. ഇരുൾ നിറഞ്ഞ ജലത്തുള്ളികൾ ഇറ്റിറ്റുവീഴുന്ന ചുമരുകളുള്ള തുരങ്കത്തിലൂടെ ദീർഘനേരം ഞങ്ങൾ നടന്നു.

പെട്ടെന്നാണ് ചങ്ങലകളുടെ ചിലമ്പൽ ശബ്ദം ഞങ്ങൾക്കു കേൾക്കാൻ കഴിഞ്ഞത്. കൂടുതൽ മുന്നോട്ടു പോകുന്തോറും ആ ശബ്ദം ഒന്നുകൂടി ഉച്ചത്തിൽ കേൾക്കാൻ തുടങ്ങി. ഒരു ഇരുമ്പുവാതിലിനു മുന്നിൽ ഞങ്ങൾനിന്നു.

ലൈബ്രറേറിയൻ അതിൽ മുട്ടിയതിനുശേഷം ശ്രദ്ധിച്ചു. വാതിൽ ഞങ്ങൾക്കു മുന്നിൽ തുറന്നു. ഞങ്ങൾ അകത്തുകയറിയ ഉടനെ പ്രകാശത്തിന്റെ അതിസാന്ദ്രതകൊണ്ട് കണ്ണ് മഞ്ഞളിച്ചുപോയി. ഞങ്ങളൊരു വലിയ സ്റ്റോർമുറിയിലേക്കാണ് കടന്നു ചെന്നത്. അതിനുള്ളിൽ സ്പോട്ട് വിളക്കുകൾ പ്രകാശത്താൽ പൂരിതമായിരുന്നു. ഔദ്യോഗിക വസ്ത്രങ്ങളണിഞ്ഞു അനുചരന്മാർ അവിടെ അങ്ങോട്ടുമിങ്ങോട്ടും നീങ്ങിക്കൊണ്ടിരുന്നു. സ്പോട്ടു വിളക്കുകളുടെ പ്രകാശവുമായെന്റെ കണ്ണുകൾ ഇണങ്ങിച്ചേർന്നപ്പോൾ മുറിയുടെ മധ്യഭാഗത്തായി ഒരു വലിയ അട്ടി പുസ്തകങ്ങൾ എന്റെ ശ്രദ്ധയിൽപെട്ടു. പരിചാരകർ അതെടുത്ത് വലിയ ഷെൽഫുകളിൽ അടുക്കിവച്ചുകൊണ്ടിരുന്നു.

അവയുടെ ഉയരം മേൽക്കൂര വരെ ചെന്നെത്തുമെന്ന് തോന്നിച്ചു.

ഒരു പ്രാവശ്യം ഷെൽഫുകൾ നിറഞ്ഞുകഴിഞ്ഞാൽ പുസ്തകങ്ങളെ ചങ്ങലയിട്ടു പൂട്ടിക്കൊണ്ട് അതിലേക്കുള്ള സാമീപ്യം അവർ നിരോധിച്ചിരുന്നു.

"നാമിപ്പോൾ താഴുകളുടെ കിണറിനുള്ളിലാണ്." ലൈബ്രേറിയൻ പറഞ്ഞു. "താങ്കൾ നേരത്തെ വായിക്കാനെടുത്ത പുസ്തകം ദയവായി മറച്ചുപിടിച്ചുകൊള്ളൂ." അവരതു കാണുകയാണെങ്കിൽ തടവിലാക്കപ്പെടുമെന്നുള്ളത് തീർച്ചയാണ്. എന്റെ ജാക്കറ്റിനുള്ളിലെ പോക്കറ്റിനുള്ളിലേക്ക് തിരുകികയറ്റി. പിന്നീട് ഞങ്ങൾ ഷെൽഫുകളുടെ നിരകൾക്കിടയിലൂടെ കടന്നുപോയി. ആരും ഞങ്ങളെ ശ്രദ്ധിക്കുന്നപോലുമുണ്ടായിരുന്നില്ല. അവരെല്ലാം പുസ്തകങ്ങൾ സ്റ്റോറിന്റെ നടുഭാഗത്തായെടുത്തു കൂട്ടി ചങ്ങലക്കിട്ടു പൂട്ടുന്ന തിരക്കിലായിരുന്നു.

ഈ പുസ്തകങ്ങൾ അധികാരികളാൽ നിരോധിക്കപ്പെട്ടവയാണ്. ലൈബ്രേറിയൻ തുടർന്നു. "അവയുടെ എണ്ണത്തിൽ യാതൊരു താല്പര്യവും കാട്ടരുത്. നിങ്ങൾക്കത് എണ്ണണമെന്നുണ്ടെങ്കിൽ അവർ നൂറുപേരിൽ ഒട്ടും കൂടുതൽ ഉണ്ടാകില്ലെന്നു ധരിക്കണം. പക്ഷേ ഒരിക്കൽ ഒരു പുസ്തകം നിരോധിക്കപ്പെട്ടാൽ അതിന്റെ എല്ലാ പതിപ്പുകളും കൂടി വിതരണ മേഖലകളിൽനിന്നും പിൻവലിക്കപ്പെടും. പിന്നീടവ ഇവിടേക്കുകൊണ്ടുവന്ന് ചങ്ങലക്കിടപ്പെടുകയാണ്. ചിലപ്പോൾ നിരോധിക്കപ്പെട്ട പുസ്തകങ്ങളുടെ വിവരപട്ടിക തയ്യാറാക്കാൻ അവർ എന്റെ സഹായം തേടാറുമുണ്ട്." അപ്പോൾ ഈ ലൈബ്രേറിയൻ ഒരു ചാരൻ തന്നെയാണ്. ഈ വ്യാജപണ്ഡിതൻ... ശരിക്കും ഇയാൾ വായനക്കാർക്കും കടം കൊടുക്കുന്ന ബുക്കുകളോടു തന്നെ നന്ദിപറയണം.

അയാൾ ജീവിക്കുന്നതുതന്നെ ഇതുകൊണ്ടുമാത്രമാണ്. നിരോധനപട്ടിക തയ്യാറാക്കി കൊണ്ടായിരിക്കും അയാൾ രാത്രികൾ കഴിച്ചുകൂട്ടുന്നത്. "നിങ്ങൾക്കെങ്ങനെ ഇത്തരം ലജ്ജിപ്പിക്കുന്ന കാര്യങ്ങൾ പങ്കുകൊള്ളാൻ കഴിയും" ഞാനയാളെ നോക്കി വിളിച്ചു പറഞ്ഞു.

"കോപിതനാവാതെ എന്റെ പ്രിയപ്പെട്ട സാർ.." കളിയാക്കുന്ന സ്വരത്തിൽ അയാൾ മറുപടി പറഞ്ഞു.

"പുസ്തകങ്ങളോട് എനിക്ക് വൈകാരികമായ ഒരടുപ്പമുണ്ട്" പുസ്തകങ്ങൾ എന്നുവച്ചാൽ എനിക്കൊരുതരം ഭ്രാന്താണ്. ഞാൻ പുസ്തകങ്ങളെ സ്നേഹിക്കുകയും അതുകൊണ്ട് തന്നെ ഞാനവയെ ശിക്ഷിക്കുകയും ചെയ്യുന്നു. എന്നെ സംബന്ധിച്ചിടത്തോളം അവരെന്റെ

കുഞ്ഞുങ്ങളും കൂടിയാണ്. പക്ഷേ പുസ്തകങ്ങളെ പെരുമാറ്റരീതികൾ പഠിപ്പിക്കേണ്ടകാര്യമൊന്നുമില്ല."

"എന്തുകൊണ്ടില്ല...? മനുഷ്യരെപ്പോലെ അവരും ജനിക്കുകയാണല്ലോ. അവർ വളരുകയും പിന്നീട് നല്ലതോ ചീത്തയോ ആയി രൂപാന്തരപ്പെടുകയും ചെയ്യും. അപ്പോൾ എന്റെ പ്രിയമുള്ള സാർ അവ മരിക്കുകയും ചെയ്യുന്നു. അവയുടെ താളുകൾ കുഞ്ഞഴിഞ്ഞുവീഴുന്നു. പിന്നീടവ ശവശരീരങ്ങളെപ്പോലെ മണ്ണിനടിയിൽപെട്ട് അഴുകിപ്പോവുകയും ചെയ്യുന്നു. ഈ പുസ്തകങ്ങൾ ഒരിക്കലും മരിക്കുന്നില്ല."!

മനുഷ്യർ മരിച്ചുപോകും. പക്ഷേ പുസ്തകങ്ങൾ അങ്ങനെയല്ല. ചിലത് പകൽവെട്ടം കാണാതെ തന്നെ ജീവനൊടുക്കുന്നു. വേണമെങ്കിൽ നിങ്ങളുടെ കാര്യംതന്നെയെടുക്കൂ...

"എന്റെ സ്വന്തമോ?"

"അതെ, നിങ്ങളുടെ ചില പുസ്തകങ്ങൾ, ഇവിടെ തടവിലാക്കപ്പെട്ടിരിക്കുന്നവ, ജനിക്കുന്നതിനു മുമ്പുതന്നെ ഗർഭഛിദ്രത്തിനു വിധേയമാക്കപ്പെട്ടതോ ജനിക്കാനാവാത്തതോ ആയ ചിലവ മാത്രമാണ്. പോരെങ്കിൽ... നിങ്ങൾക്കതിനെക്കുറിച്ച് ഒന്നും തന്നെ അറിഞ്ഞുകൂടതാനും.

ലൈബ്രേറിയന്റെ വാക്കുകൾ എന്റെ രക്തത്തെ മഞ്ഞുകട്ടപോലെ മരവിച്ചതാക്കിത്തീർത്തു. നിയമമന്ത്രാലയം എന്റെ ചില പുസ്തകങ്ങൾക്കും മേലുള്ള നിരോധനം ഈയിടെ നീക്കിയിട്ടെയുണ്ടായിരുന്നുള്ളൂ.

അപ്പോൾ ലൈബ്രേറിയൻ ഉദ്ദേശിക്കുന്നതെന്താണ്? എന്റെ മുഖത്തെ അത്ഭുതഭാവംകണ്ട് ഞങ്ങളെ കടന്നു പോയ ഒരു പരിചാരകനെ അയാൾ തടഞ്ഞുനിർത്തി. അയാൾ തലയിലേറ്റിക്കൊണ്ടുപോയിരുന്ന പുസ്തകകെട്ടുകൾ താഴെയിറക്കിവെക്കുവാൻ പറഞ്ഞു. ഒരു മേലധികാരിയുടെ കല്പനയനുസരിക്കുന്നതുപോലെ അയാളത് നടപ്പാക്കുകയും ചെയ്തു. പിന്നീട് നേരെ നിവർന്നുനിന്ന് സല്യൂട്ട് ചെയ്തതിനുശേഷം കടന്നുപോവുകയും ചെയ്തു. ലൈബ്രേറിയൻ ആ കെട്ടിനുള്ളിൽ നിന്നൊരു പുസ്തകം തിരഞ്ഞെടുത്ത് എന്റെ കൈയിൽ തന്നു.

"നോക്കൂ. ഇത് താങ്കളുടെ ഏറ്റവും പുതിയ പുസ്തകമാണ്." പുസ്തകത്തിന്റെ പുറംചട്ടയിൽ എന്റെ പേരുകണ്ട് ഞാൻ വിറച്ചുപോയി. കഥാന്ത്യത്തെക്കുറിച്ചൊരു തീരുമാനമെടുക്കാനാവാതെ എനിക്കെഴുതാൻ കഴിയാതെവന്ന കഥകളിലൊരണ്ണത്തിന്റെ പേരായിരുന്നു പുറംചട്ടയിലുണ്ടായിരുന്നത്. എന്തുകൊണ്ടും മനോഹരമായ ഒരു

പതിപ്പായിരുന്നു. അത് എന്നെനിക്കു ബോധ്യമായി. അതിന്റെ പേജുകൾ മറിച്ചു നോക്കുമ്പോൾ ഞാനറിയാതെ തന്നെ ഭയത്തിന്റേതായ ഒരു വിറയൽ എന്നിലൂടെ അരിച്ചുകയറി.

റൂഡി ഫിഗ്വിയറിലേക്ക് വന്നതിനുശേഷം ഞാനെഴുതാൻ മോഹിച്ച കഥകളെല്ലാം തന്നെ അതിനുള്ളിൽ കാണപ്പെട്ടു. "രാജ്യത്ത് പട്ടാളഭരണം പ്രഖ്യാപിക്കുന്നതിനുമുമ്പ് ഇത് എഴുതപ്പെടാത്ത ഗ്രന്ഥങ്ങളുടെ ശ്മശാന ഭൂമിയിലായിരുന്നു" ലൈബ്രേറിയൻ വിശദീകരിച്ചു.

"പിന്നീട് നിരോധിക്കപ്പെട്ട ഗ്രന്ഥങ്ങൾ അവയോട് ചേരുകയായിരുന്നു. രണ്ടു വിഭാഗങ്ങളിലും കൂടി നിങ്ങൾക്ക് ധാരാളം പുസ്തകങ്ങളുണ്ട്. സാവധാനം സ്വതന്ത്രമായ ചിന്താഗതിയെ പിന്താങ്ങുന്ന ന്യായാധിപന്മാർ നിങ്ങളുടെ സെൻസർ ചെയ്യപ്പെട്ട വാല്യങ്ങളുടെ പുനഃ പ്രസിദ്ധീകരണത്തിന് അംഗീകാരം നല്കാൻ ശ്രമിക്കുമ്പോൾ എഴുതപ്പെടാത്ത നിങ്ങളുടെ ഗ്രന്ഥങ്ങളുടെ എണ്ണം ഒന്നിനൊന്നു വർദ്ധിക്കുകയായിരുന്നു. വാസ്തവം പറഞ്ഞാൽ അത് നിരോധിക്കുന്നത് നിങ്ങൾതന്നെയാണ്. ഞാൻ എന്റെ കർത്തവ്യം നിർവഹിക്കുകമാത്രമേ ചെയ്യുന്നുള്ളൂ. എന്റെ മനസ്സിലെ അന്തർധാരകൾ വച്ചു നോക്കിയാൽ എനിക്ക് എഴുത്തുകാരെയിഷ്ടമാണ്. നിങ്ങൾക്ക് എഴുത്ത് തുടരുന്നതിലാണ് താല്പര്യമെങ്കിൽ നിങ്ങൾ നിങ്ങളുടെ പുതിയ താമസസ്ഥലം ഉടനുപേക്ഷിച്ചുപോകുക. നിങ്ങൾക്കെതിരെ നിഷേധ പ്രകടനം നടത്തുന്നവരെ ഒഴിവാക്കുക. അവർ നിങ്ങളെ ഒരിക്കലും ശ്രദ്ധിക്കാൻ പോകുന്നില്ല. നിങ്ങൾ പാറകൾക്കുള്ളിലെ കിണറ്റിൽനിന്നും വിട്ട് അകലെയാകുമ്പോൾ, നിങ്ങളുടെതായ പ്രകാശത്തിലേക്കു നിങ്ങൾ സ്വയം ഒത്തുചേരുമ്പോൾ, നിങ്ങളെ കണ്ടെത്തുവാൻ വേണ്ടി ഒരു പക്ഷേ അവർ നിങ്ങളിലേക്കു തിരിച്ചു വന്നെന്നിരിക്കും. ഒരത്ഭുതത്തിലെന്നപോലെ ഒരിക്കൽകൂടി നിങ്ങളെ തിരിച്ചറിയുവാനുള്ള വരവായിരിക്കുമത്."

എത്രയും വേഗം ശപിക്കപ്പെട്ട ആ ശ്മശാനഭൂമിയിൽനിന്ന് രക്ഷപ്പെടണമെന്നുള്ള അനിയന്ത്രിതമായ ആവേശത്തിനുള്ളിലായിരുന്നു ഞാൻ.

ലൈബ്രേറിയൻ എന്നു പറയുന്ന വെറുപ്പുളവാക്കുന്ന മനുഷ്യനുണ്ടല്ലോ. അയാൾ തീർച്ചയായും ശ്മശാന ഭൂമിയുടെ സൂക്ഷിപ്പുകാരൻ തന്നെയായിരുന്നു. കൂട്ടത്തിൽ ഇതിലും നികൃഷ്ടമായ മറ്റൊന്നു കൂടിയുണ്ട്. അയാളൊരു വെറുപ്പുളവാക്കുന്ന ശവക്കുഴി വെട്ടുകാരൻ കൂടിയായിരുന്നു. വാതിൽക്കലേക്ക് എന്നെയനുഗമിക്കാൻ ഞാനയാളെ അനുവദിച്ചില്ല.

എന്റെ വാക്കുകൾക്കു പിന്നാലെ ഹോട്ടൽ ഡി സെൻസിനെ ലക്ഷ്യമാക്കി ഞാൻ പായുവാൻ തുടങ്ങി. ഇരുമ്പു വാതിൽ കടന്നുനീങ്ങിയപ്പോൾ അതെനിക്കു പിന്നിൽ ഭാരിച്ച ശബ്ദത്തോടെ അടഞ്ഞു. പാറകളുടെ കിണർ എന്നു ഞാൻ പേരിടാനുദ്ദേശിച്ചിരുന്ന എന്റെ അവസാനത്തെ കഥ താഴുകളുടെ കിണറായി മാറിയതെങ്ങനെയെന്നുള്ളതിനെക്കുറിച്ചെഴുതുവാൻ മനസ്സിൽ ഞാൻ സ്വയം തയ്യാറെടുത്തു.

അവസാനമായി "എഴുതപ്പെടാത്ത പുസ്തകങ്ങളുടെ ശ്മശാനഭൂമി" എന്നതും, മനസ്സിൽ നിറഞ്ഞുവന്നു കൊണ്ടിരുന്നു.

ഓടിക്കൊണ്ടിരിക്കുന്നതിനിടയിൽ ചങ്ങലകളുടെ കിലുക്കം എന്നെ പിന്തുടർന്നുകൊണ്ടിരിക്കുന്നതായി അനുഭവപ്പെട്ടു. പുസ്തകങ്ങൾ വാരിക്കൂട്ടിയിരിക്കുന്ന കൂറ്റൻ ഷെൽഫുകൾ എനിക്കു പിന്നിൽ തകർന്നുവീഴുന്നതുപോലെ. ഗ്യാലറിയുടെ ചുമരുകൾ അതോടെ വിറകൊള്ളുവാനും തുടങ്ങി.

●

ഗെയ്സ സാത്ത്

Geza csath (1887–1919) പഴയ ആസ്ട്ര ഹംഗേറിയൻ സാമ്രാജ്യത്തിലെ സ ബഡ്ക പ്രദേശത്താണ് പ്രസിദ്ധ ഹംഗേറിയൻ സാഹിത്യകാരനായിരുന്ന ഗെയ്സ സാത്തിന്റെ ജനനം. (1887ൽ) ഇപ്പോൾ ആ പ്രദേശം യുഗോസ്ലോവിയൻ റിപ്പബ്ലിക്കിന്റെ ഒരു വടക്കൻ പ്രവിശ്യയിലാണുള്ളത്. സാത്തിന് ഒൻപതു വയസ്സുള്ളപ്പോൾ അദ്ദേഹത്തിന്റെ അമ്മ മരിച്ചു. അതോടെ സാത്തിന്റെ ജിവിതത്തിൽ ദുരന്തങ്ങളുടെ തുടക്കവുമായി. ഒരു രണ്ടാനമ്മയുമായി പൊരുത്തപ്പെട്ടു പോവാനാവാതെ അദ്ദേഹം ചരിത്രരചനയിലേക്കു ശ്രദ്ധ തിരിച്ചു. നഗരത്തിലെ ബുദ്ധിജീകൾക്കിടയിൽ അറിയപ്പെട്ടിരുന്ന വക്കീലായിരുന്നു സാത്തിന്റെ പിതാവ്. ഒരു സംഗീതജ്ഞനാക്കണമെന്നുള്ളതായിരുന്നു പിതാവിന്റെ ആഗ്രഹം. അതനുസരിച്ച് സംഗീതത്തിലും നൈപുണ്യം നേടി. പതിനാറാം വയസ്സിലാണ് സാഹിത്യ രചന ആരംഭിക്കുന്നത്. അതു ആദ്യത്തെ കഥ പ്രസിദ്ധീകരിക്കപ്പെട്ടതോടെ. ബുഡാപെസ്റ്റ് നഗരം അതിന്റെ സകലവിധ ഭാവങ്ങളുമായി സാത്തിന്റെ കൃതികളിൽ നിഴലിക്കുന്നുണ്ട്. ഇതിനിടയിൽ ജനറൽ മെഡിസിനിൽ ഒരു ബിരുദം സമ്പാദിക്കുകയും നാട്ടുകാർക്കിടയിൽ പ്രിയങ്കരനായ ഒരു ഡോക്ടറായിത്തീരുകയും ചെയ്തു. കറുപ്പിന്റെ ഇരുണ്ട സ്വാധീനം ഇതിനകം അദ്ദേഹത്തന്റെ ജിവിതത്തിൽ വല്ലാത്ത തകർച്ചയേൽപ്പിച്ചുകഴിഞ്ഞിരുന്നു.

ഏതാണ്ട് നൂറു ചെറുകഥകൾ, കുറച്ചു നാടകങ്ങൾ., സംഗീതത്തെ കുറിച്ചുള്ള പഠനങ്ങൾ എന്നിവ

അദ്ദേഹത്തിന്റെ കൃതികളിൽ പെടുന്നവയാണ്. ഒന്നാം ലോകമഹായുദ്ധത്തിൽ പങ്കെടുത്ത് അതിന്റെ കെടുതികൾ നേരിട്ടനുഭവിച്ചറിയാൻ കഴിഞ്ഞു. സ്വന്തം കുഞ്ഞിന്റെ മുമ്പിൽ വച്ചുതന്നെ, കറുപ്പിന്റെ സ്വാധീന വലയത്തിൽ അദ്ദേഹം ഭാര്യയ്ക്കു നേരെ നിറയൊഴിച്ചു. എല്ലാവരും ചേർന്ന് അതോടെ സാത്തിനെ ഒരു ഭ്രാന്താലയത്തിലാക്കി. ആത്മഹത്യയ്ക്കായി പലവട്ടം ശ്രമിച്ചെങ്കിലും പരാജിതനായി. അവിടെ നിന്നും ചാടി ഒരിക്കൽക്കൂടി ബുഡാപെസ്റ്റിലെത്താൻ അദ്ദേഹം ശ്രമിച്ചു. അവസാനം സ്നേഹിതനായ ഡോക്ടര മൊറാവെസിത്തിന്റെ ക്ലിനിക്കിലെത്തി. പിന്നീട് സ്വന്തം നാടിന്റെ അതിർത്തിയിൽ വച്ച് നിർബയൻ ഗാർഡുകൾ അദ്ദേഹത്തെ തടഞ്ഞുവച്ചു. ഒരു കശപിശയ്ക്കുശേഷം സാത്ത് കീഴടങ്ങി. പിന്നീട് അത്ഭുതത്തോടെ നോക്കി നിൽക്കുന്ന പട്ടാളക്കാരുടെ കൺമുമ്പിൽവച്ച് ഒരു വിഷഗുളികകഴിച്ച് സാത്ത് തന്റെ ജീവിതത്തിനു വിരാമമിട്ടു. അപ്പോൾ സാത്തിന് മുപ്പത്തിരണ്ടു വയസ്സുപ്രായമേ ഉണ്ടായിരുന്നുള്ളൂ. Opium and another stories എന്ന കഥാസമാഹാരത്തിൽ നിന്നും വിവർത്തനം ചെയ്താണീകഥ. അൻജലാ കാർട്ടർ ഇതിന് പഠനാർഹമായ ഒരവതാരികയും എഴുതിയിട്ടുണ്ട്.

ഫ്രോയിഡിന്റെ സമകാലീനനായിരുന്ന സാത്തിൽ അദ്ദേഹത്തിന്റെ സ്വാധീനം ശരിക്കുമുണ്ടെന്നുള്ളതും സാത്തിന്റെ കഥകളിലൂടെ കടന്നുപോകുമ്പോൾ മനസ്സിലാക്കാം.

Woman as mother, in Csath, is most loved when dead, not a threat but a menory. നിരൂപകരുടെ മതമാണിത്. അമ്മയെ കാണാൻ (meeting Mother) എന്ന ഈ കഥ ശരിക്കും ഹാൺടിങ്ങാണ്. കഥ പറയുന്ന ആൾ ഒരു സ്ത്രീയെ കണ്ടു മടങ്ങിവരുമ്പോൾ(ഒരു പക്ഷേ. അവളൊരു അഭിസാരികയാവാം) ഒരു ഭൂതരൂപം സ്വപ്നത്തിൽ നേരിട്ടു പ്രത്യക്ഷപ്പെടുന്നത്. ഹാർപ്പിന്റേയും ഫ്ലൂട്ടിന്റേയും വയലിന്റേയും സംഗീതം ഒരു സിംബലായി അന്തരീക്ഷ സൃഷ്ടിക്കു സഹായിക്കുകയും ചെയ്യുന്നു. കഥ വായിക്കുന്ന ഏതൊരുവനും അത് കേൾക്കുവുന്നതേയുള്ളൂ. ഈ അന്തരീക്ഷം വായനക്കാരനെ ഒരു കറുത്ത നിഴലായി വലയം ചെയ്യുകയും ചെയ്യുന്നു. സാത്തിന്റെ കഥകൾ വികാരതീവ്രതയുടേയും നാഡീസത്തിന്റേയും ലൈംഗികമായ അടിച്ചമർത്തലിന്റേയും അസ്വസ്ഥമായ ഒരു മിശ്രിതമാണ്. വ്യക്തികളുടെ തകർച്ചയിലൂടെ അന്നത്തെ മദ്ധ്യയൂറോപ്പിന്റെ ദയനീയമായ സ്ഥിതിയെയാണ് അദ്ദേഹം എടുത്തു കാട്ടുന്നത്. സാഹിത്യ വിദ്യാർത്ഥികൾക്കിടയിലും നിരൂപകന്മാർക്കിടയിലും ഈ അസാമാന്യ പ്രതിഭ എന്നെന്നും ഒരു പ്രഹേളികയായിരുന്നു.

അമ്മയെ കാണാൻ

ഹംഗേറിയൻ കഥ

ഗെയ്സ സാത്ത്

എനിക്കു ജന്മം നൽകിക്കൊണ്ടാണ് അമ്മ മരിച്ചത്. മുറി അപ്പോൾ മരുന്നുകൾ കൂട്ടിയിട്ടിരിക്കുന്ന ഒരു കുഴിപോലെ തോന്നി. ചുറ്റുപാടും രക്തത്തിന്റെ ഗന്ധം തളംകെട്ടിനിന്നിരുന്നു. ആളുകൾ പെരുവിരലുകളിലൂന്നി പിറുപിറുത്തുകൊണ്ടവിടെ കൂടിനിന്നു.

അപ്പോഴും പ്രഭാതമായിരുന്നില്ല. ഇനിയും അതിനു വളരെ സമയമുള്ളതുപോലെ...

വേദനകൊണ്ട് പുളയുന്നതിനിടയ്ക്കും പ്രാർത്ഥനയിൽ മുഴുകി സുന്ദരിയായ എന്റെയമ്മ വ്യർത്ഥതയോടെ... നിരാശാബോധത്തോടെ അതിനുവേണ്ടി... മോഹിക്കുകയായിരുന്നു.

ഞാനെന്റെ ആദ്യ നിശ്വാസമെടുത്തുകഴിഞ്ഞപ്പോഴേക്കും അവർ മരിച്ചുകഴിഞ്ഞിരുന്നു. ദൈർഘ്യമേറിയതും... ഭാരിച്ചതുമായ ഒരു നിശ്വാസമായിരുന്നു അവസാനം...

എന്റെ പിതാവിനെ അവർ ഗാഢമായി സ്നേഹിച്ചിരുന്നു. അവർക്കപ്പോൾ ഇരുപതുവയസ്സു പ്രായമേ ഉണ്ടായിരുന്നുള്ളൂ. ക്രമേണ ഞാനവരെ മറന്നു. അവരെക്കുറിച്ചൊന്നുംതന്നെ ചോദിച്ചതുപോലുമില്ല. എനിക്കും ഒരമ്മയുണ്ടാവണം എന്ന മോഹം ഒരിക്കൽപ്പോലും എനിക്കൊരാവശ്യമായി തോന്നിയില്ല. ഞാൻ കാരണം മാത്രമാണ്... അവർക്ക് വളരെ വേഗം ശവക്കല്ലറയിലേക്കു പോകേണ്ടിവന്നത്. അവസാനം ധൂളിയായി മാറിയ അവർ.. ശരിക്കും ഞാൻ തന്നെയായിരുന്നു.

അങ്ങനെ വർഷങ്ങൾ പലതു കടന്നു പോയി.

അതിനുശേഷം എനിക്കു വളരെയധികം പെൺകുട്ടികളെ കാണാൻ കഴിഞ്ഞു. അവരുടെ മുടിയുടെ സുഗന്ധം എന്റെ വിളറിയ തെങ്കിലും ചൂടുള്ള മുഖത്തെ കീഴടക്കിക്കഴിഞ്ഞിരുന്നു.

അവളുടെ ശോണിമയാർന്ന കരങ്ങൾക്കുള്ളിൽ എന്റെ മുഖമമർത്തി സൂക്ഷിച്ചിരുന്നു. മരണത്തിന്റെ സാഹസികതകൾ തുടിക്കുന്ന അധരം കൊണ്ട് അവരെന്നെ ചുംബനങ്ങൾ കൊണ്ടു മൂടി. വളരെക്കാലം മുമ്പ് മരിച്ചുപോയ അമ്മയുടെ ഓർമ്മകളിലേക്ക് അവരൊരിക്കലും എന്നെ നയിച്ചിരുന്നില്ല. നീണ്ട ഗദ്ഗദങ്ങൾകൊണ്ടും രക്തത്തിന്റെയും മരുന്നിന്റെയും ഗന്ധംകൊണ്ടും ആ മുറി മുഖരിതമായിരുന്നു.

കഴിഞ്ഞരാത്രി അവളെന്റെ മനസ്സിലേക്കു കടന്നുവന്നുവെങ്കിലും... എവിടെനിന്നാണത്?

പക്ഷേ, ഞങ്ങൾ സന്ധിക്കേണ്ട സമയം ആസന്നമായിരിക്കുന്നു. എന്നെനിക്കറിയാമായിരുന്നു. ഒരു സ്ത്രീയെ സന്ദർശിച്ച്.. മടങ്ങി വന്നതിനുശേഷം... ക്ഷീണം കൊണ്ട് ഞാനുറങ്ങുകയായിരുന്നു. കുറച്ചു സമയത്തിനകം അവരേയുംകൊണ്ട് ഞാൻ വളരെ ദൂരം പിന്നിട്ടു കഴിഞ്ഞിരുന്നു. വളരെയടുത്തേക്കവർ സ്വയം കടന്നുവരികയായിരുന്നു. യൗവ്വനംകൊണ്ട് തുടിച്ചുനിൽക്കുന്ന ആ ശരീരം ഒരു ജന്മം നൽകലിനുശേഷവും നവോന്മേഷത്താൽ ഉൽഫുല്ലമായിരുന്നു.

ഞാനെന്നെത്തന്നെ ഒളിക്കുവാൻ ശ്രമിച്ചു.

പക്ഷേ, ആ ദൃഷ്ടിവലയത്തിനുള്ളിൽപ്പെടാതിരിക്കാൻ എനിക്കു സാധിച്ചില്ല. അവൾ തന്റെ ഇരുണ്ട നീലക്കണ്ണുകൾ എന്നിലേക്കമർത്തിവച്ചു. വിളർച്ച ബാധിച്ചു തുടങ്ങിയ ആ കൊച്ചു മുഖത്ത് സന്തോഷം കലർന്ന ഒരുതരം ദുഃഖഭാവവും കാണാമായിരുന്നു. അവളെ കെട്ടിപ്പുണരുവാൻ അതെനിക്കു പ്രേരണതന്നു. ഇളംപ്രായത്തിൽ അവൾ ശരിക്കും ഓമനത്വമുള്ള ഒരുവൾ തന്നെയായിരുന്നു. കൈ ചുംബിക്കുവാൻ അവരൊരിക്കലും എന്നെ അനുവദിച്ചിരുന്നില്ല.

(അതിപ്പോഴും എന്നെ അത്ഭുതപ്പെടുത്തുന്ന ഒരു വസ്തുതയാണ്.) പഞ്ഞികൊണ്ടുള്ള വെടിപ്പായ ഒരു ഫ്രോക്കും പഴയ രീതിയിലുള്ള വൈക്കോൽ തോപ്പിയുമാണവൾ ധരിച്ചിരുന്നത്. എന്റെ അമ്മൂമ്മയുടെ വാർഡ്രോബിൽ, നിറം മങ്ങിയ, പഴയ കറപുരണ്ട ഉടുപ്പ് മുമ്പ് ഞാൻ കണ്ടിട്ടുണ്ട്.

കറകൾ ശരിക്കും അമ്മൂമ്മയുടെ കണ്ണുനീർ വീണുണ്ടായതായിരുന്നു. കറകൾ എന്നുവെച്ചാൽ...

എന്റെ അമ്മയുടെ പഴയ വസ്ത്രങ്ങളിൽ.... കാറ്റുമൂളുന്ന സായം കാല ങ്ങളിൽ വന്നുവീണ അമ്മൂമ്മയുടെ കണ്ണുനീർ പാട്ടുകളായിരുന്ന അത്.

ഞങ്ങളന്യോന്യം കെട്ടിപ്പുണർന്നു. ചോരയൊലിക്കുന്ന.... മരു ന്നിന്റെ ഗന്ധം നിറഞ്ഞ പ്രഭാതത്തിലടർന്നുപോയ ആ ബന്ധത്തെ ക്കുറിച്ചോർക്കുകയായിരുന്നു ഞങ്ങൾ. വീണ്ടും ഞങ്ങളൊരുമിച്ച് സാവധാനം നടന്നുതുടങ്ങി.

ഞങ്ങൾക്കുചുറ്റും വിരിഞ്ഞുനിന്നിരുന്നത് മെയ് മാസക്കാല മായിരുന്നു. പാടങ്ങൾക്കു മുകളിൽ അങ്ങുദൂരെ... ഒരു ഹാർപ്പിന്റെ അപശ്രുതികൾ കേൾക്കാൻ തുടങ്ങി... കൂട്ടത്തിൽ പുല്ലാങ്കുഴൽനാദവും താഴ്വരയിലെ ലില്ലിപുഷ്പങ്ങൾ ഞങ്ങൾക്കുവേണ്ടി കാറ്റിൽ സുഗന്ധം പരത്തി.

പച്ചപ്പാടത്തിന്റെയും നീലാകാശത്തിന്റേയും അഭയത്തിന്റെ നിഴൽപ്പാടയിൽ ഞങ്ങൾ നിന്നു. ഞങ്ങളുടെ മിഴികളന്യോന്യം കൊരുത്തു. മുഖത്തുകൂടി കണ്ണുനീർ ധാരധാരയായി പ്രവഹിക്കുവാൻ തുടങ്ങി.

ആ.... എന്റെ അമ്മ എത്ര പ്രായംകുറഞ്ഞവളും മനോഹരിയുമാണ്. താഴ്വരയിൽ നിന്നും ലില്ലിപ്പൂക്കൾ പെറുക്കി അവരെ ഞാനതുകൊ ണ്ടു പൊതിഞ്ഞു. എനിക്കൊരിക്കൽപ്പോലും നണയാനാവാത്ത ഒരു പെൺകുട്ടിയുടേതുപോലുള്ള അവളുടെ മുലകൾ... ലില്ലിപ്പൂക്കൾ കൊണ്ടു ഞാൻ മൂടി.

നിശ്ശബ്ദമായ ഒരു പുഞ്ചിരിയോടെ... എന്റെ കൈകളിലെ പൂക്കൾ തീരുന്നതുവരെ അവൾ എന്നെത്തന്നെ നോക്കിക്കൊണ്ടു നിന്നു.

പിന്നീട് നീലിച്ച വനസീമകളിലേക്ക്... വയലുകളിലൂടെ ഞങ്ങൾ നടന്നു.

കൈകൾ കോർത്തുപിടിച്ചുകൊണ്ട് അന്യോന്യം കണ്ടുമുട്ടിയ ആഹ്ലാദാതിരേകത്തോടെ... ഞങ്ങൾ മന്ദം നീങ്ങി.

പക്ഷേ, എത്രവേഗം ഞങ്ങളാവനസീമയിലെത്തിക്കഴിഞ്ഞു. വയലിന്റേയും ഹാർപ്പിന്റേയും നാദം വിദൂരതയിലലിഞ്ഞു കഴിഞ്ഞി രുന്നു. ഞങ്ങൾക്കിരുവർക്കും അപ്പോൾ ദുഃഖം തോന്നി.

അന്യോന്യം ചേർത്തുപിടിച്ചുകൊണ്ട് ആ നിശ്ചലതയുടെ തീരത്ത് ഞങ്ങളലഞ്ഞുതിരിഞ്ഞു. മഞ്ഞുമൂടിയ പുൽമേട്ടുകളിലൂടെ പരന്നുകിട ന്നിരുന്ന മഞ്ഞലച്ചൂടിയ സാന്ധ്യ പ്രകാശത്തിലൂടെ ഞങ്ങൾ നടന്നു.

വനസീമയിൽ വച്ച് ഞങ്ങൾക്ക് പിരിയേണ്ടതായിട്ടുണ്ടായിരുന്നു.

അവസാനമായി ഒരിക്കൽക്കൂടി എന്റെ മരിച്ചുപോയ അമ്മയെ കെട്ടിപ്പുണരുവാനുള്ള ആഗ്രഹം ഒരാവശ്യമായെന്നിൽ നിറഞ്ഞു. അപരാധബോധത്തോടെ അവൾ എന്റെ നേരെ ഉറ്റുനോക്കി. പക്ഷേ, പിന്നീട് മാപ്പുനൽകുന്നു എന്ന ഭാവത്തിൽ എന്റെ മുഖത്ത് കൈകൾ കൊണ്ടു തടവി.

സാവധാനം പാദചലനങ്ങൾ നിയന്ത്രിച്ചുകൊണ്ടവൾ വനത്തിനുള്ളിലേക്കോടി മറഞ്ഞു. സായംകാല മാരുതന്റെ ശക്തി കൊണ്ടവളുടെ തൊപ്പി പറന്നു പോകുമെന്നു തോന്നി. പക്ഷേ, വളരെ ആകർഷകമായ രീതിയിൽ അവളതിനെ അമർത്തിപ്പിടിച്ചു. വിടചൊല്ലുവാനായിട്ടവൾ തിരിഞ്ഞുനിന്നു. ഒരു നീണ്ട നിമിഷത്തേക്ക് അത് തുടർന്നു പിന്നീടൊരു ശുഭ്രവർണ്ണമാർന്ന തോന്നൽ പോലെ അവൾ മറഞ്ഞു.

ആ നീലവനസീമയിൽ ഞാൻ തരിച്ചു നിന്നു.

അവളുടെ ദുഃഖങ്ങൾക്കു പിന്നാലെ... ഒരുതരം ആരാധനാഭാവത്തോടെ... നീണ്ടു നീണ്ട വഴിത്താരയിലൂടെ എന്റെ മിഴികൾ അലയുകയായിരുന്നു.

ഇപ്പോൾ എല്ലാ ദിവസവും ഞാനവളെക്കുറിച്ചു ചിന്തിക്കുന്നുണ്ട്. അവൾക്കുവേണ്ടി കറുത്ത മുടികളുള്ള സ്ത്രീകളേയും ശബ്ദമാധുര്യമുള്ള പെൺകൊടികളേയും ഞാനുപേക്ഷിച്ചുപോന്നു.

ഒരിരുണ്ട പ്രഭാതത്തിൽ മരിച്ചുപോയ, ഇരുപതുവയസ്സുമാത്രം പ്രായമുള്ള ഓമനയായ എന്റെ അമ്മയെക്കുറിച്ചു മാത്രമേ ഞാനിപ്പോൾ സ്വപ്നം കാണാറുള്ളൂ. ദൈർഘ്യമേറിയതും ഭാരിച്ചതുമായ ഒരു നെടുവീർപ്പോടെ മരിച്ചുപോയ... അവളെക്കുറിച്ചുമാത്രം.

●

ദാനിലോ കിഷ്

യുദ്ധാനന്തര യൂറോപ്പിലെ മഹാനായ നോവലിസ്റ്റും കഥാകൃത്തുമായി ദാനിലോ കിഷ (DanilO Kis) അറിയപ്പെടുന്നു. 1938 ൽ യുഗോസ്ലോവിയായിലെ സുബോട്ടിക്കയിലാണ് ജനനം. മരണം 1989ൽ പാരീസ് നഗരത്തിൽ വച്ചും. മരണത്തിനുമുമ്പ് 1989ൽ പ്രശസ്ത സാഹിത്യ പുരസ്കാരം, ബ്രൂണോ ഷൂൾസ് അവാർഡ് അദ്ദേഹത്തിനു ലഭിച്ചു. Hour Class-എന്ന നോവലാണ് ദാനിലോ കിഷിന്റെ മാസ്റ്റർ പീസായി കരുതപ്പെടുന്നത്. ലോകസാഹിത്യത്തിൽ ഇതുവരെയിറങ്ങിയിട്ടുള്ള മികച്ച രചനകളിലൊന്നായി ഇത് വിലയിരുത്തപ്പെട്ടുന്ന

മറ്റു പ്രധാന കൃതികൾ:
ചെറുപ്പകാലത്തെ അനുഭവങ്ങൾ നിറഞ്ഞ The Garden, Ashes (Novel) ശക്തവും മനോഹരവുമാണ്. A Tomb for Boris Davidovich (Novel) മറ്റൊരു വിശിഷ്ടകൃതിയാണ്. The Encydopedia of the Dead എന്ന കഥാസമാഹാരവും അദ്ദേഹത്തിന്റെ മികച്ച കൃതികളിൽപെടുന്നു. ഇവിടെ വിവർത്തനം ചെയ്തിരിക്കുന്ന കഥ ഈ സമാഹരത്തിലുള്ളതാണ്.

ജന്മനാടിനു വേണ്ടിയുള്ള മരണം ശ്രേഷ്ഠമാണ്

യുഗോസ്ലോവിയൻ കഥ

ദാനിലോ കിഷ്

ഏപ്രിലിലെ ആ ദിവസം പ്രഭാതത്തിൽ, അയാളുടെ വധത്തിനുള്ള ചക്രവർത്തിയുടെ കല്പനയനുസരിച്ചുള്ള ദിവസം, പാറാവുകാർ അയാളുടെ തടവറയിലേക്കു കടന്നുചെല്ലുമ്പോൾ കുറ്റം ആരോപിക്കപ്പെട്ട ചെറുപ്പക്കാരൻ നിലത്ത് മുട്ടുകുത്തിനിന്നുകൊണ്ട് പ്രാർത്ഥിക്കുകയായിരുന്നു. അയാൾ തന്റെ കരങ്ങൾ രണ്ടും ബലത്തിൽ കൂട്ടിപ്പിടിച്ചിരുന്നു. അയാളുടെ ശിരസ്സ് കുനിഞ്ഞും നീണ്ട മുടിയിഴകൾ ഇരുവശത്തേക്കും വീണു കിടന്നിരുന്നു. അതോടെ അയാളുടെ നീണ്ടു മെലിഞ്ഞ കഴുത്ത് കൂടുതൽ അനാവൃതമായി. കോളറില്ലാത്ത ലിനൻ ഷർട്ടിനുള്ളിൽ കൂനുള്ള വാരിയെല്ല് തന്നെ മറഞ്ഞുകിടന്നു. കാവൽക്കാർ ഒന്നു ശങ്കിച്ചുനിന്നു. ഒരു പ്രഭുവിന്റെ ദൈവവുമായുള്ള സംവാദം പരിഗണിക്കുമ്പോൾ, അവഗണനക്കത് മതിയായ ഒരു കാരണം കൂടിയായിരുന്നു. സ്പെയിനിലെ ആചാരപ്രകാരം വളരെ കർശനമായ നിയമങ്ങളാണ് അതുമായി ബന്ധപ്പെട്ടുണ്ടായിരുന്നത്. പ്രാർത്ഥിക്കുവാൻ വേണ്ടി കൈകൾ കൂപ്പിയ വൈദികൻ പോലും തെല്ല് പിറകോട്ട് മാറിനിന്നു. അപ്പോൾ അയാളുടെ കൈകൾ ശരിക്കും വിയർത്തിരുന്നു. നിത്യപ്രാർത്ഥനാ പുസ്തകത്തിന്റെ ഐവറി പുറംചട്ടയിൽപോലും അത് കറകൾ സൃഷ്ടിച്ചു. അയാളുടെ ജപമാലയുടെ ഒലീവില വലുപ്പത്തിലുള്ള മണികൾ നിശ്ശബ്ദമായിട്ടിളകിക്കൊണ്ടിരുന്നു.

പാറാവുകാരിലൊരാൾ വഹിച്ചിരുന്ന താക്കോലുകളുടെ വലയത്തിൽനിന്നും മുഴങ്ങിയിരുന്ന ശബ്ദം മാത്രം അവിടെ നിലനിന്നിരുന്നു. യാതൊരു താളബോധവുമില്ലാതെ അതിന്റെ കിലുക്കം ഇടക്കിടെ ആവർത്തിച്ചു.

"ആമേൻ," ചെറുപ്പക്കാരൻ പിറുപിറുത്തു.

അയാൾ തന്റെ പ്രാർത്ഥനയുടെ അവസാന ഘട്ടത്തിലേക്ക് കടക്കുകയായിരുന്നു. പിന്നീടവൻ ഉച്ചത്തിൽ വിളിച്ചു പറഞ്ഞു.

"എന്റെ പിതാവേ... എന്നോട് പൊറുക്കണമേ..."

ആ നിമിഷം ആജ്ഞാനുസരണമെന്നപോലെ പെരുമ്പറകൾ മുഴങ്ങാൻ തുടങ്ങി. അശുഭസൂചകമായി... മഴ പോലെ വിരസമായിട്ടതു തുടരുകയും ചെയ്തു.

ചുവന്നുതുടുത്ത മുഖമുള്ള കനത്ത മേൽമീശവച്ച ഒരു ഹുസ്സാർ ആഫീസർ രണ്ട് ആയുധധാരികളാൽ ആനയിക്കപ്പെട്ട് കടന്നുവന്നതിനു ശേഷം കല്പന വായിക്കുവാൻ തുടങ്ങി. പരുക്കൻ രീതിയിലുള്ള ശബ്ദം തടവുമുറിക്കുള്ളിൽ കിടന്നുമുഴങ്ങി. അതിന്റെ മാറ്റൊലികൾ നിമിഷങ്ങളോളം നീണ്ടു നിന്നു.

കല്പന കൊട്ടുംപക നിറഞ്ഞതും ക്രൂരവുമായിരുന്നു. മരണം വരെ തൂക്കിലേറ്റുക...

ഉന്നതകുലജാതനായ ആ ചെറുപ്പക്കാരൻ ആയുധമേന്തിക്കൊണ്ട് ഒരു ബഹുജനപ്രക്ഷോഭത്തിൽ പങ്കെടുത്തിരുന്നു. തികച്ചും അപ്രതീക്ഷിതമായി പെട്ടെന്നാണത് സംഭവിച്ചത്. നിണമൊഴുകി അന്തരീക്ഷം കൂടുതൽ അപകടകാരിയായി മാറി. ഒരു പരിധിവരെ ചക്രവർത്തിയുടെ സാമ്രാജ്യത്തിനതൊരു വെല്ലുവിളിയായി മാറുകയും ചെയ്തു. അതേ രീതിയിൽ ക്രൂരതയോടെ എല്ലാ പ്രതീക്ഷകളെയും തകർത്തുകൊണ്ട് ഭരണാധികാരി അതിനെ അടിച്ചമർത്തി. ചെറുപ്പക്കാരന്റെ കുടുംബമഹിമക്കും ശ്രേഷ്ഠതക്കും വിചിത്രമായ ആ അന്തരീക്ഷത്തിനുള്ളിൽ കോടതിയിൽ പരിഗണന ലഭിച്ചതുപോലുമില്ല. ചക്രവർത്തിയോടുള്ള വഞ്ചന മാത്രമല്ല സ്വന്തം വർഗ്ഗത്തോടുതന്നെയുള്ള വഞ്ചനാപരമായ ഒരു നിലപാടാണ് അവന്റേത് എന്ന് ഏവരും കരുതി.

മറ്റുള്ളവർക്കൊരു മാർഗ്ഗനിർദ്ദേശമെന്നവണ്ണം ശിക്ഷനടപ്പാക്കുകയല്ലാതെ മറ്റുപോംവഴിയൊന്നുമുണ്ടായിരുന്നില്ല. പെരുമ്പറ മുഴക്കങ്ങൾ അവന്റെ കാതുകളിൽ വിരസമായ വാക്കുകളോടൊപ്പം അലയടിക്കുമ്പോൾ ഒരു വാക്കുപോലുമുരിയാടാൻ അവനു സാധിച്ചില്ല.

സമയം പോലും അവിടെ നിശ്ചലമായതുപോലെ...

ഭൂതവും വർത്തമാനവും ഭാവിയും അവിടെ ഒന്നായിത്തീർന്നു. അപ്പോഴും പെരുമ്പറകൾ മുഴങ്ങിക്കൊണ്ടേയിരുന്നു.

വിദൂരതയിലെവിടെയോ നടന്ന ജയാരവങ്ങളും യുദ്ധങ്ങളും അവന്റെ ചിന്തകളെ വല്ലാതെ മഥിച്ചുകൊണ്ടിരുന്നു. പിന്നീട് വിജയാഹ്ലാദ പ്രകടനങ്ങൾ. മറ്റുള്ള പെരുമ്പറകളുടെ മുഴക്കങ്ങൾ... കറുത്ത തുണിയാൽ ആവരണം ചെയ്യപ്പെട്ട പെരുമ്പറകൾ... അവയെല്ലാം വിളിച്ചറിയിരുന്നത്. അവന്റെ മരണത്തെയായിരിക്കില്ല... മറ്റാരുടെയെങ്കിലുമായിരിക്കും... അസ്വസ്ഥചിന്തകൾ അവനെയാകെ തകർത്തു കളഞ്ഞു. അവന്റെ ചെറുപ്പകാലം ഒരു ചെറുത്തുനില്പിനുപോലും വയ്യാതെ തളർന്നു കഴിഞ്ഞിരുന്നു. (കാഴ്ചയിലവനൊരു കുട്ടിയെപ്പോലെയായിരുന്നു. പ്രായത്തിനതീതമായി പൊക്കമുള്ള ഒരുവൻ... എങ്കിലും പൂർണ്ണ വളർച്ചയെത്തിയ ചെറുപ്പക്കാരനാവാൻ അവനു കഴിഞ്ഞില്ല.)

രക്തപ്രവാഹം അവൻ ധാരാളം കണ്ടിട്ടുണ്ട്. മരണത്തെ പലവട്ടം മുഖാമുഖം ദർശിച്ചിട്ടുണ്ട്. പക്ഷേ അതൊന്നും ഇത്രക്ക് സമീപത്തായിരുന്നില്ല. മരണത്തിന്റെ സാന്നിദ്ധ്യം... നഗ്നമായ അവന്റെ പിൻകഴുത്തിൽ വീഴുന്ന മരണത്തിന്റെ നിശ്വാസങ്ങൾ.. എല്ലാം കൂടി സ്വബോധം നശിച്ച ഒരുവനെപ്പോലെ... ഒരു വസ്തുവിന്റെ സാന്നിദ്ധ്യം അതിനെ കൂടുതൽ വൈകല്യമുള്ളതാക്കി തീർക്കുവാൻ മാത്രമെ സഹായിക്കുമായിരുന്നുള്ളൂ.

അവനാകെക്കൂടി പ്രസക്തമായി തോന്നിയത്... ഒരു പോരാളിക്ക് അങ്ങനെയൊരു നിമിഷത്തിൽ സംരക്ഷിക്കേണ്ട അന്തസ്സിനെക്കുറിച്ച് മാത്രമായിരുന്നു. എന്തു കൊണ്ടാണെന്നോ? ഒരു അന്തസ്സുറ്റ ജീവിതം പോലെത്തന്നെ യശസ്സാർന്ന മരണവും പ്രാധാന്യമുള്ളതായിരുന്നു എന്നത് തന്നെ.

ഒരു രാത്രി ഉറങ്ങാതെ അവൻ കഴിച്ചുകൂട്ടി.

പാറാവുകാരന്റെ മിഴികൾ വാതിലിന്റെ നിഗൂഢമായ പഴുതിൽ പതിഞ്ഞിരിക്കുമ്പോഴും നെടുവീർപ്പിട്ടുകൊണ്ട് അവൻ മിഴികൾ കൂപ്പിയിരുന്നു. അവൻ നന്നായിട്ടുറങ്ങിക്കാണുമെന്ന് കാവൽക്കാരനു തോന്നിയിട്ടുണ്ടാകും. കുറ്റവാളിയായ ആ ചെറുപ്പക്കാരൻ മരണത്തിലേക്കു നയിക്കപ്പെടുന്നതിനെക്കാളുപരി ഒരു അൾത്താരയിലേക്കു നീങ്ങുന്നതായിട്ടാകും അയാൾക്കനുഭവപ്പെട്ടത്. കൂടാതെ കാലത്തിന്റെ വിചിത്രമായ തരിച്ചു മറിയലുള്ളിൽ കാവൽക്കാരൻ ഓഫീസറോട് പറയുന്നത് വ്യക്തമായി ചെറുപ്പക്കാരന് കേൾക്കാമായിരുന്നു.

“കഴിഞ്ഞരാത്രി അവൻ നന്നായുറങ്ങിയിരിക്കുന്നു.”

നെടുവീർപ്പുകളുടെ ഭാരം പോലുമില്ലാതെ പിറ്റേദിവസം മരണത്തെ നേരിടുവാനല്ല... മറിച്ച് ഒരു വിവാഹത്തിൽ പങ്കെടുക്കുവാൻ പോകുന്ന

ലാഘവത്തോടെയാണ് അവൻ അതിനുള്ളിൽ കഴിഞ്ഞത്. ഒരു ഓഫീസറെന്ന നിലയിൽ ഞാനിതാ വാക്കുതരുന്നു.... മാന്യരെ... അയാൾക്കു കൊടുക്കുവാനുള്ളത് നാം നല്കുക തന്നെ വേണം! അതിനുശേഷം കേൾക്കാൻ കഴിഞ്ഞത്.. അവനുമത് കേട്ടിരുന്നു. ഗ്ലാസ്സുകളുടെ പളുങ്കുകൾ മുട്ടിയുരുമ്മുന്ന ശബ്ദം... തല കീഴായി വയ്ക്കുക...

മരണത്തിന്റെ ലഹരി, ആ പ്രഭാതം മുഴുവൻ വിനയത്തിന്റെ ആത്മനിയന്ത്രണം അവനെ അപ്പോഴും വിട്ടുപോയിരുന്നില്ല. അവനെ പൊതിയുന്നുണ്ടായിരുന്നു. പ്രാർത്ഥനയിലൂടെ അവൻ തന്റെ സംയമനം വീണ്ടെടുക്കുകയായിരുന്നു., ആന്തരാവയവങ്ങളുടെ വൃത്തികെട്ട സ്വഭാവഗുണങ്ങൾ തടുക്കുവാൻ വേണ്ടി അവൻ പല്ലുകടിച്ചുപിടിച്ചു. നിശ്ചയദാർഢ്യത്തോടെ കുഴപ്പം പിടിച്ച അവസ്ഥയേയും വഞ്ചകരായ ആളുകളെയുംക്കുറിച്ച് വെറുപ്പോടെ അവൻ ചിന്തിച്ചു. കുടുംബചരിത്രത്തിലേക്കുള്ള മടങ്ങിപ്പോകൽ വഴി അവൻ സ്വന്തം പ്രാപ്തി വീണ്ടെടുക്കുകയായിരുന്നു. സഹാനുഭൂതിയോടെയുള്ള പെരുമാറ്റച്ചട്ടം അനുസരിച്ച് അവൻ തന്റെ അന്തിമാഭിലാഷമെന്തന്നറിയിച്ചു. ഒരു ഗ്ലാസ്സ് വെള്ളമായിരുന്നില്ല അവൻ ആവശ്യപ്പെട്ടത്. ഉള്ളിന്റെയുള്ളിൽ കത്തിയെരിക്കുയാണെങ്കിൽ കൂടി ഒരു സിഗരറ്റ് കിട്ടുകയെന്നതായിരുന്നു അവന്റെ ആവശ്യം. തന്റെ ഒരു പൂർവ്വികൻ മുമ്പൊരിക്കൽ ഒരുനുള്ളു പുകയില ആവശ്യപ്പെട്ടതു പോലെയായിരുന്നു അത്. അത് വായിലിട്ടു ചവച്ചതിനുശേഷം അയാൾ പിന്നീട് വധശിക്ഷ നടപ്പാക്കുന്നവന്റെ മുഖത്തേക്ക് തുപ്പുകയും ചെയ്തു. ഓഫീസർ ഉപ്പൂറ്റികൊണ്ട് ശബ്ദമുണ്ടാക്കി ഒരു സിഗരറ്റ് കേസ്സെടുത്ത് അവന്റെ നേർക്കു നീട്ടി.

(ഒരു ഓഫിസറെന്ന നിലയിൽ സുഹൃത്തെ ഞാനെന്റെ വാക്കു പാലിക്കുകയാണ്. ഞാനീ ഗ്ലാസ്സ് തലകീഴായി പിടിക്കുമ്പോഴുള്ള വിറയൽപോലും താങ്കളുടെ കൈകളിൽ അനുഭവപ്പെട്ടില്ല.)

പ്രഭാതസൂര്യന്റെ കിരണങ്ങൾ തടവറക്കു കുറുകെ വീണുകൊണ്ടിരുന്നു. യോഗിവര്യൻമാരുടെ ആ പഴയ ചിത്രങ്ങളിലും അതിന്റെ നിഴൽ പതിഞ്ഞു. സിഗരറ്റിൽ നിന്നുള്ള പുക പ്രഭാതത്തിലെ മൂടൽമഞ്ഞുപോലെ അന്തരീക്ഷത്തിൽ നിറഞ്ഞുനിന്നു.

പ്രഭാത സൂര്യന്റെ കിരണങ്ങൾ തടവറക്കു കുറുകെ വീണുകൊണ്ടിരുന്നു. യോഗിവര്യൻമാരുടെ ആ പഴയ ചിത്രങ്ങളിലും അതിന്റെ നിഴൽ പതിഞ്ഞു. സിഗരറ്റിൽ നിന്നുള്ള പുക പ്രഭാതത്തിലെ മൂടൽമഞ്ഞുപോലെ അന്തരീക്ഷത്തിൽ നിറഞ്ഞുനിന്നു.

പ്രഭാതത്തിലെ ധൂമവർണ്ണം പോലെ...

പുകയൊരു തേജസ്സാർന്ന കല്പനയായി ശിക്ഷിക്കപ്പെട്ട രൂപത്തിനു തോന്നി. നൈമിഷികമായിട്ടത് എല്ലാ ശക്തിയേയും ക്ഷയിപ്പിച്ചതായി അനുഭവപ്പെട്ടു. വിദൂരതയിലെവിടെയോ നിന്ന് ഒഴുകിവരുന്ന ഒരു പുല്ലാങ്കുഴൽ നാദം പോലെ അതയാളെ വല്ലാതെ മഥിച്ചുകഴിഞ്ഞിരുന്നു. അയാൾ വേഗം സിഗരറ്റ് താഴേക്കു വലിച്ചെറിഞ്ഞ് ബൂട്ട്സിനാൽ അമർത്തിഞെരിച്ചു കളഞ്ഞു.

മാന്യരെ ഞാനിതാ തയ്യാറായിക്കഴിഞ്ഞു...

സൈനികമായി രീതിയിൽ അസുഖകരമായ ഒന്നായി തെരഞ്ഞെടുക്കപ്പെട്ട്. ഒരു ചെറിയ കല്പനപോലെ, ആവരണമില്ലാതെ ഒറ്റമുനയുള്ള വാളുപോലെ, തണുത്തുറഞ്ഞ വാക്യം ഒരു സാങ്കേതികപദം പോലെ ഉരുവിടാനാണുദ്ദേശിച്ചിരുന്നത്. യാതൊരുവിധ വൈകാരിക മൂർച്ഛയുമില്ലാതെ.. വെറുതെ ഒരാൾ.. ശുഭരാത്രി മാന്യരെ... എന്നു വെളിപ്പെടുത്തുന്നതുപോലെ മാത്രം. രാത്രിയിലെ സൽക്കാരം കഴിഞ്ഞ് പിരിയുമ്പോൾ വിട ചൊല്ലുന്ന അതെ ലാഘവത്തോടെയാണ് അവനത് പറഞ്ഞു തീർത്തത്. അപ്പോളവന് നേരെ മറിച്ചാണ് തോന്നിയത്. അവന്റെ ശബ്ദം ശുദ്ധവും മുഴക്കമുള്ളതുമായിരുന്നു, ഓരോ അക്ഷരവും കൂടുതൽ ശക്തമായിരുന്നു. വാക്യത്തിനുള്ളിൽ യാതൊരുവിധ കാപട്യവുമുണ്ടായിരുന്നില്ല. പക്ഷേ അതല്പം ദുർബലവും തകർച്ച ബാധിച്ചതുമാണോയെന്ന് സംശയിക്കുവാൻ ഇട നല്കുന്ന ഒന്നായിരുന്നു.

അവന്റെ അമ്മ അവനെ സന്ദർശിക്കുവാൻ വന്ന ദിവസം മുതൽ വന്യമായ ഒരു മോഹമെന്നതിനപ്പുറം ഒരു സത്യം നിലനില്ക്കുന്നു എന്നു ബോദ്ധ്യമായി. ദൈവത്തെപ്പോലെ തന്നെ ശക്തിയുള്ള ചില മനുഷ്യരാൽ കുറിക്കപ്പെട്ട ഒരു ദുരന്തനാടകമാണ് തന്റെ ജീവിതമെന്ന് അവൻ തിരിച്ചറിഞ്ഞു. ശിരോവസ്ത്രമണിഞ്ഞുകൊണ്ട് വികാരവിക്ഷോഭങ്ങൾക്കടിമപ്പെടാതെ നല്ല രീതിയിൽ ആത്മനിയന്ത്രണം പാലിച്ചു കൊണ്ടാണവൾ അവന്റെ മുന്നിൽ നിന്നത്. അവളുടെ വ്യക്തിത്വം, സ്വഭാവവിശേഷം, വലിയ തൂവലുകൾ പിടിപ്പിച്ച തൊപ്പി, ചെറിയ ചലനത്തിന് ഒത്തുപോലും ശബ്ദമുണ്ടാക്കുന്ന പാവാട, എല്ലാം തന്നെ ആ അന്തരീക്ഷത്തിനുള്ളിൽ അവളുടെ സാന്നിദ്ധ്യം തടവറക്കുള്ളിൽ വിളിച്ചറിയിക്കുന്നതു പോലെയുണ്ടായിരുന്നു. പാറാവുകാരൻ കൊടുക്കാൻ തയ്യാറായ സ്റ്റൂൾപോലും അവൾ വേണ്ടെന്നു പറഞ്ഞു. മറ്റൊരാൾക്കും അവർ കൊടുക്കാൻ തയ്യാറാകാത്ത ആദരവായിട്ടുപോലും അത് സ്വീകരിക്കുവാൻ ചെറുപ്പക്കാരന്റെ അമ്മ തയ്യാറായില്ല. കാവൽക്കാർ മരം കൊണ്ടുള്ള സ്റ്റൂൾ കൊണ്ടുവക്കുന്നത് അവൾ കണ്ടില്ലെന്നു നടിച്ചു. സമീപത്തുണ്ടായ തികച്ചും ഭയാനകമായ ഒരു

ചലനമായിട്ടേ അവരിതിനെ കണ്ടുള്ളൂ. സന്ദർശനസമയം മുഴുവൻ നിന്നുകൊണ്ട് തന്നെ അവൾ കഴിച്ചുകൂട്ടി ഫ്രഞ്ചുഭാഷയിലാണവൾ അവനോട് സംസാരിച്ചത്. തെല്ലുദൂരെ ശ്രദ്ധിച്ചുകൊണ്ടുനില്ക്കുന്ന പട്ടാളക്കാരനെ കണ്ടു കൊണ്ടാണവർ അങ്ങനെ ചെയ്തത്. ഇടത്തെ തോളിൽ അയാൾ തന്റെ വാൾ ചാരിവച്ചിട്ടുണ്ടായിരുന്നു. കുലീനത്വ മുള്ള ഒരാൾക്ക് ഗാർഡ് ഓഫ് ഓണർ കൊടുക്കുന്ന രീതിയിലാണ് അയാളത് തുടർന്നത്.

(അയാൾ ഉദ്ദേശിച്ച വ്യക്തിയുടെ കുലീനത്വം ചക്രവർത്തിയുടേതു പോലെ തന്നെ ഒന്നായിരുന്നു.)

ഒരിക്കലുമത് അവിടെ സന്ദർശകയായെത്തിയ കുലീനയായ മഹതിക്ക് വെല്ലുവിളിയായി അനുഭവപ്പെട്ടതുമില്ല.

"ഞാൻ സ്വയം അയാളുടെ കാൽക്കൽ വീണു യാചിക്കാൻ തയ്യാറാണ്" അവർ പിറുപിറുത്തു.

"മരിക്കാൻ ഞാൻ തയ്യാറാണമ്മേ... അവൻ പറഞ്ഞു. കുറച്ചുകൂടി ശക്തമായി... തീവ്രമായ വികാരവായ്പോടെ അവൾ അവന് ധൈര്യം പകർന്നു കൊടുക്കാൻ ശ്രമിച്ചു.

"ധൈര്യമായിരിക്കു കുട്ടീ... ധൈര്യമായിരിക്കു...

പീന്നീട് ആദ്യമായിട്ടവർ പാറാവുകാരന്റെ നേർക്ക് തന്റെ മിഴികൾ പായിച്ചു. അവരുടെ ശബ്ദത്തിനപ്പോഴും ഒരു പിറുപിറുക്ക ലിന്റെ സാന്ദ്രതയേ ഉണ്ടായിരുന്നുള്ളൂ. അവരുടെ ചലനങ്ങൾ പോലും അതിനനുസൃതമായിട്ടുള്ളതാണെന്നു തോന്നി.

"ഞാൻ ബാല്ക്കണിയിൽ നില്ക്കുന്നുണ്ടാകും" അവർ പറഞ്ഞു. തീരെ താഴ്ന്ന ശബ്ദത്തിലാണവർ അവനോട് സംസാരിച്ചത്.

"ഞാൻ വെളുത്ത വസ്ത്രമാണ് ധരിച്ചിട്ടുള്ളതെങ്കിൽ... അതിന്റെയർ ത്ഥം ഞാനതിൽ വിജയിച്ചിരിക്കുന്നു എന്നാണ്. "അങ്ങനെയല്ലെ ങ്കിൽ അമ്മ കറുത്തവസ്ത്രമാകും. ധരിക്കുക അല്ലേ?

അവൻ ചോദിച്ചു.

പെരുമ്പറയുടെ മുഴക്കത്താൽ അവനാകെ അസ്വസ്ഥനായിരുന്നു. അത് വീണ്ടും ശബ്ദമുണ്ടാക്കാൻ തുടങ്ങി. കൂടുതൽ അടുത്തെവിടെയോ എന്ന രീതിയിൽ ശബ്ദസാന്ദ്രത ഒന്നിനൊന്നുയർന്നുവന്നു.

അനശ്വരമായ ഒരു മൂകരംഗംപോലെ ഉത്തേജനമാർന്ന് അതു മുന്നിൽ നിശ്ചലം നില്ക്കുന്നതായി അനുഭവപ്പെട്ടു. ശിക്ഷ വായിച്ച

കേൾപ്പിക്കുന്നത് ഇതൊടെ അവസാനിച്ചിരുന്നു. വായിച്ചതിനു ശേഷം ഓഫീസർ ചുരുൾ തിരിച്ചു ചുരുട്ടിയെടുത്തു കഴിഞ്ഞിരുന്നു. പാതിരി കുരിശു വരച്ചു കൊണ്ട് അവനെ അനുഗ്രഹിച്ചു. അവന്റെ നേർക്കു കുനിഞ്ഞു നിന്നുകൊണ്ടാണയാൾ അത് പൂർത്തിയാക്കിയത്. കാവൽ ഭടൻമാർ ഇതിനകം അവന്റെ കൈകളിൽ കടന്നുപിടിച്ചു കഴിഞ്ഞിരുന്നു. എന്നാൽ അവനെ പൊക്കിയെടുക്കുവാനുള്ള അനുവാദം കൊടുത്തതുമില്ല. സാവധാനം നിവർന്നുനിന്നു കൊണ്ട് (അധികം അവർക്കവനെ താങ്ങേണ്ടതായി വന്നില്ല) അവൻ സ്വയം തയ്യാറായി. അപ്പോൾ, തടവറവാതിൽ കടക്കുന്നതിനു മുമ്പുതന്നെ അവന് നിശ്ചയദാർഢ്യത്തിന്റേതായ ഒരു തോന്നൽ അനുഭപ്പെട്ടു. ആദ്യമത് അവന് നെഞ്ചിനുള്ളിലാണ് അനുഭവപ്പെട്ടത്. പിന്നീടത് ശരീരത്തിന്റെ മറ്റുഭാഗങ്ങളിലേക്ക് പടർന്നു കയറി. ജീവിതം ആവശ്യപ്പെട്ട ഒരു യുക്തിവിചാരമെന്ന നിലയിൽ അത് അവസാനിക്കുകയും ചെയ്യണമായിരുന്നു.

എന്തെന്നാൽ എല്ലാമിപ്പോൾ മരണത്തിനെതിരെ ശരിക്കും അണിനിരന്നു കഴിഞ്ഞിരുന്നു. പേക്കിനാവുകളിലെ ദൃശ്യങ്ങളെല്ലാം ജീവിതത്തിനോട് തൊട്ടുചേർന്നു തന്നെയുണ്ടെന്ന് അവന് ബോദ്ധ്യമാവുകയും ചെയ്തു.

അവന്റെ യൗവനം, അവന്റെ ഉത്ഭവവിരങ്ങൾ, കുടുംബമഹത്വം മാതാവിന്റെ സ്നേഹം, ചക്രവർത്തിയുടെ ദയാവായ്പ്. വണ്ടിയിലേക്കു കയറുമ്പോൾ കുറുകെ വീണ സൂര്യന്റെ കിരണങ്ങൾ. പിറകിൽ പിണച്ചു കെട്ടിയിരിക്കുന്ന അവന്റെ കരങ്ങൾ...(ഒരു സാധാരണ കുറ്റവാളിയെ കൊണ്ടുപോകുന്ന അതേ രീതിയിൽ തന്നെ) എല്ലാമെല്ലാം ഒരു പ്രഹേളിക പോലെ അവനെ ചുഴന്നു നില്ക്കുന്നുണ്ടായിരുന്നു.

പക്ഷേ തെല്ലുസമയത്തേക്കു മാത്രമെ അതവന് അനുഭവപ്പെട്ടുള്ളൂ. വീതിയുള്ള പ്രധാന തെരുവിൽ ചെല്ലുന്നതുവരെ അതിന്റെ സാന്നിദ്ധ്യം അവനറിഞ്ഞു. അവിടെ സാമ്രാജ്യത്തിന്റെ വിവിധ ഭാഗങ്ങളിൽ നിന്നെത്തിയ പ്രക്ഷുബ്ധരായ ജനങ്ങൾ അവനുവേണ്ടി കാത്തുനില്ക്കുന്നുണ്ടായിരുന്നു.

പെരുമ്പറ മുഴക്കങ്ങൾക്കിടയിൽ ജനക്കൂട്ടത്തിന്റെ ആരവം അവനു തിരിച്ചറിയാൻ കഴിഞ്ഞു.

പ്രകോപനപരമായ അവരുടെ ആക്രോശങ്ങൾ... അവന്റെ കാതുകളിൽ വീഴുന്നുണ്ടായിരുന്നു. ആളുകൾ എപ്പോഴും ജയിക്കുന്ന ഭാഗത്താണല്ലോ നില്ക്കാറുള്ളത്. ആ അവബോധം അവനെ വല്ലാതെ തളർത്തു. അവന്റെ ശിരസ്സ് മാറിലേക്ക് അല്പം ചാഞ്ഞുകിടന്ന്

വെറുപ്പോടെ നൂറുകണക്കിനു കൈകൾ ആകാശത്തിലേക്കുയർന്നു വീശുന്നതവൻ കണ്ടു. രാജനീതിയെ പ്രകീർത്തിച്ചുകൊണ്ട് ജനം ഉച്ചത്തിലലറിക്കൊണ്ടിരുന്നു.

പീഡന മേൽക്കുമ്പോഴത്തെ പോലെ അവന്റെ ചുമലുകൾ അകത്തേക്കു വളഞ്ഞ് കുനിയിരുന്നു.

(ഇടക്ക് ഒന്നോ രണ്ടോ കല്ലുകൾ അവന്റെ നേർക്കു പാഞ്ഞുവന്നു.)

അതോടെ അവൻ തന്റെ പിൻഭാഗം ഒന്നുകൂടി കുനിച്ചു പിടിച്ചു. പക്ഷെ ഇതിനകം അവന്റെ ധൈര്യം ചോർന്നു പൊയ്ക്കൊണ്ടിരുന്നു. അഭിമാനബോധം ഏതുനിമിഷവും തകർന്നു വീഴുമെന്നും മനസ്സിലാക്കുവാൻ അവനു യാതൊരു പ്രയാസവുമുണ്ടായിരുന്നില്ല. വിജയാഹ്ലാദത്തിന്റെതായ ഭാവങ്ങൾ അതിനുള്ളിൽ നിന്നും വലിച്ചെടുക്കുന്നതായിട്ടവനു ബോദ്ധ്യമായി. (എന്തെന്നാൽ ആളുകളിഷ്ടപ്പെടുന്നത് ധീരരും അഭിമാനികളുമായിട്ടുള്ളവരുടെ പതനം മാത്രമാണ്.)

വീഥിയുടെ പ്രധാനഭാഗത്തെത്തിയപ്പോൾ കുലീനരായ ആളുകൾ താമസിക്കുന്ന മേടകൾ ദൃശ്യമാവാൻ തുടങ്ങി.

അവിടെ ആളുകളുടെ സാന്ദ്രത കുറഞ്ഞു വന്നു. അവിടെയവൻ തലയുയർത്തി നോക്കി. പ്രഭാതസൂര്യന്റെ തിളങ്ങുന്ന പ്രകാശധോരണിയിൽ ബാൽക്കണിയിൽ അത്യുജ്ജ്വലമായ ഒരു വെള്ള അടയാളം അവനു കാണാൻ കഴിഞ്ഞു. ഇരുമ്പഴികളിൽ പിടിച്ചുകൊണ്ട്. ധൂമ വർണ്ണത്തിൽ മുങ്ങി അവന്റെ അമ്മ നില്ക്കുന്നുണ്ടായിരുന്നു. അവർക്കുപിന്നിൽ അവരുടെ വസ്ത്രത്തിന്റെ തിളക്കം ഒന്നുകൂടി വർദ്ധിപ്പിക്കുവാനുതകും വണ്ണം ഫിലോഡെൻഡ്രോൺ ചെടിയുടെ കടും പച്ചനിറത്തിലുള്ള ഇലകൾ പ്രത്യേകതയാർന്ന അന്തരീക്ഷം സൃഷ്ടിച്ചു. (അവന് ആ വസ്ത്രത്തെക്കുറിച്ച് നന്നായറിയാമായിരുന്നു. അത് പരമ്പരാഗതമായ ഒന്നായിരുന്നു. രാജകീയ വിവാഹത്തിന് അവരുടെ പൂർവ്വികരിൽ ഒരാൾ അണിഞ്ഞിരുന്ന വസ്ത്രം)

പെട്ടെന്ന് അല്പം ധിക്കാരത്തോടെ തന്നെ അവനൊന്നു നിവർന്നുനിന്നു. ഭീഷണിപ്പെടുത്തി കൊണ്ട് ആക്രോശിക്കുന്ന ജനങ്ങളുടെ നേർക്ക്... ഒരുന്നതകുലജാതന് അവരുദ്ദേശിക്കുന്ന രീതിയിൽ മരിക്കാൻ കഴിയുകയില്ലെന്ന് വിളിച്ചു പറയണമെന്നുണ്ടായിരുന്നു. ഒരു തെരുവാഭാസനെപ്പോലെ അവനെ തൂക്കിലേറ്റുവാനും അവരെക്കൊണ്ടാവില്ല.

അങ്ങനെയവൻ തൂക്കുമരത്തിന്റെ നിഴലിൽനിന്നു.

അവന്റെ പാദങ്ങൾക്കിടയിൽ നിന്നും ആരാച്ചാർ സ്റ്റൂൾ വലിച്ചു മാറ്റുമ്പോഴും ഒരദ്ഭുതത്തിനായി അവർ പ്രതീക്ഷയോടെ കാത്തുനിന്നു. പിന്നീട് കയറിന്റെ അറ്റത്ത് അവന്റെ ശരീരം കിടന്നു പിടഞ്ഞു. കണ്ണുകൾ പുറത്തേക്കു തള്ളി വികൃതരൂപമാർന്നു. ഏതോ ഭയനകവും നീചവുമായ ഒന്ന് ഒരിക്കൽ കണ്ടതുപോലെ ആ മുഖത്തെ ഭാവം കൂടുതൽ സങ്കീർണ്ണമായി. ഞാനവനിൽ നിന്നും കുറച്ചുദൂരം മാത്രം മാറിയാണ് നിന്നിരുന്നത്.

മാന്യരെ...

അന്നു സായാഹ്നത്തിലെ സല്ക്കാരസമയത്ത് കനത്തമേൽമീശയുള്ള കോർപ്പറൽ തന്റെ സുഹൃത്തുക്കളോട് പറഞ്ഞു പറഞ്ഞു. "അവന്റെ കഴുത്തിൽ കയർ വീണപ്പോൾ അവൻ ആരാച്ചാരുടെ കരങ്ങളിലേക്കു തന്നെ ശ്രദ്ധിക്കുകയായിരുന്നു. അയാൾ തന്റെ കഴുത്തിൽ ഒരു ചിത്രപട്ടാംബരം അണിയാൻ പോകയാണെന്നേ അവൻ കരുതിയിരുന്നുള്ളൂ എന്നു തോന്നി. ഒരു ഓഫീസറെന്ന നിലക്ക് ഞാനിതാ ഉറപ്പുതരുന്നു... മാന്യരെ...!

ഇവിടെ സാദ്ധ്യതകൾ രണ്ടു പരിസമാപ്തികൾക്കാണ്. ഒന്നുകിൽ ചെറുപ്പക്കാരനായ ആ കുലീനൻ ധീരവും ആദർശപൂർണ്ണവുമായ ഒരു മരണത്തെ സ്വീകരിച്ചു. അതിന്റെ എല്ലാ ദുരന്തഫലങ്ങളും. തലങ്ങളും, അവന് നന്നായാവുന്ന രീതിയിൽ ശിരസ്സുയർത്തി തന്നെയാണവൻ അതിനെ സ്വാഗതം ചെയ്തത്. അല്ലെങ്കിൽ ഇതൊരു ബുദ്ധിശാലിനിയായ മാതാവിന്റെ കൗശലം മാത്രമായിരിക്കും. അത് അഭിമാനിയായ ഒരു മാതാവ് സൂത്രധാരണം ചെയ്തതാകും.

വാക്കാലും പിന്നീട് രചനകളിലും പുരാവൃത്തങ്ങളിലും ആദ്യത്തെ ധീരോദാത്തമരണമായി അതു കണക്കിലെടുക്കുകയും വിളംബരപ്പെടുത്തുകയും ചെയ്തു. സാൻ കുലോട്ട്സും ജേക്കബിൽസ്സാരുമാണ് ഇതിനു വഴിയൊരുക്കിയത്. രണ്ടാമത്തേതനുസരിച്ച് അന്ത്യംവരെ ചെറുപ്പക്കാരൻ ഒന്നിനു വേണ്ടിമാത്രം മോഹിച്ചിരുന്നു എന്ന സത്യം അവശേഷിക്കുകയാണ്... അതിനായി അവൻ പ്രതീക്ഷയോടെ കാത്തുനിന്നു. ശക്തരായ ഹാബ്സ് ബർഗ് വംശത്തിലെ ഏതോ ഔദ്യോഗിക ചരിത്രകാരൻ ഒരു ഇതിഹാസപുരുഷന്റെ ജൻമമൊഴിവാക്കുവാൻ വേണ്ടി ഈ വിധത്തിലായിരുന്നു. രേഖപ്പെടുത്തിയിരുന്നത്. ചരിത്രം ജേതാവിനാൽ രചിക്കപ്പെടുന്നു..

പകൽ കിനാവ് കാണുന്നത് എഴുത്തുകാരനാണ്..

മരണം മാത്രമേ സുനിശ്ചിതമായിട്ടുള്ളൂ.

●

നജീബ് മഹ്ഫൂസ്

1988 ലെ നോബൽ പുരസ്കാരം നേടിയ ഈജിപ്റ്റിലെ സാഹിത്യകാരൻ. ജനനം 1911 ൽ കെയിറോയിലെ ഹായ് അൽ ജമാലിയായിൽ. ഒരു മദ്ധ്യവർത്തികുടുംബത്തിൽ പിറന്ന അദ്ദേഹം ശാസ്ത്രത്തെയും സോഷ്യലിസത്തെയും സഹിഷ്ണുതയേയും സ്നേഹിച്ചു. കെയിറോ സർവ്വകലാശാലയിൽ തത്വചിന്ത പഠിക്കുമ്പോൾ പതിനേഴാമത്തെ വയസ്സിൽ എഴുതിത്തുടങ്ങി. അറബി പാരമ്പര്യങ്ങളെ സ്വീകരിക്കുമ്പോഴും ലോക സാഹിത്യത്തിലെ മാറ്റങ്ങളെ അദ്ദേഹം അടുത്തറിഞ്ഞു. ഈ കഥയിലെ സ്കൂൾ ശരിക്കും ജീവിതത്തിന്റെ ഒരു പ്രതീകംതന്നെയാണ്. പിതാവും വളരെ പ്രധാന്യമുള്ള പ്രതീകം തന്നെയാണ്. കഥയിലെ കാലത്തിന്റെ ഒരു അർദ്ധദിവസത്തിലുണ്ടാകുന്ന മാറ്റവും കഥാന്ത്യത്തിൽ സംഭവിക്കുന്ന നാടകീയതയും ശ്രദ്ധേയമായിരിക്കുന്നു. പ്രവാചകനായ മുഹമ്മദ് നബിയെ കേന്ദ്രകഥാപാത്രമാക്കിയെഴുതിയ "ഗബേലയിലെ കുട്ടികൾ" എന്ന നോവൽ രചിച്ചതിന് മുസ്ലിം ഭീകരവാദികൾ മഹ്ഫൂസിനെ കുത്തിക്കൊലപ്പെടുത്താൻ ശ്രമിച്ചു. ഇതിനെ അതിജീവിച്ച അദ്ദേഹം ഇക്കഴിഞ്ഞ ആഗസ്റ്റിൽ, തൊണ്ണൂറ്റിനാലാം വയസ്സിൽ അന്തരിച്ചു.

അരദിവസം

നജീബ് മഹ്ഫൂസ്

അച്ഛന്റെ വലതുകൈയിൽപ്പിടിച്ച് ഓരം ചേർന്ന് ഞാൻ പുറപ്പെട്ടു. അദ്ദേഹത്തിന്റെ നീണ്ട കാലടികൾക്കൊപ്പമെത്താൻ എനിക്ക് ഓടേണ്ടതായും വന്നു. എന്റെ വസ്ത്രങ്ങളെല്ലാം പുതിയവയായിരുന്നു. കറുത്ത പാദരക്ഷകൾ. ഹരിത നിറത്തിലുള്ള സ്കൂൾ യൂണിഫോം, ചുവന്ന കമ്പിളിതൊപ്പി അങ്ങനെയെല്ലാം. എന്നിരുന്നാലും പുതിയ വസ്ത്രങ്ങളണിഞ്ഞപ്പോളുണ്ടായ എന്റെ സന്തോഷം മൊത്തത്തിൽ പൂർണ്ണമായ ഒന്നായിരുന്നു. മറിച്ച് ആദ്യമായി സ്കൂളിൽ ചേരാൻ പോകുന്ന ദിവസമായിരുന്നു.

ഞങ്ങൾ നടന്നുപോകുന്നതും നോക്കി അമ്മ ജാലകത്തിനരികിൽ നിൽക്കുന്നുണ്ടായിരുന്നു. ഇടയ്ക്കിടെ സഹായത്തിനഭ്യർത്ഥിക്കുന്ന ഭാവത്തിൽ ഞാനവരുടെ നേർക്ക് തിരിഞ്ഞുനോക്കിക്കൊണ്ടിരുന്നു. ഉദ്യാനങ്ങളാൽ അലങ്കരിക്കപ്പെട്ട ഒരു തെരുവിലൂടെയാണ് ഞങ്ങൾ നടന്നുകൊണ്ടിരുന്നത്. ഇരുവശത്തുമായി ധാന്യങ്ങൾ വിളഞ്ഞുകിടന്നിരുന്ന വിശാലമായ വയലുകളും പൈൻമരങ്ങളും മൈലാഞ്ചി മരങ്ങളും കുറച്ച് ഈന്തപ്പനകളും കാണപ്പെട്ടു.

“എന്തിനാണ് സ്കൂളിലേക്ക്?”തുറന്ന മനസ്സോടെ വെല്ലുവിളിക്കുന്ന രീതിയിൽ ഞാൻ അച്ഛനോട് ചോദിച്ചു. “അച്ഛനെ ശല്യപ്പെടുത്തുന്ന ഒന്നും ഒരിക്കലും ഞാൻ ചെയ്യാൻ പോകുന്നില്ല.”

“ഞാൻ നിന്നെ ശിക്ഷിക്കുകയൊന്നുമില്ല.” ചിരിച്ചുകൊണ്ട് അദ്ദേഹം പറഞ്ഞു. “സ്കൂൾ ഒരു ശിക്ഷയൊന്നുമല്ല. ആൺകുട്ടികളിൽ നിന്ന് കാര്യക്ഷമതയുള്ള മനുഷ്യരെ സൃഷ്ടിച്ചെടുക്കുന്ന ഫാക്ടറിയാണ് സ്കൂൾ. നിനക്ക് നിന്റെ അച്ഛനെപ്പോലെയും സഹോദരന്മാരെപ്പോലെയും ആയിത്തീരണമെന്നില്ലേ?”

എനിക്കതിൽ അത്ര വിശ്വാസം വന്നില്ല.

ഗൃഹാന്തരീക്ഷത്തിൽനിന്നും പറിച്ചെടുത്ത് തെരുവിന്റെ അവസാനഭാഗത്ത് നിൽക്കുന്ന ഭീമാകാരമായ കെട്ടിടത്തിന്റെ അങ്കണത്തിലേക്കെന്നെ വലിച്ചെറിയുന്നതിൽ ഒരു മേന്മയും എനിക്കു കാണുവാൻ കഴിഞ്ഞില്ല. അത് ശരിക്കും ഒരു വലിയ കോട്ടപോലെയുണ്ടായിരുന്നു. ഏകാന്തതയിൽ ഉയർന്നുനിൽക്കുന്നൊരു കോട്ട.

ഗേറ്റിലെത്തിയപ്പോൾ ഞങ്ങൾക്ക് മുൻ വശത്തെ മുറ്റം കാണാൻ കഴിഞ്ഞു. ആൺകുട്ടികളും പെൺകുട്ടികളും തിങ്ങിനിറഞ്ഞുനിൽക്കുന്ന വിശാലമായ അങ്കണം.

"നീ ഉള്ളിലേക്ക് കടന്നുപൊയ്ക്കൊള്ളൂ." അച്ഛൻ പറഞ്ഞു. "അവിടെ ചെന്ന് അവരുമായി ഒത്തുചേരുക.. ചുണ്ടിൽ ഒരു പുഞ്ചിരിവിടർത്തി മറ്റുള്ളവർക്ക് ഒരു മാതൃകയാവാൻ ശ്രമിക്കൂ." മടികാണിച്ചുകൊണ്ട് ഞാൻ അച്ഛന്റെ കൈകളിൽ മുറുകെ പിടിച്ചു. പക്ഷേ അദ്ദേഹം എന്നെ സാവധാനം തള്ളിയകറ്റുകയാണുണ്ടായത്.

"ഒരു മനുഷ്യനാകാൻ നോക്കുക." അദ്ദേഹം പറഞ്ഞു.

"ഇന്ന് സത്യത്തിൽ നീ ജീവിതമാരംഭിക്കുകയാണ്. പോകാൻ നേരത്ത് ഞാനീ ഗേറ്റിലുണ്ടാവും."

ഞാൻ ചില ചുവടുകൾ വച്ചു. പിന്നീട് നിന്നുകൊണ്ട് നോക്കിയെങ്കിലും ഒന്നും കാണുവാൻ കഴിഞ്ഞില്ല. ക്രമേണ ആൺ കുട്ടികളുടെയും പെൺകുട്ടികളുടെയും മുഖങ്ങൾ കാഴ്ചയിലേക്ക് കടന്നുവന്നു. അവരിലൊരാളെപ്പോലും എനിക്ക് തിരിച്ചറിയുവാൻ കഴിഞ്ഞില്ല അവരിലാർക്കും തന്നെ എന്നെയറിയുവാനും കഴിഞ്ഞിരുന്നില്ല. വഴിതെറ്റിപ്പോയ അപരിചിതനാണ് ഞാനെന്നെനിക്കു തോന്നി.

പക്ഷേ, ആകാംക്ഷയുടെ നോട്ടങ്ങൾ എന്റെ നേരെ കടന്നു വന്നു. ഒരു ആൺകുട്ടി അടുത്തേക്ക് വന്നു ചോദിച്ചു.

"ആരാണ് നിന്നെ കൂട്ടിക്കൊണ്ടുവന്നത്?

"എന്റെ അച്ഛൻ..." ഞാൻ പിറുപിറുത്തു.

"എന്റെ അച്ഛൻ മരിച്ചുപോയി" അവൻ തികച്ചും സാധാരണമട്ടിൽ പറഞ്ഞു.

എന്താണപ്പോൾ പറയേണ്ടതെന്ന് എനിക്കറിഞ്ഞുകൂടായിരുന്നു. ദയനീയമായൊരു ഞരക്കം പുറപ്പെടുവിച്ചുകൊണ്ട് ഗേറ്റടഞ്ഞു. ചില കുട്ടികൾ അവിടെനിന്നു കരയുവാൻ തുടങ്ങി. മണിയടിച്ചു.

ഒരു കൂട്ടം പുരുഷന്മാരാൽ അനുഗമിക്കപ്പെട്ട് ഒരു സ്ത്രീ അവിടേക്ക് കടന്നുവന്നു. പുരുഷന്മാർ ഞങ്ങളെ പലനിരകളായി തിരിച്ചു നിർത്താൻ തുടങ്ങി. നിരവധി നിലകളുള്ള പൊക്കം കൂടിയ കെട്ടിടങ്ങളാൽ വലയം ചെയ്യപ്പെട്ട ആ വലിയ അങ്കണത്തിൽ ഞങ്ങൾ കൂടുതൽ സങ്കീർണ്ണമായ മാതൃകകളിൽ ക്രമപ്പെടുത്തപ്പെട്ടു.

"ഇത് നിങ്ങളുടെ പുതിയ വീടാണ്."സ്ത്രീ പറഞ്ഞു.

"ഇവിടെയും നിങ്ങൾക്ക് അച്ഛനമ്മമാരുണ്ട്. നിങ്ങൾക്കാസ്വദിക്കാൻ വേണ്ടതെല്ലാം ഇവിടെയുണ്ട്. അറിവു സമ്പാദിക്കാനും മതപഠനത്തിനും സഹായകരമായ എല്ലാം ഇവിടെയുണ്ട്. അതുകൊണ്ട് കണ്ണുനീർ തുടച്ചുകളയുകയും ജീവിതത്തെ ആഹ്ലാദത്തോടെ നേരിടുകയും ചെയ്യുക."

വസ്തുതകൾക്ക് ഞങ്ങൾ സമർപ്പിക്കപ്പെട്ടു.

ഈ സമർപ്പണം ഒരുതരം സംതൃപ്തി പകർന്നുതരുകയും ചെയ്തു. മനുഷ്യജീവികൾ അവിടെ മറ്റു മനുഷ്യജീവികളിലേക്ക് വലിച്ചടുപ്പിക്കുകയായിരുന്നു. ആദ്യനിമിഷങ്ങൾ മുതൽ തന്നെ എന്റെ ഹൃദയം അത്തരം ആൺകുട്ടികളുമായുള്ള സൗഹൃദത്തിന് തുടക്കമിട്ടുകഴിഞ്ഞിരുന്നു. അവരെന്റെ ആത്മാർത്ഥസുഹൃത്തുക്കളായിത്തീർന്നു. പെൺകുട്ടികളോടും അഗാധമായ സൗഹൃദം പുലർത്താനുള്ള താല്പര്യം എന്നിൽ നിറഞ്ഞുനിന്നു. അതോടെ തെറ്റിദ്ധാരണകൾക്ക് യാതൊരടിസ്ഥാനവുമില്ലെന്ന് എനിക്കു തോന്നി.

വിദ്യാലയത്തിന് ഇത്രയ്ക്ക് ധന്യമായൊരു സവിശേഷതയുണ്ടെന്ന് ഒരിക്കൽപോലും ഞാൻ ചിന്തിച്ചിട്ടുണ്ടായിരുന്നില്ല.

ഞങ്ങൾ എല്ലാവിധ കളികളിലും സജീവമായി പങ്കെടുത്തു. ഊഞ്ഞാലാട്ടം, കുതിരച്ചാട്ടം, പന്തുകളി അങ്ങനെ എല്ലാവിധ കളികളും അവിടെയുണ്ടായിരുന്നു.

സംഗീത ക്ലാസ്സിൽ ഞങ്ങൾ ആദ്യഗാനങ്ങൾ ആലപിച്ചു. ഭാഷയിലേക്കുള്ള ഞങ്ങളുടെ ആദ്യത്തെ ചുവടുവയ്പും അവിടെവച്ചു തുടങ്ങി.

ചുറ്റിത്തിരിയുന്ന ഭൂഗോളത്തിന്റെ മാതൃക കണ്ട് ഞങ്ങൾക്ക് നിരവധി വൻകരകളും രാജ്യങ്ങളും അതിനുള്ളിൽ വേർതിരിച്ചെടുക്കാൻ കഴിഞ്ഞു.

അക്കങ്ങളെക്കുറിച്ച് ഞങ്ങൾ പഠിക്കുവാൻ തുടങ്ങി.

ഈ വിശ്വസ്രഷ്ടാവിനെക്കുറിച്ചുള്ള കഥ ഞങ്ങൾ വായിച്ചുകേട്ടു. അവന്റെ ഇഹലോകത്തെക്കുറിച്ചും പരലോകത്തെക്കുറിച്ചുമുള്ള

വിവരങ്ങൾ ഞങ്ങൾക്ക് പറഞ്ഞുതന്നു. അവൻ പറഞ്ഞ ഉദാഹരണങ്ങളെക്കുറിച്ച് ഞങ്ങൾക്ക് കേൾക്കാൻ കഴിഞ്ഞു.

രുചികരമായ ഭക്ഷണമാണ് ഞങ്ങൾ കഴിച്ചത്. പിന്നീട് അല്പമൊന്നു മയങ്ങിയതിനുശേഷം വീണ്ടും സൗഹൃദത്തിന്റെയും പഠനത്തിന്റെയും കളികളുടെയും ലോകത്തേക്ക് മടങ്ങിവരാൻ വേണ്ടി ഞങ്ങളുണർന്നു.

ഞങ്ങളുടെ വഴി സ്വയം വെളിപ്പെടുത്തിയപ്പോൾ ഞങ്ങൾക്കത് അത്രയ്ക്കു മാധുര്യമുള്ളതായി അനുഭവപ്പെട്ടില്ല. സങ്കല്പിച്ചിരുന്നതുപോലെ അത് ദുർഗ്രഹമല്ലാത്തതുമായിരുന്നില്ല.

പൊടിപടലങ്ങൾ നിറഞ്ഞ കാറ്റും അപ്രതീക്ഷിതമായ അപകടങ്ങളും പെട്ടെന്ന് വന്നുചേരുകയായിരുന്നു. അതുകൊണ്ട് തയ്യാറെടുപ്പോടെ, ക്ഷമയോടെ ഞങ്ങൾക്കതിനെ നിരീക്ഷിക്കേണ്ടതായും വന്നു. അത് ശരിക്കുമൊരു കളിയുടേയോ ചുറ്റും കറങ്ങിനടക്കുന്നതിന്റെയോ കാര്യമായിരുന്നില്ല. പരസ്പര സ്പർദ്ധകൾക്ക് വേദനയും വെറുപ്പും കൊണ്ടുവരാൻ കഴിയും. അല്ലെങ്കിൽ അത് വഴക്കിനുള്ള കാരണമായിത്തീരും.

ആ സ്ത്രീ ചിലപ്പോൾ ചിരിക്കുമെങ്കിലും മിക്കവാറും നെറ്റിചുളിക്കുകയും ശകാരിക്കുകയും ചെയ്യും. അതിന്റെ തുടർച്ചയായിട്ടെന്നപോലെ അവർ ശാരീരികമായ ശിക്ഷാവിധികൾക്ക് വിധേയമാകുകയും ചെയ്യുമായിരുന്നു.

അദ്ധ്വാനവും പോരാട്ടവും സ്ഥിരോത്സാഹവുമല്ലാതെ മറ്റൊന്നുംതന്നെ ഞങ്ങൾക്ക് തിരഞ്ഞെടുക്കുവാനുണ്ടായിരുന്നില്ല. വിജയത്തിനും സന്തോഷത്തിനുമുള്ള അവസരങ്ങൾ മുതലാക്കുവാൻ കഴിയുന്നവർക്ക് വൈഷമ്യങ്ങൾക്കുള്ളിൽ പോലും സ്വയം അർപ്പിതബോധമുള്ളവരാകാൻ കഴിയും.

ദിവസവും പ്രവൃത്തിയും അവസാനിക്കുന്നതിന്റെ സൂചനയെന്നോണം മണിയടിച്ചു. വീണ്ടും തുറന്ന കവാടത്തെ ലക്ഷ്യമാക്കി കുട്ടികളുടെ ഒരു കൂട്ടം തന്നെ മുന്നോട്ടു കുതിച്ചു. സുഹൃത്തുക്കളോടും പ്രിയപ്പെട്ടവരോടും വിടപറഞ്ഞുകൊണ്ടു ഞാൻ ഗേറ്റു കടന്നു. ചുറ്റും പരതിനോക്കിയെങ്കിലും അച്ഛനെ അവിടെയെങ്ങും കാണുവാനുണ്ടായിരുന്നില്ല. തീർച്ചയായും അവിടെ ഉണ്ടായിരിക്കുമെന്ന് വാക്കുതന്നിരുന്നതാണ്. ഒരു വശത്തേക്കുമാറി ഞാൻ കാത്തുനിന്നു.

യാതൊരു പ്രയോജനവുമില്ലാതെയുള്ള നീണ്ട കാത്തിരിപ്പിനുശേഷം ഞാൻ വീട്ടിലേക്കു മടങ്ങിപ്പോകുവാൻ തീരുമാനിച്ചു.

മുന്നോട്ട കുറച്ച ചുവടുകൾ വച്ച കഴിഞ്ഞപ്പോൾ മദ്ധ്യ വയസ്കനായ ഒരു മനുഷ്യൻ കടന്നു വന്നു.

അയാളെ പരിചയമുണ്ടെന്നു പെട്ടെന്നുതന്നെ എനിക്കു ബോദ്ധ്യമായി.

അയാൾ ചരിച്ചുകൊണ്ടു എന്റെ നേർക്ക് നടന്നുവന്ന് എന്റെ കൈയിൽപ്പിടിച്ച് പറഞ്ഞു.

"നാം കണ്ടിട്ടിപ്പോൾ വളരെക്കാലമായിരിക്കുന്നു താങ്കൾക്കെങ്ങനെയുണ്ട്...?

തലകുലുക്കികൊണ്ട് ഞാനയാൾ പറഞ്ഞതിനോട് യോജിച്ചു. ഞാൻ ചോദിച്ചു.

"അപ്പോൾ നിങ്ങൾക്കും... സുഖം തന്നെയല്ലേ?"

"നല്ലവനായ പ്രഭോ...! ഉദ്യാനങ്ങളാൽ അലങ്കരിക്കപ്പെട്ട തെരുവ് എവിടെയാകുന്നു? അതെവിടേക്കാണ് അപ്രത്യക്ഷമായിരിക്കുന്നത്.? എപ്പോളാണ് ഈ വാഹനങ്ങൾ അതിനെ ആക്രമിച്ചത്? ഇപ്പോളിവിടെ കാണുന്ന മനുഷ്യസമൂഹം എപ്പോളാണതിന്റെ പ്രതലത്തിൽ വിശ്രമിക്കുവാനായിട്ടെത്തിച്ചേർന്നത്? എങ്ങനെയാണതിന്റെ പാർശ്വങ്ങളിൽ ഇത്രയധികം ചവറുകൂനകളുണ്ടായത്? അതിന്റെ അതിരുകളിലുണ്ടായിരുന്ന വയലുകൾ എവിടെപ്പോയിരിക്കുന്നു ഭീമാകരമായ കെട്ടിടങ്ങൾ അവിടെ സ്ഥാനം പിടിച്ചിരിക്കുന്നു? തെരുവിൽ നിറയെ കുട്ടികളുടെ തിരക്കാണ്. അവരുടെ അസ്വസ്ഥമായ ശബ്ദകോലാഹലങ്ങൾ അന്തരീക്ഷത്തിൽ നിറഞ്ഞുനിൽക്കുന്നു. അതിന്റെ വിവിധ ഭാഗങ്ങളിലായി ഐന്ദ്രജാലികർ അവരുടെ ജാലവിദ്യകൾ കാണിച്ചു കൊണ്ടിരിക്കുന്നുണ്ട്. കുടകളിൽ നിന്നും പാമ്പുകൾ പ്രത്യക്ഷമാകുന്ന വിദ്യകൊണ്ട് അവർ കാണികളെ അത്ഭുതപ്പെടുത്തുന്നു. അപ്പോൾ അവിടെ ഒരു സർക്കസ് പ്രദർശനത്തിന്റെ തുടക്കം അറിയിച്ചുകൊണ്ട് ബാൻഡുസംഘം പ്രത്യക്ഷപ്പെടുന്നു. ജോക്കർമാരും ഭാരോദ്വാഹനക്കാരും അതിന്റെ മുമ്പിൽത്തന്നെ നടക്കുന്നുണ്ട്. കേന്ദ്രീയ സുരക്ഷാഭടന്മാരെ വഹിച്ചുകൊണ്ടുള്ള ട്രക്കുകൾ രാജകീയമാം വിധം അതിലൂടെ നിരങ്ങി നീങ്ങുന്നുണ്ട്. അഗ്നി ശമനട്രക്കിന്റെ ആഗമനം സൂചിപ്പിച്ചുകൊണ്ടുള്ള സൈറൺ ഉയർന്നുകേട്ടു.

അത് ലക്ഷ്യസ്ഥാനത്ത് എങ്ങനെയാണ് എത്തിച്ചേരുകയന്നെതിനെക്കുറിച്ച് ഡ്രൈവർക്കൊരു പിടിയും കിട്ടാത്തതുപോലെയുണ്ടായിരുന്നു. ആളിക്കത്തുന്ന തീയുടെ സമീപത്തേക്ക് ചെന്നെത്തുകയെന്നത് അസാദ്ധ്യമായ ദൗത്യമായി രൂപാന്തരപ്പെട്ടു.

ഒരു ടാക്സിഡ്രൈവറും അതിലെ യാത്രക്കാരനും തമ്മിൽ ഒരു യുദ്ധംതന്നെ അരങ്ങേറിക്കൊണ്ടിരുന്നു.

യാത്രക്കാരന്റെ ഭാര്യ ഇതിനിടയിൽ സഹായത്തിനായി അഭ്യർത്ഥിക്കുകയും ചെയ്യുകൊണ്ടിരുന്നു. പക്ഷേ, ആരും അതിനു മറുപടി പറയാൻ തയ്യാറായില്ല.

നല്ലവനായ പ്രഭോ! ഞാൻ വല്ലാത്ത സംഭ്രമത്തിലായി എന്റെ തലകറങ്ങുന്നുണ്ടായിരുന്നു.

ഞാൻ മിക്കവാറും ഭ്രാന്തമായ ഒരവസ്ഥയിലായി. ഒരു അരദിവസത്തിനുള്ളിൽ എങ്ങനെയാണിങ്ങനെയെല്ലാം സംഭവിക്കുന്നത്?

പ്രഭാതത്തിനും സൂര്യാസ്തമയത്തിനുമിടയിൽ ഇത് എങ്ങനെ സംഭവിച്ചു?

വീട്ടിൽ തിരിച്ചെത്തുമ്പോൾ അച്ഛനോട് ചോദിച്ച് ഇതിനുള്ള മറുപടി കണ്ടെത്തണം.

പക്ഷേ എന്റെ വീട്? അതെവിടെയായിരുന്നു?

ഉയരം കൂടിയ കെട്ടിടങ്ങളും മനുഷ്യരുടെ കൂട്ടങ്ങളുമല്ലാതെ മറ്റൊന്നുംതന്നെ എനിക്ക് കാണാൻ കഴിഞ്ഞിരുന്നില്ല. ഉദ്യാനങ്ങൾക്കും "അമ്പുകോദ"ക്കുമിടയിലുള്ള ഇടവഴിയിലേക്ക് ഞാൻ തിടുക്കത്തിൽ കടന്നു. എന്റെ വീട്ടിലെത്താൻ "അമ്പുകോദ" കുറുകെ കടക്കേണ്ടിയിരിക്കുന്നു. പക്ഷേ കാറുകളുടെ പ്രവാഹം അതിനെന്നെ അനുവദിച്ചിരുന്നില്ല.

ഇഴഞ്ഞു നീങ്ങിക്കൊണ്ടിരുന്ന അഗ്നിശമനടക്കിൽനിന്നുള്ള സൈറൺ അന്തരീക്ഷത്തെ വിറപ്പിച്ചുകൊണ്ടിരുന്നു. ഞാൻ സ്വയം പറഞ്ഞു. "വസ്തുക്കളെ വിഴുങ്ങിക്കൊണ്ടിരിക്കുന്ന അഗ്നി അതിൽനിന്നും സ്വയം ആനന്ദം കണ്ടെത്തട്ടെ." എപ്പോളാണ് എനിക്ക് ഈ തെരുവ് മുറിച്ചുകടക്കാൻ കഴിയുന്നതെന്നോർത്ത് ഞാൻ ആകെ അസ്വസ്ഥനായി.

തെരുവിന്റെ മൂലയിലുള്ള വസ്ത്രങ്ങൾ തേക്കുന്ന കടയിൽ ജോലി ചെയ്യുന്ന കൊച്ചുകുട്ടി കടന്നുവരുന്നതുവരെ വളരെ നേരം ഞാനവിടെത്തന്നെ നിന്നു. അവൻ എന്റെ നേർക്കു കൈനീട്ടിക്കൊണ്ട് പറഞ്ഞു.

"അപ്പൂപ്പാ താങ്കളെ അപ്പുറത്തെത്തിക്കുവാൻ എന്നെ അനുവദിക്കുക."

●

റൂബെം ഫോൺസെക

ലോകപ്രശസ്തനായ ബ്രസീലിയൻ എഴുത്തുകാരൻ
ജനനം 1925 മെയ് 11. നോവൽ ചെറുകഥ സ്ക്രീൻ
പ്ലെ വിഭാഗങ്ങളിൽ മികവ് നേടി

രചനകൾ:
1) The Taker and Other Stories
2)Gimea of August: Novel
3) Bufo Und Spallanzani
4) winning the game and other stories
5) High Art Novel
6) Agosto (മാസ്റ്റർ പീസ് നോവൽ)

വൻകുടൽ

ബ്രസീലിയൻ കഥ

റൂബെം ഫോൺസെക

ഒരു കൂടിക്കാഴ്ച ശരിയാക്കുവാൻ വേണ്ടി ഞാൻ എഴുത്തുകാരന് ഫോൺ ചെയ്തു. അയാളതിന് ഒരുപാധിയോടെ സമ്മതിച്ചു.

ഇന്റർവ്യൂവിലെ ഓരോ വാക്കിനും അയാൾക്ക് പ്രതിഫലം കിട്ടണം. ഞാനല്ല അതിനെക്കുറിച്ച് തീരുമാനിക്കേണ്ടതെന്ന് ഞാൻ മറുപടി പറഞ്ഞു. ആദ്യമായെനിക്ക് മാസികയുടെ എഡിറ്ററുമായി ബന്ധപ്പെടണം.

"പ്രതിഫലം പറ്റാതെ ഒരേഴുവാക്കുകൾ വരെ എനിക്ക് നിങ്ങൾക്ക് കൂടുതൽ തരുവാൻ കഴിയും. നിങ്ങൾക്കത് വേണമോ..?

എഴുത്തുകാരൻ ചോദിച്ചു.

"അതെ... എനിക്കുവേണം."

"ഒരു വൃക്ഷത്തെ ദത്തെടുക്കുകയും ഒരു കുട്ടിയെ കൊല്ലുകയും ചെയ്യുക." ഫോൺ താഴെ വെച്ചുകൊണ്ട് എഴുത്തുകാരൻ പറഞ്ഞു.

ആ ഏഴു വാക്കുകൾ എന്നെ സംബന്ധിച്ചിടത്തോളം വിലപിടിപ്പുള്ള ഒന്നായിരുന്നില്ല. പക്ഷേ, എഡിറ്റർ അതിനെക്കുറിച്ച് വ്യത്യസ്തമായ രീതിയിലാണ് ചിന്തിച്ചത്. അവർ വ്യക്തിപരമായി ഒരു വാക്കിനുള്ള തോത് പറഞ്ഞ് സമ്മതിക്കുകയും ചെയ്തു.

എഴുത്തുകാരനുമായി ഒരു കൂടിക്കാഴ്ചക്ക് അദ്ദേഹത്തിന്റെ വസതിയിൽതന്നെ സമയം പറഞ്ഞുറപ്പിച്ചു. അയാൾ അയാളുടെ ലൈബ്രറിയിലേക്കെന്നെ സ്വീകരിച്ചിരുത്തി.

"താങ്കളെന്നാണ് സാഹിത്യരചന തുടങ്ങിയത്?"

ടേപ്പ്റെക്കാർഡർ പ്രവർത്തിപ്പിച്ചുകൊണ്ട് ഞാൻ പറഞ്ഞു. "എനിക്ക് പന്ത്രണ്ട് വയസ്സായിരുന്നപ്പോളായിരുന്നു എന്നാണ് ഞാൻ വിചാരിക്കുന്നത്." ഞാനൊരു ഹ്രസ്വമായ ദുഃഖപര്യവസായിയെഴുതി. ഒരു നല്ല കഥ. എപ്പോഴും ഒരാളുടെ മരണത്തിൽ അവസാനിക്കണം എന്നു ഞാൻ സദാ ചിന്തിച്ചിരുന്നു.

ഇന്നേവരെ ആളുകളെ ഞാൻ കൊല്ലുകയും ചെയ്യുന്നു.

"മരണത്തോടുള്ള അനാരോഗ്യകരമായ ഒരാകാംക്ഷയാണിതെന്ന് നിങ്ങൾ കരുതുന്നില്ലേ?

അതേസമയം ജീവിതത്തോട് ആരോഗ്യകരമായ ഉത്കണ്ഠയും സൂചിപ്പിക്കുന്നുണ്ടല്ലോ. അങ്ങനെ അടിസ്ഥാനപരമായ ഇവ രണ്ടും ഒന്നായിതീരുകയും ചെയ്യുന്നു

ഈ മുറിയിൽ നിങ്ങളുടേതായി എത്ര ഗ്രന്ഥങ്ങളുണ്ട്...?

"അയ്യായിരമോ മറ്റോ വരും."

"അവയെല്ലാം നിങ്ങൾ വായിച്ചിട്ടുണ്ടോ...?

"മിക്കവാറും."

"ഓരോ ദിവസവും നിങ്ങൾ വായിക്കാറുണ്ടോ...? എത്രയെണ്ണം? എന്തു വേഗതയിലാണ്...?

"ഒരു ദിവസം ഒരെണ്ണമെങ്കിലും ഞാൻ വായിക്കും. ഇപ്പോൾ ഒരു മണിക്കൂറിൽ നൂറു പേജാണെന്റെ വേഗത. പക്ഷേ, മുമ്പ് ഞാനിതിനേക്കാൾ കൂടുതൽ വേഗതയുള്ളവനായിരുന്നു."

"നിങ്ങളുടെ ആദ്യ പുസ്തകം പ്രസിദ്ധീകരിച്ചതെന്നാണ്...? അതിന് സമയം കൂടുതലെടുത്തുവോ...?

"അതിന് നീണ്ട സമയമെടുത്തു. മാഷാദു അസീസിനെപ്പോലെ ഞാനെഴുതണമെന്നാണവർ ആഗ്രഹിച്ചത്. പക്ഷേ എനിക്കതിൽ താൽപര്യമില്ലായിരുന്നു. അങ്ങനെയത് ചെയ്തുതീർക്കുവാനും എനിക്കറിഞ്ഞുകൂടായിരുന്നു."

"പുസ്തകങ്ങളും സഹിത്യാനുബന്ധങ്ങളും സാഹിത്യജേർണലുകളും പ്രസിദ്ധീകരിക്കുന്ന വിചിത്രവേഷക്കാർ. അവർ പലതും ആവശ്യപ്പെട്ടിരുന്നു. പക്ഷേ, പട്ടണത്തിൽനിന്നും വിട്ടുള്ള ഒരു റസിഡൽഷ്യൽ കെട്ടിടത്തിലാണ് ഞാൻ താമസിച്ചിരുന്നത്. എന്റെ മുറിയുടെ ജാലകത്തിൽനിന്നും നോക്കിയാൽ വിവിധ വർണങ്ങളിലുള്ള നിയോൺ ഗ്യാസ് ബോർഡുകൾ എനിക്ക് കാണാമായിരുന്നു. കാർ

എഞ്ചിനുകളുടെ ശബ്ദവും എനിക്ക് നന്നായി കേൾക്കുവാൻ കഴിഞ്ഞു."

"നിങ്ങളെന്തുകൊണ്ടൊരെഴുത്തുകാരനായിത്തീർന്നു.?"

"ഞങ്ങളെപ്പോലുള്ളവർ ഒന്നുകിൽ സന്ന്യാസികളായോ ഭ്രാന്തന്മാരായോ വിപ്ലവകാരികളോ അല്ലെങ്കിൽ കൊള്ളക്കാരോ ആയി തീരാറാണുള്ളത്. പരമാനന്ദത്തിലോ അല്ലെങ്കിൽ അധികാരത്തിലോ സത്യമൊന്നുമില്ലെന്ന് എനിക്ക് മനസ്സിലാക്കാൻ കഴിഞ്ഞതിനാൽ ഞാൻ എഴുത്തുകാരനും കൊള്ളക്കാരനുമിടയിൽ നിലനിന്നു."

"നിങ്ങൾക്കെതിരെ ഒരശ്ലീല സാഹിത്യകാരൻ എന്നുള്ള ഒരാരോപണമുണ്ടല്ലോ..

നിങ്ങളങ്ങനെയാണോ...?

"അതെ... ഞാനങ്ങനെയാണ്. എന്റെ പുസ്തകങ്ങൾ നിറയെ പല്ലില്ലാത്ത ദാരുണ കഥാപാത്രങ്ങളാണ്."

"നിങ്ങളുടെ പുസ്തകങ്ങൾക്ക് ധാരാളം ആവശ്യക്കാരുണ്ട്. നമ്മുടെ സമൂഹത്തിന്റെ അപ്രധാന്യതയിൽ താൽപര്യമുള്ള ധാരാളമാളുകൾ അവിടെയുണ്ട്... ഇല്ലേ....?

എന്റെയൊരു സുഹൃത്ത് ഈയിടെയെന്നോടു പറയുകയുണ്ടായി. പാദരക്ഷകൾ ധരിക്കാത്ത ആളുകളുടെ കഥകളിൽ അവൾക്ക് തീരെ താൽപര്യമില്ലെന്ന്.

ശരിയാണ് ചിലപ്പോളവർക്ക് പാദരക്ഷകളുണ്ടായിയെന്നുവരും. അവർക്ക് എപ്പോഴും ഇല്ലാതെവരുന്നത് പല്ലുകളാണ്. അസ്ഥിക്ഷയം വികസിതമാവാൻ തുടങ്ങും. അതിൽ വേദനിക്കുവാനും ആരംഭിക്കും. അത്യന്തികമായി കൂടുതൽ ദുരിതമനുഭവിക്കുന്നവർ ദന്തവൈദ്യനെ സമീപിക്കുകയും ചെയ്യും. ഡിസ്പെൻസറിയുടെ മുൻ ഭാഗത്ത് കൃത്രിമ പ്ലാസ്റ്റിക് മോണ പിടിപ്പിച്ച അക്രിലിക് ബോർഡുള്ള ചുരുക്കം ചില ആളുകളിലൊരാളായിരിക്കുമത്.

പല്ലടക്കുന്നതിന് എത്രമാത്രം തുകയാകുമെന്ന് ദന്തഡോക്ടർ അയാളോട് പറയുകയും ചെയ്യും. പക്ഷേ, പല്ലെടുത്തുകളയുകയെന്നതാണ് അതിനേക്കാൾ ലാഭകരമായിട്ടുള്ളത്.

"അങ്ങനെയെങ്കിൽ അതെടുത്ത് കളയൂ ഡോക്ടർ..." വന്നയാൾ പറഞ്ഞു.

അതോടെ ഒരു പല്ല് നഷ്ടപ്പെട്ടു. പിന്നീട് മറ്റൊന്ന്...

പിന്നീട് മുൻ ഭാഗത്തെ ഒന്നോ രണ്ടോ പല്ലുകളൊഴിച്ച് ബാക്കിയെല്ലാം അയാൾക്ക് നഷ്ടപ്പെട്ടു കഴിഞ്ഞിരുന്നു. അതയാളുടെ രൂപത്തിനുതന്നെ വല്ലാതെ മാറ്റം വരുത്തി. കാണികളിലിത് പുഞ്ചിരിയുടെ തരംഗമുണർത്തുകയും ചെയ്തു. അയാളുടെ ഈ പ്രത്യേകത വാസ്കോയുമായുള്ള ഒരു കളിയുടെ ഷൂട്ടിംഗിനിടയിൽ ചിത്രീകരിക്കപ്പെടുവാനുള്ള ഭാഗ്യവും ഉണ്ടാക്കിക്കൊടുത്തു.

എഴുത്തുകാരൻ എഴുന്നേറ്റ് ജാലത്തിനു സമീപത്തേക്ക് നടന്നുചെന്നു. അയാൾ പുറത്തേക്കുനോക്കി. പിന്നീടയാൾ ഷെൽഫിനുള്ളിൽ നിന്നും ഒരു പുസ്തകം കൈയിലെടുത്തു. മധ്യവർഗത്തിൽനിന്നും നിഷ്കാസിതരായി സ്വന്തം സ്ഥാനം വീണ്ടെടുക്കുവാൻ പോരാടുന്ന പിന്നോക്ക വിഭാഗക്കാരുടെ ഒരെഴുത്തുകാരനല്ല ഞാൻ. നിങ്ങളീ പുസ്തകം വായിച്ചിട്ടുണ്ടോ? സാൻ സെവറീനോയിലെ പ്രഭ്വിയിൽ നിന്നുള്ള കത്തുകൾ...?

സാൻ സെവറീനോയിലെ പ്രഭു വളരെ ധനികനായ ഒരു മനുഷ്യനായിരുന്നു. ചെറുപ്പക്കാരിയും സുന്ദരിയുമായ ഭാര്യയെ -സാൻസെവറീനോയിലെ പ്രഭ്വി- അയാൾ ഇഷ്ടപ്പെട്ടിരുന്നില്ല.

പ്രഭുവിന്റെ മാതാവ് സാൻസെവറീനോയിലെ പഴയ പ്രഭ്വി. പുത്രന്റെ ഭാര്യയെ ഒട്ടും ഇഷ്ടപ്പെട്ടിരുന്നില്ല. എന്തെന്നാൽ അവരുടെ പുത്രനെ വിവാഹം ചെയ്യുന്നതിനുമുമ്പ് അവൾ വെറുമൊരു ഇടപ്രഭ്വിമാത്രമായിരുന്നു. കൊട്ടാരത്തിൽ ചെറുപ്പക്കാരിയായ പ്രഭ്വിക്ക് കടുത്ത അവഗണനയാണ് നേരിടേണ്ടിവന്നത്. പ്രത്യേകിച്ച് കുടുംബവൃത്തങ്ങളുടെ കുലീനതകൾ ചർച്ച ചെയ്യപ്പെട്ടിരുന്ന അത്താഴവിരുന്നുകൾ അവളെ സംബന്ധിച്ചിടത്തോളം പീഡനങ്ങളായി. പ്രഭുവിന്റെ കുടുംബത്തിന് പെപ്പിനോയുടെ കാലം തൊട്ടുള്ള പാരമ്പര്യമുണ്ടായിരുന്നപ്പോൾ പഴയ ഇടപ്രഭ്വിയുടെ കുടുംബത്തിന് പതിനേഴാം നൂറ്റാണ്ടുവരെയുള്ള ചരിത്രമേ ഉണ്ടായിരുന്നുള്ളൂ. പീഡനങ്ങൾക്കും അധിക്ഷേപങ്ങൾക്കും എതിരെ പോരാടി നിലനിൽക്കാനാവാതെ വന്നപ്പോൾ ചെറുപ്പക്കാരിയായ പ്രഭ്വി ഒരു സൈക്കോ അനലിസ്റ്റിന്റെ ചികിത്സക്ക് വിധേയയാകുവാൻ സമ്മതിക്കുകയായിരുന്നു. വളരെ പക്വതവന്ന ബുദ്ധിമാനായ ആ പ്രൊഫസറിൽ അവൾ അവസാനം അനുരക്തയാവുകയും ചെയ്തു. പക്ഷേ, അയാൾ ചെറുപ്പക്കാരിയായ പ്രഭ്വിയുമായി ലൈംഗികവേഴ്ചക്കുള്ള അഭ്യർത്ഥന തിരസ്കരിക്കുകയായിരുന്നു. അതിന് അയാളുടേതായ വാദഗതികളുമുണ്ടായിരുന്നു. സമർപ്പണത്തിന്റെ പ്രക്രിയ പെട്ടെന്നുണ്ടാകുന്ന സ്നേഹപ്രകടനത്തേക്കാൾ താനെ ഉണ്ടാകേണ്ട ഒന്നായിരിക്കണമെന്നയാൾ വിശ്വസിച്ചു.

കടുത്ത നിരാശയാൽ ചെറുപ്പക്കാരിയായ പ്രഭ്വി വളരെ അപൂർവമായ ഓർക്കിഡുകൾ വളർത്തുന്ന ജോലിയിലേക്ക് പെട്ടെന്നാകർഷിക്കപ്പെടുകയായിരുന്നു. അത് എല്ലാദുഃഖങ്ങളിൽനിന്നും അവൾക്ക് ആശ്വാസം പകർന്നുകൊടുക്കുകയും ചെയ്തു. തീർച്ചയായുമിത് വർണോജ്ജ്വലവും പ്രബുദ്ധവുമായ ഒരു കഥയുടെ ചുരുക്കം മാത്രമാണ്. അതിൽ നിറയെ രസകരമായ കഥാപാത്രങ്ങളാണുള്ളത്. കഥയുടെ അന്തർധാരകളിലേക്ക് വളരെയൊന്നും പ്രയത്നമില്ലാതെ വളരെ ലാഘവത്തോടെ വായനക്കാർക്ക് ഇറങ്ങിച്ചെല്ലുകയും ചെയ്യാം. അതിനുവേണ്ടിയവർക്ക് വലിയ വില കൊടുക്കേണ്ടതായും വരുന്നില്ല. പുഷ്പങ്ങളും സൗന്ദര്യവും കലീനതവും പണവുമടങ്ങിയ ഒരു നോവലാണിത്. നാമെല്ലാം ലഭിക്കണമെന്ന് ആഗ്രഹിച്ചിരുന്ന ഒന്നുതന്നെയാണിതെന്ന് നിങ്ങൾ സമ്മതിക്കുമെന്നെനിക്കുറപ്പുണ്ട്.

സൈക്കോ അനാലിസ്റ്റെന്ന കഥാപാത്രത്തിലൂടെ ശാസ്ത്രവും ഇവിടെ പ്രതിനിധാനം ചെയ്യപ്പെടുന്നുണ്ട്. ഒരുപക്ഷേ, അയാൾ ഒരു പ്രതീകമാണോ...? മനഃപൂർവ്വമായും നിഷ്കളങ്കമായത്. മാർസൽ പ്രൂസ്റ്റിന്റെ ശൈലിയിലാണ് ഞാനീ പുസ്തകമെഴുതിയതെന്നുള്ളത് തീർച്ചയാണ്. പുസ്തകത്തിന്റെ തുടക്കത്തിൽ ചെറുപ്പക്കാരിയായ പ്രഭ്വി കൊട്ടാരത്തിലെ ഉദ്യാനങ്ങളിലുള്ള തന്റെ ആദ്യകാലങ്ങൾ ഓർമിക്കുന്നുണ്ട്. സൂര്യാസ്തമയ സമയത്ത് അവിടെയവൾ തന്റെ സ്ഥാനലബ്ധിയുടെ ആനന്ദമാസ്വദിക്കുന്ന വെറുമൊരു ചെറിയ ഇടപ്രഭ്വി മാത്രമായിത്തീരുകയായിരുന്നു. മന്ദമായ രീതിയിലുള്ള നൃത്തത്തിനും ഹാർപ്സിക്കോർഡു വായിക്കുന്നതിനും അവൾ സമയം കണ്ടെത്തിയിരുന്നു.

അപ്പോളാണ് തകർന്നുപോയ ലൂസിറ്റാനയിൽ വെച്ച് പഴയ ഇടപ്രഭ്വിയായ അവളുടെ പിതാവിന്റെ മരണം സംഭവിച്ചത്. പഴയ ഇടപ്രഭ്വിയും അവളുടെ മാതാവുമായ സ്ത്രീയുടെ മാനസിക നിലക്കും തകറാറുണ്ടായി. സ്വിറ്റ്സർലണ്ടിലെ മഞ്ഞുമൂടിയ മലനിരകളിലെ പൈൻമരങ്ങൾ നിറഞ്ഞ താഴ്വരയിലുള്ള ഒരു ക്ലിനിക്കിലാണവരെ ചികിൽസിച്ചിരുന്നത്. ആത്യന്തികമായി അവളുടെ പരാജയപ്പെട്ട വിവാഹവും പ്രൊഫസർ ക്ലീനുമായുണ്ടായ ബന്ധവും ഓർക്കിഡ് കൃഷിയും കൂടി അവളെ തകർച്ചയിലെത്തിച്ചു. അവസാനം പുസ്തകം അവസാനിക്കുന്നത് ഒരജപാലകാവ്യം പോലെ വിശ്വദേവതാവാദികളുടെ മന്ത്രണമായി ഓർക്കിഡ് അവതരിപ്പിക്കപ്പെടുന്നതിലൂടെയാണ്.

ചെറുപ്പക്കാരിയായ പ്രഭ്വിക്ക് പല്ലുകളെല്ലാമുണ്ടായിരുന്നു എന്ന് ഞാനനുമാനിക്കട്ടെ...?

ശരിയാണ്. അവയിൽ ചിലത് കൃത്രിമദന്തങ്ങളായിരുന്നു. പക്ഷേ, അത് ശരിക്കും തുറന്ന് പ്രസ്താവിച്ചിട്ടില്ല. ഞാനെന്തിനാണ് വായനക്കാരെ നിരാശപ്പെടുത്തുന്നത്...? ഒരു ഭാഗത്ത് മാത്രം കാവ്യാത്മകമായ ഒരുദ്ധരണിയാൽ ഞാനത് സൂചിപ്പിച്ചിട്ടുണ്ട്- എനിക്ക് ധൈര്യമുണ്ടോ... പിന്നെ കൂട്ടത്തിൽ മറ്റുചിലതും. സാഹിത്യാസ്വാദകർക്കുവേണ്ടി ഒരു പീച്ചുപഴം കഴിക്കാൻ അവളനുഭവിച്ച വിഷമത്തെക്കുറിച്ച് ഞാൻ പറഞ്ഞത് ഇതുമായി ബന്ധിച്ചിട്ടാണ്. എന്നിരുന്നാലും അവളുടെ പല്ലുകൾ വെളുത്തതും പൂർണതയുള്ളതുമാണെന്നും ഞാൻ സൂചിപ്പിച്ചിരുന്നു.

അവർ പറയുന്നത് വാസ്തവികതയല്ല. സത്യമാണിവിടെ പ്രധാനം എന്നാണ്. ഏതൊരാളും ശരിക്കും വിശ്വസിക്കുന്നതും സത്യത്തിലാണല്ലോ.

ഞാൻ എഴുന്നേറ്റുനിന്നുകൊണ്ട് എഴുത്തുകാരന്റെ കൈയിലിരുന്ന പുസ്തകത്തിനായി എന്റെ കൈനീട്ടി. അതിന്റെ പുറം ചട്ടയിൽ ചെറുപ്പക്കാരിയായ പ്രഭ്വിയുടെ ചിത്രത്തിനുപകരം ഒരു ഹ്രസ്വകായന്റെ ചിത്രമാണുണ്ടായിരുന്നത്. പുസ്തകത്തിന്റെ ശീർഷകം കറുത്ത ഹ്രസ്വകായൻ. ഒരു പാതിരി. കൂനനും ഹ്രസ്വദൃഷ്ടിയുള്ളവനും എന്നിങ്ങനെയായിരുന്നു.

എല്ലാ രീതിയിലുമുള്ള വിശകലനങ്ങളുടെയും ആകത്തുകയായിരുന്ന ആ ഗ്രന്ഥം. അതിൽ അശ്ലീല സാഹിത്യവുമുൾപ്പെടും. നമുക്ക് അശ്ലീല സാഹിത്യത്തെക്കുറിച്ച് സംസാരിക്കാം. ഷൌങ് സിൻഹോയും മാരിയയും തങ്ങളുടെ പിതാവിനോടൊപ്പം വനത്തിനുള്ളിലേക്ക് യാത്രപോയത് പിതാവും മാതാവും കൂടി ഒരുക്കിയ ഒരു കെണിയുടെ അനന്തരഫലമായിരുന്നു. കാട്ടിലുപേക്ഷിക്കപ്പെട്ടാൽ അവർ ചെന്നായ്ക്കളുടെ ഇരയായികൊള്ളുമെന്ന് മാതാപിതാക്കൾ വിശ്വസിച്ചു.

കാട്ടിലൂടെ നയിക്കപ്പെടുന്നതിനിടയിൽ ഷൌങ്സിൻഹോക്കും മാരിയക്കും അവരുടെ പിതാവിന്റെ ഉദ്ദേശ്യത്തിൽ സംശയം തോന്നുകയും അതുകൊണ്ടുതന്നെ രഹസ്യമായി പോകുന്ന വഴിയിൽ റൊട്ടിത്തരികൾ വിതറിയിടുകയും ചെയ്തു. റൊട്ടിത്തരികളെ അനുഗമിച്ച് കാട്ടിൽനിന്നും തിരിച്ചുള്ളവഴി കണ്ടെത്താമെന്നവർ വിശ്വസിച്ചു. പക്ഷേ, ഒരു കൊച്ചു പക്ഷി അതെല്ലാം കൊത്തി തിന്നില്ലായിരുന്നെങ്കിൽ അവർക്കതിന് കഴിയുമായിരുന്നു. കാട്ടിൽ തങ്ങൾ ഉപേക്ഷിക്കപ്പെട്ടിരിക്കുന്നുവെന്ന് സ്വയം കണ്ടെത്തിയപ്പോൾ കുട്ടികളാകെ ഭയപ്പെട്ടു. ഒരു കിഴവി ദുർമന്ത്രവാദിനിയുടെ പിടിയിൽ അവർ പെടുകയും ചെയ്തു. എന്നിരുന്നാലും ഷൌങ്സിൻഹോയുടെ

ബുദ്ധികൗശലത്തിന് ശരിക്കും നന്ദി പറയണം. അതിന്റെ സഹായത്താലാവർക്ക് മന്ത്രവാദിനിയെ തിളച്ചുമറിയുന്ന ഒലീവെണ്ണയുള്ള പാട്ടയിലേക്ക് വലിച്ചെറിയുവാൻ കഴിഞ്ഞു. നീണ്ട ആക്രോശങ്ങൾക്കും വേദനയാലുള്ള രോദനങ്ങൾക്കുമൊടുവിൽ അവളുടെ അന്ത്യം അവിടെ സംഭവിച്ചുവെന്നു പറഞ്ഞാൽ മതിയല്ലോ.

പിന്നീട് കിഴവിയുടെ ഭവനത്തിൽ സൂക്ഷിച്ചിരുന്ന പണമെല്ലാമെടുത്തുകൊണ്ട് കുട്ടികൾ അവരുടെ മാതാപിതാക്കളുടെയടുത്തേക്ക് മടങ്ങി വന്ന് ഒരിക്കൽക്കൂടി അവരോടൊത്തു താമസിച്ചു.

പക്ഷേ, ഇതൊരു യക്ഷിക്കഥയല്ലേ...?

ഇതൊരു അപമര്യാദയായ, വഞ്ചനാത്മകമായ, നിർലജ്ജമായ, വൃത്തികെട്ട, നാണംകെട്ട, മലിനമായതും ഹീനവുമായ കഥയാണ്. എന്നിരുന്നാലും ലോകത്തിലെ പ്രധാന ഭാഷകളിലെല്ലാം ഇത് പ്രസിദ്ധപ്പെടുത്തി കഴിഞ്ഞിരിക്കുന്നു. പ്രബുദ്ധമാക്കുന്ന ഒരു കഥയെന്ന നിലയിൽ പരമ്പരാഗതമായിത് തലമുറയിൽനിന്നും തലമുറയിലേക്ക് കൈമാറപ്പെടുകയും ചെയ്തു. മോഷണശീലവും കൊലപാതകികളുമായ ആ കുട്ടികളും അവരെ കുറ്റവാളികളായ മാതാപിതാക്കളും ഒരു പുസ്തകത്തിനുള്ളിലെ നിഗൂഢമായ അവസ്ഥയിലാണെങ്കിൽ പോലും നമ്മളുടെ വസതികളിൽ അനുവദിക്കപ്പെടാൻ പാടില്ലാത്തതാണ്. ഇത് വഷളൻ സ്വഭാവത്തിന്റെ അവ്യാജമായ കഥയാണ്. വൃത്തികേടിന്റെ പര്യായവും കൂടിയാണിത്. അതുകൊണ്ടുതന്നെ ഇത് അശ്ലീല സാഹിത്യമാണ്. പക്ഷേ, മര്യാദയുടെ അവലംബങ്ങൾ എന്തിനെയെങ്കിലും അശ്ലീലമെന്ന് കുറ്റമാരോപിക്കുമ്പോൾ അതിന്റെയർഥം ഏതെങ്കിലുമൊന്ന് ലൈംഗിക പ്രക്രിയകളെ വിവരിക്കുന്നു അല്ലെങ്കിൽ പ്രതിനിധാനം ചെയ്യുന്നു എന്നുള്ളതാണ് അല്ലെങ്കിൽ വിസർജനപ്രക്രിയകളെ വൃത്തികെട്ട വാക്കുകൾകൊണ്ടോ അല്ലാതെയോ ഉപയോഗിക്കുവാൻ ശ്രമിക്കുന്നുവെന്നാണ്.

ആരോ ഒരിക്കലിങ്ങനെ പറഞ്ഞിട്ടുണ്ട്: മനുഷ്യർ ഇപ്പോഴും അവരുടെ മൃഗീയവാസനയെ അസന്ദിഗ്ധമായ രീതിയിൽ ഓർമിപ്പിക്കുന്ന എന്തിനാലും സ്വാധീനിക്കപ്പെടുമെന്ന്. മറ്റൊന്നു കൂടി പറയുന്നുണ്ട്. ഒരുവന്റെ നഗ്നത സഹചാരിയെ കോപാകുലനാക്കുന്ന ഒരേയൊരു മൃഗവും മനുഷ്യനാണ്. ദൈനംദിന ജീവിതത്തിൽ തന്റെ പ്രകൃത്യാനുസരണ ക്രിയകൾ മറ്റൊരുവനിൽനിന്നും മറച്ച് രഹസ്യമായി ചെയ്യുന്ന ഒരേയൊരു മൃഗവും മനുഷ്യൻ തന്നെയാണ്. ഭാഷക്ക് അതിന്റെ സ്വാധീനമുണ്ടോ...?

തീർച്ചയായും എന്തുകൊണ്ടാണ് രൂപാകാരം ഇവിടെ ഏറെ ശ്രദ്ധേയമാകുന്നതെന്ന് അത് വിശദീകരിക്കുന്നു.

അതൊഴിച്ചാൽ ഞങ്ങളുടെ മാതാപിതാക്കൾക്ക് പറയേണ്ടതായിവരും എഫിനോട്.. അവരൊന്നിച്ചുറങ്ങുകയും ലൈംഗികവേഴ്ചയിലേർപ്പെടുകയും ചെയ്യു. (ചിലപ്പോൾ ഫ്രഞ്ചു ഭാഷയിലായിരിക്കും.) അവർ ബന്ധപ്പെട്ടിരുന്നു. ലൈംഗികമായ ഒത്തുചേരൽ. വിഷയാസക്തിയോടെയുള്ള സംയോജനം. എഫിനൊഴിച്ച് അവരിതെല്ലാം ചെയ്യു. ഞങ്ങൾക്ക് ഒരിക്കൽ നിയമം പഠിപ്പിക്കുന്ന ഒരധ്യാപകനുണ്ടായിരുന്നു. ഏതു പരുഷമായ കാര്യവും മയപ്പെടുത്തിപ്പറയുന്ന സ്വഭാവം അദ്ദേഹത്തിനുണ്ടായിരുന്നു. മാനഭംഗത്തിന്റെ ഒരു കേസ് പറയണമെന്നുണ്ടെങ്കിൽ (നിങ്ങൾക്കറിയാവുന്നപോലെയത്, നിയമപരമായത് സംഭോഗമായിട്ടാണ് വിശേഷിപ്പിക്കപ്പെടുന്നതെങ്കിലും) അദ്ദേഹമതിനെക്കുറിച്ച് ലാറ്റിൻ ഭാഷയിലേ സംസാരിക്കാറുണ്ടായിരുന്നുള്ളൂ.

ഇന്റൊഡക്റ്റിയോ... പെനിസ്.. ഇൻട്രാ... വാസ്.

ഭാഷാതത്ത്വശാസ്ത്രജ്ഞരും ഭാഷാപണ്ഡിതരും ഒരുപോലെ വിലക്കുകൾക്ക് വിധേയരായിട്ടുള്ളവരാണ്. ഭാഷാതത്ത്വ ശാസ്ത്രജ്ഞർ എഫിനും... വേണ്ടിയെന്ന ശീർഷകത്തിലുള്ള ഒരു ഗ്രന്ഥം രചിച്ചു കാണുവാനാണ് ഞാനിഷ്ടപ്പെടുന്നത്.

ചില നരവംശശാസ്ത്രജ്ഞരുടെ അഭിപ്രായത്തിൽ ഗ്രാമ്യമെന്ന് വിശേഷിപ്പിക്കപ്പെടുന്ന വാക്കുകൾക്കുള്ള നിയന്ത്രണം പൂർവികമായ നിഷിദ്ധസംഗമത്തിന്റെ വിലക്കുകളിൽ നിന്നും അനുമാനിക്കപ്പെട്ടതാണ്.

തത്ത്വചിന്തകരുടെ അഭിപ്രായത്തിൽ മനുഷ്യനെ അസ്വസ്ഥനാക്കുന്നതും ഭയപ്പെടുത്തുന്നതും സ്വയം സംഭവങ്ങൾ മാത്രമല്ല. പക്ഷേ, അവയെക്കുറിച്ചവൻ ഉൾക്കൊള്ളുന്ന അഭിപ്രായങ്ങളും സങ്കൽപങ്ങളും കൊണ്ടുകൂടിയാണ്.

മനുഷ്യൻ ഇവിടെ പ്രതീകാത്മകമായ ലോകത്താണ് ജീവിക്കുന്നത്. അവിടെ ഭാഷയും ഐതിഹ്യവും കലയും മതവും വ്യത്യസ്തമായ കണ്ണികളായിട്ടാണ് വർത്തിക്കുന്നത്. അതുകൊണ്ടാണ് മാനുഷികാനുഭവങ്ങളുടെ പിണഞ്ഞുകിടക്കുന്ന വല നെയ്തിരിക്കുന്നത്.

1884 ൽ ഒരു ഫ്രഞ്ച് നാഡീരോഗ ചികിൽസാ വിദഗ്ധൻ ഗില്ലസ് ഡിലാ ടൗററ്റി തന്റെ ഒരു രോഗിയുടെ വർഗലക്ഷണങ്ങളിൽനിന്നും വളരെയധികം വ്യതിചലിക്കുന്ന പെരുമാറ്റത്തെക്കുറിച്ച്

വിവരിക്കുന്നുണ്ട്. അശ്ലീലമെന്ന് പരിഗണിക്കപ്പെട്ടിരുന്ന വാക്കുകൾക്കെതിരെ തുടർച്ചയായി ഉച്ചത്തിൽ ആക്രോശിച്ചുകൊണ്ടയാൾ പ്രതികരിച്ചിരുന്നു. ശാപവചനങ്ങൾക്ക് തുടർച്ചയായിട്ടെന്നോണം പേശികളിലെ കോച്ചിവലിയുമുണ്ടായി. രോഗലക്ഷണങ്ങളുടെ സങ്കല്പനത്തെ ആധാരമാക്കിയതിനെ ഡിലാ ടൗററ്റി സിൻഡ്രോം എന്നു വിളിക്കുകയും ചെയ്തു.

ഇതിന്റെ കാരണം ശരിയായി വിശകലനം ചെയ്യാത്തിടത്തോളം കാലം ഇതേ നില തുടരുകയും ചെയ്തു.

ശരിക്കുമൊരു ചികിത്സ ഇതിനു കണ്ടെത്താത്തതും ഈ കാരണം കൊണ്ടാണ്. വിലക്കുകളെ പ്രതിമാനങ്ങളോടുള്ള സഹിക്കാനാവാത്ത കർക്കശത്വത്തിനെതിരെയുള്ള പ്രതികരണമാണീ രോഗമെന്ന് ഒരുപക്ഷേ അനുമാനിക്കുന്നതുകൊണ്ടുമാവാം. ഒരമേരിക്കൻ ഡോക്ടർ ഇതിനൊരു ചികിത്സാരീതി വികസിപ്പിച്ചെടുക്കുകയുണ്ടായി. രോഗിയെക്കൊണ്ട് തുടർച്ചയായ അശ്ലീലപദങ്ങൾ ആവർത്തിപ്പിക്കുകയെന്നതായിരുന്നു അദ്ദേഹം ഉദ്ദേശിച്ച രീതി. ഉച്ചത്തിലും പരമാവധി വേഗത്തിലും അത് ആവർത്തിക്കപ്പെട്ട് അവസാനം രോഗി ക്ഷീണിതനാകുന്നതുവരെ തുടരുകയും വേണം. ഇങ്ങനെയൊരു രംഗം ഒരു മനഃശാസ്ത്രജ്ഞന്റെ കൺസൽട്ടിംഗ് മുറിയിൽ നടക്കുന്നതിനെക്കുറിച്ചൊന്ന് സങ്കൽപിച്ചു നോക്കൂ. ബറോയുടെ ഭ്രാന്തചിത്തമായ ഗദ്യം അവിടെ അനുകരിക്കുകയാണെന്നോ തോന്നുകയുള്ളൂ. ഇലക്ട്രോഡുകൾ രോഗിയുടെ ശരീരത്തിലേക്ക് ചേർത്തിണക്കി വെക്കുന്നു. പിന്നീടതൊരു യന്ത്രവുമായി ഘടിപ്പിക്കുന്നു. മെട്രോനോം എന്ന പേരിലുള്ള ഒന്നുമായത് യോജിച്ച് പ്രവർത്തിപ്പിക്കുവാനും അനുവദിക്കുന്നതുവഴി ഉച്ചത്തിലുള്ള തരംതാണ പദങ്ങളുടെ വേഗതയെ നിയന്ത്രിക്കുവാനും കഴിയും. ഒരു മിനിറ്റിനുള്ളിൽ ഇരുനൂറു വാക്കുകൾ വരെ നിയന്ത്രണപരിധിക്കുള്ളിൽ വരും. ഒരു മിനിറ്റിൽ ഇരുനൂറ് അത്തരത്തിലുള്ള വാക്കുകൾ നിങ്ങൾക്കുച്ചരിക്കാൻ കഴിയുമോ...?

"ഞാനങ്ങനെ വിചാരിക്കുന്നില്ല." ടേപ്പ് റെക്കോർഡറിൽ പുതിയ ഒരു ടേപ്പ് വെച്ചുകൊണ്ട് ഞാൻ മറുപടി പറഞ്ഞ അസഭ്യവാക്കുകൾ നിങ്ങളൊരു നിശ്ചിത വേഗതയിൽ ഉച്ചത്തിൽ പറഞ്ഞില്ലെങ്കിൽ വൈദ്യുതഷോക്ക് നിങ്ങളെ അതിന്റെ താളം നിലനിറുത്താൻ നിർബന്ധിതമാക്കിത്തീർക്കും. രോഗിയിൽ കുറഞ്ഞതോതിലുള്ള ആത്മനിരോധനമേർപ്പെടുത്തുകയെന്നതാണ് ഈ ചികിത്സാരീതികൊണ്ടുദ്ദേശിക്കുന്നത്. മറ്റൊരു രീതിയിൽ പറഞ്ഞാൽ, ആത്മനിരോധം സഹിക്കാനാവാതെ വരുമ്പോൾ താൽക്കാലികമായ ആശ്വാസമില്ലായ്മ ഒരാൾക്ക് നേരിടേണ്ടി വരുമെന്നുള്ളതാണ്.

അതോടെ അയാൾ ഒരു സമൂഹവിരുദ്ധ ശക്തിയായി പൊട്ടിത്തെറിക്കുകയും ചെയ്യും.

ഒരു പുതിയ നിരോധിക്കപ്പെട്ട ആശയങ്ങളുടെ പുനരുദ്ധാരണമാണ് അതുകൊണ്ട് നിതീകരിക്കപ്പെടുന്നത്. പക്ഷേ നിരോധം ഒരു വ്യക്തിയുടെ മാനസികനിലയുറപ്പിക്കുവാൻ അത്യാവശ്യമായ ഒന്നാണെന്ന് എനിക്ക് തോന്നുന്നില്ല. അതൊരു തെറ്റായ ആശയമാണ്. ഇതിനെതിരെയുള്ളതാണ് കൂടുതൽ ന്യായയുക്തമായിട്ടുള്ളതെന്ന് ഞാൻ കണ്ടെത്തുന്നു. അടിച്ചമർത്തലിനെതിരെയുള്ളതിന്റെ വീക്ഷണങ്ങളില്ലാത്ത നിരോധങ്ങൾ രോഗിയുടെ ആരോഗ്യനിലക്ക് ഗൗരവപൂർവമായ ഹാനി വരുത്തിവെക്കും. ഒരു വിവേകമുള്ള സാമൂഹിക സംഘടന അനുഭവങ്ങൾ പങ്കുവെക്കാൻ തയ്യാറാകുന്ന വഴികളിലെ തടസ്സങ്ങൾ നീക്കുവാനാണ് ശ്രമിക്കേണ്ടത്. അങ്ങനെ ബുദ്ധിമുട്ടുകളും പിരിമുറുക്കങ്ങളും ഒഴിവാക്കണം. അസഭ്യവാക്കുകളുടേതായ ഒരു ദേശീയദിനം ശരിക്കും ആചരിക്കണം. ഈ പറഞ്ഞ അശ്ലീലസാഹിത്യത്തിന്റെ അടിച്ചമർത്തലിലുള്ള മറ്റൊരപകടം അത് നിയന്ത്രണത്തിനെ ശാശ്വതീകരിക്കുവാനും ന്യായീകരിക്കുവാനും തുടങ്ങും എന്നുള്ളതാണ്. ഒരാളുടെ ഭാവാവിഷ്കാര സ്വാതന്ത്ര്യത്തെ നിയന്ത്രിക്കുവാനുള്ള ഒരോ ശ്രമവും നിയതമായ മറ്റൊന്നിനാൽ അനുധാവനം ചെയ്യപ്പെടുമെന്നുള്ളതാണ്. അതിനെതിരെയുള്ള ആരോപണമെന്താണെന്നുവെച്ചാൽ ചില വാക്കുകൾ ശരിക്കും ജീവനാശകമായവയായതിനാൽ അവയെയൊരു ലിഖിത രൂപത്തിൽ വെക്കുവാൻ കഴിയാത്ത ഒരവസ്ഥയുണ്ടാകും എന്നുള്ളതാണ്.

വാമൊഴിയായുള്ള അശ്ലീലത അസ്തമിച്ചുകൊണ്ടിരിക്കുകയാണെന്ന് താങ്കൾ വിശ്വസിക്കുന്നുവോ ഇല്ലയോ...?

ഫുട്ബോൾ മൈതാനങ്ങളിൽ ഞാൻ കഴിഞ്ഞ ഞായറാഴ്ച കേട്ടതുപോലെയൊന്ന് പെൺകുട്ടികൾ ആഹ്ലാദത്തിമിർപ്പോടെ ആലപിക്കുകയാണ്.

ഒന്ന്... രണ്ട്... മൂന്ന്.... നാല്.... അഞ്ച്... ആയിരം

(കൊടിച്ചിപ്പട്ടിയുടെ പുത്രനായ) വെറുക്കപ്പെട്ടവനായ പുത്രനായ ഫ്ല നരകത്തിലേക്ക് പോകാനിടയാകട്ടെ:

രണ്ടു വാക്കുകളും കൊടിച്ചിപട്ടിയും... പുത്രനും ഒരേ അസഭ്യവാക്കിന്റെ മൂലത്തിൽനിന്നും(എഫിലേക്ക്) രൂപംകൊണ്ടതാണ്. ഇക്കാര്യത്തിൽ ഒരു കാര്യം വ്യക്തമാണ്.

ഈ രണ്ടു വാക്കുകളും ഒരുവനെ പിരിമുറക്കങ്ങളിൽനിന്നും

സ്വാസ്ഥ്യപ്പെടുത്തുവാൻ ഉദ്ദേശിച്ചിട്ടുള്ള ശുദ്ധീകരണ ഫലം ഉളവാക്കുവാനുദ്ദേശിച്ചിട്ടുള്ളതാണ് . ഈ പ്രത്യേക പ്രതിഭാസം ശരിക്കും യുദ്ധസമയത്തും എന്തിന് സമാധാനകാലത്തും പോലും ശ്രദ്ധിക്കപ്പെടുന്ന ഒന്നാണ്. അന്ന് ജനങ്ങൾ ബാരക്കുകളിലും ഭ്രാന്താലയങ്ങളിലും തടവറകളിലും വിദ്യാലയങ്ങളിലും ഫാക്ടറികളിലും പട്ടാളചിട്ടക്ക് വിധേയമാക്കപ്പെടുമ്പോഴാണിതുണ്ടാകുന്നത്. കൂടുതൽ ജനസാന്ദ്രതയുള്ള നഗരപ്രദേശത്തെ വ്യാവസായിക കേന്ദ്രങ്ങളിൽ വെച്ചാണിത് സംഭവിക്കുന്നത്.

ആ അവസ്ഥകളിൽ വിലക്കപ്പെട്ട വാക്കുകളുടെ ഉപയോഗം അടിച്ചമർത്തലിനെതിരെയുള്ള ഒരു പ്രതിഷേധമാണ്. പക്ഷേ ഇന്നത്തെ അവശേഷിക്കുന്ന അശ്ലീലത നമ്മുടെ സംസ്കാരത്തിന്റെ വെളിപ്പെടാത്ത ജീവശാസ്ത്രത്തിനെതിരെയുള്ള മുൻവിധിയായിട്ടാണ് പ്രാഥമികമായും കരുതുന്നത്.

ഒരു സ്ത്രീയെഴുത്തുകാരിയുടെ പരാതികൾ ഒരിക്കൽ വായിച്ചത് ഞാനിപ്പോൾ ഓർത്തുപോകുന്നു. അവർ ഭയപ്പെട്ടിരുന്നത് ഇതാണ്. അധിക്ഷേപിക്കപ്പെട്ടതിനുശേഷം അശ്ലീലത കലർന്ന ഭാഷ്യം വക്രീകരിക്കപ്പെടുകയും രൂപാന്തരപ്പെടുകയും ചെയ്ത് ഒരു കൂട്ടം ക്ലീഷേകളായിത്തീരുന്നു. പിന്നീടത് മതത്തിന്റെയും സ്നേഹത്തിന്റെയും കുലീനതയുള്ള ഭാഷയായി തീരാതിരിക്കുകയും ചെയ്യും. അസഭ്യതയുടെ പ്രതാപത്തെ ആവിഷ്കരിക്കുവാൻ പിന്നീടവിടെ ഒന്നുമുണ്ടാവുകയുമില്ല. നിരവധി രീതികളിൽനിന്ന് വിലയിരുത്തിയാലും അത് ലൈംഗികവേഴ്ചയിലൂടെ പകർന്നുകിട്ടുന്ന ആനന്ദാനുഭൂതിയുടെ പാതിയെങ്കിലുമുണ്ടെന്ന് തിരിച്ചറിയപ്പെടുകയും ചെയ്യും.

'കറിയ മനുഷ്യനും മറ്റും' എന്ന ഗ്രന്ഥം ഒരു അശ്ലീലഗ്രന്ഥമാണെന്ന് ഒരാൾക്ക് കരുതാൻ കഴിയുമോ?

വായനക്കാരെ മാനസികമായി ഉത്തേജിപ്പിക്കുന്ന ധാരാളം അശ്ലീലവാക്യങ്ങളുണ്ട്. അതുവഴി മിക്കവാറും ശ്രദ്ധിക്കപ്പെടുന്ന അശ്ലീലഗ്രന്ഥങ്ങൾ ഒരു അലങ്കാരോക്തിയുണർത്തുന്ന സംയോഗാസക്തിയുത്തേജിനി തന്നെയാണ്.

അവ വായനക്കാരനെ അയാളുടെ ഒരേ ദിശയിലുള്ള അന്തരീക്ഷത്തിലേക്കുള്ള വെളിപ്പെടുത്തലിൽനിന്നും മാറ്റിമറിക്കുന്ന വസ്തുക്കളെ ഒഴിവാക്കുവാനായി സഹായിക്കും.

ആ പുസ്തകങ്ങൾ വെറും സാധാരണമായ ഘടകങ്ങളാൽ സൃഷ്ടിച്ചവയാണ്. കഥാപാത്രങ്ങളുടെ ലൈംഗികപ്രക്രിയകളുടെ

സീമകളിൽമാത്രം ഒതുങ്ങിനിൽക്കുന്ന ഒരു കഥാതന്തുവാണിതിനുള്ളത്.

മരണത്തിനും രതിവൈകൃതത്തിനുമിടയിൽ, വ്യത്യാസങ്ങളൊഴിച്ചാൽ എല്ലാം കഥാബീജങ്ങളും അടിസ്ഥാനപരമായി ഒന്നുതന്നെയാണ്.

ഭൂരിഭാഗം വായനക്കാരും ഇത്തരം സാഹിത്യത്തെ ഉത്തേജക സഹായിയായ ഒന്നായിട്ടാണ് തിരിച്ചറിയുന്നത്.

അതിനോട് കൂട്ടതലായി ഇടപഴകേണ്ടിവരുന്നില്ലയെന്നൊരു ഉപാധിയും അവിടെയുണ്ടായിരിക്കും എന്നു മാത്രം.

അതിസാന്ദ്രമായ ലൈംഗികതയെക്കാൾ വിരസമായി മറ്റൊന്നും തന്നെയുണ്ടാവില്ല.

ഞാനിപ്പോൾ സൂചിപ്പിച്ച പുസ്തകത്തിന്റെ സങ്കീർണത ഹ്രസ്വകായനും മറ്റും തന്നെ ഇതുപോലെയുള്ള ഒരു വിഭാഗത്തിൽ അതിനെ ഉൾപ്പെടുത്തുന്നതിന്റെ സാധ്യത തള്ളിക്കളയുകയാണ്.

ഈ ഗ്രന്ഥത്തിൽ ഹ്രസ്വകായനായ ആരും തന്നെയില്ലെന്ന് നിങ്ങൾക്കറിയാമല്ലോ.

എന്നിട്ടുപോലും ചില നിരൂപകർ അയാളെ ദൈവത്തിന്റെ ഒരു പ്രതീകമായിട്ടാണ് കണ്ടത്. വേറെ ചിലർ അനശ്വര സൗന്ദര്യത്തിന്റെ മാതൃകയായും. ഇനിയും മറ്റു ചിലർ മൂന്നാം ഘട്ടത്തിലെ അസമത്വത്തിനെതിരെയുള്ള വെറുപ്പുളവാക്കുന്ന രോദനമായും വിലയിരുത്തുവാൻ തയ്യാറായി.

എന്നിരുന്നാലും മറ്റുള്ളവരുടെ അഭിപ്രായം ഇതിൽനിന്നും തികച്ചും വ്യത്യസ്തമായിരുന്നു. മിതമായ കാരണമില്ലാതെയുള്ള വൃത്തികേടുകളുടെ ദുർബലവികാരമുണർത്തുന്ന ഒന്നുമാത്രമാണീ പുസ്തകമെന്നവർ തുറന്നുപറയുവാൻ തയ്യാറായി.

വന്യമായ ലൈംഗികതയും അനാവശ്യവും പരുക്കനും ബാലിശവുമായ പ്രക്രിയകളും ഇതിനാധാരമായതാണെന്ന് അവർ വിശദീകരിച്ചു. ഇവയെല്ലാം ഒരു മാലിന്യം നിറഞ്ഞ മനസ്സിന്റെ സന്തതിയുമായിരിക്കും.

ദുർബല വികാരമുണർത്തുന്നതോ ചിന്താക്കുഴപ്പം സൃഷ്ടിക്കുന്നതോ...? ജോയ്സിനെക്കുറിച്ചും അവർ സമാനതയുള്ള കാര്യങ്ങളാണ് പറഞ്ഞിരുന്നത്.

ഞാൻ ജോയ്സിനെ വെറുക്കുന്നു... എന്റെ എല്ലാ മുൻഗാമികളെയും സമകാലീനരെയും ഞാൻ വെറുക്കുന്നു..

നമുക്കാ കാര്യത്തിലേക്ക് അൽപം കഴിഞ്ഞു കടക്കാം. തൽക്കാലത്തേക്ക്... അശ്ലീലതയെക്കുറിച്ച് തുടർന്ന് സംസാരിക്കുവാനാണ് എനിക്കിഷ്ടം. താങ്കളതുമായി യോജിക്കുന്നുണ്ടോ...? അശ്ലീലഗ്രന്ഥങ്ങളുടെ വായന ഒരുവനെ ഒരു അനാരോഗ്യകരവും സമൂഹവിരുദ്ധമായ പെരുമാറ്റത്തിലേക്ക് നയിക്കുന്നുണ്ടോ..?

നേരെ മറിച്ച് അശ്ലീലഗ്രന്ഥങ്ങളുടെ വായന വളരെ കുറച്ചാണ്. അതിന് നിദാനമായ വസ്തുതകളുമുണ്ട്. ഇതുകൊണ്ടുതന്നെയാണ് അഥീനക്കാരോട് തിയേറ്ററിലേക്ക് പോകുവെന്ന് പറയുവാൻ അരിസ്റ്റോട്ടലിനെപ്രേരിപ്പിച്ചത്.

ആ ജനങ്ങൾ ശരിക്കും അശ്ലീല നാടകവേദിയുടെ മാതൃകയെ അംഗീകരിച്ചുവെന്ന് ഇതുകൊണ്ട് നിങ്ങൾ അർഥമാക്കുന്നുണ്ടോ...?

സൂക്ഷ്മമായും... അശ്ലീലമെന്ന് ആരെങ്കിലും പേരെടുത്ത് വിളിക്കുന്നത്... ഒരിക്കലും അപകടകാരിയായ ഒന്നല്ല. വല്ലപ്പോഴുമെങ്കിലും അത് ഗുണപ്രദവുമായി ഭവിക്കുന്നുണ്ട്. പക്ഷേ, നിരവധിയാളുകൾ വിദ്യാഭ്യാസവിദഗ്ധരടക്കമുള്ളവർ, മനഃശാസ്ത്രജ്ഞന്മാർ, സമൂഹശാസ്ത്രജ്ഞർ ഇവരെല്ലാംതന്നെ അത്തരത്തിലല്ല ചിന്തിക്കുന്നത്.

ഓരോ രംഗത്തും അശ്ലീലത നിലനിൽക്കുന്നുവെന്ന് വിശ്വസിക്കുന്ന ആളുകളുണ്ട്. ഒരുപക്ഷേ അത് അവരുടെ സ്വകാര്യ ജീവിതത്തിൽ ആണെങ്കിൽപ്പോലും അതംഗീകരിച്ചേ മതിയാകൂ. പക്ഷേ, കലയിൽ ഒരിക്കലും സ്ഥിതി അങ്ങനെയല്ല. അക്കാര്യത്തിൽ അവർ ഹൊറാസിനെപ്പോലയാണ് ചിന്തിക്കുന്നത്. (ഡൾസി... എറ്റ് യൂ ടൈൽ) കലയെ ധാർമികമായ ഒരു കർമമെന്ന് ആരോപിക്കുമ്പോൾ അല്ലെങ്കിൽ ഉല്ലാസപ്രദായകമായ ഒന്നാണെന്നെങ്കിലും വിവക്ഷിക്കുമ്പോൾ അങ്ങനെയുള്ളവർ അവസാനം സെൻസർഷിപ്പിന്റെ ഭയപ്പെടുത്തുന്ന ശക്തിയെ ന്യായീകരിക്കുകയാണ് ചെയ്യുന്നത്? അത് പ്രാവർത്തികമാക്കുന്നത് സുരക്ഷയുടെയും പൊതു നന്മയുടെയും പേരിലാണ്.

സുരക്ഷയെക്കുറിച്ച് സംസാരിക്കുമ്പോൾ. ഭീകരതയുടെ അശ്ലീലതയെന്നൊന്ന് അവിടെയുണ്ടോ?

ഉണ്ട്... അത് മറ്റുള്ള അശ്ലീലതകളിൽനിന്നും തികച്ചും വ്യത്യസ്തവുമാണ്. അതിന് അലൈംഗികമായ ഒരു സംഹിതയാണുള്ളത്. അതിനുള്ളിൽ ലൈംഗികതക്ക് യാതൊരു വശ്യതയുമില്ല. യുക്തിയുമില്ല. വിശുദ്ധിയുമില്ല. അവിടെ ബലം മാത്രമേയുള്ളൂ.

പക്ഷേ, ഭീകരവാദ അശ്ലീലത വളരെ വിചിത്രമായതാണ്. അത് ശാസ്ത്ര ആഖ്യായിക എന്നാണ് അറിയപ്പെടുന്നത്. ഇതിന്റെ പരമോന്നത ഉദാഹരണമായ ചൂണ്ടിക്കാണിക്കാൻ കഴിയുന്നത് വില്യംബറോസിന്റെയും മാർക്വിസ് ഡിസാഡിന്റെയും രചനകളെയാണ്.

അത് അത്ഭുതവും അമ്പരപ്പും ഭീകരതയും വെറും സാധാരണ ആത്മാവുകളിൽ സൃഷ്ടിക്കുന്നുണ്ട്.

ഈ രചനകളിൽ മരങ്ങളോ പുഷ്പങ്ങളോ പക്ഷികളോ കുന്നുകളോ നദികളോ അല്ലെങ്കിൽ മൃഗങ്ങളോ ഒന്നുമുണ്ടാകില്ല. മാനുഷിക സ്വഭാവഗതികൾ മാത്രമേ അതിലുണ്ടാവുകയുള്ളൂ.

എന്താണ് മനുഷ്യസ്വഭാവമെന്നുവെച്ചാൽ...

എന്റെ 'വൻകുടൽ' എന്ന കൃതിയിൽ ഞാൻ ഒരു കാര്യം പറഞ്ഞിട്ടുണ്ട്. മനുഷ്യസ്വഭാവം മനസ്സിലാക്കണമെങ്കിൽ ഓരോ കലാകാരനും ശരീരത്തെ ശപിക്കാതിരിക്കണം. മറ്റാർക്കും ചെയ്യാനാവാത്ത രീതിയിൽ അതിനെ വിശകലനം ചെയ്യാൻ ശ്രമിക്കണം. ഏറ്റവും നിഗൂഢവും മറഞ്ഞുകിടക്കുന്നതുമായ ശരീരവും ആത്മാവും തമ്മിലുള്ള ബന്ധം മനസ്സിലാക്കണം. ഒരു മൃഗത്തിന്റെ പെരുമാറ്റത്തിലുള്ളതെല്ലാം സൂക്ഷ്മപരിശോധനയ്ക്ക് വിധേയമാക്കണം.

വെറും ശൂന്യാകാശ യാത്രയും പൊങ്ങൻപനിയും പോലെ അശ്ലീല സാഹിത്യത്തിനൊരു ഭാവിയുണ്ടോ...?

അശ്ലീല സാഹിത്യം വിസർജനാവയവങ്ങളുമായും പ്രജനനായവങ്ങളുമായും ബന്ധപ്പെട്ടിരിക്കുന്നു.

ജീവിതവുമായും മരണത്തെ പ്രതിരോധിക്കുന്ന ക്രിയകളാൽ വിശേഷിപ്പിക്കപ്പെട്ടും. ഭക്ഷണവും സ്നേഹവുമായും അവയുടെ നിർമാണപ്രക്രിയയിലൂടെയും ഫലങ്ങളിലൂടെയും സമന്വയിക്കപ്പെട്ടിരിക്കുന്നു.

വിസർജ്യവസ്തുക്കൾ, മൈഥുനം, ബീജം, ഗർഭം, ജനനം, വളർച്ച, ബന്ധത്തിന്റെ കണ്ണികൾ അങ്ങനെ നീണ്ടുപോകുന്നു. ഇത് നമ്മുടെ പഴയ സുഹൃത്താണ്. ജീവിതത്തിന്റേതായ അശ്ലീലസാഹിത്യം.

ഗോറർ ഒരിക്കൽ നിർദേശിച്ചതുപോലെ മരണത്തിന്റേതായ അശ്ലീലസാഹിത്യം എന്നൊന്നുണ്ടോ?

പേരുകൊണ്ട് ആരെയെങ്കിലും ഉദ്ധരിക്കേണ്ടിവന്നതിൽ എനിക്ക് മാപ്പുതരുക. നിങ്ങൾക്കതിഷ്ടമാവില്ലെന്ന് എനിക്കറിയാം പക്ഷേ അരിസ്റ്റോട്ടിലിനെയും ജോയ്സിനെയും ഹൊറാസിനെയും

ഉദ്ധരിച്ചുകൊണ്ട് നിങ്ങളൊരു കീഴ്വഴക്കം സൃഷ്ടിച്ചുകഴിഞ്ഞു.

അതെ. അത് വന്നുകൊണ്ടിരിക്കുന്നു.

മൈഥുനത്തെക്കുറിച്ചുള്ള സൂചനകൾ കൂടുതൽ അംഗീകരിക്കപ്പെടുമ്പോൾ പെൺകുട്ടികൾ പുരാതനമായ അശ്ലീല സാഹിത്യത്തിലെ അസഭ്യവാക്കുകളാൽ സംഘഗാനമാലപിക്കുവാൻ തുടങ്ങും.

ഇതോടെ ഒന്ന് കൂടുതൽ നിഗൂഢവും പ്രസ്താവനയോഗ്യവുമല്ലാത്തതായി തീരുകയും ചെയ്യും.

അത്... മരണമാണ്.

ശാരീരികമായ ജീർണതയിൽനിന്നും രൂപംകൊള്ളുന്ന സ്വാഭാവിക ക്രിയയാണത്. അത് അശ്ലീല രൂപിയായ മരണമാണ്. രോഗത്താൽ കിടക്കയിൽ സംഭവിക്കുന്ന മരണം. അത് അതുകൊണ്ട് കൂടുതൽ കൂടുതൽ നിഗൂഢവും ഹീനവും അധിക്ഷേപാർഹവും അസഭ്യമായതുമായിത്തീരുന്നു.

മറ്റേ മരണം, കുറ്റകൃത്യങ്ങളിൽനിന്നും ദാരുണ സംഭവങ്ങളിൽനിന്നും പോരാട്ടങ്ങളിൽനിന്നുമുണ്ടാകുന്നത്. ഹിംസാത്മകമായ മരണമാണ്. അത് ഇന്നത്തെ ടെലിവിഷൻ മാധ്യമം ജന സമൂഹത്തിലേക്ക് പകരുന്ന ഭ്രമാത്മകതയാണ്. അത് ശരിക്കും പഴയകാലത്തെ ഷൌങ്സിൻഹോയുടെയും മാരിയയുടെയും കഥകൾ പോലെത്തന്നെയാണ്.

അങ്ങനെയൊരു പുതിയതരം അശ്ലീലസാഹിത്യം വന്നുകൊണ്ടിരിക്കുകയാണ്. അതിനെ നമുക്ക് ഗൊറ്ററുടെ അശ്ലീലതയെന്ന് നാമനിർദ്ദേശം ചെയ്യാം.

നിങ്ങൾ ഫോണിലൂടെ ഉദ്ദേശ്യം വ്യക്തമാക്കിക്കഴിഞ്ഞുവല്ലോ. "ഒരു മരത്തെ ദത്തെടുക്കുക, ഒരു കുഞ്ഞിനെ കൊല്ലുക."

നിങ്ങൾ മനുഷ്യവർഗത്തെ വെറുക്കുന്നുവെന്നാണോ ഇതു കൊണ്ടുദ്ദേശിക്കുന്നത്...?

എനിക്കും മറ്റൊരു ലക്ഷ്യം ഉദ്ധരിക്കുവാൻ കഴിയും. "ഒരു വന്യമൃഗത്തെ ദത്തെടുക്കുക. ഒരു മനുഷ്യനെ കൊല്ലുക?

ഞാനിങ്ങനെ പറയുന്നതുകൊണ്ട് എന്റെ കൂടെയുള്ളവരെ ഞാൻ വെറുക്കുന്നു എന്നർഥമാക്കേണ്ടതില്ല. നേരെമറിച്ച് ഞാനവരെ സ്നേഹിക്കുകയാണ് ചെയ്യുന്നത്.

മനുഷ്യർ ആദ്യം പ്രാണികളെ നശിപ്പിക്കുന്നവരായിരിക്കും

എന്നാണ് ഭയപ്പെടുന്നത്. മൊത്തത്തിൽ അവിടെ കൂടുതൽ ആളു കളുണ്ട്. അല്ലെങ്കിൽ അധികം താമസിയാതെ ഈ ലോകത്തിൽ കൂടുതലാളുകൾ ഉണ്ടായിരിക്കും. ഇത് ശാസ്ത്രസാങ്കേതിക വിദ്യക്ക് അവരെ അടിമപ്പെടുത്തുകയും ചെയ്യും. അങ്ങനെ ഒരുറുമ്പിൻ കൂട്ടിലെ ന്നതുപോലെ ആളുകളെ അച്ചടക്കത്തിന് വിധേയമാക്കേണ്ടതായും വരും സ്വന്തം പിതാവിന്റെ ശരീരം ഭക്ഷിക്കേണ്ട അവസ്ഥയിലേക്ക് കുട്ടികളെ എത്തിക്കുന്ന ഒരു ദിവസവും അവിടെ വന്നുചേരും.

വാസ്തവത്തിൽ കലാകാരൻമാരും എഴുത്തുകാരുമായ നമ്മുടെ സമയം സമാഗമമായിരിക്കുകയാണ്. ഈ ലോകത്തെമ്പാടും ജീസസിനെയും അല്ലാഹുവിനെയും മുഹമ്മദിനെയും മോശയെയും ഉൾപ്പെടുത്തിക്കൊണ്ട് ഒരു വലിയ സാംസ്കാരികവും മതപരവുമായ മാംസം ഭക്ഷിക്കുവാനുള്ള പ്രചോദനം ജനങ്ങളിലുണർത്തുകയെന്ന താവണം ഇതിന്റെ ലക്ഷ്യം.

അവിടെ പ്രൊട്ടീനുകളുടെ ഭീമമായ ഒരു പാഴാക്കൽ തന്നെയുണ്ട്. ആ വഴിക്ക് സ്വീഫ്റ്റും മറ്റുള്ളവരും ഇതിനകംതന്നെ സൂചിപ്പിക്കുകയും ചെയ്തിരിക്കുന്നു. പക്ഷേ അവർ ആക്ഷേപഹാസ്യങ്ങൾ രചിക്കുകയാ യിരുന്നു. ഇതിനു പകരം ഞാനൊരു പുതിയ മനുഷ്യനെ ഈ വിശ്വാ സത്തിന്റെ കേന്ദ്രബിന്ദുവാകുന്ന മതത്തെയാണ് നിർദേശിക്കുന്നത്. ശരിക്കും നിഗൂഢമായ നരമാംസ ഭോജനം.

"നിങ്ങളുടെ സ്വന്തം പിതാവിനെ ഭക്ഷിക്കുവാൻ നിങ്ങൾ തയ്യാ റാകുമോ..?

"ചുട്ടുകരിച്ചോ വേവിച്ചിട്ടോ അല്ല. പക്ഷേ ആ സിനിമയിൽ ചിത്രീകരിച്ചതുപോലെ പിതാവിനെ ഒരു ബിസ്കറ്റിന്റെ രൂപത്തിലാ ക്കി ഭക്ഷിക്കുവാൻ എനിക്ക് വൈമുഖ്യമൊന്നും അനുഭവപ്പെടില്ല. ഒരുപക്ഷേ മറ്റുള്ളവർ അവരുടെ മാതാവിനെ കോഴിയുടേതുപോലെ ഒരൊറ്റ കഷണമായി വാരിവിഴുങ്ങുവാനാണ് താൽപര്യം കാട്ടുക. അതിനുശേഷം അവർ തങ്ങളുടെ വിരലുകളും ചുണ്ടുകളും നക്കിത്തുട ക്കുകയും ചെയ്യും. പിന്നീടവർ പറയും... മമ്മി എപ്പോഴും കൊള്ളാവുന്ന ഒന്നായിരുന്നു. അത് രുചിയുടെ മാത്രം കാര്യമാണ്.

സങ്കൽപത്തിലുള്ള ഒരു വായനക്കാരനുവേണ്ടിയാണോ നിങ്ങൾ നിങ്ങളുടെ ഗ്രന്ഥങ്ങൾ രചിക്കുന്നത്?

എന്റെ വായനക്കാർക്കിടയിൽ അവിടെ വിഡ്ഢികളായവരും ധാരാളമായിട്ടുണ്ട്. അവർ അവരുടെ ഒഴിവുസമയം മുഴുവൻ ടി.വി കാണുന്നതിനാണ് വിനിയോഗിക്കുന്നത്. വെറും ജീവച്ഛവങ്ങൾ

മാത്രമാണവർ.

സാഹിത്യം യാതൊരുപയോഗവുമില്ലാത്ത ഒന്നാണെന്ന് എനിക്കു പറയാൻ കഴിയണം എന്നാണെന്റെ ആഗ്രഹം. പക്ഷേ ശാസ്ത്രസാങ്കേതിക വിദഗ്ധരെക്കൊണ്ട് നിറയുന്ന മറ്റു ലോകങ്ങളെ സംബന്ധിച്ചിടത്തോളം അത് ശരിയല്ല. ഓരോ ആണവ നിലയത്തിനും അവിടെ ഒരു കൂട്ടം കവികളുടെയും കലാകാരൻമാരുടെയും സാന്നിധ്യം ആവശ്യമുണ്ട്. അങ്ങനെയല്ലെങ്കിൽ നാമെല്ലാം ബോംബ് പൊട്ടിത്തെറിക്കുന്നതിനു മുമ്പുതന്നെ നാണക്കേടുകൊണ്ട് നിലംപതിച്ചുകഴിഞ്ഞിരിക്കും. ലാറ്റിനമേരിക്കൻ സാഹിത്യം എന്നൊന്നുണ്ടോ?

എന്നെ വെറുതെ വിഡ്ഢിയാക്കരുത്. ഘടനാപരമായ തുടർച്ചകൊണ്ടോ, സ്റ്റൈലുകൊണ്ടോ, കഥാപാത്രങ്ങളുടെ ചിത്രീകരണത്തിലോ അങ്ങനെ പലതുകൊണ്ടും ബ്രസീലിയൻ സാഹിത്യത്തിനെപ്പറ്റി ഒരുവന് സംസാരിക്കാൻ പോലും കഴിയില്ല. ഒരേ ഭാഷയിൽ. പോർച്ചുഗീസിൽ, സാഹിത്യരചന നടത്തുന്ന നിരവധിയാളുകളുണ്ട്. ഇതുതന്നെ ശരിക്കും അർഥവത്താണ്. പക്ഷേ അതിനപ്പുറമൊന്നുമില്ല.

ഗ്വമേറിയാസ് റോസയും ഞാനും തമ്മിൽ പൊതുവായി ഒന്നും തന്നെയില്ല. ശാസ്ത്രസാങ്കേതിക വിദഗ്ധരായ ഭരണാധികാരികൾ മുള്ളുവേലികൾക്കുള്ളിൽ അടിഞ്ഞുകൂടിയിരിക്കുന്ന ജനങ്ങളെക്കുറിച്ചാണെഴുതുന്നത്.

നിരവധി വർഷങ്ങളായി ഇംഗ്ലണ്ടിൽനിന്നും ജർമനിയിൽനിന്നുമുള്ള ചില വിഡ്ഢികളായ ശാസ്ത്രജ്ഞന്മാർ ഭൂമധ്യരേഖക്കുതാഴെ ഒരു സംസ്കാരം സൃഷ്ടിക്കുന്നതിന്റെ അസാധ്യതയെക്കുറിച്ച് നമ്മോടു പറഞ്ഞതിനെക്കുറിച്ച് നാം വല്ലാതെ ആശങ്കാകുലരായിരുന്നു.

പിന്നീട് നാം നമ്മുടെ കുപ്പായങ്ങളുടെ കൈകൾ തെറുത്തുവെക്കുവാൻ തീരുമാനിച്ചു. വിരസമായ സല്ലാപങ്ങൾ ഒഴിവാക്കുവാനും ഞങ്ങളുടെ തനതായ ഒരു സംസ്കാരം കെട്ടിപ്പടുക്കുവാനും ഞങ്ങൾ തീരുമാനമെടുത്തു.

അങ്ങനെ ഞങ്ങൾ സാവോപോളാ നിർമിച്ചു.

സാന്റോ ആൻഡ്രെയും സാവേ കെയിറ്റാനോയും നിർമിച്ചു. അവ ഞങ്ങളുടെ മരണത്തിന്റെ വിത്തുകളുള്ള ഉഷ്ണമേഖലയിലെ മാഞ്ചസ്റ്ററുകളായിരുന്നു.

ഈയടയടുത്ത കാലം വരെ സാവോപോളോയിലെ വ്യാവസായിക

ഫെഡറേഷന്റെ മുദ്രിത ചിഹ്നം വായുവിലേക്ക് പുകവമിപ്പിക്കുന്ന മൂന്ന് ചിമ്മിനികളായിരുന്നു.

ഞങ്ങളുടെ മൃഗങ്ങളെയെല്ലാം ഞങ്ങൾ കൊന്നൊടുക്കുകയായിരുന്നു. സസ്തനജീവികളായ അർമാഡില്ലോകൾക്കുപോലും ഇതിനെ അതിജീവിക്കാൻ കഴിഞ്ഞില്ല. നിരവധി വംശപരമ്പരകൾക്ക് നാശം സംഭവിച്ചു കഴിഞ്ഞു.

ഓരോ ദിവസവും ലക്ഷക്കണക്കിന് വൃക്ഷങ്ങൾ വെട്ടിനശിപ്പിക്കപ്പെട്ടു. ജാഗ്വടി റിക്കാസ് എന്ന കാട്ടുപൂച്ചകൾ വളരെ വേഗം തന്നെ കുളിമുറിയിലെ കമ്പളമായി മാറുവാൻ പോവുകയാണ്. ചളിനിലങ്ങളിലെ ചീങ്കണ്ണികളും ടാപ്പെറുകളും റെസ്റ്റോറന്റുകളിലെ രുചികരമായ ഭക്ഷ്യവസ്തുക്കളായിത്തീരും. അവിടെയതിന് പ്രിയമേറുകയും ചെയ്യും. അവിടെപോയി മടങ്ങുന്ന ഒരാൾ പിന്നീടയാളുടെ സുഹൃത്തുക്കളോട് ഇതിനെക്കുറിച്ച് സൂചിപ്പിക്കുകയും പിന്നീട് അവശിഷ്ടങ്ങൾ പുറത്തേക്ക് വലിച്ചെറിയപ്പെടുകയും ചെയ്യും. ജാഗ്വിൻകോ സ്ത്രീകളിലൊരുവളായ ഡയോറിമിന്റെ (ഗ്വമേറിയാസ് റോസയുടെ നോവലിലെ കഥാപാത്രം) കാലം കഴിഞ്ഞിരിക്കുന്നു. പക്ഷേ എന്തൊക്കെയായാലും ഇവിടെ ലാറ്റിനമേരിക്കൻ സാഹിത്യം എന്നൊന്നാന്ന് ഉണ്ടോ ഇല്ലയോ..?

ഒരിടത്തുമില്ല... ആൽഫ്രഡ് നോഫിന്റെ മനസ്സിലൊഴിച്ച്... അങ്ങനെയൊന്നുണ്ടെങ്കിൽതന്നെ...

നിങ്ങൾ നിങ്ങളുടെ പുസ്തകങ്ങൾ സ്വയം എഴുതുന്നു എന്നു പറയുന്നതിന്റെ അർഥമെന്താണ്?

നിങ്ങൾ ചെറുപ്പക്കാർക്കുവേണ്ടി നൽകുന്ന ഉപദേശം ഇതാണോ?

ആർക്കും ഒരുപദേശവും കൊടുക്കുവാൻ ഞാനാഗ്രഹിക്കുന്നില്ല. വേണമെങ്കിൽ ഒരാൾക്ക് തന്റെ ആഖ്യായിക പ്രകൃതിയുടെ നിയമങ്ങൾക്കു സമർപ്പിച്ചുകൊണ്ട് കോമഡി ഹ്യൂമെയിൻ എഴുതുവാൻ കഴിയും. അല്ലെങ്കിൽ ഇതേ നിയമങ്ങളിൽനിന്നും വേറിട്ടുകൊണ്ട് രൂപാന്തരത്വം എഴുതുവാൻ കഴിയും. പക്ഷേ, പിന്നെ എപ്പോഴെങ്കിലും അയാൾ സ്വന്തം പുസ്തകരചനയിൽ എത്തിച്ചേരുകതന്നെ ചെയ്യും. അയാളുടെ സ്വന്തം പുസ്തകം. വീണ്ടുമയാളത് തുടരുന്നുവെങ്കിൽ പിന്നീടെപ്പോഴെങ്കിലും അയാൾ അയാളുടെ കൈകളെത്തന്നെ മലിനപ്പെടുത്തുന്നതിലായിരിക്കും ചെന്നെത്തുന്നത്.

അവസാനമായൊരു ചോദ്യം. നിങ്ങൾ സാഹിത്യരചനയിഷ്ടപ്പെടുന്നുണ്ടോ?

ഇല്ല. ഒരെഴുത്തുകാരനും വാസ്തവത്തിൽ അങ്ങനെയല്ല. ഞാനിഷ്ട പ്പെടുന്നത് സംഭോഗത്തിലേർപ്പെടുകയെന്നതും മദ്യം കഴിക്കുകയെ ന്നതുമാണ്. എന്റെ പ്രായത്തിൽ മറ്റൊന്നിലും എന്റെ സമയം ഞാൻ പാഴാക്കിക്കൂടാ. എന്നിരിന്നാലും രചന എനിക്ക് അവസാനിപ്പിക്കാൻ കഴിയില്ല.

ഇതൊരു രോഗമാണ്.

നമുക്കു വേണ്ടത്ര മെറ്റീരിയലായിക്കഴിഞ്ഞു. എന്നാണ് ഞാൻ വിചാരിക്കുന്നത്. ടേപ്പ് റെക്കോർഡർ നിറുത്തിക്കൊണ്ട് ഞാൻ പറഞ്ഞു. ഇന്റർവ്യൂ പകർത്തിയെടുത്തതിനുശേഷം ഞാൻ എഡിറ്ററെ കണ്ടു.

ഈ കൂടിക്കാഴ്ച കീഴ്മേൽ മറിയപ്പെട്ട ഫ്രഞ്ച് പ്രാചീന സാഹിത്യ പ്രസ്ഥാനത്തിന്റെ ഒരു സംവാദമായിട്ടാണ് എനിക്കു തോന്നുന്നത്... ഞാൻ പറഞ്ഞു.

ഇതെന്തായാലും നമ്മൾ പ്രസിദ്ധീകരിക്കും. എഡിറ്റർ മറുപടി പറഞ്ഞു. ഞാൻ എഴുത്തുകാരന് ഫോൺ ചെയ്തു.

നിങ്ങൾ ഇതിനുവേണ്ടി രണ്ടായിരത്തി അറുന്നൂറ്റിയിരുപത്തിയേഴ് വാക്കുകൾ ഉച്ചരിച്ചിട്ടുണ്ട്. ഇതിനുള്ള ചെക്ക് നിങ്ങൾക്ക് ഞങ്ങൾ അയച്ചുതരുന്നതാണ്.

എഴുത്തുകാരൻ ഇതിന് നന്ദി പ്രകടിപ്പിച്ചുപോലുമില്ല. ഒരിക്കൽ കൂടി അയാൾ എന്റെ മുഖത്താഞ്ഞടിക്കുന്ന രീതിയിൽ ഫോൺ താഴെവച്ചു.

"ഈ എഴുത്തുകാർ വിചാരിക്കുന്നത്. അവർക്കെല്ലാമറിയാമെ ന്നാണ്" ഞാൻ കോപത്തോടെ പറഞ്ഞു. അതുകൊണ്ടാണ് അവർ അപകടകാരികളായിത്തീരുന്നതും.

എഡിറ്റർ അവസാനിപ്പിച്ചു.

●

റ്റോമസ് മൻ

(1875–1955)

ജർമ്മനിയിലെ ലൂബക്ക് പ്രദേശത്താണ് ജനനം. ഒരു പണക്കാരനായ വ്യാപാരിയുടെ പുത്രനായി 1875 ൽ ജനിച്ചു. അദ്ദേഹത്തിന്റെ പല നല്ല കഥകളും നോവലുകളും മൂല്യങ്ങൾക്കിടയിലെ സംഘട്ടനം എടുത്തുകാട്ടുന്നവയാണ്. ജർമ്മൻ സാഹിത്യത്തിലെ ഒരു മൂല്യപ്രതിഭയായി ലോകപ്രശസ്തനായി. 1929ൽ നോബൽ പുരസ്കാരത്തിന് അർഹനായി. ആദ്യകൃതിയായ Fallen വളരെ രഹസ്യമായിട്ടാണദ്ദേഹം പൂർത്തിയാക്കിയത്.

മറ്റു പ്രധാനകൃതികൾ: ബുഡൻ ബ്രൂക്ക്സ്, ഡെത്ത് ഇൻ വെനീസ്, മാജിക് മൗണ്ടൻ, ജോസഫ് ആൻഡ് ഹിസ് ബ്രദേഴ്സ് എന്നിവയാണ് മാജിക് മൗണ്ടൻ എന്ന കൃതി വിശ്വസാഹിത്യത്തിലെ ഒരു മഹാത്ഭുതമായിത്തന്നെ കണക്കാക്കപ്പെടുന്നു. വായനയ്ക്ക് അതീവക്ഷമയും ശ്രദ്ധയും ആവശ്യമാണെങ്കിലും അത് അവസാനിപ്പിക്കുമ്പോൾ കിട്ടുന്ന മാനസികമായ ഉയർച്ച വർണ്ണനാതീതമാണ്. 1933ൽ അദ്ദേഹം ജർമ്മനി വിട്ടുകൊണ്ട സ്വിറ്റ്സർലൻഡിൽ വന്നു. അവസാനം അമേരിക്കയിൽ സ്ഥിരതാമസവുമാക്കി. ഡോക്ടർ ഫോസ്റ്റസ്, ഹോളി സിന്നർ എന്നീ കൃതികൾ കാലഫോർണിയയിൽ വച്ചാണ് പൂർത്തിയാക്കിയത്. 1949-ൽ അദ്ദേഹം ജർമ്മനി വീണ്ടും

സന്ദർശിച്ചു. 1952–ൽ സ്വിറ്റ്സർഡിലേക്ക് മടങ്ങി. അവിടെവച്ച് ബ്ലാക്ക് സ്വാൻ എഴുതി പ്രസിദ്ധീകരിച്ചു. The Confessions of Felix krull എന്ന കൃതിയും അവിടെ വച്ചാണ് പ്രസിദ്ധീകരിച്ചത്. 1955ൽ മരിക്കുമ്പോൾ റ്റോമസ് മൻ ശരിക്കും ഒരു വിശ്വസാഹിത്യകാരൻ തന്നെയായിരുന്നു. ബുഡൻ ബ്രൂക്ക്സ് എന്ന മഹൽ കൃതി ഹിറ്റ്ലർ കത്തിച്ചുകളയാൻ പോലും തയ്യാറായി. സ്വീഡിഷ് അക്കാഡമിക്ക് പ്രിയങ്കരമായ തോന്നിയതും മറ്റൊന്നല്ല.

ബാല്യപ്രതിഭ

ജർമ്മൻ കഥ

റ്റോമസ് മൻ

ബാല്യപ്രതിഭ അകത്തേക്കു പ്രവേശിച്ചപ്പോൾ ഹാൾ നിശബ്ദമായി. അത് നിശ്ശബ്ദമായിത്തീർന്നു. പിന്നീട് കാണികൾ കരഘോഷം മുഴക്കാൻ തുടങ്ങി. എന്തെന്നാൽ ഒരു വശത്തായി ആൾക്കൂട്ടത്തിന്റെ നേതാവ്. ജന്മനാ സംഘാടകനായിട്ടുള്ള ഒരാൾ, ആദ്യമായി കയ്യടിച്ചുകഴിഞ്ഞിരുന്നു. കാണികൾ അതുവരെ ഒന്നും കേട്ടിരുന്നില്ല. പക്ഷേ, അവരെല്ലാം കയ്യടിക്കുകതന്നെ ചെയ്തു. ഒരു ശക്തിമത്തായ പ്രചാരണ പ്രസ്ഥാനമാണ് അത്ഭുതശിശുവിന്റെ വരവിന് സാരഥ്യമേകിയത്. ജനങ്ങൾ ആകെക്കൂടി സമ്മോഹനം ചെയ്യപ്പെട്ടുകഴിഞ്ഞിരുന്നു. അവർക്കതിനെക്കുറിച്ച് അറിവുണ്ടോ ഇല്ലയോ എന്നത് ഒരിക്കലും ഒരു പ്രശ്നമായിരുന്നില്ല. സാമ്രാജ്യത്തിന്റെ ഹാരങ്ങൾ ചൂടി മനോഹരമായ സ്ക്രീനിനു പിറകിൽ നിന്നാണ് അത്ഭുതശിശു കടന്നുവന്നത്. നല്ല ചുറുചുറുക്കോടെയാണവൻ പ്ലാറ്റ്ഫോമിലേക്കുള്ള പടവുകൾ കയറിയത്. തണുത്തുവിറകൊള്ളുന്ന ഒരു കുളിനീരിനുള്ളിലേക്കെന്നപോലെ ഹർഷാരവങ്ങൾക്കിടയിൽ അവൻ കടന്നുവന്നു. പക്ഷേ ഒരു ചങ്ങാത്തഭാവമായിരുന്നു അവന്റെ മുഖത്തുണ്ടായിരുന്നത്. ഒരു ചിത്രമെടുക്കുവാൻ തയ്യാറായിനിൽക്കുന്നവനെപ്പോലെ ചിരിച്ചുകൊണ്ട് പ്ലാറ്റ്ഫോമിന്റെ അറ്റത്തേക്കവൻ നീങ്ങിനിന്നു. ലജ്ജയോടെ ഓമനത്തമുള്ള രീതിയിൽ ഒരു കൊച്ചു പെൺകുട്ടിയെപ്പോലെ അവൻ എല്ലാവരെയും ഉപചാരപൂർവ്വം സ്വാഗതം ചെയ്തു.

വെള്ളനിറത്തിലുള്ള പട്ടുവസ്ത്രങ്ങളാണവൻ ധരിച്ചത്. കാണികൾക്കതേറെ ഇഷ്ടപ്പെടുകയും ചെയ്തു. അടിയിൽ അരക്കച്ചയുള്ള കൗതുകമാർന്ന രീതിയിൽ മുറിച്ചു തയ്യാറാക്കിയ വെള്ള ജാക്കറ്റാണവൻ

ധരിച്ചിരുന്നത്. അവന്റെ പാദരക്ഷകൾ പോലും വെള്ള പട്ടുകൊണ്ടുണ്ടാക്കിയതായിരുന്നു. പക്ഷേ, വെളുത്ത കാലുറകൾക്കുള്ളിൽ അവന്റെ നഗ്നമായ കൊച്ചുകാലടികൾക്ക് ശരിക്കും തവിട്ടുനിറമായിരുന്നു. എന്തെന്നാൽ അവൻ ഗ്രീസിൽനിന്നുവന്ന ഒരു കുട്ടിയായിരുന്നു.

ബിബി സാഷില്ലാ പിലാക്കസ് എന്നാണവനെ എല്ലാവരും വിളിച്ചിരുന്നത്. തീർച്ചയായും അതുതന്നെയായിരുന്നു അവന്റെ യഥാർത്ഥ നാമവും, ബിബിയെന്നുവെച്ചാൽ എന്തെങ്കിലും ഓമനപ്പേരാണോ എന്ന ആർക്കുമറിഞ്ഞുകൂടായിരുന്നു. സംഘാടകൻ ഒഴിച്ച് മറ്റാർക്കും തന്നെ അതിനെക്കുറിച്ച് അറിയില്ല എന്നു പറയുന്നതാവും ശരി. അയാളിതൊരു രഹസ്യമാക്കി സൂക്ഷിക്കുകയും ചെയ്തു. ബിബിക്ക് തോളുവരെ വീണുകിടക്കുന്ന കറുത്ത മൃദുവായ മുടിയുണ്ടായിരുന്നു. അത് ഒരുവശത്തായി വകഞ്ഞുവച്ച് പിറകോട്ടു പിടിച്ചുകെട്ടിവച്ചിരുന്നു. ഒരു ചെറിയ പട്ടുബോയാണ് അതിനുപയോഗിച്ചിരുന്നത്. ഈ ലോകത്തിലേക്കും വച്ച് ബാലിശമായ മുഖഭാവമുള്ള ഒന്നായിരുന്നു അവന്റേത്. പരുക്കനായ നാസികയും നിഷ്കപടത തുളുമ്പുന്ന വദനവും; അവന്റെ എലിയുടേതുപോലുള്ള കറുത്തിരുണ്ട കണ്ണുകൾക്കുതാഴെയുള്ള ഭാഗത്ത് അല്പം ക്ഷീണത്തിന്റേതായ ലക്ഷണങ്ങൾ കാണാനുണ്ടായിരുന്നു. കുറച്ച് വരകളും. കണ്ടാൽ അവന് തീർച്ചയായും ഒമ്പത് വയസ്സ് തോന്നിക്കുമെങ്കിലും ഏഴുവയസ്സുകഴിഞ്ഞ് എട്ടാകുന്നേതേ ഉണ്ടായിരുന്നുള്ളൂ. ഇത് വിശ്വസിക്കണമോ വേണ്ടയോ എന്നുള്ള കാര്യം പറയുവാൻ വളരെ പ്രയാസമുള്ള കാര്യമാണ്. ഒരുപക്ഷേ എല്ലാവർക്കും നന്നായിട്ടറിയാമായിരിക്കും. അതവർ വിശ്വസിക്കുകയും ചെയ്യുന്നുണ്ടാവും... മറ്റുപല കാര്യങ്ങളിലും സംഭവിക്കുന്നതുപോലെ ഇതും അങ്ങനെ തന്നെയാകും. സൗന്ദര്യത്തിന്റെകൂടെ കാപട്യവുമുണ്ടാകുമെന്ന് ഏതു സാധാരണക്കാരനുമറിയാം. നമ്മൾ അല്പമെങ്കിലും നാട്യക്കാരെല്ലെങ്കിൽ ദൈനംദിന ജീവിതത്തിൽ നമുക്കല്പമെങ്കിലും വികാരോദ്ദീകരണം എവിടെ നിന്നാണ് ലഭിക്കാൻ പോകുന്നത്? സാധാരണ ബുദ്ധിശക്തിയുള്ള സാധാരണക്കാരൻ ചിന്തിക്കുന്നത് ശരിക്കും ശരിയായ വഴിക്കുതന്നെയാണ്...!

കരഘോഷം അടങ്ങുന്നതുവരെ അത്ഭുതശിശു തനിക്ക് ലഭിച്ച അഭിവാദ്യങ്ങൾ സ്വീകരിച്ചുകൊണ്ടേയിരുന്നു. പിന്നീടവൻ ശ്രേഷ്ഠമായ രീതിയുള്ള പിയാനോയ്ക്ക് അടുത്തേക്കുചെന്നു. കാണികൾ അപ്പോൾ പരിപാടികളിലേക്ക് അവസാനമായൊരു നോട്ടംനോക്കി. ആദ്യത്തേത്, ഒരു മാർഷെ സോണോലെല്ലയും പിന്നീട് റീവറിയു. അതിനുശേഷം ലീ ഹീബൗ യെലെസ് മൊയിനോക്കുമായിരുന്നു. എല്ലാ ബിബി സാഷില്ലാ പിലാക്കസ്സിന്റേതുമാത്രമായി

അവതരിക്കപ്പെടുന്നവ മാത്രം.

പരിപാടികൾ മുഴുവൻ അവന്റേതുമാത്രമായിരുന്നു... അവയെല്ലാം അവന്റെ മാത്രം രചനകളുമായിരുന്നു. അവയെ ചിട്ടപ്പെടുത്താൻ അവനെക്കൊണ്ട് സാദ്ധ്യമായില്ലെന്നുള്ളത് തീർച്ചയാണ്. പക്ഷേ, അതെല്ലാം അവന്റെ അസാമാന്യമായ ആ ചെറിയ തലയ്ക്കുള്ളിലു ണ്ടായിരുന്നു. യഥാർത്ഥത്തിലുള്ള കലാപരമായ മൂല്യം അതിനുണ്ടാ യിരുന്നുതാനും. അതുകൊണ്ടുതന്നെ പരിപാടികളുള്ളിൽ അതിന്റെ മികവ് ശരിക്കും പ്രകടമായിരുന്നു. സംഘാടകൻ തന്റെ വിമർശനാ ത്മകരീയിൽ, അതും കഠിനാദ്ധ്വാനത്തിനുശേഷം ഇളവുകളെല്ലാം നേടിയെടുത്തു എന്നപോലെയായിരുന്നു പരിപാടി തുടങ്ങിയത്.

ഒരു കറങ്ങുന്ന സ്റ്റൂളിൽ അത്ഭുതശിശു ഇരുന്നു. പിന്നീട് പെഡലിൽ തന്റെ പാദങ്ങൾകൊണ്ട് സ്പർശിച്ചു. ബിബിക്ക് വേഗത്തിൽ ചെന്നെ ത്താവുന്ന രീതിയിൽ ബുദ്ധിപരമായ ഒരുപകരണത്തിലൂടെയാണ് അതുയർന്നുവന്നുകൊണ്ടിരുന്നത്. അത് ബിബിയുടെ സ്വന്തം പിയാനോവായിരുന്നു. പോകുന്നിടത്തെല്ലാം അതയാൾ കൊണ്ടു പോകുകയും ചെയ്യുമായിരുന്നു. മരക്കട്ടകൾക്കു മുകളിലാണത് ഉറപ്പി ച്ചിരുന്നത്. തുടർച്ചയായുള്ള സഞ്ചാരംകൊണ്ട് അതിന്റെ പോളിഷ് ആകെക്കൂടി മങ്ങിയനിലയിലുള്ളതായിരുന്നു. പക്ഷേ, ഇതൊന്നും പരിപാടിയുടെ ആകർഷകത്വത്തിന് യാതൊരു മങ്ങലുമേൽപ്പിച്ചില്ല.

ബിബി തന്റെ പട്ടുപാദരക്ഷകളിട്ട കാലുകൾകൊണ്ട് പെഡലിൽ സ്പർശിച്ചു. പിന്നീടവൻ കലാപരമായ ഒരു ചെറിയ മുഖഭാവമുണർ ത്തിക്കൊണ്ട്.. നേരേനോക്കി വലതുകൈയ്യുയർത്തിപ്പിടിച്ചു. തവി ട്ടുനിറത്തിലുള്ള കുഞ്ഞിക്കൈകളായിരുന്നു അവന്റേത്. അവന്റെ അസ്ഥികൾക്ക് നല്ല വളർച്ചയുമുണ്ടായിരുന്നു.

ബിബി കാണികൾക്കുവേണ്ടി തന്റെ മുഖം ക്രമീകരിച്ചുനിർത്തി. എന്തെന്നാൽ അവന് അവരെ കുറിച്ച് വിനോദിപ്പിക്കേണ്ടതുണ്ടെന്ന് അവന് ബോദ്ധ്യമുണ്ടായിരുന്നു. പക്ഷേ അതിൽനിന്നും ലഭിക്കുന്ന അവന്റേതായ സ്വകാര്യമായ ആസ്വാദനവുമുണ്ടായിരുന്നു. മറ്റൊരാൾ ക്കും പകർന്നുകൊടുക്കാനാവാത്ത അവന്റേതുമാത്രമായ ആസ്വാദനം.. മുൾമുനയിലെത്തുന്നപോലെ ഒരാനന്ദാതിരേകം... ആനന്ദമൂർച്ഛയുടെ ഒരു ഞടുക്കം... പിയാനോയുടെ മുമ്പിലിരിക്കുന്ന ഓരോ സമയത്തും അവന് ഇതൊരനുഭവമായിത്തീരാറുണ്ട്. ഇതാ.. വീണ്ടുമൊരിക്കൽ കൂടി കീ ബോർഡ് അവന്റെ മുമ്പിലായിരിക്കുകയാണ്.

ഈ ഏഴു കറുപ്പും വെളുപ്പുമായ സ്വരാഷ്ടകൾ... അവയ്ക്കുള്ളിൽ പുളകം കൊള്ളിക്കുന്ന സാഹസികതകളുമായി അവനെത്രയോതവണ

സ്വയം അലിഞ്ഞില്ലാതായിട്ടുണ്ട്...

പക്ഷേ, അവയിപ്പോഴും പുതുതായി ശുദ്ധീകരിച്ച ബ്ലാക്ക് ബോർഡുപോലെ സ്പർശനമേൽക്കാത്ത രീതിയിൽ പുതുമ നശിക്കാതെതന്നെ അവന്റെ മുമ്പിൽ വീണ്ടുമെത്തിയിരിക്കുന്നു.

അത് അവന്റെ മുമ്പിൽ വിരിഞ്ഞിരുന്ന സംഗീതത്തിന്റേതായ സാമ്രാജ്യം തന്നെയായിരുന്നു. ആകർഷണശക്തിയോടെ വശീകരിക്കുന്ന ഒരു സമുദ്രത്തെപ്പോലെയാണത് പരന്നുകിടന്നത്. അതിനുള്ളിൽ അവൻ മുങ്ങിത്താഴുകയോ ആനന്ദമൂർച്ഛ അനുഭവിക്കുകയോ ചെയ്യുമായിരിക്കും. അതിലൂടെ സ്വയം ഒഴുകിപ്പോകുവാനവൻ സ്വയം അനുവദിക്കുമായിരുന്നു. രാത്രികളിലും... കൊടുങ്കാറ്റിനുള്ളിലും... അവനതിലൂടെ കടന്നുപോയെന്നുവരുന്നതിന്റെ തൊട്ടുമുമ്പുള്ള നിർഭരമായ നിമിഷങ്ങൾ... അതങ്ങനെയാണ് തുടങ്ങാൻ പോകുന്നത്? അതങ്ങനെ തുടങ്ങുകയും ചെയ്തു. ബിബി തന്റെചൂണ്ടുവിരൽകൊണ്ട് പിയാനോയിൽനിന്ന് ആദ്യത്തെ നാദമുണർത്തിവിട്ടു. തികച്ചും അപ്രതീക്ഷിതമാം വിധം ശക്തിമത്തായ ആദ്യത്തെ രാഗം. മിഡിൽ രജിസ്റ്ററിൽ അതൊരു ട്രംപറ്റ് നാദംപോലെയുണ്ടായിരുന്നു. മറ്റുള്ളവ പിന്തുടർന്നുവന്നു... ഒരു ആമുഖമായിട്ടെന്നോണം എന്തോ അതിനിടിയിൽ ഉയർന്നു. സദസ്യർ ഇടയ്ക്ക് അല്പമൊന്ന് ആശ്വസത്തോടെ വിശ്രമിച്ചു.

ഒരു ഉന്നതമായ ഹോട്ടലിലെ കൊട്ടാരം പോലെയുള്ള ഹാളിൽ വച്ചാണ് പരിപാടി നടത്തിയിരുന്നത്. ഭിത്തികളിലാകെ പലതരം ഗ്ലാസ്സുകൾ വച്ചുപിടിപ്പിച്ചിരുന്നു. വൈദ്യുത വിളക്കുകടേതായ ഒരു പ്രത്യേക ലോകം തന്നെ അനാവൃതമാക്കുന്ന മേൽക്കുര സുവർണ്ണസ്തംപങ്ങൾകൊണ്ട് താങ്ങിനിർത്തപ്പെട്ടിരുന്നു. പകൽ വെട്ടത്തേക്കാൾ ദീപ്തമായ അന്തരീക്ഷം അവ അതിനുള്ളിൽ വാരിവിതറിക്കൊണ്ടിരുന്നു. വിറകൊള്ളുന്ന സുവർണ്ണപ്രകാശം അതിനുള്ളിൽ നിറഞ്ഞുനിന്നു.

ഒരു സീറ്റുപോലും ഒഴിഞ്ഞുകിടന്നിരുന്നില്ല. പിറകിൽ നിരയായി ആളുകൾ നിൽക്കുന്നുമുണ്ടായിരുന്നു. മുൻ നിരയിലുള്ള ഒരു സീറ്റ് പന്ത്രണ്ടുമാർക്കു കൊടുക്കണമെന്ന രീതിയിൽ വിലപിടിപ്പുള്ളതായിരുന്നു. ഏതു രീതിയിലുള്ള ഇരിപ്പിടമാണെങ്കിലും അതിന്റേതായ രീതിയിൽ വിലപിടിച്ചതാണെന്നാണ് സംഘാടകന്റെ അഭിപ്രായം. ഒരു നല്ല സമൂഹമാണിവിടെ അതെല്ലാം സ്വന്തമാക്കിവച്ചിരിക്കുന്നത്. സമൂഹത്തിലെ ഉയർന്ന നിലവാരത്തിനിടയിലുള്ളവർക്കാണ് ഇതിനൊക്കെയുള്ള ആസ്വാദനശേഷി ഏറ്റവും കൂടുതൽ പ്രകടമായിരിക്കുന്നത്. അവർക്കിടയിൽ ചില കുട്ടികളുമുണ്ടായിരുന്നു. അവരുടെ

ഇരിപ്പിടങ്ങളിൽ താഴേയ്ക്ക് തൂക്കിയിട്ടിരിക്കുന്ന കാലുകളുമായി.... തിളക്കമാർന്ന കണ്ണുകൾ സമകാലീന കലാസർഗ്ഗശക്തിയിൽ തന്നെ, ചെറിയ രൂപത്തിൽത്തന്നെ അർപ്പിച്ചുകൊണ്ട് ശ്രദ്ധയോടെ ഇരിക്കുന്ന നിമിഷങ്ങൾ....

ആദ്യത്തെ നിരയിൽത്തന്നെ ഇടതുഭാഗത്തായി അത്ഭുതശിശുവിന്റെ മാതാവും ഇരുന്നിരുന്നു. തടിച്ചുകൊഴുത്തിട്ട് നല്ലവണ്ണം പൗഡറിട്ടു മിനുക്കിയ താടിയുമായൊരു സ്ത്രീയായിരുന്നു അവർ. തലയിൽ അവരൊരു തൂവലും ചൂടിയിരുന്നു. സംഘാടകർ അവളുടെ തൊട്ടടുത്താണിരുന്നത്. പൗരസ്ത്യമായ രീതിയിലുള്ള വേഷത്തോടെ സുവർണ്ണ ബട്ടനുകൾ തുന്നിപ്പിടിച്ചിരിക്കുന്ന വസ്ത്രമാണയാൾക്കുണ്ടായിരുന്നത്. ആദ്യ നിരയുടെ നടുവിലായി രാജകുമാരി സ്ഥാനം പിടിച്ചിരുന്നു. ചുളിവീണ... ചുരുങ്ങിയ മുഖവുമായി ഒരു വയസ്സി രാജകുമാരി പക്ഷേ, കലയെ സംബന്ധിച്ചിടത്തോളം അവരൊരു രക്ഷാധികാരി തന്നെയായിരുന്നു. എന്തിനോട്ടും വിവേകപൂർവ്വം പെരുമാറാനുള്ള അസാമാന്യമായ കഴിവും അവർക്കുണ്ടായിരുന്നു. നല്ല കുഷ്യനിട്ട് മനോഹരമായി തയ്യാറാക്കിയ ഒരു സീറ്റിലാണ് അവർ ഇരുന്നിരുന്നത്. അവരുടെ പാദങ്ങൾക്കു താഴെ ഒരു മനോഹരമായ പേർഷ്യൻ പരവതാനിയും വിരിച്ചിട്ടിരുന്നു. ചാരനിറത്തിൽ പൊതിഞ്ഞ സിൽക്കുവസ്ത്രങ്ങളുള്ള മാറിടത്തിലൂടെ അവർ കൈകൾ പിണച്ചുവച്ചിരുന്നു. പക്ഷേ, അവർ തല ഒരു വശത്തേക്ക് ചരിച്ചാണ് പിടിച്ചിരുന്നത്. ആകെക്കൂടി അവരുടെ സാന്നിദ്ധ്യം മഹത്തായ ഒന്നായിത്തന്നെ അവിടെഅനുഭവപ്പെട്ടു. ബിബിയിൽ തന്നെ ശ്രദ്ധിച്ചിരിക്കുന്ന അവരുടെ രൂപം ആരും ശ്രദ്ധിച്ചുപോകുമായിരുന്ന ഒന്നായിരുന്നു. അവൾക്കു തൊട്ടടുത്തായി വരകളുള്ള പട്ട് ഗൗണിട്ട മഹതിയും ഇരിക്കുന്നുണ്ടായിരുന്നു. കാത്തിരിക്കുന്ന ഒരു മഹതിയായതുകൊണ്ട് അവളെപ്പോഴും തന്റെ കസേരയിൽ നിവർന്നാണിരുന്നത്.

ബിബി ഒരു പാരമ്യതയിലാണ് അത് അവസാനിപ്പിച്ചത്. എത്ര ശക്തിയോടെയാണ് ഈ ഹ്രസ്വകായൻ അതിലാഘവത്തോടെ കീബോർഡിൽ വിരൽപായിക്കുന്നത്! സദസ്യർക്ക് അവരുടെ ചെവികളെ വിശ്വസിക്കാൻ കഴിഞ്ഞില്ല. പടനീക്കത്തിന്റേതായ ഒരു സംഗീത പ്രമേയം, പടർന്നുപിടിക്കുന്ന, ചാഞ്ചാട്ടുന്ന... ആ രാഗസുധ ഒരിക്കൽക്കൂടി പ്രവഹിക്കാൻ തുടങ്ങി. ഒരു വിജയാഹ്ലാദഘോഷയാത്രയിലെ ഒരാളെന്ന പോലെ സീറ്റിൽ ഒന്നുകൂടി അമർന്നിരുന്നുകൊണ്ട് ഓരോ രാഗാലാപനവും ബിബി ശ്രുതിമധുരമായ രീതിയിൽ ആലപിക്കുവാൻ തുടങ്ങി. ഫോർട്ടിസിമോയോട്ടു കൂടി അവൻ അവസാനിപ്പിച്ചു. സ്റ്റൂളിൽനിന്നും ഒരു വശത്തേക്കു തിരിഞ്ഞുകൊണ്ട്

കുനിഞ്ഞുനിന്ന് ഒരു പുഞ്ചിരിയോടെ കരഘോഷവും പ്രതീക്ഷിച്ചു കൊണ്ട് അവൻ നിന്നു.

ആവേശഭരിതമായി ഐക്യരൂപേണയാണ് കരഘോഷം പൊട്ടിവിടർന്നത്. കുട്ടി അതിനോട് തന്റെ അഗാധമായ ആദരവു കാട്ടിക്കൊണ്ട് നിന്നു. മുൻനിരയിലുണ്ടായിരുന്ന ആളുകൾ വിചാരിച്ചു. "നോക്കൂ... അവനെത്ര നേർത്ത് ചെറിയ അരക്കെട്ടാണുള്ളതെന്ന്...! കയ്യടിക്കൂ... കയ്യടിക്കൂ! സബാഷ്... കൊച്ചുകുട്ടീ, സാഷോ പിലാക്സ് എന്തോ നിങ്ങൾ വിളിക്കുന്ന എന്തുപേരായാലും ശരി! വരട്ടെ! ഞാനെന്റെ കയ്യുറകളൊന്ന് ഊരിക്കോട്ടെ. അവനെന്തൊരു ചെകുത്താനായ രൂപമാണ്.?

സ്ക്രീനിന്റെ പിറകിൽനിന്ന് ബിബിക്ക് മൂന്നുപ്രാവശ്യം പുറത്തേക്കുവരേണ്ടതായിട്ടുണ്ടായിരുന്നു. അതിനുമുമ്പ് അവർക്ക് നിറുത്തണമായിരുന്നു. താമസിച്ചുവന്നവരിൽ ചിലർ ഹാളിനകത്തുകയറി അവരവരുടെ ഇരിപ്പിടങ്ങൾക്കുവേണ്ടി തിരയുന്നുണ്ടായിരുന്നു. അതിനുശേഷം പരിപാടി തുടർന്നു. ബിബിയുടെ 'റിവേറി'. അതിന്റേതായ നമ്പരുകൾ. പൊറുപൊറുക്കാൻ തുടങ്ങി. ബലഹീനമായ ഒരു ചിറകടിപോലെ അതിനുള്ളിൽനിന്നും സ്വരമാധുര്യത്തിന്റേതായ തരംഗങ്ങൾ ഇടയ്ക്കിടെ ഉയരുവാൻ തുടങ്ങി. അതിനുശേഷം "ലിഹിബൗ എറ്റ് ലസ് മൊയിനാക്സ്" യന്റെ വരവായി. ആ രചന അത്യുജ്ജ്വലമായ രീതിയിൽത്തന്നെ ഒരു വിജയമായിരുന്നു. അതൊരു ഗാഢമായ സ്വാധീനമുണ്ടാക്കിത്തീർത്തു.

അതൊരു ഫലപ്രദമായ ശൈശവകാല മനോരാജ്യം മാത്രമായിരുന്നു. ശ്രദ്ധേയമായ രീതിയിൽ അവലോകനം ചെയ്യപ്പെട്ട ഒന്ന്. ഏറ്റവും താണസ്വരം മൂങ്ങയെയാണ് പ്രതിനിധീകരിച്ചിരുന്നത്. കണ്ണുകൾ ദുർമുഖമായ രീതിയിൽ തിരിച്ചുകൊണ്ട് അതിലൂടെ ഒഴുകി നീങ്ങുമ്പോൾ ട്രെബിളിനുള്ളിൽ ഭയചകിതമായ രീതിയിൽ പക്ഷികൾ കിണുങ്ങിക്കൊണ്ടിരുന്നു. ബിബി അവസാനിപ്പിച്ചുകഴിഞ്ഞപ്പോൾ ബിബിക്ക് ഹർഷാരവം കലർന്ന അഭിനന്ദനം ലഭിച്ചു.

അവൻ അവസാനിപ്പിച്ചുകഴിഞ്ഞപ്പോൾ നാലുതവണ അവന്റെ നാമം അവിടെ വിളിക്കപ്പെടുകയുണ്ടായി. തിളങ്ങുന്ന ബട്ടനുകളുള്ള വസ്ത്രം ധരിച്ച ഒരു ഹോട്ടൽ പരിചാരകൻ കീർത്തിപുരസ്സരമുള്ള മൂന്നു പുഷ്പമാലകൾ സ്റ്റേജിലേക്കു കൊണ്ടുവന്നു. ഒരു വശത്തായി വച്ചപ്പോൾ ബിബി നന്ദിപുരസ്സരം അത് സ്വീകരിക്കുകയും ചെയ്തു. രാജകുമാരിപോലും കരഘോഷത്തിൽ പങ്കെടുത്തു. ശബ്ദമില്ലാത്ത രീതിയിൽ തന്റെരണ്ടുകൈകളും ഒരുമിച്ചു ചേർത്തുകൊണ്ടായിരുന്നു അത്.

ആ.... അറിവുള്ള ഈ ചെറിയ കുട്ടിക്ക് ആളുകളെ കയ്യടിപ്പിക്കുന്നത് എങ്ങനെയാണെന്ന് ശരിക്കുമറിയാം! അവൻ സ്ക്രീനിന്റെ പിറകിൽനിന്നു. അവനുവേണ്ടി കാത്തുനിൽക്കേണ്ടിവന്നു. സ്റ്റേജിലേക്കുള്ള പടവുകളിൽ അറച്ചുനിന്നുകൊണ്ട്... പുഷ്പമാലയുടെ പ്രവാഹത്തിൽ അഭിനന്ദിച്ചുകൊണ്ടായിരുന്നു അത്. ഇങ്ങനെയുള്ള കാര്യങ്ങൾ അവനെ ശരിക്കും ബോറടിപ്പിക്കുകതന്നെ ചെയ്തിരുന്നു. തികഞ്ഞ സൗമ്യതയോടെ അവനതെല്ലാം സ്വീകരിച്ചു. കാണികൾക്കുള്ളതെല്ലാം പ്രകടിപ്പിക്കാൻ അവൻ അവർക്കു വേണ്ടത്ര സമയം കൊടുത്തു. എന്തെന്നാൽ കരഘോഷമെന്നുള്ളത് ഏറ്റവും അഭികാമ്യമായ ഒന്നാണ്. അത് ഇടയ്ക്കുവച്ച് നിർത്തുവാൻ അവൻ ഒട്ടും തന്നെ ആഗ്രഹിക്കുന്നില്ല.

"ലീ ഹിബൗവ്" എന്റെ പ്രധാനമായ ഒരു പീസാണ്. അവൻ വിചാരിച്ചു. സംഘാടകനിൽനിന്നാണ് അവൻ ഈ സാമർത്ഥ്യം കൈവശമാക്കിയത്.

ഇപ്പോൾ ഞാൻ മനോരാജ്യത്തിന്റേതായ ഒന്ന് തുടങ്ങാൻ പോവുകയാണ്. അത് ലീ ഹിബൗവിനേക്കാൾ എത്രയോ മെച്ചമാണ്. പ്രത്യേകിച്ചും സിഷാർപ്പിലേക്കുള്ള ഒഴുക്ക്... പക്ഷേ, നിങ്ങളെപ്പോലെയുള്ള വിഡ്ഢികൾ ഹി ബൗവിലാണ് അതിപ്രേമം കാണിക്കുന്നത്... ഞാൻ രചിച്ചതിലും വച്ച് ആദ്യത്തേതും ലാഘവവുമായ ഒന്നാണെങ്കിൽ കൂടി നിങ്ങൾക്കതിനോടാണ് ആഭിമുഖ്യം തോന്നുന്നത്. അവൻ തലകുനിച്ചുകൊണ്ട് ചിരിച്ചുകൊണ്ടേയിരുന്നു. അടുത്തത് ഒരു മെഡിറ്റേഷൻ എന്ന ഇനവും അതിനെത്തുടർന്ന് 'എട്യൂഡ്' എന്നതും. പരിപാടി മൊത്തത്തിൽ വിവിധയിനങ്ങൾ കൂട്ടിയിണക്കിയ മെച്ചപ്പെട്ട ഒന്നുതന്നെയായിരുന്നു. മെഡിറ്റേഷൻ എന്നത് ശരിക്കും റിവേറിയുമായി നല്ല സാദൃശ്യമുള്ള ഒന്നുതന്നെയായിരുന്നു. എട്യൂഡിലൂടെ ബിബി തന്റെ കലാനൈപുണ്യത്തിന്റെ സാന്ദ്രത ശരിക്കും പ്രകടമാക്കി. അതിനുശേഷം ഫാന്റസി എന്ന ഇനമായിരുന്നു. അതവന്റെ ഏറ്റവും പ്രിയമുള്ള ഇനംതന്നെയായിരുന്നു. ഓരോ പ്രാവശ്യം അത് അവസാനിപ്പിക്കുമ്പോഴും അതിനുള്ളിൽ അവൻ തനതായ വൈവിദ്ധ്യം കലർത്തി. ചിലപ്പോൾ അതിലൂടെ അവൻ സ്വയം അത്ഭുതപ്പെടുന്നുണ്ടായിരുന്നു. ചില സായാഹ്നങ്ങളിൽ അത് അവന്റേതായ സങ്കല്പസൃഷ്ടിപോലെ തന്നെയുണ്ടായിരുന്നു.

മഹത്തായ കറുത്ത പിയാനോയ്ക്ക് അരികിലിരുന്നുകൊണ്ട് അവൻ വായനയിൽ മുഴുകി. കഴങ്ങിമറിഞ്ഞ ആയിരമായിരം മുഖങ്ങൾക്കു മുമ്പിൽ ഏകനായി നിവർന്നിരുന്നുകൊണ്ട് സ്വന്തം ആത്മാവിന്റെ ലഹരിയിലൂടെ മറ്റുള്ളവരിലേക്ക് അവനത് പകർന്നുകൊടുത്തു.

അവന്റെ കറുത്ത മനോഹരമായ മുടി നെറ്റിയിലൂടെ അലസമായി താഴേയ്ക്കു വീണുകിടപ്പുണ്ടായിരുന്നു. നല്ല വണ്ണം പരിചയസിദ്ധിയുള്ള അവന്റെ ചെറിയ കണങ്കൈകൾ ചലിച്ചുകൊണ്ടേയിരുന്നു. അവന്റെ കുട്ടിക്കളി മാറാത്ത തവിട്ടുനിറമുള്ള കവിളുകളിൽ പ്രത്യേകിച്ചും പേശികൾ തുടിച്ചുനിന്നിരുന്നു.

അവിടെയിരിക്കുമ്പോൾ ചിലപ്പോൾ അവന് വിസ്മൃതിയുടേതായ നിമിഷങ്ങളുണ്ടായിരുന്നു ഏകാന്തതയും അവനപ്പോൾ കൂട്ടിനുണ്ടായിരുന്നു.

അവന്റെ എലിയുടേതുപോലുള്ള വിചിത്രമായ കറുത്തമിഴികൾ. അവയ്ക്കുതാഴെ വലിയ വളയങ്ങളുമായി ചായമടിച്ച സ്റ്റേജിലൂടെ താഴേയ്ക്കുനോക്കി പലവിധത്തിലുള്ള കാണികൾക്കിടയിലൂടെ അരിച്ചുചെല്ലുമ്പോൾ അവൻ സ്വയം ലഹരിയുടെ വിസ്മൃതിയിലേക്കു താഴ്ന്നുപോകും. അവന്റെ കണ്ണുകളുടെ കോണുകളിൽനിന്ന് ഹാളിനുള്ളിലേക്ക് അവൻ പെട്ടന്നൊരു നോട്ടം നോക്കും. അതോടുകൂടി അവൻ സദസ്യരുമായി ഒരിക്കൽക്കൂടി ഒത്തുചേരും...

"ആഹ്ലാദവും വേദനയും... ഉയർച്ചയും താഴ്ചയും... അതാണെന്റെ ഫാന്റസി" അവൻ സാനുരാഗത്തോടെ ചിന്തിച്ചു.

"ശ്രദ്ധിക്കൂ. ഇവിടെനിന്നാണ് സി ഷാർപ്പിന്റെ തുടക്കം." അവരെന്തെങ്കിലും ശ്രദ്ധിക്കുന്നുണ്ടോ എന്നു ബോദ്ധ്യം വരുത്തുവാനായി അവൻ അടുത്തെത്തുന്തോറും സ്വമേധയാ അല്പം വൈകിക്കുകയായിരുന്നു. പക്ഷേ, ഇല്ല, തീർച്ചയായും ഇല്ല. മനോഹരമായ രീതിയിൽ മുകളിലത്തെ തട്ടിലേക്ക് ദൃഷ്ടികൾ പായിച്ചു. അതുകണ്ടുകഴിയുമ്പോൾ കാണികളും അങ്ങോട്ടുനോക്കാതിരിക്കില്ല. അവിടെ എന്തെങ്കിലും ശ്രദ്ധിക്കാനുണ്ടാവുമെന്നുതന്നെ അവർ കരുതി.

ആ ആളുകളെല്ലാം അവരുടേതായ പതിവ് ഇരിപ്പിടങ്ങളിൽ അമർന്നിരുന്നു. പ്രതിഭയെ ശ്രദ്ധിച്ചുകൊണ്ടാണവർ ഇരുന്നിരുന്നത്. അവരുടെ തലച്ചോറിനുള്ളിൽ അപ്പോൾ കടന്നുവരാത്തതായി ഒന്നുംതന്നെ ഉണ്ടായിരുന്നില്ല. വെള്ളത്താടിയുള്ള ഒരു വെളുത്തമാന്യൻ. വിരലിൽ ഒരു മോതിരവുമണിഞ്ഞുകൊണ്ട് കഷണ്ടികയറിയ ശിരസ്സിൽ ഒരു നീർവീക്കവുമായി, അതൊരു വളർച്ചയാണെന്ന് വേണമെങ്കിൽ നിങ്ങൾക്കു പറയാം. സ്വയം ചിന്തിക്കുകയായിരുന്നു.

"വാസ്തവത്തിൽ ഒരാൾക്ക് ലജ്ജതോന്നേണ്ട കാര്യമാണിത്."

"അല്ലയോ പ്രിയമുള്ള അഗസ്റ്റിൻ" പിയാനോവിൽ അതിനപ്പുറം ഒരിക്കലും അവനുപോകാൻ കഴിഞ്ഞിരുന്നില്ല. ബാല്യപ്രതിഭ

പിയാനോ വായിച്ചുകൊണ്ടിരുന്നപ്പോൾ ഇതാ ഇവിടെ ചാരനിറമാർന്ന മുടിയുള്ള ഒരു മനുഷ്യൻ ഇരിക്കുന്നുണ്ടായിരുന്നു. ബിബിയുടെ വിരലുകൾക്കുള്ളിലൂടെ മഹാത്ഭുതങ്ങൾ തന്നെ സംഭവിച്ചുകൊണ്ടിരിക്കുന്നു.

അതെ... അതെ... ഇതൊരു ദൈവത്തിന്റെ സമ്മാനംതന്നെയാണ്. അത് നമ്മളോർക്കേണ്ടിയിരിക്കുന്നു.

ദൈവം അവന്റേതായ സമ്മാനങ്ങൾ അനുവദിച്ചുതരികയാണ്. അല്ലെങ്കിൽ അവനത് ഒളുക്കിവയ്ക്കുകയാണ്.

ഒരു സാധാരണമനുഷ്യനായി കഴിയേണ്ടിവരുന്നതിൽ ലജ്ജിച്ചിട്ട് കാര്യമൊന്നുമില്ല. ഉണ്ണിയേശുവിന്റെ കൂടെയെന്നതുപോലെ ഒരു കുട്ടിയുടെ മുമ്പിൽ മുട്ടുകുത്തി നിൽക്കുന്നതിൽ ആരും ലജ്ജിച്ചിട്ട് കാര്യമൊന്നുമില്ല. ഇമ്മാതിരി കാര്യങ്ങൾ ശരിക്കും തൃപ്തിതരുന്നു. എന്നുള്ളത് എത്രയോ ആശ്വാസജനകമാണ്.

അതെത്രയോ മധുരമാണെന്നുകൂടി അവന് കൂട്ടിച്ചേർക്കേണ്ടതായിവരും. അയാളെപ്പോലെയൊരു പരുക്കനായ വൃദ്ധന് ആ വാക്കു പയോഗിക്കാൻ അത്ര എളുപ്പമുള്ള ഒന്നായി തോന്നുന്നില്ലെങ്കിൽ... എന്തായാലും അങ്ങനെയാണയാൾക്കപ്പോൾ തോന്നിയത്. കല... തത്തയുടെ മൂക്കുള്ള വ്യാപാരി ചിന്തിക്കുകയായിരുന്നു. അതെ. അത് ജീവിതത്തിനോട് എന്തോ സന്തോഷജനകമായ ഒന്ന് കൂട്ടിച്ചേർക്കുകയാണ്...

അല്പം നല്ല വെളുത്ത പട്ടും വളരെക്കുറച്ച് മധുരാനുഭൂതിയും, ശരിക്കും വളരെ മോശമായിട്ട് അവനത് വായിക്കാറില്ല. പന്ത്രണ്ടുമാർക്ക് നിരക്കിലുള്ള മുഴുവൻ അൻപതു സീറ്റുകളും കൂടി അറുന്നൂറു മാർക്കുകളായി... അതുകൂടാതെ മറ്റുള്ളവയും കൂടിയുണ്ട്. ഹാളിന്റെ വാടക അതിൽനിന്നെടുത്തുമാറ്റുക. കൂട്ടത്തിൽ പ്രകാശസംവിധാനത്തിനും പരിപാടിക്കുമുള്ളതു മാറ്റിയാൽ നിങ്ങൾക്ക് എങ്ങനെയും ഒരായിരം മാർക്ക് ലാഭം കിട്ടും. അത് വളരെ വിലപിടിച്ച ഒന്നുതന്നെയാണ്.

അവനിപ്പോൾ വായിക്കുന്നത് ചോപ്പിൻ ആണ്. പിയാനോ അധ്യാപിക വിചാരിച്ചു. കൂർത്ത നാസികയുള്ള ഒരു മഹതിയായിരുന്നു അവർ. ധാരണകൾക്കു മൂർച്ചവരുന്നതും മോഹങ്ങൾക്ക് അഴുക്കൽ സംഭവിക്കുന്നതുമായ ഒരു പ്രായമായിരുന്നു അവർക്ക്.

പക്ഷേ അതത്ര ദൂഷ്യമുള്ള ഒന്നല്ല. അതിനെക്കുറിച്ച് ഞാൻ പിന്നീട് പറയാം. അതിന് ശരിക്കും അർത്ഥം തോന്നുന്നുണ്ട്.

അവന്റെ കൈയുടെ സ്ഥാനം തികച്ചും വാസനാസിദ്ധിയുള്ള ഒരു വന്റേതാണെന്നേ തോന്നൂ. കൈയ്യുടെ പിൻഭാഗത്തൂടെ ഒരാൾക്കൊരു നാണയം തിരുകിക്കയറ്റാൻ സാധിക്കും.

-ഞാനവനുവേണ്ടി ഒരളവുകോൽ ശരിയാക്കിവയ്ക്കാൻ പോവുകയാണ്. അപ്പോളവിടെ ഒരു ചെറുപ്പക്കാരി പെൺകുട്ടിയുണ്ടായിരുന്നു. ജീവിതത്തിലെ ആത്മബോധമുള്ള ഒരു സമയത്ത് ഏറ്റവും അവർണ്ണനീയമായ ആശയങ്ങൾ മനസ്സിലേക്കു കയറിവരികയാണ്. അവൾ സ്വയം ചിന്തിക്കുകയായിരുന്നു.

അവനെന്താണതിൽ വായിച്ചുകൊണ്ടിരിക്കുന്നത്?

വൈകാരികമായി അർത്ഥവത്തായ ഒന്നാണത്. അങ്ങനെയാണെങ്കിലും അവനൊരു കുട്ടിയാണ്.

അവനെന്നെ ചുംബിക്കുകയാണെങ്കിൽത്തന്നെ എന്റെ ഒരു ഇളയസഹോദരൻ എന്നെ ചുംബിക്കുന്നതുപോലെ ഉള്ളൂ. അതൊരു ചുംബനംപോലുമല്ല.

വികാരം എന്നൊന്ന് അതിന്റേതായ രീതിയിൽ നിലനിൽക്കുന്നുണ്ടോ. ഭൂമിയിലെ ഒരു വസ്തുവിന്റെയും സാന്നിദ്ധ്യമതിലില്ല. വൈകാരികമായ ഒരു കുട്ടിക്കളിമാത്രം അല്ലാതൊന്നുമില്ല?

എന്തൊരബദ്ധമാണിത്...?

അത്തരത്തിലുള്ള കാര്യങ്ങൾ എനിക്കുറക്കെ പറയേണ്ടിവരികയാണെങ്കിൽ... അതെന്നിലേക്കു തന്നെയായിരിക്കും. വന്നെത്തുന്നത്. കുറച്ചുകൂടി... മീനെണ്ണയോടുകൂടി ജീവിതമെന്നുവെച്ചാൽ അതുതന്നെയാണ്. സ്തൂപത്തിൽ ചാരി ഒരു ഓഫീസർ നിൽക്കുന്നുണ്ടായിരുന്നു. ബിബിയുടെ വിജയത്തിൽ ശ്രദ്ധിച്ചുകൊണ്ടയാൾ വിചാരിച്ചു.

"നിങ്ങൾ എന്തൊക്കെയോ ആണ്.... ഞാനെന്റെ രീതിയിലും. രണ്ടുപേരും അവരവരുടെ വഴിക്കാണെന്നുള്ളതാണ് പ്രധാനം. അതുകൊണ്ടയാൾ തന്റെ പാദങ്ങൾ രണ്ടും കൂട്ടിയിടിച്ചുകൊണ്ട് ബാല്യപ്രതിഭയ്ക്ക് പരമാവധി ബഹുമാനം കൊടുത്തുകഴിഞ്ഞു. അതവൻ ഏതുരീതിയിലും അർഹിക്കുന്ന ഒന്നാണെന്ന് അയാൾക്കു തോന്നുകയും ചെയ്തു.

അപ്പോളവിടെ തിളങ്ങുന്ന കറുത്ത കോട്ടിട്ടുകൊണ്ട് ഒരു നിരൂപകനും അവിടെയുണ്ടായിരുന്നു. ചെളിക്കറപുരണ്ട ഒരു ട്രൗസറാണ് അയാൾ ധരിച്ചിരുന്നത്. അയാളുടെ സ്വതന്ത്രമായ സീറ്റിലിരുന്നുകൊണ്ട് വിചാരിച്ചു.

“അവനെ ശ്രദ്ധിക്കൂ. ബിബിയുടെ ഇളയസഹോദരൻ, ഒരു വ്യക്തിയെന്ന നിലയിൽ അവനിനിയും വികസിക്കേണ്ടതായിട്ടാണിരിക്കുന്നത്.

ഒരു മാതൃകയെന്ന രീതിയിൽ അവനൊരു പൂർണ്ണതയെത്തിയ രൂപമാണെന്നു പറയാം. കലാകാരന്റെ അതിവിശിഷ്ടത കൈവന്ന രൂപം ഒരു കലാകാരന്റെ ഉയർച്ചയുടെ പ്രതീകമാണവൻ എന്നു വേണമെങ്കിൽ പറയാം. അയാളുടെ പരിശുദ്ധമായ തേജസ്സും നിഗൂഢമായ ആനന്ദാതിരേകവും, അതെല്ലാം കുറിക്കണമെന്നുണ്ടെങ്കിലും എനിക്കതിന് സാധിക്കില്ല. അതത്രയ്ക്ക് മതിക്കപ്പെട്ടതാണ്.

ഞാൻ സ്വയം ഒരു കലാകാരനാകേണ്ടതായിരുന്നു. ഞാനതെല്ലാം മനസ്സിലാക്കിയില്ലെങ്കിൽ ഏകവ്യവഹാരങ്ങളും ശരിക്കും മനസ്സിലാക്കിയില്ലെങ്കിൽ...?

അപ്പോൾ ബാല്യപ്രതിഭ വായന നിറുത്തി. ഒരു കൊടുങ്കാറ്റ് ഹാളിനുള്ളിൽ ഉയർന്നു എന്നു പറയുന്നതാവും ശരി.

അവനു വീണ്ടും പുറത്തേക്കുവരേണ്ടിയിരിക്കുന്നു. വീണ്ടും സ്ക്രീനിന്റെ പിറകിൽനിന്നും പുറത്തേക്കുവരേണ്ടിയിരിക്കുന്നു. തിളങ്ങുന്ന ബട്ടനുകളുള്ള മനുഷ്യൻ കൂടുതൽ പുഷ്പമാലകൾ മുകളിലേക്കു കൊണ്ടുപോയി. നാലു കീർത്തിയുടേതായ പുഷ്പകിരീടങ്ങൾ. ജാതിമല്ലികയുടേതായ ഒരു വല്ലകി. റോസാപുഷ്പങ്ങളുടേതായ ഒരു വല്ലകി. റോസാപുഷ്പങ്ങളുടെ ഒരു പൂച്ചെണ്ട്. ആ സ്തുതികളെല്ലാം പകരുവാനായി അവന് കൈകളൊന്നുമില്ല. സംഘാടകൻതന്നെ സ്റ്റേജിൽ കയറി സഹായിക്കുകകൂടി ചെയ്തു.

അയാൾ കീർത്തിയുടേതായ ഒരു പുഷ്പഹാരം അവന്റെ കഴുത്തിലണിയിച്ചു. അയാൾ അലിവോടെ കറുത്ത മുടിയിഴകളിൽ തലോടി. പെട്ടെന്നുതന്നെ ആ നിമിഷങ്ങളുടെ ഭാരം ഇറക്കിക്കൊണ്ട് കുനിഞ്ഞ് അയാൾ ബാല്യപ്രതിഭയെ ഒന്നു ചുംബിച്ചു. ഉച്ചത്തിൽ മുഴങ്ങുന്നതായ ഒരു ചുംബനം പൂർണ്ണമായ രീതിയിൽ വായിൽത്തന്നെ.

അതിനുശേഷം കൊടുങ്കാറ്റൊരു ചുഴലിക്കാറ്റായി മാറി. ആ ചുംബനം ഒരു വൈദ്യുതാഘാതംപോലെ മുറിക്കുള്ളിലൂടെ കടന്നുപോയി. അതാളുകളുടെ മജ്ജയിലേക്കാഴ്ന്നിറങ്ങി ചെന്നുകഴിഞ്ഞിരുന്നു. അതിലൂടെ അവൻ സ്വയം പ്രകമ്പനംകൊള്ളുവാനും തുടങ്ങി അവരുടെ തനതായ ശബ്ദംകൊണ്ട് സ്വയം ദൂരെക്കെവിടേക്കോ വലിച്ചിഴക്കപ്പെട്ടുകഴിഞ്ഞിരുന്നു.

ഹസ്തതാഡനങ്ങൾക്കിടയിൽ ഉയർന്ന അലർച്ചകളുടെ ശബ്ദവും

കൂടി കലർന്നിരുന്നു. ബിബിയുടെ ചില ചെറുപ്പക്കാരായ സുഹൃത്തുക്കൾ താഴെയിരുന്നു കൊണ്ട് കൈകൾ വീശിക്കാട്ടി. പക്ഷേ, നിരൂപകൻ വിചാരിച്ചു.

തീർച്ചയായും ആ ചുംബനം ലഭിക്കാനിരിക്കുന്നതേയുള്ളൂ. അതൊരു പഴയ സുവർണ്ണമായ വായ്മൂടിക്കെട്ടലാണ്. അതെ. നല്ലവനായ പ്രഭോ... എല്ലാ സംഗതികളിലും ഒരാൾക്കിത്ര സൂക്ഷ്മമായി കാൺമാനാവുന്നില്ലെങ്കിൽ എന്താണ് കരുതേണ്ടത്?

അങ്ങനെപരിപാടിയുടെ അവസാനമായി.

ഏഴരമണിയായപ്പോഴാണ് അത് തുടങ്ങിയത്. എട്ടരമണിക്ക് അവസാനിക്കുകയും ചെയ്തു. പ്ലാറ്റ്ഫോം നിറയെ പുഷ്പഹാരങ്ങളായിരുന്നു. പിയാനോയുടെ വിളക്കുസ്റ്റാൻഡിൽ രണ്ടു ചെറിയ പുഷ്പങ്ങൾ നിറഞ്ഞ കലങ്ങളുമുണ്ടായിരുന്നു. ബിബി അവസാനമായി തന്റെ "റാപ്സോഡി" ഗ്രെക്യൂ എന്ന ഇനം വായിച്ചു. അതവസാനം ഒരു ഗ്രീക്ക് ദേശീയ ദേവസ്തുതിയായി മാറുകയും ചെയ്തു. കാണികൾക്കിടയിലുള്ള അവന്റെ സ്വന്തം നാട്ടുകാർക്ക് അതിനോടൊപ്പം മൂളുവാൻ അവസരം ലഭിക്കുകയും ചെയ്തുവെങ്കിലും അതിനുപറ്റിയ ഒരവസരമാണോ ഇതെന്നുള്ളതായിരുന്നു പ്രധാനപ്രശ്നം.

അവരതിന് ശക്തിയോടെയുള്ള ശബ്ദത്തോട്ടുകൂടിയും ബഹളത്തോട്ടുകൂടിയും സഹകരിക്കുകയാണുണ്ടായത്.

ശരിക്കും ആവേശമുണർത്തുന്ന ഒരു ദേശീയപ്രദർശനം വയസ്സായ നിരൂപകനിങ്ങനെ ചിന്തിക്കുകയായിരുന്നു.

"അതെ സ്തുതിഗീതവും അതോടൊപ്പം വരേണ്ടതായിട്ടുണ്ട്. ഓരോ ധമനിയും അവർക്ക് സൂക്ഷ്മ നിരീക്ഷണം ചെയ്യേണ്ടിയിരിക്കുന്നു. അതിന്റെ അന്ത്യംവരെ പ്രചാരണത്തിന് അതിന്റേതായ ഒരൊറ്റ വഴിപോലും വിട്ടുകളയാനാവില്ല.

ഒട്ടും കലാപരമല്ലാത്ത ഒന്ന് എന്ന രീതിയിലേ എനിക്കതിനെ നിരൂപണം ചെയ്യുവാൻ പറ്റു എന്നാണ് ഞാൻ വിചാരിക്കുന്നത്. ഒരപക്ഷേ, ഞാൻ തെറ്റായിരിക്കും ചെയ്യുന്നത്. ഒരുപക്ഷേ എല്ലാ സംഗതികളിലും വച്ചേറ്റവും കലാപരമായ ഒന്നും അതുമാത്രമായിരിക്കും.

കലാകാരൻ... എന്നാലെന്താണ്...?

പേടകത്തിനുള്ളിലെ ഒരു സാധാരണക്കാരൻ. നിരൂപണത്തിന്റെ തലം കുറച്ചുകൂടി ഉയർന്ന ഒന്നാണ്. പക്ഷേ, എനിക്കത്

തുറന്നുപറയാനാവില്ല.

ചെളിപുരണ്ട ട്രൗസറുമായി അയാളവിടെ വിട്ടകന്നുപോയി.

ഒമ്പതോ പത്തോ തവണ വിളിക്കപ്പെട്ടതിനുശേഷം പ്രതിഭ സ്ക്രീനിന്റെ പിറകിൽനിന്നും പുറത്തേക്കു വന്നതേയില്ല. പക്ഷേ, അവന്റെ അമ്മയുടെ അടുത്തേക്കാണ് പോയത്. പിന്നീട് താഴെഹാളിലുണ്ടായിരുന്ന സംഘാടകന്റെ അടുത്തേക്കും ആളുകൾ എഴുന്നേറ്റുനിന്നു കൊണ്ട് ബിബിയെ തൊട്ടുരുമ്മുകാണുവാനുള്ള ആകാംക്ഷയുമായി കരഘോഷത്തോടെനിന്നു. അവരിൽ ചിലർ രാജകുമാരിയെക്കാണുവാനും തിടുക്കം കൂട്ടിയിരുന്നു.

രണ്ടു സാന്ദ്രമായ വലയംതന്നെ അവർ സൃഷ്ടിച്ചു. ഒന്ന് പ്രതിഭയ്ക്കുചുറ്റും മറ്റൊന്ന് രാജകുമാരിക്കു ചുറ്റുമായി രൂപം കൊണ്ടു. ഇവരിലാരാണ് കൂടുതൽ ആദരവു പ്രകടിപ്പിക്കുന്നതെന്ന് നിങ്ങൾക്ക് പറയാൻ സാധിക്കില്ല. പക്ഷേ, രാജവനിതയോട് ബിബിയുടെ സമീപത്തേക്ക് ചെല്ലുവാനായി ആവശ്യപ്പെട്ടു. അയാളുടെ പട്ടുജാക്കറ്റ് അവൾ മൃദുവായി സ്പർശിച്ച് താഴേയ്ക്കു ശരിയാക്കിയിട്ടു. ഒരു രാജകീയ പരിപാടിക്കുതകുന്ന രീതിയിലായിരുന്നു അവളങ്ങനെ ചെയ്തത്.

പിന്നീടവനെ. കയ്യിൽപ്പിടിച്ച് രാജകുമാരിയുടെ സമീപത്തേക്കു കൊണ്ടുവന്നു. രാജകുമാരിയുടെ കയ്യിൽ മുത്തം കൊടുത്ത് ഉപചാരം കാട്ടണമെന്ന് സൂചന അവനു കൊടുക്കുകയും ചെയ്തു.

“നീയത് എങ്ങനയാണ് ചെയ്തത് കുഞ്ഞേ? രാജകുമാരി ചോദിച്ചു.

നീയവിടെ അങ്ങനെയിരിക്കുമ്പോൾ തനിയെ തലക്കുള്ളിലേക്ക് അത് കടന്നുവരികയാണോ?

“ഇല്ല... മഹതീ.”. ബിബി മറുപടി പറഞ്ഞു.

“എന്തൊരു വിവരം കെട്ട വയസ്സി രാജകുമാരിയാണിവർ. അവൻ സ്വയം വിചാരിച്ചു.

പിന്നീടവൻ ലജ്ജയോടെ തിരിഞ്ഞുനിന്നു. രാജപ്രീതിക്ക് ഒരു മെടാത്തവനെപ്പോലെ സ്വന്തം കുടുംബാംഗങ്ങൾക്കിടയിലേക്കു മടങ്ങിപ്പോകുകയും ചെയ്തു.

വസ്ത്രഹാരത്തിനപ്പുറത്ത് കുറച്ചാളുകൾ കൂടിനിൽക്കുന്നുണ്ടായിരുന്നു. ആളുകൾ അവരുടെ നമ്പറുകൾ ഉയർത്തിക്കൊണ്ട് തുറന്ന കൈകളോടെ മൃദുരോമങ്ങൾകൊണ്ടും വിരിപ്പുകൾക്കൊണ്ടും മേൽച്ചെരിപ്പുകൾക്കൊണ്ടും സ്വീകരിക്കുന്നുണ്ടായിരുന്നു. പിയാനോ അദ്ധ്യാപിക അവരുടെ സഹചാരികളോടൊത്ത് തന്റെ വിമർശനഗ്രന്ഥവും

ഉയർത്തിപ്പിടിച്ച് നിൽക്കുന്നുണ്ടായിരുന്നു.

"അവനത്ര മൗലികത്വമുള്ളവനല്ല."

അവൾ വ്യക്തമായി പറഞ്ഞുകൊണ്ട് ചുറ്റും നോക്കി.

മഹത്തായ കണ്ണാടികൾക്കൊന്നിന്റെ മുമ്പിൽ ഒരു സുഭഗയയ തരുണി അലങ്കാരവസ്തുമായ സായാഹ്നമേലങ്കിയും ധരിച്ചു കൊണ്ട് നിന്നിരുന്നു. ലെഫ്റ്റനന്റുമാരായ അവളുടെ സഹോദരൻ മാരുടെ രോമകാലുറകളാണ് അവളണിഞ്ഞിരുന്നത്. അവർ രണ്ടനുചരൻമാരെപ്പോലെ കൂടെയുണ്ടായിരുന്നു. അവൾ അതീവസുന്ദരിയായിരുന്നു. അവളുടെ നീലക്കണ്ണുകളും ശ്രീയുള്ള വട്ടമുഖവും സൗന്ദര്യത്തിന് കൂടുതൽ മാറ്റുകൂട്ടി.

ഒരു ഉന്നതകുലയായ ഗൃഹനായികയായിരുന്നു അവർ. അവർ തയ്യാറായിക്കഴിഞ്ഞപ്പോൾ സഹോദരൻമാർക്കുവേണ്ടി കാത്തുനിന്നു.

"കണ്ണാടിക്കുമുമ്പിൽ അധികനേരം കഴിക്കരുത് അഡോൾഫ്." അവർ അവരിലൊരുവനോട് മൃദുവായി പറഞ്ഞു.

അവന് നല്ല സൗകുമാര്യമുള്ള തന്റെ പ്രതിരൂപത്തിന്റെ സമീപത്തുനിന്നും പോകാൻ മനസ്സുവന്നില്ല.

പക്ഷേ, ലെഫ്റ്റനന്റ് അഡോൾഫ് വിചാരിച്ചു.

"എന്തൊരു കവിൾത്തടം...!കണ്ണാടിക്കു മുമ്പിൽ നിന്ന് തന്റെ ഓവർക്കോട്ടിന്റെ ബട്ടനുകൾ അയാൾ ഇടുമെന്നുള്ളത് തീർച്ചയാണ്. എന്നിരുന്നാലും അതിൽ യാതൊരു വ്യത്യാസവുമില്ല.

പിന്നീടവർ പുറത്ത് നിരത്തിലേക്കിറങ്ങി, അവിടെ വിളക്കുകൾ പുകമറയ്ക്കുള്ളിൽ കത്തിയെരിഞ്ഞുകൊണ്ടിരുന്നു.

തണുത്തുറഞ്ഞ മഞ്ഞുതുള്ളിയിൽ നിന്ന് അല്പമൊന്ന് ശരീരം ചൂടാക്കുവാൻവേണ്ടി ലഫ്റ്റനന്റ് അഡോൾഫ് ഒരു കാപ്പിരിനർത്തനം അവതരിപ്പിച്ചുനോക്കി. അയാൾ തന്റെ കൈകൾ ഓവർക്കോട്ടിന്റെ പോക്കറ്റിനുള്ളിലും കോളറുകൾ ഉയർത്തിയും വച്ചിരുന്നു.

വെടിപ്പില്ലാത്ത മുടിയും വീശിയാടുന്ന കൈകളുമായി ഒരു പെൺകുട്ടി മ്ലാനതയാർന്ന മുഖത്തോടുകൂടി നിന്നിരുന്ന ഒരു യുവാവിനാൽ അനുഗമിക്കപ്പെട്ട് അവർക്ക് തൊട്ടുപിറകിൽ കടന്നു വന്നു.

ഒരു കുട്ടി, അവൾ വിചാരിച്ചു. ഓമനത്തമുള്ള ഒരു കുട്ടി...!

പക്ഷേ, അവിടെ ഉള്ളിൽവച്ച് അവനെത്ര പ്രചോദനം നൽകുന്ന ഒരു രൂപമായിരുന്നു... വീണ്ടും വളരെ ഉച്ചത്തിൽ അവൾ വിളിച്ചു പറഞ്ഞു.

"നമ്മളെല്ലാം ശിശുപ്രതിഭകൾ തന്നെയാണ്. നമ്മൾ കലാകാരന്മാർ."

"ശരിയാണ്. എന്റെ ആത്മാവിനെ അനുഗ്രഹിക്കൂ. പിയോനോവിൽ "അഗസ്റ്റിൻ" എന്നതിനപ്പുറം പോകാൻ കഴിയാത്ത വൃദ്ധനായ മാന്യൻ പറഞ്ഞു. അയാൾ തലയിലുള്ള ഒരു തൊപ്പികൊണ്ട് മറച്ചുപിടിച്ചിരുന്നു. അതിന്റെയെല്ലാം അർത്ഥമെന്താണ്? വെളിപാടിന്റെ രൂപത്തിലുള്ള ഒരു ഭാവമാണവൾ കൈക്കൊണ്ടത്." പക്ഷേ മ്ലാനവദനനായി നിന്ന യുവാവിന് അതിന്റെ പൊരുൾ പിടികിട്ടി. അവൻ സാവധാനം തന്റെ തലകുലുക്കി.

പിന്നീടവർ നിശ്ശബ്ദരായി വൃത്തികെട്ട രീതിയിൽ മുടിയുള്ള പെൺകുട്ടി സഹോദരന്മാരുടെയും സഹോദരിയുടെയും നേർക്ക് സൂക്ഷിച്ചുനോക്കി. അവൾ അവരെ ഒരുതരം അവജ്ഞയോടെ നോക്കുകയും ചെയ്തു. പക്ഷേ, ആ വളവുതിരിഞ്ഞ് അവർ പോകുന്നതുവരെ അവൾ അവരെത്തന്നെ നോക്കിക്കൊണ്ടിരുന്നു.

●

വൂൾഫാങ്ങ് ഹിൽഡേഷ്മിർ

(Wolfgang Hildesheimer) പ്രസിദ്ധാ ജർമ്മൻ സാഹിത്യകാരനായ വൂൾഫാങ്ങ് ഹിൽഡേഷ്മിർ 1916-ൽ ജർമ്മനിയിലെ ഹാംബർഗിൽ ജനിച്ചു. ഒരു ഫ്രീലാന്റ് കലാകാരൻ(ചിത്രകാരൻ), നാടകകൃത്ത്, നോവലിസ്റ്റ് എന്നീ നിലയിൽ പ്രസിദ്ധാനാണ്. ന്യൂറംബർഗ് വിചാരണയിൽ ഒരു പരിഭാഷകനെന്ന് നിലയിൽ പങ്കെടുത്തിരുന്നു. ധാരാളം മനോഹരങ്ങളായ ചെറുകഥകളും രചിച്ചിട്ടുണ്ട്.

ഞാൻ സ്വയം ഒരു രാപ്പാടിയായി മാറിയതെന്തുകൊണ്ട്...

വുൾഫാങ്ങ് ഹിൽഡേഷ്മിർ

എന്റെ നിശ്ചയദാർഢ്യതയുടെ പിൻബലത്തിന്റെ നിഴലിൽ ഞാൻ സ്വയം ഒരു രാപ്പാടിയായി മാറിക്കഴിഞ്ഞു. അതിനുള്ള കാരണമോ ഇങ്ങനെയൊരു പ്രക്രിയയ്ക്കുവേണ്ടിയുള്ള തീരുമാനമെടുക്കലോ ഒന്നും തന്നെ ഇവിടെ പ്രധാനവിഷയമായിത്തീരുന്നില്ല. ഈ രൂപാന്തരത്വത്തിന്റെ കഥ പറയുകയെന്നത് തികച്ചും വിലപ്പെട്ട ഒന്നായിത്തന്നെയാണ് ഞാൻ കരുതുന്നത്.

എന്റെ പിതാവൊരു ജന്തുശാസ്ത്രജ്ഞനായിരുന്നു. സാഹിത്യത്തോട് വളരെയൊന്നും അഭിരുചിയില്ലാത്ത അദ്ദേഹം തനിക്ക് പ്രിയങ്കരമായ ശാസ്ത്രവിഭാഗത്തിൽത്തന്നെ പഠനത്തിൽ മുഴുകി പലഭാഗങ്ങളിലായുള്ള കൃതികൾ രചിക്കുന്നതിൽ വ്യാപൃതനാകുകയും ചെയ്തു. അവയെല്ലാം ശ്രദ്ധിക്കപ്പെടുകയും ചെയ്തിരുന്നു. ഇതൊന്നും എനിക്കത്ര അഭികാമ്യമായി തോന്നിയില്ല. വീട്ടിനുള്ളിലെ പഠനശാലയിൽ ശേഖരിച്ചുവച്ചിരുന്ന തവളകളുടെയും അരണകളുടെയും ലോകം എന്റെ പഠനത്തിന് സഹായകമായിരുന്നിട്ടുകൂടി ഞാനവയെ പൂർണ്ണമായും അവഗണിച്ചു.

വിവാഹം കഴിയുന്നതിനുമുമ്പ് എന്റെ അമ്മ ഒരു നടിയായിരുന്നു. സിക്കാവു സ്റ്റേറ്റ് തിയേറ്ററിൽ ഒഫീലയയുടെ ഭാഗം അഭിനയിച്ച് അവർ വളരെ പ്രസിദ്ധിയാർജ്ജിച്ച കാലമായിരുന്നു അത്. അതിന്റെ കീർത്തിലയത്തിനപ്പുറം അവർക്കൊരിക്കലും കടന്നുപോകാൻ കഴിഞ്ഞിരുന്നില്ല. ലേയിർട്ടസ് എന്നുള്ള എന്റെ പേരുപോലും ഇതിനോട് കടപ്പെട്ടിരിക്കുകയാണ്. എത്ര മധുരവും പ്രത്യേകതയുള്ളതുമായ പേര്...

എന്നിരുന്നാലും അവരെന്നെ പൊളോണിയസ് എന്നോ ഗ്വിൽ സൺസ്റ്റേൺ എന്നോ പേരിട്ടുവിളിച്ചില്ലല്ലോ എന്ന കാര്യത്തിൽ എനിക്ക് നന്ദിയുണ്ട്. പക്ഷേ, അതിനൊന്നും ഇപ്പോഴത്ര പ്രസക്തി യൊന്നുമില്ല.

എനിക്ക് അഞ്ചുവയസ്സുള്ളപ്പോൾ എന്റെ മാതാപിതാക്കൾ ഒരു മാന്ത്രികച്ചെപ്പ് എനിക്ക് സമ്മാനമായി തന്നു. വായിക്കുവാനോ എഴുതുവാനോ പഠിക്കുന്നതിനുമുമ്പുതന്നെ ഞാൻ ചില മാന്ത്രികവി ദ്യകൾ കാണിക്കുവാൻ വശമാക്കിക്കഴിഞ്ഞിരുന്നു. ചെപ്പിനുള്ളിലെ പൊടിയും ഉപകരണങ്ങളുംകൊണ്ട് നിറമില്ലാത്ത ജലത്തിന് ചുവപ്പു നിറം പകരുവാനും തിരിച്ച് പഴയ നിലയിലേക്ക് കൊണ്ടുവരാനും ഒരു മരഗോളത്തെ വെറുതെയൊന്നു തിരിച്ചുകൊണ്ട് നേരെ മുറിക്കു വാനും (മറുഭാഗം അതോടെ ഒരു നിഴൽപോലുമില്ലാതെ അപ്രത്യ ക്ഷമാവുകയും ചെയ്യുമായിരുന്നു.) ആ വളയത്തിലൂടെ കടത്തിവിടുന്ന തുവാലകളുടെ നിറം മാറ്റുവാനും എനിക്ക് കഴിഞ്ഞിരുന്നു.

ചുരുക്കത്തിൽ ആ ചെപ്പിനുള്ളിൽ ഒന്നും തന്നെയുണ്ടായിരുന്നി ല്ല... മറ്റെല്ലാ കളിപ്പാട്ടങ്ങളെപ്പോലെയും... പക്ഷേ, വാസ്തവികതയുടെ ഒരു ചെറിയ പതിപ്പായിരുന്നു അത്.

ഈ കളിപ്പാട്ടത്തിന്റെ നിർമ്മാതാവ് കുട്ടിയുടെ പ്രായോഗികബോ ധത്തെ ഒതുക്കിനിർത്തിയതുമൂലം അതിന്റെ വിദ്യാഭ്യാസമൂല്യങ്ങളെ അവഗണിച്ചിട്ടുണ്ടാകും.

എന്റെ എല്ലാ വികാസത്തിലും ഈ അനുഭവം പിന്നീട് വല്ലാതെ സ്വാധീനം ചെലുത്തിയിട്ടുണ്ട്. ഒട്ടും പ്രയോജനമില്ലാത്ത ഒരുരൂപ ത്തിൽനിന്ന് മറ്റൊന്നിലേക്ക് മാറുന്ന ആ അവസ്ഥ അറിവിലൂടെ സന്തോഷത്തിനുവേണ്ടിയുള്ള അന്വേഷണം എങ്ങനെയെന്ന് എന്നെ ശരിക്കും പഠിപ്പിച്ചു. അതിൽ പ്രായോഗികമായ യാതൊന്നു മുണ്ടായിരുന്നില്ല. എനിക്ക് സംഭവിച്ച ഈ രൂപാന്തരത്വത്തിനുമുമ്പ് ഇതുപോലെയൊരു ആഹ്ലാദത്തിന്റെ നിമിഷങ്ങൾ എന്തെന്ന് ഞാന റിഞ്ഞിട്ടുണ്ടായിരുന്നില്ല.

ഇതിനൊക്കെയുപരി എന്റെ അഭിലാഷമാകെ തീവ്രമായി കഴി ഞ്ഞിരുന്നു. വളരെ വേഗത്തിൽ മാന്ത്രികച്ചെപ്പിനോട് എനിക്കാകെ വിരക്തി തോന്നിക്കഴിഞ്ഞിരുന്നു. ഇതിനിടയ്ക്ക് ഞാൻ വായിക്കുവാ നും പഠിച്ചു. പുറംതോളിൽ ഇങ്ങനെയൊരു അർത്ഥമില്ലാത്ത വാക്ക് എനിക്ക് വായിക്കുവാൻ കഴിഞ്ഞു. “കൊച്ചു മാന്ത്രികൻ.”

എന്റെ പിതാവിന്റെ പഠനമുറിയിലേക്ക് കടന്നുചെന്നുകൊണ്ട്

മാന്ത്രികപാഠങ്ങൾ പഠിക്കേണ്ടതിനെക്കുറിച്ച് സംസാരിച്ചത് ഞാനിപ്പോഴും ഓർക്കുന്നു. അപ്പോൾ അദ്ദേഹം ചിന്തയുടെ ലോകത്ത് മറ്റെവിടെയോ ആയിരുന്നു. പെട്ടെന്ന് ഞെട്ടിത്തിരിഞ്ഞുകൊണ്ട് എന്നിലേക്ക് തിരിഞ്ഞു.

ഞാൻ ചോദിച്ചുകൊണ്ടേയിരുന്നു. അതുകൊണ്ടയാൾക്ക് എന്നെ ശ്രദ്ധിക്കാതിരിക്കാൻ കഴിഞ്ഞില്ല. പിയാനോ പാഠങ്ങളെക്കുറിച്ചെന്തോ ആണ് ഞാനുദ്ദേശിക്കുന്നതെന്ന് അദ്ദേഹം മനസ്സിലാക്കിയത്... എന്നതിൽ നിന്നും എനിക്ക് രക്ഷപ്പെടാനായില്ല. ഇതിനിടയ്ക്ക് ഞാനതിനും ശ്രമിച്ചുവെന്നത് ഒരു യാഥാർത്ഥ്യമായിരുന്നു. ഒരു പ്രത്യേക പാഠഭാഗം എനിക്ക് വായിക്കാൻ സാധിക്കുമോയെന്ന് തിരക്കുകയും ചെയ്തു. എനിക്കത് തെളിയിക്കേണ്ടിവരില്ല എന്ന പൂർണ്ണബോദ്ധ്യമുണ്ടായിരുന്നതിനാൽ ഞാനതിന് സമ്മതം മൂളുകയും ചെയ്തു.

പട്ടണത്തിൽ പ്രദർശനത്തിനെത്തിയ ഒരു മാന്ത്രികനിൽനിന്ന് ഞാൻ പല പാഠങ്ങളും പഠിച്ചു. അയാൾ ലണ്ടനിലും പാരിസിലുമൊക്കെ ഒരു മഹാവിജയം തന്നെയായിരുന്നു. കുറച്ചുവർഷങ്ങൾക്കുശേഷം-ഇതിനിടയിൽ ഞാൻ ഹൈസ്കൂളിലേക്ക് തിരിച്ചുപോയിരുന്നു. ഒരു തൊപ്പിക്കകത്തുനിന്ന് മുയലിനെ വലിച്ചെടുക്കുവാനുള്ള പ്രാവീണ്യം ഞാൻ നേടിയെടുത്തുകഴിഞ്ഞു.

എന്റെ മാതാപിതാക്കൾക്കും ബന്ധുക്കൾക്കും വേണ്ടി മാത്രം ഞാൻ നടത്തിയ പ്രദർശനം ഓർമ്മയിലുണ്ട്. എന്റെ സിദ്ധികൾക്കുമുമ്പിൽ മാതാപിതാക്കൾ അഭിമാനംകൊണ്ടു. തുറന്നുപറഞ്ഞാൽ ഇടയ്ക്ക് ലഭിച്ചസമയം കൊണ്ട് ഞാൻ സമ്പാദിച്ചെടുത്തതാണ് അതുമുഴുവൻ. ഭാവിയിൽ എനിക്കത് നിലനിർത്താനാവുമെന്നത് ഞാൻ വിചാരിച്ചു. കൂട്ടുകാരോടൊത്ത് ചെംബർ സംഗീതത്തിൽ മുഴുകുന്നതിനുപകരം ഞാനെന്റെ ജീവിതചര്യയിൽ മുഴുകുമ്പോൾ (അവർക്കൊരുതരത്തിലും യാതൊരുവിധ പ്രത്യേക ആശയവുമില്ലാതെ ഒന്നാണത്.) എനിക്കത് സാധിക്കുമെന്നുതന്നെ അവർ കരുതി. പക്ഷേ, എന്റെ പദ്ധതികൾ ഇതൊന്നുമായിരുന്നില്ല.

ഞാനിതിനകം എന്റെ ഗുരുവിന്റെ ശിക്ഷണവലയത്തിൽനിന്ന് വിട്ടുകൊണ്ട് സ്വയം പരീക്ഷണങ്ങൾ തുടങ്ങിക്കഴിഞ്ഞിരുന്നു. എന്റെ ശരിക്കുള്ള പഠനവും ഉപേക്ഷിക്കാൻ ഞാൻ തയ്യാറായിരുന്നില്ല. സ്കൂളിലെ ജീവിതവും അവിടത്തെ കൂട്ടുകാരുടെ സവിശേഷത കലർന്ന ഓരോരോ ചലനങ്ങളും വീക്ഷിച്ചുകൊണ്ടുള്ള പഠനവും എനിക്ക് ഉപേക്ഷിക്കാനാവാത്ത ഒന്നായിമാറി. ശൈശവകാലത്തുതന്നെ

വൈദ്യുതട്രെയിനുമായി ബന്ധപ്പെടാൻ കഴിഞ്ഞ ഒരു സ്നേഹിതൻ... റെയിൽ വേയിൽ തന്നെ ഒരു ജോലിക്കായി ശ്രമിക്കുകയായിരുന്നു. പട്ടാളക്കാരുമായി ഇടപഴകാൻ സാധിച്ചിരുന്ന ഒരുവന് സൈനിക ഓഫീസറായുള്ള ജീവിതത്തിലായിരുന്നു താല്പര്യം.

ഈ രീതിയിൽ ജോലിസംബന്ധമായ കാഴ്ചപ്പാട് ആദ്യകാലം സ്വാധീനങ്ങൾക്കനുസരിച്ചാണ് പിന്നീട് വികസിപ്പിക്കാൻ തുടങ്ങിയത്. ഓരോരുത്തനും അവനവന്റേതായ തലങ്ങളിലേക്കുതന്നെ ആകർഷിക്കപ്പെട്ടുകയും ചെയ്തിരുന്നു. അല്ലെങ്കിൽ ജീവിതമാർഗ്ഗം അവരിലേക്ക് കണ്ണികൾപോലെ ചേർക്കുകയായിരുന്നു എന്നുതന്നെ പറയാം.

പക്ഷേ, എന്റെ ജീവിതം... അത് മറ്റുചില പരിഗണനയ്ക്കനുസരിച്ചായിരിക്കണം എന്ന് ഞാൻ തീരുമാനിച്ചിരുന്നു. ഇവിടെ എനിക്കൊന്നു പറയേണ്ടിവരും. അതിനടുത്തുവർഷം ഞാനെടുത്ത തീരുമാനത്തിലേക്ക് ഞാൻ വെറുതെ കടന്നുവന്നതൊന്നുമല്ല. മറ്റുള്ളവരുടെ ദൃഷ്ടിയിൽ അരക്കിറുക്കനേ അതുല്യനായോ പ്രത്യക്ഷപ്പെടാനായിരുന്നു എനിക്ക് താല്പര്യം. ഈ രീതിയിലുള്ള ഒരു ബൂർഷ്വാ ജീവിതരീതി അവലംബിക്കുന്നതിനോട്ടുള്ള എതിർപ്പ് കാണിക്കുവാനുള്ള ആത്മധൈര്യം തന്നെയാണ് അതിനുള്ളിൽ പ്രകടമായത്. എന്തെങ്കിലും രീതിയിൽ മറ്റുള്ളവരുടെ ജീവിതത്തിൽ ഏല്പിക്കുന്ന ഒന്നായിരിക്കും എന്നെനിക്ക് നല്ല ഉറപ്പുണ്ടായിരുന്നു. ഒരു ബ്യൂറോക്രാറ്റിന്റെ ജീവിതചര്യ പ്രത്യേകിച്ചും എനിക്ക് അധാർമ്മികമായ ഒന്നായിത്തന്നെ തോന്നി.

പക്ഷേ, ഞാൻ മറ്റേതിനെ നിരാകരിച്ചതിലൂടെ മാനുഷിക മൂല്യങ്ങളുടേതായ ഒരു ഭീതി അവലംബിക്കുകകൂടിയായിരുന്നു. എന്നെ സംബന്ധിച്ചിടത്തോളം മനുഷ്യന്റെ ജീവൻ രക്ഷിക്കുന്ന ഒരു ഡോക്ടറുടെ ജീവിതം വളരെയധികം സംശയാധിഷ്ഠിതമായ ഒന്നുതന്നെയായിരുന്നു. എന്തെന്നാൽ, അയാൾ ജീവൻ രക്ഷിക്കുന്ന ഒരാൾ. ഒരുപക്ഷേ, ശരിക്കും നികൃഷ്ടനായ ഒരുവനായെന്നിരിക്കും. അവൻമൂലം യാതനകളെനുഭവിച്ചിട്ടുള്ള നൂറുകണക്കിനാളുകൾക്ക്... അയാൾ രക്ഷപ്പെടുന്നതുതന്നെ ഒരുതരത്തിലും പൊരുത്തപ്പെടാനാകാത്ത വസ്തുതയായിരിക്കും.

ഈ തിരിച്ചറിയലിലൂടെ ഞാൻ മറ്റൊന്നിലേക്ക് സ്വയം ആഴ്ന്നിറങ്ങുകയായിരുന്നു. അതായത് വെറും നൈമിഷികമായ ഒന്നിലൂടെ മാത്രമേ അതിനെ തിരിച്ചറിയാൻ കഴിയുകയുള്ളൂ എന്നുള്ള സ്ഥിതിയിലേക്കാണ് എല്ലാം വന്നെത്തിയിരിക്കുന്നത്. എന്തെങ്കിലും

അനുമാനത്തിലേക്കെത്തിച്ചേരുകയെന്നതുതന്നെ ഒരുതരത്തിൽ ഒരു പാഴ്ച്ചിന്തമാത്രമായിരിക്കാം. അല്ലെങ്കിൽ, പരിചയസമ്പന്നതയിൽ നിന്നുള്ള അറിവുമാകാം. എന്റെ ജീവിതം വിശ്രമവേളയിലെന്നതു പോലെ ചെലവഴിക്കാനും ഒന്നും പ്രതീക്ഷിക്കാതിരിക്കാനും ഞാൻ തീരുമാനിച്ചു. എന്റെ കൈവശം രണ്ട് ആമകളുണ്ട്... ലൗഞ്ചിലെ കസേരയിൽ കിടന്നുകൊണ്ട് ആകാശത്തിലെ പറവകളെയും താഴെ ആമകളെയും നിരീക്ഷിച്ചുകൊണ്ട് ഞാൻ കിടന്നു. ഇതിനകം മാന്ത്രി കവിദ്യ ഞാൻ ഉപേക്ഷിച്ചുകഴിഞ്ഞിരുന്നു.

എന്തെന്നാൽ, ഒരു കലയെന്ന രീതിയിൽ അതിന്റെ പൂർണ്ണമായ അവസ്ഥയിൽ ഞാനെത്തിച്ചേർന്നിരുന്നു, മനുഷ്യരെ മൃഗങ്ങളാക്കി മാറ്റുവാനുള്ള കഴിവ് എനിക്കുണ്ട്. എന്നു തന്നെ ഞാൻ വിശ്വസിച്ചു. പക്ഷേ, ഇത് ഞാൻ ഒരിക്കലും ഉപയോഗിച്ചുനോക്കിയിട്ടില്ല. എന്തെന്നാൽ മറ്റൊരാളുടെ ജീവിതത്തിലേക്കുള്ള ഈ കടന്നുകയറ്റം ഒരു തരത്തിലും നീതീകരിക്കാൻ പറ്റാത്ത ഒന്നാണെന്ന് ഞാൻ വിശ്വസിച്ചു.

ഈ സമയത്താണ് സ്വയം ഒരു പക്ഷിയായി മാറുവാനുള്ള തീവ്രമായ അഭിലാഷം എന്നിൽ മുളച്ചത്. ആദ്യമിത് സ്വയം അംഗീക രിക്കുവാൻ എനിക്ക് മടിയായിരുന്നു. എന്തെന്നാൽ ഇത് സാധിക്കുക മൂലം ഒരുപരിധിവരെ പരാജയം നേരിട്ട് അംഗീകരിക്കുകയെന്നതിന് തുല്യമായിരുന്നു. ഒരു പക്ഷിയുടെ അസ്തിത്വത്തെക്കുറിച്ച്, കൂടുതലായി അതിലപ്പുറമൊന്നും ശ്രദ്ധിക്കാതെ, ഞാനിതുവരെ കൂടുതലൊന്നും മനസ്സിലാക്കിയിരുന്നില്ല. എന്റെ തോന്നലുകൾ ആഗ്രഹങ്ങളാൽ വിഷലിപ്തമായിതെന്നുതന്നെ പറയാം. എന്നിരുന്നാലും ഇമ്മാതിരി ആശയവുമായുള്ള പ്രതികരണത്തിനുമാത്രം ഞാൻ അഭിമാനിക്കുക യും ചെയ്തു. ആകെക്കൂടി വേണ്ടിയിരുന്നത് എന്നിൽ നിറഞ്ഞുനിന്നി രുന്ന കലയുടെ ഒരു പരീക്ഷണം മാത്രം.

അതിനുള്ള അവസരം സ്വയം സംജാതമാവുകയായിരുന്നു. ഒരപ രാഹ്നത്തിൽ ആമകളെ നിരീക്ഷിക്കുമ്പോൾ എന്റെ സ്നേഹിതൻ മിസ്റ്റർ ബർഗാൻ എന്നെ സന്ദർശിക്കുവാൻ വന്നു. അയാളൊരു വർത്തമാനപത്രത്തിന്റെ എഡിറ്ററായിരുന്നു. (ചെറുപ്പത്തിൽ ആരോ അയാൾക്കൊരു ടൈപ്പ് റൈറ്റർ കൊടുത്തിരുന്നു) ലോഞ്ചിൽ ഒരു കസേരവലിച്ചിട്ട് അയാൾ എന്നോട് ചേർന്നിരുന്നു... പിന്നീടയാൾ ആരോപണത്തിന്റെ രീതിയിൽ തുടർന്നു.. ആദ്യം പകയുള്ള വായന ക്കാരെക്കുറിച്ചും പിന്നീട് കഴിവില്ലാത്ത ജേർണലിസ്റ്റുകളെക്കുറിച്ചും അയാൾ പറഞ്ഞു.

ഞാനൊന്നും മറുപടി പറഞ്ഞില്ല.

ആരോപണം നടത്തുന്ന ആളുകൾക്ക് സാധാരണ ഇടയ്ക്കുകയറി പറയുന്നത് ഒരിക്കലുമിഷ്ടമാവില്ല.

അവസാനം അയാൾ നിറുത്തിയതുപോലെ പറഞ്ഞു.

"എനിക്കത് കിട്ടിയിട്ടുണ്ട്."

എന്റെ ഒരാമ അപ്പോൾ ലോഞ്ചിലെ കസേരയ്ക്കടിയിലൂടെ ഇഴഞ്ഞു നീങ്ങുന്നതു കണ്ടപ്പോൾ... അയാൾ പറഞ്ഞു.

"കുട്ടീ... എനിക്കും ഒരാമയായി മാറുവാൻ കഴിഞ്ഞെങ്കിൽ" അതയാളുടെ അവസാനത്തെ വാക്കുകളായിരുന്നു. എന്തെന്നാൽ, ഞാനെന്റെ മാന്ത്രികചലനങ്ങൾ കൊണ്ട് അയാളെ ഒരാമയാക്കി മാറ്റിക്കഴിഞ്ഞിരുന്നു.

മിസ്റ്റർ ബർഗാന്റെ ജേർണലിസ്റ്റ് ജീവിതം അവിടെ അവസാനിച്ചു. പക്ഷേ, അയാളുടെ ജീവിതകാലത്തിന്റെ ദൈർഘ്യം രൂപാന്തരത്വത്തോടെ വളരെയധികം കൂടി. ആമയുടെ ആയുസ്സിന്റെ വഴി എത്രയോ നീണ്ടതാണ്... അതെന്നെ സംബന്ധിച്ചിടത്തോളം ഒരു വലിയ വിജയം തന്നെയായിരുന്നു. എന്തിനുപറയുന്നു. എനിക്കിപ്പോൾ രണ്ടിനുപകരം മൂന്നാമകൾ സ്വന്തമായി (വെറുതെ ഒരു കണക്കിനുവേണ്ടി മാത്രം നിങ്ങൾക്ക് ഞാനുറപ്പുതരാം) മറ്റുരണ്ടിനെയും ഞാനിതേ രീതിയിൽ സമ്പാദിച്ചവയായിരുന്നു.

എന്റെ കലയുടെ സാമർത്ഥ്യം ഇതുവഴി എന്റെ രൂപാന്തരത്വത്തിന് മുമ്പുതന്നെ ഞാനൊരിക്കൽക്കൂടി പരീക്ഷിച്ചു. യാതൊരു വിഷമവുമില്ലാതെ തന്നെ എനിക്കാസന്ദർഭം ഓർക്കാൻ കഴിയും. എന്തെന്നാൽ ഞാനത് കൈകാര്യം ചെയ്ത രീതിയെക്കുറിച്ച് എനിക്ക് വ്യക്തമായ ബോധമായിരുന്നു എന്നതുകൊണ്ടുതന്നെ.

ജൂൺമാസത്തിലെ ഒരപരാഹ്നത്തിൽ ഞാൻ നഗരത്തിനുപുറത്താണ് പകൽസമയം കഴിച്ചുകൂട്ടിയത്. ഞാനൊരു സത്രത്തിന്റെ മുൻവശത്തെ ഉദ്യാനത്തിൽ ഒരു മരത്തണലിൽ ഇരിക്കുകയായിരുന്നു. പക്ഷേ, പെട്ടെന്ന് കുറച്ച് പെൺകുട്ടികൾ എനിക്കടുത്തായി ശബ്ദമുണ്ടാക്കിക്കൊണ്ട് വന്നിരുന്നു. പെൺകുട്ടികൾ കാണുവാൻ നല്ല ചന്തമുള്ളവരും ആഹ്ലാദവതികളുമായിരുന്നു.

പക്ഷേ, ഈ കടന്നുകയറ്റം എനിക്കൊട്ടും സുഖിച്ചില്ല. അവർ സംഘം ചേർന്ന് ഗാനമാലപിക്കാൻ തുടങ്ങിയതോടെ ഇത് വെറുപ്പായിത്തീരുകയും ചെയ്തു. അവരിലൊരാൾ ഒരു മാൻഡൊലിൻ

വായിക്കുവാൻ തുടങ്ങി.

"ഞാനീ പട്ടണത്തിൽ നിന്നും തീർച്ചയായും പോകേണ്ടിയിരിക്കുന്നു..." എന്നു തുടങ്ങുന്ന ഗാനമായിരുന്നു ആദ്യം, പിന്നീട്,

"ഓ, ഞാനൊരു പറവയായിരുന്നെങ്കിൽ

എനിക്ക് രണ്ടു ചിറകുകളുണ്ടായിരുന്നെങ്കിൽ

ഞാൻ നിന്റെ കരങ്ങളിൽ പറന്നെത്തുമായിരുന്നു..."

ആ ഗാനം എനിക്ക് വെറും ബാലിശമായ ഒന്നായേ തോന്നിയുള്ളൂ. എന്തെന്നാൽ. ഒരു പക്ഷിക്ക് സ്വാഭാവികമായും രണ്ടു ചിറകുകളുണ്ടാകുമല്ലോ. അങ്ങനെയുണ്ടാവില്ലേ....? പക്ഷേ, ഇവിടെ പറവയാകാനുള്ള വ്യഗ്രതയാണുള്ളത്. ഗാനം നിലച്ചപ്പോൾ ആ ഗായകസംഘത്തെ മുഴുവൻ ഒരുപറ്റം പറവകളാക്കി മാറ്റുവാൻ എനിക്ക് പ്രചോദനം തന്നതും അതുതന്നെയായിരുന്നു.

ഞാനവരുടെ മേശക്കരികിലേക്ക് ചെന്നുകൊണ്ട് എന്റെ മാന്ത്രികദണ്ഡ് ചലിപ്പിച്ചു. ഒരുനിമിഷത്തേക്ക് ഞാനൊരു ഓപ്പറ കണ്ടക്ടറാണെന്ന് മാത്രമേ തോന്നിയുള്ളൂ. പക്ഷേ, അത് ദീർഘമായ ഒന്നായിരുന്നില്ല.

പെട്ടെന്നവിടെയനിന്നും അഞ്ചുപറവകൾ ചിറകട്ടടിച്ച് കരഞ്ഞുകൊണ്ടവിടെനിന്നും പുറത്തേക്ക് പറന്നുപോയി.

പാതി ഒഴിഞ്ഞ അഞ്ചു ഗ്ലാസുകളും കുറച്ച് സാൻഡ് വിച്ചിന്റെ കഷ്ണങ്ങളും അവിടെ വീണുകിടന്നിരുന്ന മാൻഡൊലിനും കൂടി കണ്ടാൽ അവിടെ കുറച്ചുസമയം മുമ്പുവരെ അഞ്ചുയുവതികൾ അവിടെയുണ്ടായിരുന്നതായി തെളിയിച്ചിരുന്നു.

ശൂന്യതയുടെ പ്രതീകംപോലെയുള്ള ആരംഗംകണ്ട് എനിക്ക് നേരിയ തോതിലെങ്കിലും പാശ്ചാത്താപം തോന്നി. എന്തെന്നാൽ, വെറുതെ ആ രീതിയിലുള്ള ഒരു ഗാനമാലപിച്ചതുകൊണ്ട് അവർക്ക് ഒരു പറവയായിത്തീരുവാനുള്ള ആഗ്രഹമൊന്നും മനസ്സിലുണ്ടായിരുന്നില്ല എന്നതന്നെ ഞാൻ മനസ്സിൽ വിചാരച്ചു.

പോരെങ്കിൽ... ഞാനൊരു പറവയായിരുന്നെങ്കിൽ... എന്നുള്ള വാക്കുണ്ടല്ലോ... ശരിക്കുപറഞ്ഞാൽ ഒരു പറവയാകുവാനുള്ള അഭിവാഞ്ഛയൊന്നും അതിനുള്ളിലുണ്ടായിരുന്നില്ല.

ആ ഗാനത്തിന്റെ ശരിക്കുള്ള പ്രതിഫലനം അതായിരുന്നു എങ്കിൽക്കൂടി (അങ്ങനെയൊരു ഗാനത്തിന്റെ വിവക്ഷയെക്കുറിച്ച്

നിങ്ങൾക്ക് ചിന്തിക്കാനാവുമെങ്കിൽ) വികാരാവേശംകൊണ്ട് ഞാനങ്ങനെ ചെയ്തു എന്നുതന്നെയാണ് എന്റെ തോന്നൽ. എന്നി ലുയർന്ന (ശരിക്കും നീതികരിക്കാനാവുന്ന) വെറുപ്പിന്റെ സ്വാധീനം കൊണ്ടുമാത്രം. ഇതെന്നെ സംബന്ധിച്ചിടത്തോളം ഒട്ടും മതിക്കപ്പെ ടാവുന്ന ഒന്നല്ലെന്നുതന്നെ ഞാൻ കരുതി. അതുകൊണ്ടെന്റെ സ്വന്തം രൂപാന്തരത്വത്തിന് ഞാൻ ഒട്ടും വൈകിക്കേണ്ടതില്ലെന്നും എനിക്കു തോന്നി. എന്റെ പ്രവൃത്തിയുടെ അനന്തരഫലമായ ഭയംകൊണ്ടൊ ന്നുമല്ല ഞാനിതിന് തുനിയുന്നതെന്നും എനിക്ക് വ്യക്തമാക്കേണ്ടി യിരിക്കുന്നു. അതുമല്ലെങ്കിൽ നിയമപരമായ എന്തെങ്കിലും നടപടി പേടിച്ചിട്ടുമല്ല... ഞാനിങ്ങനെ മറ്റൊരു രൂപം കൈക്കൊള്ളുന്നത് (എനിക്ക് വേണമെങ്കിൽ അറസ്റ്റു ചെയ്യാനെത്തുമ്പോൾ പോലീസ് ഓഫീസർമാരെ മുഴുവൻ കളിപ്പാട്ടങ്ങളാക്കി മാറ്റാമല്ലോ)

ശരിക്കും സാങ്കേതികപരമായ കാരണങ്ങൾ കൊണ്ട് അതൊരുതരം അനിവാര്യത മാത്രമായിരുന്നു. വസ്തുതകളെ അറി ഞ്ഞാസ്വദിക്കുവാനുള്ള... നിഷ്കളങ്കമായ... സമാധാനമെന്നത്... ഒരി ക്കലുമെനിക്ക് ലഭിക്കുകയില്ലെന്ന് തോന്നി.

എന്റെ മനോഗതിയെ ഒരിക്കലും ഇളക്കിമറിക്കാത്ത ഒന്ന്...

എവിടെയെങ്കിലും ഒരു നായ് എപ്പോഴും കുരച്ചുകൊണ്ടിരിക്കും.

ഒരു കുഞ്ഞ് വാവിട്ടു കരഞ്ഞുകൊണ്ടിരിക്കും രാപ്പാടിയായി മാറു വാനുള്ള എന്റെ ആഗ്രഹം ഒരുതരത്തിലും മദ്ധ്യസ്ഥ തീരുമാനത്തിന് വിട്ടുകൊടുക്കാവുന്ന ഒന്നല്ല.

ഒരു പക്ഷിയായി മാറണമെന്നുതന്നെയായിരുന്നു എന്റെ ആഗ്രഹം. എന്തെന്നാൽ അതുമൂലം ഒരു മരത്തിൽനിന്നും മറ്റൊന്നി ലേക്ക് പറക്കാൻ കഴിയുമല്ലോ എന്നുള്ള ചിന്ത വളരെ ആകർഷക മായ ഒരു ബിന്ദുവായിരുന്നു.

കൂടാതെ സംഗീതത്തിൽ കമ്പമുള്ള ഒരുവനായതുകൊണ്ട് എനിക്ക് ഗാനമാലപിക്കണമെന്നുണ്ടായിരുന്നു. മറ്റാരുടെയെങ്കിലും ജീവിതത്തിലേക്ക് കടന്നു ചെല്ലണമെന്ന എന്റെ വിചാരമുണ്ടല്ലോ... അവരുടെ നിദ്രയ്ക്ക് ഞാൻ ഭംഗം വരുത്തിയെന്നുവരാം... അതെനിക്ക് സംഭവിക്കണം പക്ഷേ, ഇപ്പോൾ മുതൽ ഞാനൊരു മനുഷ്യാവ സ്ഥയിലല്ല... മാനസികമായ വിചാരങ്ങളും താല്പര്യങ്ങളും ഞാൻ ഉപേക്ഷിച്ചുകഴിഞ്ഞിരുന്നു. എന്റെ നീതി ബോധമിപ്പോൾ ഒരു രാപ്പാടിപ്പക്ഷിയുടേതു മാത്രമാണ്.

...കഴിഞ്ഞവർഷം സെപ്റ്റംബർ മാസത്തിൽ ഞാനെന്റെ

കിടപ്പുമുറിയിലേക്ക് കടന്നുചെന്ന് ജനാലകൾ മലർക്കെ തുറന്നിട്ടു. പിന്നീട് ഒരു രാപ്പാടിയായി മാറി. പുറത്തേക്ക് പറന്നുപോയി. അതിനെച്ചൊല്ലി എനിക്ക് നിരാശ തോന്നിയതുമില്ല.

ഇപ്പോഴിതാ മേയ് മാസമായിരിക്കുന്നു.

ഇപ്പോൾ സന്ധ്യാകാലമായി. താമസിയാതെതന്നെ ഇരുട്ട് പരന്നു വീഴാൻ തുടങ്ങും.

അതോടെ എല്ലാംമറന്ന് ഞാൻ പാടാൻ തുടങ്ങും. അല്ലെങ്കിൽ മനുഷ്യർ പറയുന്നതുപോലെ ഞാൻ ഗാനം മീട്ടാൻ തുടങ്ങിയിരിക്കും.

●

ന്യൂട്ട് ഹാംസൺ

(Knut Hamsun) ലോകപ്രശസ്തനായ നോർവീജിയൻ എഴുത്തുകാരൻ. ജനനം 1859 ആഗസ്റ്റ് 4, മരണം 1952 ഫെബ്രുവരി 2.
1920ൽ സാഹിത്യത്തിനുള്ള നോബൽ പുരസ്കാരം ലഭിച്ചു. നോവൽ, ചെറുകഥ, കവിത, നാടകം എന്നീ സാഹിത്യശാഖകളിൽ പ്രവർത്തിച്ചു.

പ്രധാന രചനകൾ:
1) Hunger (1890)
2) Mysteries (1892)
3) Pan (1894)
4) Victoria (1898)
5) Growth in the Soil (1917)

ഒരു മൃതാത്മാവ്

നോർവീജിയൻ കഥ

നൈട്ട് ഹാംസൺ

എന്റെ കുട്ടിക്കാലത്തെ നിരവധി സംവത്സരങ്ങൾ ഞാൻ ചെലവഴിച്ചതു നോർദ് ലാന്റിലുള്ള അമ്മാവന്റെ കൂടെ ഇടവകമേടയിലായിരുന്നു. എന്നെ സംബന്ധിച്ചിടത്തോളം ഏറെ ബുദ്ധിമുട്ടുള്ള കാലമായിരുന്നു അത്. ചെയ്തു തീർക്കാനുള്ള ജോലിയുടെ ആധിക്യം, അതിന്റെ വീഴ്ചകളിൽ നിന്നു കിട്ടുന്ന പീഡനങ്ങൾ... എല്ലാം കൂടിയായപ്പോൾ സ്വതന്ത്രമായി അൽപമൊന്നു കേളികളിലേർപ്പെടാൻ പോലും എനിക്കു സമയം ലഭിച്ചിരുന്നില്ല. എന്റെ അമ്മാവൻ എനിക്കുമേൽ കർശനമായ നിയന്ത്രണങ്ങളാണ് ഏർപ്പെടുത്തിയിരുന്നത്. അതിനിടയിൽ ഞാൻ സ്വയം ഒളിച്ചുപോയി പിടിച്ചുപറ്റിയ വിശ്രമവേളകൾ മാത്രമേ എനിക്കൽപമെങ്കിലും ശാന്തി പകർന്നിരുന്നുള്ളൂ. പണിയൊന്നുമില്ലാതെ കിട്ടുന്ന അപൂർവം ചില സമയങ്ങളിൽ ഞാൻ വനത്തിനുള്ളിലേക്കു പോകുമായിരുന്നു. അതുമല്ലെങ്കിൽ ശ്മശാനത്തിലേക്ക്. അവിടെ ഞാൻ കല്ലറകൾക്കിടയിലൂടെ, കുരിശുരൂപങ്ങൾക്കിടയിലൂടെ അലഞ്ഞുതിരിഞ്ഞു നടക്കും. കിനാവുകൾ കണ്ടുകൊണ്ട് ചിന്തിച്ചുകൊണ്ട്, എല്ലാം മറന്ന് ഉച്ചത്തിൽ സ്വയം സംസാരിച്ചുകൊണ്ടു ഞാനവിടെയെല്ലാം ചുറ്റിത്തിരിയുമായിരുന്നു.

പള്ളിയും സെമിത്തേരിയും ഒരു കുന്നിനു മുകളിലായിട്ടാണു സ്ഥിതിചെയ്തിരുന്നത്. കുരിശാകൃതിയിൽ തടികൊണ്ടാണ് പള്ളി നിർമിച്ചിരുന്നത്. സെമിത്തേരി ഒന്നും വച്ചു പിടിപ്പിക്കാതെ ശൂന്യമായി കിടക്കുകയും ചെയ്തു. അവിടെ മരങ്ങളായി ഒന്നുംതന്നെ ഉണ്ടായിരുന്നില്ല. കുഴിമാടങ്ങളിൽ പൂക്കൾപോലും കാണപ്പെട്ടില്ല.

പക്ഷേ, മുകളിൽ കൽച്ചുമരുകൾക്കു താഴെയായി വള്ളികൾക്കുള്ളിൽ മൂത്ത റാസ്ബറിപ്പഴങ്ങൾ കാണപ്പെട്ടു.

മനുഷ്യാത്മാക്കളിൽനിന്നു രസം ഊറ്റിയെടുത്തു തഴച്ചുവളർന്ന റാസ്ബെറിപ്പഴങ്ങൾ.

ജോലിചെയ്യുന്ന കുഴിവെട്ടുകാരനോടു ഞാൻ പലവട്ടം സംവാദത്തിലേർപ്പെട്ടിട്ടുണ്ട്. വളരെ വിരളമായി മാത്രം പുഞ്ചിരിക്കുന്ന ഗൗരവസ്വഭാവമുള്ള ഒരു മനുഷ്യനായിരുന്നു അയാൾ. പക്ഷേ, അയാളെന്നോടു സ്നേഹത്തോടെയാണു പെരുമാറിയിരുന്നത്. ശവക്കുഴിയിൽനിന്ന് അഴുക്കുകൾ കോരിയെടുത്തു വൃത്തിയാക്കുന്നതിനിടയിൽ ചിലപ്പോൾ അയാളെനിക്കു മുന്നറിയിപ്പു തരുമായിരുന്നു. കുഴിയുടെ സമീപത്തുനിന്നു മാറിനിൽക്കാൻ അയാളെന്നോട് പറഞ്ഞു. എന്തുകൊണ്ടെന്നാൽ, ചിലപ്പോൾ അയാളുടെ തൂമ്പയുടെ പ്രതലത്തിൽ തുടഭാഗത്തെ എല്ലിൽക്ഷണമോ ഇളിച്ചുകാട്ടുന്ന തലയോട്ടിരൂപമോ ഉണ്ടായിരിക്കും.

ഒരു ദിവസം സെമിത്തേരിയിൽ ഞാനൊരു പല്ലു കണ്ടെത്തി.

തൂവെള്ളനിറത്തിൽ തിളങ്ങുന്ന നല്ല ബലമുള്ള ഒന്നായിരുന്നു അത്. കൂടുതലൊന്നും അതിനെക്കുറിച്ചു ചിന്തിക്കാതെ ഞാനതെടുത്തു പോക്കറ്റലിട്ടു. എനിക്കതിൽ നിന്ന് എന്തെങ്കിലും ഉണ്ടാകണം. എന്തെങ്കിലും രൂപമോ മറ്റോ.... പിന്നീട് തടികൊണ്ടു ഞാൻ രൂപകല്പന ചെയ്തെടുക്കുന്ന എന്തിലെങ്കിലും അതു മോടിക്കായി പിടിപ്പിച്ചു വയ്ക്കണം, വീട്ടിലേക്കു മടങ്ങിയപ്പോൾ അതു ഞാൻ കൊണ്ടുപോന്നു.

വേലക്കാരുടെ കുശിനിയിൽ വിളക്കു കത്തുന്നില്ല. ഞാൻ ഒറ്റയ്ക്കാണ്. കൃഷിയിടങ്ങളിൽനിന്ന് അവർ മടങ്ങിവരുന്നതിനു മുൻപു വിളക്കുകൾ കത്തിക്കാൻ ഞാൻ ധൈര്യപ്പെട്ടില്ല. പക്ഷേ, വിറകു കത്തിയെരിയുന്ന അടുപ്പിൽനിന്നുള്ള വെളിച്ചംകൊണ്ട് എനിക്കെല്ലാം നിർവഹിക്കാനാവുമെന്ന ബോധ്യമുണ്ടായിരുന്നു. ആവശ്യത്തിനു വേണ്ട വിറകു ശേഖരിക്കാനായി ഞാൻ ഷെഡ്ഡിലേക്കു നടന്നു.

ഷെഡ്ഡിനകത്തു നല്ല ഇരുട്ടായിരുന്നു.

വിറകുകൊള്ളിക്കായി തപ്പിത്തടയുമ്പോൾ ഒരു മൃദുസ്പർശം എനിക്കനുഭവപ്പെട്ടു. എന്റെ ശിരസിൽ വിരൽത്തുമ്പുകൊണ്ടൊരു സ്പർശം.

പെട്ടെന്നു ഞാൻ ഞെട്ടിത്തിരിഞ്ഞു നോക്കിയെങ്കിലും ആരെയും കണ്ടില്ല. കൈകൾ വീശി ഞാൻ ചുറ്റും തിരിഞ്ഞുനോക്കിയെങ്കിലും ഒന്നിലും സ്പർശനം അനുഭവപ്പെട്ടില്ല.

അവിടെ ആരെങ്കിലുമുണ്ടോയെന്നു ഞാൻ വിളിച്ചു ചോദിച്ചു. പക്ഷേ, എനിക്കു യാതൊരു മറുപടിയും ലഭിച്ചില്ല.

എന്റെ ശിരസിൽ വസ്തുങ്ങളൊന്നുമുണ്ടായിരുന്നില്ല. അതിന്റെ നഗ്നതയ്ക്കു മുകളിൽ ഞാൻ കൈകൊണ്ടു സ്പർശിച്ചു നോക്കി. ഏതോ തണുത്ത വസ്തുവിൽ സ്പർശിച്ചതുപോലെ എനിക്കു തോന്നി. പെട്ടെന്നു തന്നെ ഞാൻ കൈ പിൻവലിച്ചു. ഞാൻ വിചാരിച്ചു. അതു ശരിക്കും വിചിത്രമായിരിക്കുന്നു! വീണ്ടും ഞാനെന്റെ മുടിയിഴകളിൽ തൊട്ടു നോക്കി. പക്ഷേ, തണുപ്പിന്റേതായ ആ സാന്നിധ്യം അപ്രത്യക്ഷമായിരുന്നു. ഞാൻ വിചാരിച്ചു. ഏതോ തണുത്ത ഒരു വസ്തു മുകളിൽ നിന്ന് എന്റെ ശിരസ്സിൽ വീണതാകാം. അതെന്തായിരിക്കാം എന്നു ഞാൻ അത്ഭുതപ്പെടുകയാണ്. ഒരു കൈയിൽ കഴിയാവുന്നത്ര വിറകുകൾ വാരിയെടുത്തു വേലക്കാരുടെ കുശിനിയിലേക്കു മടങ്ങി. സ്റ്റൗ കത്തിച്ച് ദ്വാരത്തിലൂടെ തീനാളം വരുന്നതുവരെ ഞാൻ കാത്തു നിന്നു. പിന്നീടു ഞാനാ പല്ലു പുറത്തെടുത്ത് ഉരയ്ക്കാൻ തുടങ്ങിയപ്പോൾ ജാലകപ്പാളിയിൽ ഒരു മുട്ടുകേട്ടു. ഞാൻ കണ്ണുയർത്തി നോക്കി. ജാലകത്തിനു വെളിയിൽ, ഗ്ലാസിൽ മുഖമർത്തിപ്പിടിച്ച രീതിയിൽ ഒരു മനുഷ്യൻ നിൽക്കുന്നുണ്ടായിരുന്നു. എനിക്കയാള പരിചയമുണ്ടായിരുന്നില്ല. ഇടവകയിലെ ഒരു വിധം ആളുകളെയൊക്കെ എനിക്കു നന്നായി പരിചയമുണ്ടായിരുന്നു. അയാൾക്കു ചുവപ്പുനിറത്തിൽ നീണ്ട താടിയുണ്ടായിരുന്നു. ചുവന്ന ഒരു സ്കാർഫ് കഴുത്തിനു ചുറ്റും കെട്ടിയിരുന്നു. ശിരസിൽ പ്രത്യേകതരം തൊപ്പിയും അയാളണിഞ്ഞിരുന്നു. അപ്പോൾ ഞാനതിനെക്കുറിച്ചു ചിന്തിച്ചില്ല. പിന്നീടാണ് എനിക്കിതു ശരിക്കും അനുഭവപ്പെട്ടത്. പക്ഷേ, കനത്ത ഇരുട്ടിൽ ആ ശിരസ് അത്രയ്ക്കു സൂക്ഷ്മമായി എങ്ങനെ എനിക്കു കാണാൻ കഴിഞ്ഞു? നിലാവെളിച്ചംപോലും ശരിക്കു കിട്ടുന്നുണ്ടായിരുന്നില്ല. ഭയാനകമായ രീതിയിൽ സ്വച്ഛമായി ഞാനാമുഖം കണ്ടു. അതാകെ വിളറിവെളുത്തിരുന്നു. ആ കണ്ണുകൾ എന്നെത്തന്നെ തുറിച്ചു നോക്കുകയായിരുന്നു. ഒരു മിനിറ്റ് കടന്നുപോയപ്പോൾ ആ മനുഷ്യൻ ചിരിക്കാൻ തുടങ്ങി.

അതിനു കേൾക്കാവുന്നത്ര സാന്ദ്രതയുണ്ടായിരുന്നില്ല. വിറയലാർന്ന ഒരു പുഞ്ചിരി... വായ് ശരിക്കും തുറന്ന നിലയിൽ. മിഴികൾ അപ്പോഴും തുറിച്ചു നോക്കുന്നു.

എന്റെ കൈയിലുണ്ടായിരുന്നതു പെട്ടെന്നുതന്നെ ഞാൻ താഴെയിട്ടു. അടിതൊട്ടുമുടിവരെ ഒരു മിന്നൽ എന്നിലൂടെ പ്രകമ്പനത്തോടെ കടന്നുപോയി. മുൻവശത്തെ നിരയിൽ അയാൾക്കൊരു പല്ലുണ്ടായിരുന്നില്ലെന്ന് ഒരുൾക്കിടിലത്തോടെ ഞാനറിഞ്ഞു. ഭയചതികനായി വിറച്ചുകൊണ്ടു ഞാനവിടെയിരുന്നു. മറ്റൊരു മിനിറ്റുംകൂടി കടന്നുപോയി. അയാളുടെ മുഖത്തിപ്പോൾ വർണ്ണങ്ങൾ തെളിഞ്ഞു വന്നു. കടുംപച്ചയിലേക്കാണാദ്യം മാറ്റം വന്നത്.

പിന്നീടതു കട്ടംചുവപ്പായി മാറി. അപ്പോഴും ചിരി മായാതെതന്നെ നിലനിൽക്കുന്നുണ്ടായിരുന്നു. എനിക്കെന്റെ മനഃസാന്നിധ്യംതന്നെ നഷ്ടപ്പെടുമെന്ന നിലയിലായി. പക്ഷേ, അതുണ്ടാകാതിരിക്കാൻ ഞാൻ ശ്രദ്ധിച്ചു. എനിക്കു ചുറ്റുമുള്ള എല്ലാ കാര്യങ്ങളും വിശദമായി ത്തന്നെ ഞാൻ നിരീക്ഷിക്കാൻ തുടങ്ങി. സ്റ്റൗവിൽ ദ്വാരത്തിലൂടെ തീ കത്തുന്നത് എനിക്കു നന്നായികാണാം. അതിൽ നിന്നുള്ള മങ്ങിയ വെളിച്ചം എതിർവശത്തെ ചുമരിനോടു ചേർന്നുള്ള പടവുകളിൽ വന്നു വീഴുന്നുണ്ട്. അടുത്തമുറിയിൽ ചുമരിൽ തൂക്കിയിട്ടിരുന്ന നാഴികമണിയുടെ ക്ലിക്ക്, ക്ലിക്ക് നാദം എനിക്കു വ്യക്തമായി കേൾക്കാം. എന്റെ പരിസരബോധം തെല്ലും നശിച്ചിരുന്നില്ലെന്നുള്ളതിന്റെ വ്യക്തമായ തെളിവാണ് അത്. അയാൾ ശിരസ്സിൽ അണിഞ്ഞിരുന്ന തൊപ്പിയുടെ അഗ്രഭാഗത്തെ പച്ചനിറം എനിക്കു നന്നായി കാണാം. അതിനു മുകളിൽ കറുപ്പുനിറത്തിന്റെതായ കിരീടംപോലുള്ള ഭാഗവും ഞാൻ കണ്ടിരുന്നു. പിന്നീടാ മനുഷ്യൻ ജാലകമുഖത്തുകൂടി സാവധാനം തന്റെ ശിരസ് കുനിച്ചുകാട്ടി. വളരെ സാവധാനത്തിലാണയാൾ അതു ചെയ്തത്. അവസാനം ജാലകത്തിന്റെ താഴെയെത്തുന്നതുവരെ അയാളതു തുടർന്നു. അയാളവിടെ ഭൂമിയിലേക്കു വഴുതിവീഴുന്നതുപോലെയുണ്ടായിരുന്നു. എനിക്കയാളെ കാണാനായില്ല എന്റെ ശരീരം വിറയ്ക്കാൻ തുടങ്ങി. താഴെ തറയിൽ ഞാനാ പല്ലിനുവേണ്ടി തെരയാനാരംഭിച്ചു. അപ്പോഴും എനിക്കാ ജാലകഛായയിൽനിന്നും മുഖം പറിച്ചെടുക്കാൻ കഴിഞ്ഞില്ല. അയാളേതു സമയത്തും വീണ്ടും പ്രത്യക്ഷപ്പെടാൻ സാധ്യതയുണ്ടെന്നു ഞാനൂഹിച്ചു. വീണ്ടും ഞാനതു സെമിത്തേരിയിലേക്കു തിരികെ കൊണ്ടുപോകുമായിരുന്നു. എനിക്കതിനുള്ള ധൈര്യമുണ്ടായില്ല. ചലിക്കാനാവാതെ ഏകനായി ഞാനിവിടെത്തന്നെയിരുന്നുപോയി. പുറത്ത് എനിക്കിപ്പോൾ കാൽപ്പെരുമാറ്റം കേൾക്കാൻ സാധിക്കുന്നുണ്ട്. അതു വേലക്കാരി പെൺകുട്ടിയുടേതാണെന്നു ഞാൻ സങ്കല്പ്പിക്കുകയാണ്. പക്ഷേ, അവളെ പേരെടുത്തു വിളിക്കാൻ എനിക്കു ധൈര്യമുണ്ടായില്ല. സ്റ്റൗവിന്റെ തീനാളത്തിനു കനം കുറഞ്ഞുവന്നു. എന്നെ രക്ഷപ്പെടുത്താൻ ആരും അവിടേക്കു കടന്നുവരില്ലെന്നു ഞാൻ ഭയപ്പെട്ടു.

അവസാനം, പല്ലുകൾ കടിച്ചമർത്തിക്കൊണ്ട് ഞാനെഴുന്നേറ്റു വാതിൽ തുറന്നു. കുശിനിയിൽ നിന്നും പിന്തിരിഞ്ഞു നടന്നു. അയാൾ നിന്നിരുന്ന ആ ജാലകത്തിൽ കണ്ണുനട്ടുകൊണ്ടാണു പിൻവാങ്ങിയത്. പുറത്തു കടന്നു. കുതിരാലയത്തിന്റെ നേർക്ക് ഓടി. അവിടെനിന്ന് ഏതെങ്കിലും കുട്ടികളെ വിളിച്ചുകൊണ്ടു സെമിത്തേരിയിലേക്കു പോകണമെന്നായിരുന്നു ഉദ്ദേശ്യം. പക്ഷേ, അവിടെ

കുട്ടികളാരുംതന്നെ ഉണ്ടായിരുന്നില്ല.

ഞാനൊറ്റയ്ക്ക് കുന്നുകയറിപ്പോയി. ഒരു ടുവാലയ്ക്കുള്ളിൽ ആ പല്ല് ഭദ്രമായി പൊതിഞ്ഞു പിടിച്ചിരുന്നു. സെമിത്തേരിയുടെ ഗേറ്റിലെത്തിയതോടെ എന്റെ ധൈര്യമാകെ ചോർന്നുപോയി. അവിടെ ഗ്ലിമ്മാനദിയുടെ നിരന്തരമായ ശബ്ദകോലാഹലങ്ങളിൽ മുഴുകി ഞാൻ നിന്നു. അതൊഴിച്ചാൽ അവിടെ നിശബ്ദതയുടെ നിശ്വാസങ്ങൾ മാത്രം. സെമിത്തേരി ഗേറ്റിൽ ആരുമില്ല. വളഞ്ഞ ഒരു കവാടമല്ലാതെ അവിടെ ഗേറ്റൊന്നുമില്ല. കുനിഞ്ഞ് അതിനു താഴെക്കൂടി വേണം. അകത്തേക്കു കടക്കാൻ. അതിനൊരു വശം ചേർന്നു മാറിനിന്ന് ഞാനകത്തേക്കു ശ്രദ്ധിച്ചു നോക്കി. മുട്ടുകുത്തി ഞാനവിടെയിരുന്നു. ഗേറ്റിനുപുറത്തായി, കുഴിമാടങ്ങൾക്കിടയിൽ നിൽക്കുന്ന രീതിയിൽ, ആ മനുഷ്യനെ ഞാനവിടെ കണ്ടു. അയാളുടെ മുഖം അപ്പോഴും വിളറി വെളുത്തിരുന്നു. അയാൾ എന്റെ നേർക്കു തിരിഞ്ഞപ്പോൾ എനിക്കതു വ്യക്തമായി മനസ്സിലാക്കാൻ കഴിഞ്ഞു. സെമിത്തേരിയിലേക്കു നോക്കിനിൽക്കുന്ന രൂപത്തിലാണ് അയാളെ അവിടെ കാണാൻ കഴിഞ്ഞത്. അതൊരു കൽപനയായി സ്വീകരിക്കാൻ ഞാൻ തയ്യാറായി. പക്ഷേ, അതനുസരിക്കാൻ ഞാൻ ധൈര്യപ്പെട്ടില്ല. വളരെ നേരം ഞാനവിടെ കാത്തിരുന്നു. അപ്പോഴൊക്കെ ഞാനയാളെത്തന്നെ ശ്രദ്ധിക്കുകയായിരുന്നു. ഞാനയാളോട് അപേക്ഷിക്കുമ്പോഴും നിശബ്ദനായിട്ടയാൾ അവിടെത്തന്നെ നിന്നിരുന്നത്. പിന്നീടു ചിലതെല്ലാം സംഭവിച്ചതോടെ എനിക്കെന്റെ ധൈര്യം വീണ്ടുകിട്ടി. കുതിരലായത്തിൽ എന്തോ ചെയ്തുകൊണ്ടിരുന്ന ഒരുവന്റെ ചൂളംവിളി കേട്ടപ്പോഴാണു ഞാൻ ചിന്തയിൽനിന്നുണർന്നത്. എന്റെ തൊട്ടടുത്തുള്ള ജീവന്റെ സാന്നിധ്യം വീണ്ടുമെനിക്കെഴുന്നേറ്റു നിൽക്കാനുള്ള ശക്തി പകർന്നിരുന്നു. സാവധാനം ആ മനുഷ്യൻ എന്നിൽനിന്നകന്നു തന്നെ പോയി. അയാൾ നടക്കുകയായിരുന്നില്ല. ശവകുടീരങ്ങൾക്കിടയിലൂടെ തെന്നിപ്പോവുകയായിരുന്നു. ശ്രദ്ധ ക്ഷണിച്ചുകൊണ്ടേയിരുന്നു. ഞാൻ ഗേറ്റിലൂടെ അകത്തു കടക്കുമ്പോൾ അയാളെന്റെ നേർക്കു കൈവീശി ആംഗ്യംകാട്ടി. ഞാൻ മുന്നോട്ടു ചില കാലടികൾ വച്ചശേഷം പെട്ടെന്നു നിന്നു. വീണ്ടും മുന്നോട്ടു പോകാൻ ഞാനശക്തനായിരുന്നു. എന്റെ കൈകളിൽ വല്ലാത്ത വിറയൽ ബാധിച്ചു. ടുവാലയ്ക്കുള്ളിൽ നിന്നു ഞാനാ പല്ല് പുറത്തെടുത്ത് എന്റെ എല്ലാ ശക്തിയുമുപയോഗിച്ചു സെമിത്തേരിക്കുള്ളിലേക്കു വലിച്ചെറിഞ്ഞു. ആ നിമിഷത്തിൽ പള്ളിക്കു മുകളിൽ സ്ഥാപിച്ചിരുന്ന കാറ്റാടി വേഗതയാർന്നു ചുറ്റിക്കറങ്ങുകയും എന്റെ എല്ലുകൾക്കുള്ളിൽ പരുക്കൻ രീതിയിൽ ഉരയ്ക്കുന്നതിന്റെ കൊട്ടും വേദന അനുഭവപ്പെടുകയും ചെയ്തു.

ഞാൻ വേഗത്തിൽ ഗേറ്റിനുപുറത്തേക്കു വന്നതിനുശേഷം കുന്നിറങ്ങി വീടിനെ ലക്ഷ്യമാക്കി പാഞ്ഞു. ഞാൻ പിന്നീട് അടുക്കളയിലേക്കു വന്നപ്പോൾ എന്റെ മുഖം മഞ്ഞുപോലെ വിളറി വെളുത്തിരുന്നതായി അവരെന്നോടു പറഞ്ഞു.

അതിനുശേഷം വളരെ സുവത്സരങ്ങൾ കടന്നുപോയി. പക്ഷേ, എല്ലാം ഞാൻ വളരെ വ്യക്തമായി ഓർക്കുന്നുണ്ട്. സെമിത്തേരി ഗേറ്റിൽ ഞാൻ മുട്ടുകുത്തിയിരിക്കുന്നത്, ചുവന്നു നീണ്ട താടിയുള്ള ആ മനുഷ്യനെ കണ്ടെത്തുന്നത്... അങ്ങനെ എല്ലാമെല്ലാം.

അയാൾക്ക് എത്ര വയസ് പ്രായമുണ്ടായിരുന്നു എന്നുപോലും എനിക്കനുമാനിക്കാൻ കഴിഞ്ഞില്ല. ഒരുപക്ഷേ, ഇരുപത്... ചിലപ്പോൾ നാൽപത്. അവസാനമായി അയാളെ കണ്ടതിനുശേഷമല്ല ഞാനിങ്ങനെ ചിന്തിച്ചതെന്നുള്ളത് ഇവിടെ പ്രാധാന്യമർഹിക്കുന്നു. പിന്നീടു വളരെ നാളുകൾക്കുശേഷമാണ് എനിക്കതിനെക്കുറിച്ചു ചിന്തിക്കാൻ സാധിച്ചത്. പക്ഷേ, അയാളുടെ പ്രായം കൃത്യമായി അനുമാനിക്കാൻ അന്നത്തെപ്പോലെ ഇന്നും എനിക്കു കഴിയുന്നില്ല. നിരവധി സായാഹ്നങ്ങളിൽ, നിരവധി രാത്രികളിൽ അയാളെനിക്കു ദർശനം തന്നു. അയാൾ സ്വയം എനിക്കു മുൻപിൽ ചിരിച്ചുകൊണ്ടു പ്രത്യക്ഷപ്പെടുകയായിരുന്നു. മുൻവശത്തെ ഒരു പല്ലില്ലാത്ത മോണകാട്ടിയുള്ള അതേ ചിരിയും നിൽപ്പും. പിന്നീടയാൾ അപ്രത്യക്ഷനായി. അപ്പോൾ മഞ്ഞുവീഴാൻ തുടങ്ങിയിരുന്നു. അതുകൊണ്ടെനിക്കു സെമിത്തേരിയിലേക്കു മടങ്ങിപ്പോയി ആ പല്ലുകണ്ടെത്തി അതു മണ്ണിനടിയിൽ പൂഴ്ത്താൻ സാധിച്ചില്ല. ആ മഞ്ഞുകാലം മുഴുവനും, വളരെ വി-രളമായിട്ടാണെങ്കിലും ആ മനുഷ്യൻ എനിക്ക് ഇടയ്ക്കിടെ ദർശനം തന്നുകൊണ്ടിരുന്നു. എനിക്ക് അയാളോടുണ്ടായിരുന്ന ഭയത്തിന്റെ സാന്ദ്രതയും കുറഞ്ഞു. പക്ഷേ, എന്റെ ദിനങ്ങൾ അപ്പോഴും അസ്വസ്ഥങ്ങൾ തന്നെയായിരുന്നു. മിക്കവാറും ഒരു ചിന്തയുടെ നിഴലിൽ അവസാനം ഞാൻ ആശ്വാസം കണ്ടെത്തി. ഗ്ലിമ്മാ നദിയിലെ ജലനിരപ്പുയരുമ്പോൾ എനിക്കു വേണമെങ്കിൽ സ്വയം അതിലേക്കെടുത്തു ചാടി ഈ ദുരന്തങ്ങൾക്കൊരു അറുതി വരുത്താം.

പിന്നീടു വസന്തകാലമെത്തി. അതോടെ ആ മനുഷ്യൻ പൂർണമായും അപ്രത്യക്ഷനായിക്കഴിഞ്ഞിരുന്നു. ശരിക്കും പൂർണമായിട്ടോ?

ഇല്ല, പൂർണമായിട്ടില്ല. പക്ഷേ, ആ വേനൽക്കാലം മുഴുവൻ അങ്ങനെതന്നെയായിരുന്നു. അടുത്ത മഞ്ഞുകാലത്ത് അയാൾ അവിടെത്തന്നെയുണ്ടായിരുന്നു. ഒരിക്കൽ മാത്രം... പിന്നീടൊരു നീണ്ട

കാലയളവിലേക്ക് അയാളവിടം വിട്ടുനിന്നു.

ഒരു ശരത്ക്കാല സന്ധ്യയിൽ ഞാൻ കിടക്കാൻ പോയിട്ട് കുറച്ചു സമയത്തിനുശേഷം എന്റെ നെറ്റിയിൽ തണുപ്പാർന്ന ഒരു മൃദുസ്പർശം അനുഭവപ്പെട്ടു. ഞാൻ കണ്ണുതുറന്നു നോക്കിയപ്പോൾ തൊട്ടടുത്തു തന്നെ ആ മനുഷ്യനെ കണ്ടു. അയാൾ എന്റെ കിടക്കയുടെ ഓരം പറ്റിയിരുന്നുകൊണ്ട് എന്നെ നിരീക്ഷിക്കുകയായിരുന്നു. ഞാൻ ആ മുറിയിൽ ഒറ്റയ്ക്കായിരുന്നില്ല ഉറങ്ങിയിരുന്നത്. എന്റെ രണ്ടു സോദരിമാരും അവിടെയുണ്ടായിരുന്നു. എന്നിരുന്നാലും അവരെ ഭയപ്പെടുത്താൻ ഞാനിഷ്ടപ്പെട്ടില്ല. നെറ്റിയിൽ തണുത്ത സ്പർശനമേറ്റയുടനെ ഞാൻ കൈവീശിക്കാട്ടി പറഞ്ഞു.

ഇല്ല. ഇവിടെനിന്നു കടന്നുപോകൂ.

എന്റെ സഹോദരന്മാർ അവരുടെ കിടക്കകളിൽ കിടന്നുകൊണ്ട് ആരോടാണു ഞാൻ സംസാരിക്കുന്നതെന്നു വിളിച്ചു ചോദിച്ചു.

ആ മനുഷ്യൻ കുറച്ചുനേരത്തേക്ക് ഇടയ്ക്കിടെ തന്റെ ശരീരത്തിന്റെ മുകൾഭാഗം മുൻപോട്ടും പുറകോട്ടും ഇളക്കിക്കൊണ്ടിരുന്നു. അയാളങ്ങനെ ചെയ്തുകൊണ്ടിരിക്കുമ്പോൾ അയാൾ കൂടുതൽ കൂടുതൽ ഉയർന്നു വരുന്നതായി തോന്നി. അവസാനം അയാളുടെ ശിരസ് മച്ചിൽ മുട്ടും എന്ന നിലയിലാവുകയും ചെയ്തു. ഇനിയും കൂടുതൽ പോകാനാവാത്ത ഒരു പ്രതിസന്ധിയിൽ അയാളെഴുന്നേറ്റുനിന്നു. എന്റെ മെത്തയ്ക്കരികിൽ നിന്നും നിശബ്ദമായ കാലടികളോടെ അയാളെന്നിൽ നിന്ന് അകന്നകന്നു പോയി. പിന്നീട് സ്റ്റൗവിനു സമീപം അയാൾ അപ്രത്യക്ഷമാവുകയും ചെയ്തു. ഈ സമയമൊക്കെയും അയാളെ ഞാൻ ആകാംക്ഷ നിറഞ്ഞ മിഴികളാൽ പിന്തുടരുകയായിരുന്നു. ഇതുപോലെ മുൻപൊരിക്കലും എന്റെ തൊട്ടടുത്ത് അയാൾ വന്നിരുന്നില്ല. എന്റെ നെറ്റിയിൽനിന്ന് അയാളുടെ കൈ സാവധാനം ഞാനെടുത്തുമാറ്റിക്കൊണ്ട് ഇല്ല,....... എന്നു പറഞ്ഞപ്പോൾ അയാൾ സ്വയം അതു പിൻവലിക്കുകയായിരുന്നു. അയാൾ എന്റെ കിടക്കയുടെ അരികുപറ്റിയിരുന്ന സമയം മുഴുവൻ അയാളുടെ മിഴികൾ ഒന്നു ചിമ്മിയതുപോലുമില്ല.

കുറച്ചു മാസങ്ങൾക്കു ശേഷം വീണ്ടും മഞ്ഞുകാലത്തിന്റെ വരവായി. ഞാൻ വീണ്ടും വീട്ടിൽ നിന്ന് അകന്നു നിൽക്കുകയായിരുന്നു. ഒരു വ്യാപാരിയോടൊപ്പമാണു ഞാൻ താമസിച്ചിരുന്നത്. അയാളോടൊപ്പം ഓഫീസിലും പണിശാലയിലും ഞാൻ ജോലിയെടുത്തു. ഇവിടെവച്ചാണ് ആ മനുഷ്യനെ അവസാനമായി ഞാൻ കണ്ടത്.

ഒരു സായാഹ്നത്തിൽ ഞാനെന്റെ മുറിയിലേക്കു കയറിച്ചെന്നു വിളക്കുകത്തിച്ചതിനുശേഷം വസ്ത്രങ്ങൾ അഴിച്ചുമാറ്റാൻ തുടങ്ങി. പതിവായി എന്റെ വേലക്കാരിയുടെ സൗകര്യത്തിനു പാദരക്ഷകൾ പുറത്താണു ഞാൻ അഴിച്ചു വയ്ക്കാറുണ്ടായിരുന്നത്. അവ കൈകളിലേന്തിക്കൊണ്ടാണു ഞാൻ വാതിൽ തുറന്നതുതന്നെ.

അവിടെ എനിക്കു മുന്നിലായി ഇടനാഴിയിൽ അയാൾ നിൽക്കുന്നുണ്ടായിരുന്നു. അതെ, അയാൾതന്നെ, ചുവപ്പുതാടിക്കാരനായ ആ മനുഷ്യൻ.

എന്റെ തൊട്ടടുത്ത മുറികളിൽ ആളുകളുണ്ടെന്ന് എനിക്കറിയാമായിരുന്നു. അതുകൊണ്ട് എനിക്കു ഭയം തോന്നിയില്ല. ഞാൻ ഉച്ചത്തിൽ വിളിച്ചു ചോദിച്ചു. നിങ്ങൾ വീണ്ടുമിവിടെയുണ്ടോ?

അപ്പോൾ അയാൾ തന്റെ വലിയ വായതുറന്നു ചിരിക്കാൻ തുടങ്ങി. എനിക്കപ്പോൾ ഭയപ്പാടൊന്നും തോന്നിയില്ല. ഞാൻ കുറച്ചുകൂടി അടുത്ത് അയാളെ ശ്രദ്ധിച്ചു. മുൻപു കാണാതിരുന്ന ആ പല്ല് ഇപ്പോൾ അയാളുടെ മോണയിൽ യഥാസ്ഥാനത്തുതന്നെ കാണപ്പെട്ടു. ആരോ ഒരാൾ അതു തിരിച്ചു മണ്ണിൽ പൂഴ്ത്തിയിട്ടിരിക്കും. അതുമല്ലെങ്കിൽ കാലത്തിന്റെ പ്രവാഹത്തിനിടയിൽ അതു പൊടിഞ്ഞു മണ്ണിൽ അലിഞ്ഞു ചേർന്നിട്ടുണ്ടാകും. വേർപെട്ടുപോന്ന അതേ സീമയിലേക്കതു തിരിച്ചു ചെന്നിരിക്കും. ആവോ, ദൈവത്തിനറിയാം!

ഞാൻ വാതിൽക്കൽ നിക്കുമ്പോൾ ആ മനുഷ്യൻ തന്റെ വായ് അടച്ചുകൊണ്ടു തിരിഞ്ഞു പടവുകളിറങ്ങി അപ്രത്യക്ഷനായി.

അയാളെ അവസാനമായി ഞാൻ കണ്ടതങ്ങനെയാണ്. അതിനുശേഷം കടന്നുപോയ സംവത്സരങ്ങൾ ഞങ്ങളുടേതും ദൈവത്തിന്റേയും മാത്രമായിരുന്നു.

ഈ മനുഷ്യൻ, മരിച്ചവരുടെ നാട്ടിൽനിന്നുള്ള ചുവപ്പു താടിക്കാരനായ രഹസ്യ സന്ദേശവാഹകൻ. എന്റെ ബാല്യകാലത്തു വിവരിക്കാനാവാത്ത തരത്തിലുള്ള ദുരന്തങ്ങളാണ് എനിക്കു പകർന്നു തന്നത്. അയാളെന്നെ മുറിവേൽപ്പിച്ചു. അതിനുശേഷം എനിക്കു മറ്റുചില ദർശനങ്ങളാണുണ്ടായിരുന്നത്.

വിശദീകരിക്കാനാവാത്ത മറ്റു ചില ഏറ്റുമുട്ടലുകളെക്കുറിച്ചാണു ഞാൻ സൂചിപ്പിക്കുന്നത്. പക്ഷേ, അവയൊന്നും അയാളെപ്പോലെ എന്നിൽ പ്രതിഫലനമുണ്ടാക്കാൻ സാധിച്ചിരുന്നില്ല.

അയാളുടേതു വെറും ഉപദ്രവങ്ങൾ മാത്രമായിരുന്നില്ല. അതെന്നെ

മിക്കവാറും ആഘാതമേൽപിക്കുന്നവയുമായിരുന്നു. എന്റെ പല്ലുകൾ ബലമായിറുക്കിയടയ്ക്കാനും ഞാൻ കൂടുതൽ പരുക്കനായിത്തീരാനുള്ള ആദ്യകാരണം അയാളായിരിക്കണം. എന്റെ അവസാന ജീവിതത്തിൽ ഇത്തരത്തിലൊക്കെ ചെയ്തു തീർക്കേണ്ടതിന്റെ ആവശ്യകത എനിക്കുണ്ടായെന്നുമിരിക്കും.

●

വിർജിലിയോ പിന്യെര

(Virgilio Piñera) ലോക പ്രശസ്തനായ സാഹിത്യകാരൻ. ക്യൂബൻ വിപ്ലവ കാലത്ത് ഫിദേൽ കാസ്ട്രോക്കൊപ്പം പ്രവർത്തിച്ചുവെങ്കിലും പിന്നീട് ശത്രുതയിലായി. നാടകം, നോവൽ, കഥ എന്നീ സാഹിത്യ രചനകളിലൂടെ വിഖ്യാതനായി.

പ്രധാന രചനകൾ
1.Renes Flesh (1952)Novel
2. Cold Tales (കഥകൾ) 1956
3. Minor Manoeuvres(1563)
മരണവും നിദ്രയും ഒസ്കാർ വെൽഡിന്റെ ഭാഷയിൽ സഹോദരങ്ങളാണെങ്കിൽ ഒന്നിനുമേൽ മറ്റൊന്നിന് ആധിപത്യമുണ്ടെന്നുള്ളതിന് യാതൊരു കാരണവും ചൂണ്ടിക്കാണിക്കുവാനില്ല. ഈ ചെറിയ കഥയുടെ സന്ദേശവും ഇതാണ്.
ജനനം 1912 ആഗസ്റ്റ് 4, മരണം 1979 ഒക്ടോബർ 18 ഹവാനയിൽ.

ഉറക്കമില്ലായ്മ

വിർജിലിയോ പിന്യെര

ഒരു മനുഷ്യൻ വളരെ നേരത്തെ ഉറങ്ങാൻ കിടന്നുവെങ്കിലും അയാൾക്കുറങ്ങുവാൻ കഴിഞ്ഞില്ല. അയാൾ തിരിഞ്ഞു മറിഞ്ഞു കിടന്നു. കിടക്കവിരികൾ അയാൾ ചുളുക്കി പിണച്ചു. അയാൾ ഒരു സിഗരറ്റ് കത്തിക്കുകയാണ്. കുറച്ചു നേരം വായിക്കുവാനുള്ള ഒരു ശ്രമവും അയാൾ നടത്തി. വീണ്ടും അയാൾ വിളക്കുകൾ അണക്കുകയാണ്. പക്ഷേ അയാൾക്കുറക്കം വന്നില്ല.

പ്രഭാതത്തിൽ മൂന്നു മണിയായപ്പോൾ അയാൾ എഴുന്നേറ്റു. തൊട്ടയൽപക്കത്തെ സുഹൃത്തിനെ വിളിച്ച് തനിക്കുറക്കം വരുന്നില്ലെന്നുള്ള യാഥാർത്ഥ്യം അയാളോട് തുറന്നു പറഞ്ഞു. അയാളുടെ ഉപദേശമായിരുന്നു ഇക്കാര്യത്തിൽ വേണ്ടിയിരുന്നത്. സുഹൃത്ത് അയാളോട് ഒരു പ്രഭാത നടത്തത്തിനു പോകാൻ നിർദേശിച്ചു. ഒരുപക്ഷേ അത് കഴിഞ്ഞ് മടങ്ങിവരുമ്പോൾ ശരിക്കും ക്ഷീണം അനുഭവപ്പെടുകയും ചെയ്യും. പിന്നീടയാൾ ചെയ്യേണ്ടത് ഒരു കപ്പ് ലിൽഘൻ ചായ കുടിച്ചതിന് ശേഷം വിളക്കുകളണച്ച് കിടക്കുക. സുഹൃത്ത് നിർദ്ദേശിച്ചതെല്ലാം അയാൾ ചെയ്തുവെങ്കിലും ഉറക്കം അത് അയാളെ അനുഗ്രഹിക്കുവാൻ തയ്യാറായില്ല. വീണ്ടുമയാൾ എഴുന്നേൽക്കുകയാണ്. ഇത്തവണ അയാൾ നേരെ ഡോക്ടറെ കാണുവാനാണ് പോയത്. പതിവുപോലെ ഡോക്ടർ നിരവധി കാര്യങ്ങളെക്കുറിച്ച് അയാളോട് സംസാരിച്ചു. പക്ഷേ അവസാനം വീണ്ടും അയാൾക്കൊട്ടും ഉറങ്ങുവാൻ കഴിഞ്ഞില്ല. രാവിലെ ആറുമണിയായപ്പോൾ അയാൾ റിവോൾവർ ലോഡ് ചെയ്തു തലച്ചോറിലേക്ക് നിറയൊഴിച്ചു. ആ മനുഷ്യൻ മരിച്ചു കഴിഞ്ഞു. പക്ഷേ അതിനുശേഷവും അയാൾക്കുറങ്ങുവാൻ കഴിഞ്ഞില്ല. ഉറക്കമില്ലായ്മ എന്നത് തീർത്തും നിർബന്ധബുദ്ധിയുള്ള ഒരു കാര്യമാണ്.

●

www.ingramcontent.com/pod-product-compliance
Lightning Source LLC
LaVergne TN
LVHW101422051026
849519LV00005BC/1853